आधुनिक महाराष्ट्रातील समाजसुधारणेचा इतिहास

दिलीपराज प्रकाशन प्रा.लि. ™

२५१ क, शनिवार पेठ, पुणे - ४११०३०.

दिलीपराज प्रकाशनाची सर्व पुस्तके आता आपण Online खरेदी करू शकता.

आमच्या Website ला कृपया एकदा अवश्य भेट द्या. अथवा Email करा.

Email - diliprajprakashan@yahoo.in

www.diliprajprakashan.in

आधुनिक महाराष्ट्रातील समाजसुधारणेचा इतिहास

प्रा. डॉ. संजय संभाजी लांडगे

दिलीपराज प्रकाशन प्रा. लि.™
२५१ क, शनिवार पेठ, पुणे - ४११ ०३०.

आधुनिक महाराष्ट्रातील समाजसुधारणेचा इतिहास
Adhunik Maharashtratil Samajsudharnecha Itihas

लेखक : प्रा. डॉ. संजय संभाजी लांडगे

ISBN : 978 - 93 - 82988 -78 - 6

प्रकाशक । राजीव दत्तात्रय बर्वे । मॅनेजिंग डायरेक्टर ।
दिलीपराज प्रकाशन प्रा. लि.। २५१ क, शनिवार पेठ, पुणे ४११०३०.
दूरध्वनी क्रमांक (फॅक्ससहित)
२४४७१७२३। २४४८३९९५ । २४४९५३१४

© प्रकाशकाधीन

लेखक - प्रा. डॉ. संजय संभाजी लांडगे
४८ 'मातृछाया', सम्राट अशोक हाउसिंग सोसायटी ।
दूरदर्शन केंद्र परिसर । सोलापूर - ४१३००३.
मोबा. ९८२२५४६०७४

प्रथमावृत्ती । २५ फेब्रुवारी २०१४

प्रकाशन क्रमांक । २०९५

अक्षरजुळणी । महेश डिड्डी, सोलापूर

मुद्रित शोधन । एस. एम. जोशी

मुखपृष्ठ । हेमंत देशपांडे

ज्यांनी माझ्या जीवनाला
आणि लेखणीला
सतत प्रोत्साहन दिले,
माझ्या आयुष्याची बाग फुलविली...
ते माझे मामा आणि मामीह्नह्न
तीर्थस्वरूप श्री. तुकाराम कोंडिबा गायकवाड,
तीर्थस्वरूप कै. सौ. राजश्री तुकाराम गायकवाड
यांना कृतज्ञतापूर्वक...

मनोगत

'आधुनिक महाराष्ट्रातील समाजसुधारणेचा इतिहास' हे पुस्तक आपल्या हाती देताना मनस्वी आनंद होत आहे. या पुस्तकाच्या रूपाने जवळपास २०० वर्षांचा इतिहासच आपल्यासमोर ठेवला आहे.

मराठेशाही संपून इंग्रजांची सत्ता महाराष्ट्रावर सुरू झाल्याने विविध क्षेत्रांत जागृती आणि नव्या युगाची सुरुवात झाली. सामाजिक, राजकीय, आर्थिक व शैक्षणिक क्षेत्रात या काळात ज्या काही घटनाह्नघडामोडी झाल्या; त्यांचा परामर्श येथे घेतला आहे. त्यामुळे अभ्यासक, विद्यार्थी, संशोधक, प्राध्यापक, वाचक रसिक यांची चांगली सोय झाली आहे, अशी खात्री वाटते. या विषयाचा आवाका फार मोठा आहे. या विषयावर आधारित बरीच साधनसामग्री उपलब्ध आहे, परंतु ती विखुरलेल्या स्थितीत आहे. ही सामग्री एकत्र करून आपणा सर्वांसमोर सलग इतिहास ठेवण्याचा हा प्रयत्न आहे.

ब्रिटिश कालखंडात महाराष्ट्रात सुधारणेचे वारे वाहत होते. समाजात अंधश्रद्धा, अस्पृश्यता, जातिभेद, उच्चह्ननीचता, धार्मिक कर्मकांड, सामाजिक विषमता निर्माण झाली होती. ब्रिटिशांच्या आगमनामुळे समाज जागृत होऊ लागला. त्यातूनच समाजसुधारकांचा उदय झाला. या काळात प्रामुख्याने शिकलेले अनेक तरुण पुढे येऊन, पुढाकार घेऊन समाजाच्या उन्नतीसाठी झटू लागले. लोकहितवादी, महात्मा जोतिबा फुले, छत्रपती राजर्षी शाहूमहाराज, गोपाळ गणेश आगरकर, न्या. रानडे, डॉ. बाबासाहेब आंबेडकर आदींची कामगिरी या बाबतीत महत्त्वपूर्ण ठरते. याबरोबरच वसाहतवादी राजवटीस प्रारंभी झालेला विरोधह्नह्न यामध्ये इ. स. १८५७ चा उठाव व महाराष्ट्रातील सामाजिक चळवळी, त्यांचे योगदान, भारतीय राष्ट्रीय पक्षाची स्थापना आणि त्यामुळे भारतीय राजकारणाला

मिळालेली कलाटणी; तसेच हैदराबाद मुक्तिसंग्राम, संयुक्त महाराष्ट्र चळवळ, मिशनऱ्यांचे शैक्षणिक योगदान; महात्मा फुले, क्रांतिज्योती सावित्रीबाई फुले, कर्मवीर भाऊराव पाटील यांनी चालविलेली शैक्षणिक चळवळ; देशाच्या स्वातंत्र्याचा विजय, भारतीय राज्यघटना, लोकशाही, स्वातंत्र्यानंतरच्या सामाजिक चळवळी आणि समाजसुधारक बाबा आमटे, मेधा पाटकर, राणी बंग, अभय बंग, सिंधूताई सपकाळ, अण्णा हजारे आदी सर्वांच्याच कार्याचा यथायोग्य परामर्श घेतला आहे.

प्रस्तुत ग्रंथाच्या लिखाणासाठी ए. आर. बुर्ला महिला महाविद्यालयाचे ग्रंथालय, सोलापूर; पूर्व विभाग ग्रंथालय, हिराचंद नेमचंद ग्रंथालय, सोलापूर; तसेच माझ्या महाविद्यालयाचे प्राचार्य डॉ. राजेंद्र शेंडगे, सर्व प्राध्यापक वृंद, कर्मचारी वृंद यांचे बहुमोल सहकार्य मिळाले. दिलीपराज प्रकाशनचे राजीव बर्वे, ज्युली मॅडम आणि सर्व परिवार यांनी अत्यंत परिश्रम घेऊन हा ग्रंथ छापला, त्याबद्दल त्यांचे मन:पूर्वक आभार.

त्याचबरोबर माझे थोरले बंधू प्रभाकर, प्रमोद, प्रदीप आणि माझी सहचारिणी सौ. छाया व मुले कु. ऐश्वर्या, चि. सुयश या सगळ्यांनीच खूप मदत केली; म्हणूनच हा ग्रंथ आपल्या हाती ठेवता आला.

प्रा. डॉ. संजय संभाजी लांडगे
सोलापूर

अनुक्रमणिका

१९ व्या शतकाच्या प्रारंभीची महाराष्ट्राची वाटचाल

महाराष्ट्र ही वीरांची, शूरांची, समजसुधारकांची, क्रांतिकारकांची, हुतात्म्यांची, महात्म्यांची, महापुरुषांची भूमी आहे. याच भूमीत गेली कित्येक वर्षे अनेकांनी राज्ये केली. अनेकांनी येथील नैसर्गिक साहित्यसंपत्ती लुटून नेली. तर काहींनी तिचे संवर्धन केले आहे. खरे तर मराठी भाषिकांची ही पुण्यभूमी आहे, जन्मभूमी आहे आणि कर्मभूमी आहे. त्यामुळे मराठी माणसाच्या मनात गेल्या हजारो वर्षांपासून या महाराष्ट्रभूमीबद्दल आदर आणि अभिमान असलेला दिसून येतो. त्यामुळेच संत ज्ञानेश्वर, तुकारामांपासून, चोखामेळा, निळोबारायांपर्यंत आणि छ. शिवाजी, छ. संभाजी महाराजापासून ते ताराबाई, छ. शाहू पर्यंत आणि म. जोतिबा फुले, छ. शाहू महाराज पासून ते आजच्या आण्णा हजारे पर्यंत महाराष्ट्रीय समाजसुधारणेचा ध्वज फडकताना दिसतो. या महापुरुषांनी आपले सर्वस्व पणाला लावून रात्रंदिन या महाराष्ट्र, मराठी राज्याची सेवा केली. महाराष्ट्र राज्य तारिले. त्या सर्व महान विभूतींचे आज स्मरण करताना आदराने माथा झुकतो. त्यांच्या कार्याचे स्मरण करून मराठी माती, मराठी संस्कृती, मराठी माणूस म्हणूनच त्यांच्या स्मृतीस अभिवादन करतो.

राजकीय जीवनातील अशांतता, अराजकता, अस्वस्थता संपून १९ व्या शतकात एका नव्या युगाला सुरुवात झाली. नव्या राजकर्त्यांच्या आधिपत्याखाली सुव्यवस्थित, योजनाबद्ध अशा कार्यक्षम शासनपद्धतीला या काळात सुरुवात झाली. जाती व्यवस्थेच्या, श्रेष्ठ-कनिष्ठत्वाच्या विचारांनी जखडलेल्या आणि अनेक बाईट चालीरीती, रूढी, परंपरा यांनी बंदिस्त झालेल्या समाजाला सामाजिक समतेचा नवा साक्षात्कार झाला. प्रगत आणि नवीन आचार-विचार आणि प्रेरणांचा स्वीकार करण्याची जाणीव या युगातील नव्या समाजाला झाली. या नव्या प्रेरणा स्वीकारून स्वत:चे आत्मभान, वेगळेपण, स्वाभिमान टिकवून ठेवण्याचे नवे भानही या समाजाला आले. राजकीय जीवनातील शांतता, आर्थिक विकास, प्रगतीच्या काही संधी प्राप्त करून देईल काय याची हळूहळू जाणीव होऊ लागली. पारंपरिक चालीरिती-

रूढी यांना चिकटून राहणारा समाज हा त्याच अवस्थेत शतकानुशतके राहतो परंतु सामाजिक राजकीय, आर्थिक, शैक्षणिक जीवनातील प्रेरणांचा स्वीकारच कोणत्याही देशातील समाजाच्या विकासाला प्रगतीपथावर घेऊन जात असतो, याची जाणीव महाराष्ट्रातील समाजात निर्माण करून देण्याचे कार्य याच कालखंडात झाले. आधुनिक जगाचा संदेश देणारी ही पहाट होती. १९ व्या शतकातील महाराष्ट्रातील समाजाच्या सामाजिक, राजकीय, आर्थिक, शैक्षणिक जीवनात या नव्या विचारांपासून नवे युग व चैतन्य नव्या समाजात येऊ लागले. अशा या नव्या युगाचा, नव्या समाजाचा अभ्यास करणे काळाची गरज आहे.

❋ आपला महाराष्ट्र

भारतातील इतर कोणत्याही प्रदेशापेक्षा महाराष्ट्राचे भौगोलिक आणि सांस्कृतिक दृष्टिकोनातून वेगळेपण आहे हे मान्य करावे लागते. महाराष्ट्राला लाभलेल्या भौगोलिक वैशिष्ट्यांमुळेच इस्लामी सत्तेला कितीही बळ लावून महाराष्ट्रात राज्य करता आले नाही. याच इस्लामी सत्तेने इ.स. च्या आठव्या शतकात उत्तर भारतात आपले वर्चस्व बसवण्यास सुरुवात केली, त्याच इस्लामी सत्तेला महाराष्ट्रात वर्चस्व निर्माण करायला १४वे शतक उजाडावे लागले. अशा वैभवशाली परंपरेचा महाराष्ट्राला अभिमान आहे.

बहुसंख्य मराठी भाषा बोलणाऱ्या लोकांचा प्रदेश म्हणजे महाराष्ट्र होय. राजकीय सोईच्या दृष्टीने आपण महाराष्ट्र या शब्दाचा वापर करतो. पूर्वी मुंबई इलाख्यात सर्वसाधारण मराठी भाषा बोलणारे लोक संख्येने अधिक होते. पुढे भाषावार प्रांतरचना झाली. या तत्त्वानुसार १ मे १९६० रोजी महाराष्ट्र राज्याची स्वतंत्र निर्मिती झाली. विदर्भ, मराठवाड्यातील काही प्रदेश मुंबई इलाख्यात समाविष्ट करून महाराष्ट्र राज्याची निर्मिती झाली आहे. महाराष्ट्र हे भारतीय संघराज्यातील एक प्रमुख राज्य आहे. पश्चिमेला लाभलेला ७२० कि.मी. लांबीचा समुद्र किनारा आणि सह्याद्री पर्वताच्या भक्कम उंच उंच रांगा; वर उत्तरेकडे लाभलेला सातपुडा विंध्य पर्वत रांगांचा भाग आणि निमुळता होत गेलेला गडचिरोली-वर्धा-चांदा डोंगराळ अरण्यांचा भाग, असे हे महाराष्ट्र प्रदेशाला भौगोलिक वेगळेपण लाभले आहे. परंतु अभ्यासाच्या सोयीसाठी चार भाग मानलेले आहेत ते पुढीलप्रमाणे.

१)   देश – दख्खनच्या पठाराला देश असे म्हटले जाते. या घाटमाथ्यावरील भागात विविध जिल्ह्यांचा समावेश होतो.

२)   कोकण – अरबी समुद्र व सह्याद्री डोंगर रांगांमधील चिंचोळ्या होत गेलेल्या भूप्रदेशाला कोकण असे म्हणतात.

३) विदर्भ – महाराष्ट्राचा हा पूर्वेकडील प्रदेश होय या विभागामध्ये काही जिल्ह्याचा समावेश होतो.

४) मराठवाडा – पूर्वीच्या हैद्राबादच्या संस्थानातील हा प्रदेश होय. तो निजामाच्या अधिकाराखाली होता. पण १९६० मध्ये भाषावार प्रांतरचनेच्या तत्त्वानुसार ९ जिल्ह्यांचा समावेश करून मराठवाडा हा स्वतंत्र विभाग तयार करण्यात आला. असे सर्व भाग मिळून अखंड महाराष्ट्र राज्य तयार झाले आहे.

*** महाराष्ट्राचा प्राचीन इतिहास**

इतिहासामध्ये महाराष्ट्र या शब्दाचा उल्लेख इ.स. चौथ्या शतकापूर्वीपासूनच वापरलेला दिसून येतो. या महाराष्ट्र शब्दाची उत्पत्ती मरहट्‌ठ–महाराठ्ठ, मऱ्हाट महाराष्ट्र म्हणजेच महाराठ्ठ या रूपावरूनच महाराष्ट्र असे नाव प्राप्त झाले असावे. महारठ्ठ हे नाव प्रांत व तेथे राहणारे लोक या दोघांच्या बाबतीत वापरले जात होते. आज महाराष्ट्र म्हणून ओळखला जाणारा प्रदेश पूर्वी दंडकारण्य म्हणून ओळखला जात होता. तो दक्षिणापथमध्ये समाविष्ट होता. महाराष्ट्राची लोकभाषा 'महाराष्ट्री' हिला इसवी सनापूर्वी इतर प्राकृत भाषांच्या मानाने मोठ्या प्रमाणावर मान्यता मिळाली होती. या प्रदेशात उत्तर भारतातून आर्य लोक टोळ्याटोळ्यांनी येऊन पूर्वी स्थायिक झाले. याशिवाय मूळचे अनार्य म्हणजे द्रविड लोक वास्तव्य करून होतेच. त्यामुळे महाराष्ट्रात वांशिक व भाषिक गोष्टीत विविधता दिसून येते. तरीसुद्धा याठिकाणी सांस्कृतिक ऐक्य आहे. १७ व्या शतकात महाराष्ट्रात छ. शिवाजी महाराजांनी मराठ्यांचे हिंदवी स्वराज्य स्थापन केले. त्यामुळे तेथील रयतेच्या मनात स्वत्वाची आणि अस्थिरतेची भावना निर्माण झाली. येथूनच महाराष्ट्राच्या खऱ्या इतिहासाला सुरुवात झाली असे दिसून येते.

महाराष्ट्राच्या भूमीने अनेक राज्यकर्त्यांच्या वैशिष्ट्यांचे आणि सांस्कृतिक विविधतेचे अनेक पैलू जतन करून ठेवले आहेत. इ.स.पूर्व दुसऱ्या शतकापासून सहाव्या शतकापर्यंत महाराष्ट्रात अनेक राजकीय बदल घडले, त्यामध्ये ग्रीक, शक, हूण, वाकाटक, सातवाहन, मौर्य, मोगल इ. घराण्यांनी राज्य निर्माण केले. या विविध राज्यकर्त्यांनी महाराष्ट्राच्या सामाजिक आणि सांस्कृतिक जीवनात महत्त्वाची भर टाकली. त्याचप्रमाणे महाराष्ट्राची भूमी विस्तारित करण्यास काही प्रमाणात मदतही केली. बाराव्या शतकात देवगिरीच्या कृष्णदेवराय, रामदेवराय यांनी मराठ्यांचे राज्य स्थापन केले. त्यामुळे मराठी माणसाच्या पराक्रमास व स्वाभिमानास काही काळ चालना मिळाली. परंतु अल्लाउद्दीन खिलजीने हे राज्य नष्ट केले. खिलजीने या प्रदेशातील खूप संपत्ती अनेक वेळा लुटून मायदेशी नेली. त्यानंतर महाराष्ट्रावर

सोळाव्या शतकात मोगलांनी आपले साम्राज्य निर्माण केले.

यादवांचा कालखंड हा तर महाराष्ट्रात स्थैर्य आणि शांततेचा काळ होता. त्यामुळेच या काळात विद्या, साहित्य, कला व व्यापार यासारख्या क्षेत्रात समाजाची मोठी प्रगती झाली. अल्लाउद्दीन खिलजीने यादवांच्या सत्तेचा पराभव केला. (साधारणतः इ.स. १३००) आणि महाराष्ट्रात इस्लामी सत्तेचा प्रारंभ झाला. इ.स. १३४७ मध्ये अल्लाउद्दीन हसन बहमन शाहू याने बहामनी घराण्याची स्थापना केली व दक्षिणेत कायमची सत्ता स्थापन केली. इ.स. १४९० ते १५२२ या काळात बहामनी राज्याचे तुकडे होऊन पाच स्वतंत्र्य राज्ये अस्तित्वात आली. वऱ्हाडातील इमादशाही, अहमदनगरची निजामशाही, विजापूरची आदिलशाही, बिदरची बरीदशाही व गोवळकोंड्याची कुतुबशाही या पाच राज्यांपैकी महमतदनगरची निजामशाही व विजापूरची आदिलशाही यांचे महाराष्ट्र प्रदेशामध्ये दीर्घकाळ वर्चस्व होते. अनेक शूर पराक्रमी मराठा सरदारांच्या साह्याने इस्लामी सत्तांनी आपले वर्चस्व दीर्घकाळ टिकवले.

*** मराठी सत्तेचा प्रारंभ आणि विस्तार**

बहामनी साम्राज्याच्या स्थापनेपासून सुमारे तीनशे वर्षे इस्लामी सत्ता महाराष्ट्र प्रदेशावर होती. मराठा सरदारांच्या सहकार्यानेच इस्लामी सत्ता इतके दिवस या प्रदेशात स्थिर झालेली होती. ही सत्ता बदलण्याचे धाडस कुणीही केले नाही. या परकीय सत्तेला विरोध करण्याचे धाडसही कुणी दाखविले नाही. उलट इस्लामी राज्यकर्त्यांची सत्तेची चाकरी इमाने-इतबारे, प्रामाणिकपणे करण्यातच ते स्वतःला धन्य मानत होते. बादशाहाची शिलेदारी स्वीकारून आपल्या वतनवाडीत स्वतंत्र राहावे, आपल्या वतनवाडी पलीकडील जगाची फिकिर करू नये हा या काळातील जनतेचा दृष्टिकोन होता. त्यामुळे प्रतिकारहीन झालेल्या या समाजावर इस्लामी सत्तेने अनेक जुलूम-अत्याचार केले तरीही प्रचंड हालअपेष्टा सहन करीत निमूटपणे हा समाज जीवन जगत होता. परंतु १७ व्या शतकाच्या प्रारंभी छत्रपती शिवाजी महाराजांनी महाराष्ट्रात केलेली स्वतंत्र राज्यांची निर्मिती ही महाराष्ट्राच्या राजकीय, सामाजिक, सांस्कृतिक जीवनात बदल घडवून आणणारी एक क्रांतिकारी घटना होती. निद्रिस्त समाजाला स्वतःचे आत्मभान देऊन, त्यांना जागे करून इस्लामी सत्तेविरुद्ध उभे राहण्याची प्रेरणा देणारी ही घटना होती. स्वतंत्र स्वराज्याचे स्वप्न पुन्हा नव्या आत्मविश्वासाने, नव्या सामर्थ्याने समाजाच्या मनात व हृदयात भरून, त्यांना एकत्र आणून स्वराज्यासाठी लढावयास सज्ज करण्याचे फार मोठे काम छत्रपती शिवाजी महाराजांनी त्या काळात केले. त्यासाठी प्रसंगी आपले प्राण पणाला लावले. युद्धे

केली, गनिमीकावे केले आणि मराठी सत्तेचे नवे साम्राज्य निर्माण केले.

इ.स. १६४६ मध्ये छत्रपती शिवाजी महाराजांनी हिंदवी स्वराज्याची स्थापना केली. सह्याद्रीच्या कड्याकपारीतील मावळ्यांना विश्वासात घेऊन वेळप्रसंगी पाठीवरून हात फिरवत, गोंजारत, आपलेसे केले.

मावळ्यांच्या मनात स्वधर्म आणि स्वराज्याची प्रेरणा निर्माण केली. त्यांच्या ठिकाणी स्वातंत्र्याचा विचार पेटत ठेवला. मावळ्यांच्या मनात स्वाभिमान निर्माण केला. महाराष्ट्रात मराठी राज्याची स्थापना शिवनेरीवर केली. आपले साम्राज्य वाढविण्यासाठी विजापूर, गोवळकोंडा, अहमदनगर, बिदर इत्यादी सुलतानशाहीशी संघर्ष करून मराठी सत्ता वाढविली. महाराष्ट्रात हिंदवी स्वराज्याची स्थापना करून छत्रपती शिवाजी महाराजांनी मराठ्यांचे राज्य निर्माण केले. त्यामुळे एकसंघ महाराष्ट्र बनण्यास मदत झाली. याशिवाय महाराष्ट्राच्या बाहेरसुद्धा अनेक मराठी सेनापतींनी या सुमारास मराठ्यांचे राज्य निर्माण केले होते. परंतु छत्रपतीनंतर संभाजी व राजाराम महाराज यांच्या काळात मराठी राज्य नाश पावते की काय अशी परिस्थिती निर्माण झाली होती. परंतु मराठ्यांच्या स्वातंत्र्ययुद्धातील संताजी घोरपडे, धनाजी जाधव आणि महाराणी ताराबाईंनी प्रबळ मोगल सत्तेशी यशस्वी सामना केला. औरंगजेब बादशहाचे दख्खन पालथे घालण्याचे स्वप्न संपुष्टात आणले. यामुळे मराठ्यांचे राज्य वाचले. परंतु याच सुमारास छत्रपती नामधारी बनले आणि मराठ्यांची सत्ता पेशव्यांच्या हातात गेली. पेशवाईचे पर्व सुरु झाले. पहिला बाजीराव पेशवा, थोरला माधवराव पेशवा यांनी आपल्या परीने राज्य कारभार सांभाळण्याचा खूप प्रयत्न केला. परंतु इंग्रजी सत्तेपुढे त्यांनाही नमते घ्यावे लागले. भारतात युरोपमधून आलेल्या इंग्रज, डच, पोर्तुगीज सत्ताधीशांनी आपले साम्राज्य स्थापन करण्याचा प्रयत्न केला. त्यामध्ये इंग्रजांना भारतामध्ये राज्य निर्माण करण्यात यश आले. इंग्रजांनी भारतात सत्ता स्थापन केली. पानिपतच्या पराभवानंतर पेशवाई संपुष्टात आली. आणि मराठी माणसाचे स्वातंत्र्य संपले. मराठी माणसाला पुन्हा पारतंत्र्यात दिवस काढावे लागले. इ.स. १८१८ ते १९४७ या सुमारे १३० वर्षांच्या काळात भारताप्रमाणे महाराष्ट्रातील प्रजेलाही पारतंत्र्यात राहावे लागले. राष्ट्रहितापेक्षा स्वतःच्या वतनाचे रक्षण, त्यासाठी स्वजनांशी संघर्ष, अकार्यक्षमता, नीतिशून्य मध्यवर्ती सत्ता, विलासीपणा अशा कितीतरी गोष्टी मराठी सत्तेच्या पराभवाला कारणीभूत ठरल्या.

*** इंग्रजी सत्तेचा उदय आणि विस्तार**

१७५७ च्या प्लासीच्या लढाईत विजय मिळवून इंग्रजांनी बंगालच्या प्रदेशात

आपल्या राजकीय सत्तेचा पाया घातला. आधुनिक भारताच्या आणि महाराष्ट्राच्या इतिहासात इंग्रजी सत्तेच्या कालखंडाला विशेष महत्त्व आहे. या काळाने केवळ राजकीय सत्तेत बदल घडवून आणला असे नसून येथील समाजाचे सर्वांगीण जीवन बदलून टाकले. आचार आणि विचारांच्या क्षेत्रात नवीन प्रेरणा निर्माण केल्या. इ.स. १६०० मध्ये लंडन लॉन येथे पूर्वेकडील देशांबरोबर व्यापार करण्यासाठी ईस्ट इंडिया कंपनीची स्थापना झाली. प्रारंभी केवळ व्यापारावर लक्ष केंद्रित करणाऱ्या या कंपनीने भारतात आल्यावर मुंबई, मद्रास, सुरत येथे आपल्या वखारी उघडून व्यापार वाढविण्यास सुरुवात केली. भारतात व्यापाराच्या वाढीसाठी राजकीय सत्ता असणे आवश्यक आहे याची जाणीव धूर्त इंग्रजांना झाली. या काळात इंग्रजांना प्रखर विरोध करू शकणारी कोणतीही बलवान सत्ता नव्हती. याच संधीचा फायदा इंग्रजांनी घेतला. प्रभावी मध्यवर्ती सत्तेचा अभाव, अनेक सत्ताधीशांमध्ये असलेले परस्पर संघर्ष आणि त्यातून निर्माण झालेली कमकुवतता याचा पुरेपूर फायदा इंग्रजांनी घेतला. रॉबर्ट क्लाईव्ह, वॉरन हेस्टिंग्ज यासारख्या गव्हर्नरांनी आपल्या कुशल मुत्सुद्देगिरीने भारतात इंग्रजी सत्तेचा विस्तार केला. संपूर्ण उत्तर भारतात हळूहळू इंग्रजांची सत्ता विस्तारित गेली. गव्हर्नर जनरल लॉर्ड वेलस्कीने इंग्रजी सत्तेच्या विस्तारासाठी आक्रमक धोरणांचा स्वीकार केला. आपल्या प्रसिद्ध तैनाती फौजेचा अनेक भारतीय सत्ताधीशांना स्वीकार करण्यास भाग पाडले व त्यांना कायमचे ब्रिटिशांचे अंकित बनवले. प्रगत शस्त्रास्त्रे, तांत्रिक ज्ञान, आर्थिक संपन्नता आणि अधिकाऱ्यांची कार्यक्षमता यांच्या बरोबरच भारतातील सत्ताधीशांमध्ये असलेला एकजुटीचा अभाव तसेच घरभेदी आणि धनलोभासाठी स्वजनद्रोह करणाऱ्या लोकांचे मिळालेले सहकार्य त्यामुळेच इंग्रजांना भारतात आपल्या राजकीय सत्तेचा सहज विस्तार करताना, त्यांनी भारतातील फ्रेंच, पोर्तुगाल या युरोपीय स्पर्धकांनाही पराभूत केले. भारतात १८ व्या शतकात इंग्रजांना प्रबळ विरोध करणारी मराठ्यांची एकमेव सत्ता होती. शिवकाळापासूनच मराठ्यांच्या सत्तेत हस्तक्षेप करण्याचा प्रयत्न करणाऱ्या इंग्रजांना १९ व्या शतकाच्या प्रारंभी इ.स. १८१८ ला मराठी साम्राज्य नष्ट करण्यात यश आले. त्यामुळे संपूर्ण भारतात त्यांनी आपली एकसंघ सत्ता प्रस्थापित केली. इ.स. १८१८ ते १९४७ पर्यंत इंग्रजांनी आपल्या या देशात जवळजवळ १३० वर्षे राज्य केले. त्यामध्ये महाराष्ट्रही अखंडपणे इतकी वर्षे इंग्रजी सत्तेच्या अमलाखालीच होता.

✻ १९ व्या शतकाचा प्रारंभ

भारताच्या आणि महाराष्ट्राच्या इतिहासामध्ये १९ वे शतक सर्व दृष्टीने महत्त्वाचे

मानले जाते. याच शतकाच्या प्रारंभी भारतात आणि महाराष्ट्रात सर्वत्र ब्रिटिश सत्ता स्थापन झाली. हळूहळू ही सत्ता स्थिरावत गेली आणि जवळजवळ १५० वर्षे ब्रिटिशांनी भारताला गुलामगिरीत ठेवले. त्यामुळे भारतीय समाजावर काही महत्त्वपूर्ण चांगले आणि वाईट परिणाम झाले. त्यापैकी चांगले परिणाम असे की ब्रिटिश सत्तेमुळे भारताचे राजकीय ऐक्य घडून आले आणि पुढे भारतात नवविचारांचे वारे सुरू झाले. भारताच्या आधुनिकीकरणास खऱ्या अर्थाने सुरुवात झाली.

इंग्रजी राजवटीच्या आगमनाने भारतीय समाजात हळूहळू परिवर्तनास सुरुवात झाली. इंग्रजी राजवटीच्या प्रारंभामुळे भारतीय लोकांचे उद्योगधंदे-व्यवसाय बंद पडले. भारतीय व्यापार थंडावला. शेतकऱ्यांना इंग्रजांची कायमधारा पद्धत तापदायक ठरली. सामाजिक क्षेत्रात संक्रमणास सुरुवात झाली. परंतु भारतीय समाज शतकानुशतके ठरावीक चौकटीत बद्ध झाला होता. अशा या समाजाला हे परिवर्तनाचे मार्ग पचविण्यास खूपच प्रयास पार पाडावे लागले. कारण पारंपरिक संस्कृतीचा अभिमान बाळगणाऱ्या भारतीय समाजाला पाश्चात्त्याचे नवे बदल पचण्यासारखे नव्हते. पाश्चात्त्य समाजजीवनातील बदल, नवे आव्हान, इच्छा नसताना भारतीय समाजाला स्वीकारावे लागले. त्यामुळे पुढे भारतीय समाजात शैक्षणिक, सामाजिक, राजकीय, धार्मिक, वाङ्मयीन क्षेत्रात खूपच परिवर्तन झालेले दिसून येते.

✳ राजकीय परिस्थिती

या काळात राजकीय, सामाजिक, शैक्षणिक, धार्मिक, आर्थिक अशा विविध क्षेत्रात महत्त्वपूर्ण बदल झाले. १९ वे शतक हे महाराष्ट्राच्या जीवनात क्रांतिकारी बदल घडवून आणणारे ठरले आहे. मराठ्यांच्या स्वतंत्र सत्तेचा विनाश ही या काळातील प्रमुख घटना म्हटली पाहिजे. छत्रपती शिवाजी महाराजांनी या गोऱ्या इंग्रजांचे कारनामे आणि हेतू त्या काळीच ओळखले होते. त्यामुळेच त्यांनी इंग्रजांना व्यापार करण्यासाठीचे खंबीर विरोधी धोरण स्वीकारले होते. त्यामुळेच मराठ्यांच्या सत्तेत हस्तक्षेप करण्याचे इंग्रजांचे धोरण यशस्वी होऊ शकले नाही. मराठ्यांचे राज्य काही काळ स्थिर झाले, परंतु पुढे छत्रपती शिवाजी महाराजांनंतर छत्रपती संभाजी महाराज आणि राजाराम-ताराबाई इत्यादी राज्यकर्त्यांकडे छत्रपती शिवाजी राजेंसारखा मुत्सद्दीपणा नसल्यामुळे, मराठ्यांच्या राजकीय जीवनात अस्थिरता, गोंधळ यामुळे पोकळी निर्माण झाली होती. छत्रपती शाहूंनी मोगलांकडून चौथाई, सरदेशमुखीच्या सनदा मिळवून दिल्लीच्या इस्लामी सत्तेचे वर्चस्व स्वीकारले. स्वतंत्र सार्वभौम राष्ट्राची कल्पना मागे पडली. मराठ्यांच्या सत्तेत छत्रपतींचे महत्त्व कमी होऊन

पेशंव्याकडे राज्यकारभाराची सूत्रे येण्यास प्रारंभ झाला. पहिल्या चार पेशव्यांनी काही काळ बलवान मध्यवर्ती सत्तेची स्थापना करून मराठ्यांच्या सत्तेचा विस्तार करण्याचे प्रयत्न केले. या काळातही पेशव्यांच्या मदतीनेच मराठ्यांचे आरमारी सामर्थ्य नष्ट करण्यात इंग्रजांना यश आले. इंग्रजांचा हा डाव नानासाहेब पेशव्यांना स्वार्थी दृष्टिकोनामुळे नीट ओळखता आला नाही. पानिपतच्या तिसऱ्या युद्धानंतर माधवरावांनी मराठ्यांची सत्ता काही काळ सावरून धरण्याचा प्रयत्न केला. त्यात त्यांना फारसे यश मिळाले नाही. माधवराव पेशव्यांनंतर मराठ्यांच्या सत्तेच्या ऱ्हासाला सुरुवात झाली. प्रमुख राज्यकर्ते आणि मराठा सरदार यांनी संकुचित दृष्टिकोनाचाच स्वीकार करून राष्ट्रहितापेक्षा वैयक्तिक हित साधण्याकडे विशेष लक्ष दिले. सर्वांनी मिळून मराठेशाहीत भर घालण्याऐवजी प्रत्येकजण सवतासुभा स्थापन करू लागला. मुलुखगिरीच्या नावाखाली स्वजनांची लूट करण्यास सुरुवात झाली. गृहकलहाने व स्वार्थाने पेशव्यांची सत्ता पोखरली गेली. सत्तास्पर्धेसाठी सरदारांमध्ये संघर्ष सुरू झाले. परस्परांविषयी संघर्षाचे वातावरण निर्माण झाले.

इ.स. १७९५ मध्ये सवाई माधवरावांच्या मृत्यूनंतर दुसरा बाजीराव पेशवा बनला. मराठा सत्तेच्या या अखेरच्या काळात सर्व सरदारांना एकत्र करून इंग्रजांना विरोध करण्याचे सामर्थ्य त्याच्याजवळ नव्हते. पेशवा आणि मराठा सरदार यांनी काही काळापुरती एकजूट केली असती तर इंग्रजांचा पराभव करणे त्यांना सहज शक्य झाले असते. परंतु या सगळ्यांना एकत्र आणण्याचे प्रयत्न त्या काळात कुणीच केले नाहीत. राज्याचा विस्तार करण्याऐवजी पेशवेपदावर आल्यावर दुसरा बाजीराव नाचगाणे, विलास, ऐषोराम यातच रमून गेला. उलट त्यासाठी लागणारा पैसा गोळा करण्यासाठी त्याने सरदारांवर बंधने घातली. त्यांचा छळ सुरू केला. प्रजेवर अन्यायी कर बसविले. दौलतराव शिंदे, सर्जेराव घाटगे यांनी पुण्याची लूट केली. लोकांचा प्रचंड छळ करून पैसा मिळविला. कोणीही सामर्थ्यवान माणूस याकाळामध्ये पाचपन्नास माणसे बरोबर घेऊन कोणत्याही प्रदेशाची, लोकांची लूट करीत असे. अशा प्रकारचे गोंधळाचे, संशयाचे आणि अराजकतेचे वातावरण याकाळात निर्माण झाले होते. यशवंतराव होळकर पुण्यावर चाल करून येत आहे हे कळताच त्याला विरोध करण्याऐवजी बाजीराव आपली सत्ता टिकविण्यासाठी ब्रिटिशांची मदत घेण्यास गेला. दुसरा बाजीराव व इंग्रज वकील कर्नल क्लोज यांच्यात ३१ डिसेंबर १८०२ ला वसईचा तह झाला. या तहामुळे दुसऱ्या बाजीरावाला ब्रिटिशांची तैनाती फौज मिळाली. ती त्याने स्वीकारली. अशाप्रकारे मराठी सत्तेला अखेरची घरघर लागली. बाजीरावाने केलेल्या वसईच्या तहाला शिंदे, भोसले, होळकर या सरदारांनी विरोध

केला. इंग्रजांबरोबर युद्धाची तयारी सुरू केली, परंतु त्यांचा एकमेकांवर विश्वास नव्हता. त्यामुळे भोसले-शिंदे यांच्यापासून होळकरांना वेगळे करण्यात ब्रिटिशांना यश आले. इंग्रजांनी शिंदे व भोसले यांच्या संयुक्त फौजांचा पराभव केला आणि यशवंतराव होळकरांनाही पराभूत केले. या विजयामुळे इंग्रजांनी महाराष्ट्रात आपल्या सत्तेचा पाया भक्कम रोवला. इ.स. १८११ मध्ये इंग्रजांचा रेसिडेंट म्हणून पुण्यास आलेल्या एल्फिस्टन याने दुसऱ्या बाजीरावाच्या अंतर्गत कारभारास हस्तक्षेप सुरू केला. मुलूखगिरी बंद झाल्यामुळे पैसा मिळवण्यासाठी दुसऱ्या बाजीरावाने रास्ते, पानसे, पटवर्धन इत्यादी सरदारांचा छळ सुरू केला. त्यांनी एल्फिस्टनकडे तक्रारी केल्या. या संधीचा फायदा घेऊन एल्फिस्टनने बाजीराव व सरदार यांच्यात पंढरपूरचा तह घडवून आणला. त्यामुळे पेशव्यांचे सरदारांवरील हक्क नष्ट झाले. शेवटी त्रिंबकजी डेंगळे, बापू गोखले यासारख्या काही सरदारांच्या मदतीने बाजीरावाने ब्रिटिशांविरुद्ध उठाव केला परंतु त्याला पराभव स्वीकारावा लागला, शेवटी २ जून १८१८ ला बाजीराव इंग्रजांना शरण आला आणि इंग्रजांनी मराठ्यांचे राज्य संपूर्ण ताब्यात घेतले. छत्रपती शिवाजी महाराजांनी उभारलेले स्वतंत्र राष्ट्र नष्ट झाले. इंग्रजांनी संपूर्ण भारतीय प्रदेशावर अखंड राजकीय सत्ता स्थापन केली.

पेशवा व सरदारांप्रमाणेच सावकार, दरोडेखोर, पेंढारी, सर्वसामान्य जनतेची लूट करीत होते. गुंडांपासून जनतेचे रक्षण करण्याची जबाबदारी शासनाकडून व्यवस्थित पार पाडली जात नव्हती. त्यामुळे सर्वसामान्य माणूस हैराण झाला होता. सदैव चालणारी युद्धे, दंगेधोपे यामुळे राजकीय जीवन अशांत होते. व्यापार, उद्योगधंदे याचा विकासच खुंटला होता. दुष्काळासारख्या संकटामुळे समाज होरपळून निघाला होता. शासनाकडून कसलेच सहकार्य त्याला मिळत नव्हते. अकार्यक्षम नादानं नीतिभ्रष्ट सत्ताधीश, भ्रष्ट अव्यवस्थित प्रशासन, स्वार्थी सरदार- जहागीरदार या सर्वांकडून पिळला जाणारा सर्वसामान्य समाज असे या काळातील राजकीय जीवनाचे चित्र निर्माण झाले होते. त्यामुळे इंग्रजांनी पेशव्यांचे राज्य खालसा केले. याबद्दल सर्वसामान्य समाजाला दुःख वाटले नाही. उलट जुलमी अकार्यक्षम राजसत्ता संपली म्हणून आंनदच वाटला. उलट ब्रिटिश राज्यकर्ते व प्रशासनधिकाऱ्यांविषयी समाजात आदर व दरारा निर्माण झाला. समान कायदा व न्यायालयाचे तत्त्व स्वीकारले गेले. या बदलामुळे सर्वसामान्य समाजाला इंग्रजांबद्दल व त्यांच्या सत्तेबद्दल विश्वास व आपुलकी वाटू लागली. भौतिक विद्या अज्ञानपणामुळे येथील समाज, इंग्रजांच्या परकीय सत्तेमुळे आपण पारतंत्र्यात आहोत, गुलामगिरी आपल्या मानेवर बसणार याची जाणीवच कोणत्याही वर्गाला झाली नाही. सरंजाम-जमीनदार यांना आपली सत्ता गेली याचे थोडे दुःख वाटले

असले तरी त्यामागे केवळ स्वार्थच होता. स्वराष्ट्र किंवा स्वधर्मरक्षणाची भावना नव्हती. पेशवे काळातील राजकीय जीवनापेक्षा इंग्रजांच्या काळात निर्माण झालेली शांतता, सुव्यवस्था, कायदा व न्यायदानातील समानता, धर्मांत हस्तक्षेप न करण्याचे त्यांचे धोरण यामुळे समाजातील सर्व वर्गांना या सत्तेविषयी आत्मीयता वाटू लागली. त्यामुळे सर्वसामान्य समाजाला काही काळ स्थैर्य, शांतता मिळाल्याचा आभास निर्माण झाला होता.

✳ सामाजिक जीवन

१९ व्या शतकाच्या पूर्वार्धात महाराष्ट्रातील समाजात जाती व्यवस्था, जाती संस्था यांना फार महत्त्व आले होते. कडक जाती निर्बंध, भौतिक विद्या, बौद्धिक प्रामाण्यवाद यापेक्षा सामाजिक जीवनातही परंपरेला, ग्रंथप्रामाण्याला विशेष महत्त्व दिले होते. आध्यात्मिक आणि धार्मिक जीवनाचा पगडा समाजावर, जीवनावरही प्रभावीपणे त्याकाळी पडलेला दिसतो. चातुर्वर्ण व्यवस्था प्रखरपणे समाजात अस्तित्वात होती. ब्राह्मण, क्षत्रिय, वैश्य आणि शूद्र यांच्या चार पायऱ्या समाजात ठाण मांडून कार्यरत होत्या. जातीव्यवस्था त्यातूनच प्रखरपणे पुढे आली. एका जातीत अनेक उपजाती निर्माण झाल्या. जातीचा गुंता अधिकच गुंतत गेलेला दिसून येतो. या जातींमध्ये श्रेष्ठ-कनिष्ठत्व ठरविले गेले असल्याने प्रत्येक जातीला त्या काळच्या समाजात एक विशिष्ट स्थान मिळालेले होते. सामाजिक ऐक्य आणि परिवर्तन या समाजविकसनाच्या प्रक्रिया नष्ट झाल्या होत्या. प्रत्येक जातीला आपल्या स्थानानुसार अधिकार, हक्क याची कर्तव्ये ठरवून दिल्यानुसार पार पाडावी लागत होती. अशा कार्याचे आणि जातीचे उल्लंघन केल्यास त्याला जातीतून बहिष्कृत केले जात होते. अस्पृश्य म्हणून मानल्या गेलेल्या जातीतील लोकांना फार वाईट जीवन जगावे लागत होते. सार्वजनिक पाणवठ्यावर, गावातील मंदिरात आणि गावात सुद्धा त्यांना प्रवेश वर्ज्य केला होता. थोडक्यात, अस्पृश्यांना गुलामापेक्षाही भयानक वाईट वागणूक दिली जात असे.

त्या काळातील स्त्रियांना समाजाने दुय्यम स्थान दिले होते. स्त्री ही केवळ चूल आणि मूल इतक्या मर्यादित स्वरूपात व्यक्त होताना दिसते. पुरुषप्रधान समाजव्यवस्था अस्तित्वात असल्यामुळे स्त्रियांचे माणूस म्हणून जगण्याचे, पुरुषांच्या बरोबरीने जगण्याचे हक्क त्या काळातील व्यवस्थेने हिरावून घेतले होते. समाजात बालविवाह प्रथा अस्तित्वात होती. असे करणे म्हणजे धार्मिक पावित्र्याचे मानले जायचे. पुरुषांची लग्ने सुद्धा लवकर म्हणजे बाराव्या-तेराव्या वर्षी व्हायची. विवाह हे केवळ जातीजातीतच व्हायचे. बालविवाह, सतीची चाल, बालहत्या, देवाला सोडणे, विधवांचे केशवपन इ. अनेक वाईट प्रथा अस्तित्वात होत्या.

समाजात पुराणप्रधान रूढी परंपरा रूढ होत्या, त्यामुळे आधुनिक समाज–सुधारणांपासून या काळातील समाज खूपच दूर होता.

समाजात सर्वत्र ब्राह्मणवर्गीयांचा वरचष्मा होता. शिक्षणाचा अधिकार फक्त ब्राह्मणवर्गीयांपुरताच होता. बाकीच्या समाजाला त्यापासून बंधने घालून दूरच ठेवले होते. समाजातील सर्व मक्तेदारी ब्राह्मणांच्या हितासाठीच तयार केली होती. ते इतर जातीच्या लोकांना कनिष्ठ समजत. राज्यकारभारातील उच्च पदे ब्राह्मणच भोगत असत. विशेषतः पेशवाईच्या काळात समाजात ब्राह्मणांचे वर्चस्व अधिक होते. चातुर्वर्ण व्यवस्थेच्या आधारे केवळ ब्राह्मणवर्गीयांपुरतीच सर्व साधने आणि ज्ञानमार्ग खुले होते. पण बाकीचे तीनही वर्ग सामाजिक, धार्मिक, आर्थिक, राजकीय अशा अनेक गोष्टींपासून शतकानुशतके उपेक्षितच होते. हेच सामाजिक जीवनाचे भयावह चित्र १९ व्या शतकाच्या पूर्वार्धातही गंभीरपणे दिसून येते.

✷ धार्मिक स्थिती

या काळामध्ये शिवकाळातील धार्मिक विचारांचे स्वरूप बदलले गेले. दानधर्म, कर्मकांड, ब्राह्मणभोजने याचे स्तोम माजले गेले होते. या काळातील समाजात ऐतखाऊ, आळशी पुरोहितांचा वर्ग निर्माण झाला. उत्तरकालीन पेशवाईमध्ये तर या वर्गाने आपले समाजातील अस्तित्व अधिक घट्ट व दृढ करण्यासाठी व्रतवैकल्ये, जपजाप्य, ज्योतिष, मुहूर्त, शुभअशुभ व्रते, दानधर्म इत्यादींचे महत्त्व वाढविले. गृहप्रवेश, लष्करी हालचाली त्याचबरोबर साधी बोलणी करण्यासही मुहूर्त पाहण्याची पद्धत सुरू झाली. व्रतवैकल्ये, नामजप, अनुष्ठाने केल्याने पापाचे क्षालन होते, देवतांची कृपा होते असा विचार रूढ झाला. थोडक्यात, पेशवेकाळात धार्मिक जीवनातील मूलभूत तत्त्वे बाजूला पडली. धार्मिक आचार विचार, परंपरा, व्रतवैकल्ये आणि साचेबद्ध स्वरूपाचे कर्मकांड यांना महत्त्व मिळाले. खऱ्या धर्माचे स्वरूप लोप पावून नको त्या गोष्टींना महत्त्व मिळाले. त्यामुळे समाजातील लोकांचे स्थैर्य बिघडले. याचा फायदा पेशवाईतील पुरोहितांनी नेमका उठविला. व्रतवैकल्य, जपजाप्य, अनुष्ठाने केल्याने पापक्षालन होते, देवतांची कृपा होते, असा विचार रूढ झाला. धर्माच्या नावाखाली अधर्माला या काळात महत्त्व प्राप्त झाले. तंत्रमंत्र, जादूटोणा, भूतपिशाच्च, विद्या यांना महत्त्व मिळाले. या निमित्ताने वेगवेगळे आचार करण्यास प्रारंभ झाला. विठोबा, विष्णू, शिव, खंडोबा, भवानी या देवतांबरोबरच मरीआई, म्हसोबा, येताळा या सारख्या ग्रामदेवतांनाही महत्त्व प्राप्त झाले. देवदेवतांच्या पूजनाचे अनेक प्रकार आणि त्यासंबंधीचे विविध आचार समाजात रूढ झाले. प्रगत व सुधारकी

विचारांची कास धरणारा, त्याची मीमांसा करणारा, समाजातील लोकांना जगण्याचा खरा आधार देणारा, समाजाला खरे मार्गदर्शन करणारा एकही ग्रंथ निर्माण झाला नाही. उलट पोपटपंची, परंपरागत धार्मिक गोष्टीच समाज जीवनात महत्त्वाच्या ठरल्या. ज्ञानेश्वर, तुकाराम, गोरा कुंभार, चोखामेळा यासारंख्या संतांच्या सामाजिक समतेच्या शिकवणुकीचा लोकांना विसर पडू लागला होता. धार्मिक कर्मकांडे करण्यातच स्वतःला धन्य मानणाऱ्या या समाजाला या संताची शिकवण कळू शकली नाही, तिचा विसर त्यांना पडला. ख्रिस्ती, इस्लामी धर्माचे कार्य समाजात जोरात सुरू होते. हिंदू धर्माच्या नावाने ढोंगी साधूसंत उगीचच ओरड करीत होते. व्रतवैकल्ये, जपजाप्य, कर्मकांडे, अनुष्ठाने, तंत्रमंत्र, जादूटोणा, पूजाअर्चा, दानधर्म, दक्षिणा, भोजने यातच समाज गुंतला होता. समाजात सर्वत्र याच गोष्टीचे स्तोम माजलेले दिसून येत होते. अशी १९व्या शतकात धार्मिक जीवनाची झालेली दयनीय अवस्था दिसून येते.

*** शैक्षणिक परिस्थिती**

आजकाल शाळा म्हणून असलेली कल्पना पूर्वी अस्तित्वात नव्हती. पुढे समाजातील श्रीमंत व शिक्षणप्रेमी मंडळींनी शिक्षणाचे महत्त्व लक्षात घेऊन व उदार हस्ते देणग्या देऊन काही पाठशाळा सुरू केल्या. परंतु अशा पाठशाळांची संख्या नगण्य होती. अशा पाठशाळेत शिकणारी मुले विशेषत: ब्राह्मण वर्गातीलच होती. समाजातील खालच्या वर्गातील मुलांना शिक्षणाची दारे खुली नव्हती. अशा मुलांना शिक्षणाची आवड व महत्त्वही वाटत नव्हते. परंतु चौदाव्या, पंधराव्या शतकात महाराष्ट्रात विशेषत: पैठण, पुणे, नाशिक, नागपूर इ. ठिकाणी काही पाठशाळा तर काही ठिकाणी गुरुकुल शिक्षण पद्धत चालू होती. या पाठशाळा विशेषत: धार्मिक तीर्थांच्या ठिकाणी होत्या. अशा शाळांमध्ये धर्म, तत्त्वज्ञान, राजकारण, यज्ञशास्त्र इ. विषयांचे शिक्षण दिले जात असे. परंतु या पाठशाळा खाजगी व्यक्तींच्या पैशांच्या मदतीवर चालत. शासन किंवा राज्यकर्ते यांचे शिक्षणाकडे लक्ष नव्हते.

इ. स. १४ व्या व १५ व्या शतकामध्ये महाराष्ट्रीय जनता खेड्यांत राहात होती. त्यामुळे अशा बहुतेक खेड्यांतील जनतेस शिक्षणापासून वंचित राहावे लागले होते. तरीसुद्धा मोठ्या खेड्यांत लिहिणे-वाचणे, अंकगणित इ.चे शिक्षण देणाऱ्या खाजगी शाळा थोड्या होत्या. परंतु विद्यार्थ्यांस गुरूच्या घरीच राहून व कष्ट करून आणि गुरूंना धान्याची मदत देऊन शिक्षण घेता येत असे. शिक्षण घेणाऱ्यांमध्ये ब्राह्मण विद्यार्थ्यांची संख्या अधिक होती. बहुजन समाज शिक्षणापासून दूर होता. शिक्षण हे तोंडी पाठाद्वारे दिले जात असे. तेव्हा शिक्षणात पाठांतरावर अधिक भर असे. महाराष्ट्रात खगोलशास्त्र,

भौतिकशास्त्र इ. बाबतीत फारशी प्रगती नव्हती. परंतु नीती व धर्म इ. बाबतीत चांगले संस्कार होत होते. पुढे १९ व्या शतकात महाराष्ट्रात अनेक युरोपियन लोक आले. तसेच मिशनरी लोक आले. त्यांच्या प्रेरणेमुळे व सहकार्यामुळे महाराष्ट्रात मुंबई विद्यापीठाची स्थापना झाली. अनेक शाळा, महाविद्यालये मोठमोठ्या शहरात सुरू झाली. परंतु शैक्षणिक क्षेत्रात 'सामान्यांसाठी शिक्षण' ही चळवळ म. फुले यांनी मोठ्या प्रमाणात सुरुवातीस महाराष्ट्रात चालू केली. म. फुलेंची शैक्षणिक चळवळ पुढे शाहूमहाराज, डॉ. आंबेडकर, कर्मवीर भाऊराव पाटील, दलित मित्र बापूजी साळुंखे, यांनी नेटाने कार्यान्वित केली. म्हणूनच महाराष्ट्र हा आज शैक्षणिक क्षेत्रात इतर राज्यांपेक्षा आघाडीवर आहे, ही महाराष्ट्र राज्याला अभिमानास्पद गोष्ट आहे.

✻ आर्थिक जीवन

१९ व्या शतकाच्या प्रारंभी महाराष्ट्रात स्वयंपूर्ण ग्रामव्यवस्था होती असे म्हटले जाते. गावचा प्रमुख पाटील आणि त्याचा साहाय्यक कुलकर्णी असे या दोघांच्या नियंत्रणाखाली गावचा कारभार चालत असे. गावाच्या संरक्षणाची, करवसुलीची, न्यायदानाची जबाबदारी यांच्यावरच असून त्यांना हे अधिकार वंशपरंपरागत मिळाले होते. शेती हा गावातील प्रमुख व्यवसाय होता. चौगुला, लोहार, कुंभार, न्हावी, सोनार, जोशी, परीट, गुरव, कोळी, महार, चांभार हे बारा बलुतेदार आणि तांबोळी, साळी, शिंपी, माळी, सनगर, गोंधळी, ठाकर, गोसावी, जंगम, मुलाणी, घडशी, तराळ हे बारा आलुतेदार गावातील समाजाच्या निरनिराळ्या गरजा भागविणारे व्यवसाय करीत होते. गावातील लोकांना कोणत्याही कामासाठी दुसऱ्यावर अवलंबून राहावे लागत नसे. या कामाचा मोबदला म्हणून शेतकऱ्यांकडून त्यांना खळ्यावरच निरनिराळे धान्य मिळत असे. बलुतेदार आणि आलुतेदार यांना वर्षभर करावयाच्या कष्टाच्या बदल्यात मिळणारा मोबदला अल्प असे. त्यावर त्यांना आपला चरितार्थ चालविणे अशक्य होई. शेतकऱ्यांची अवस्था तर अत्यंत खडतर होती. वर्षभर शेतात राबल्यानंतर येणाऱ्या उत्पन्नातून बलुतेदार-आलुतेदार, शासनाचा कर त्यांना द्यावा लागे. कर न देणाऱ्या शेतकऱ्यांना फटके मारणे, तिखटाची धुरी देणे इत्यादी शिक्षा दिल्या जात. पेशवाईच्या काळात तर अधिकाऱ्यांनी मागितलेली रक्कम किंवा धान्याचा साठा न दिल्यास शेतकऱ्यांचा अतिशय क्रूर पद्धतीने छळ केला जात असे. त्यातूनही काही धान्य शिल्लक राहिल्यास सावकार दारात उभाच असे. शेतकऱ्यांना वेळप्रसंगी, बी-बियाणे घरातील लग्न कार्य, बैल, बारदाना, शेतीची औजारे खरेदीसाठी सावकाराकडून कर्ज घ्यावे लागे. त्या कर्जाचा व्याजदर प्रचंड होता. कर्जफेडीसाठी

सावकार या शेतकऱ्यांच्या जमिनी ताब्यात घेत किंवा खळ्यातून सर्व धान्य भरून नेत. यावरून या काळात शेतकऱ्यांची अवस्था किती भयावह होती याची जाणीव होते.शेती, व्यापार यासारख्या आर्थिक स्थैर्य मिळवून देणाऱ्या घटकांकडे शासनाने या काळात लक्ष दिले नाही. मुलूखगिरी करणे हेच एकमेव उत्पन्नाचे साधन होते. ब्रिटिशांच्या वर्चस्वामुळे तेही बंद झाल्याने सरदार, जहागीरदार, दरोडेखोर, पेंढारी यांनी आपल्याच प्रदेशात आपल्याच लोकांची लूटमार सुरू केली. आपल्या व्यापाराच्या प्रगतीसाठी इंग्रजांनी मुक्त व्यापाराचे धोरण स्वीकारले. यंत्रावर तयार होणाऱ्या वस्तूंपुढे भारतात बनविलेल्या वस्तूंचा टिकाव लागला नाही. त्यामुळे येथील व्यापार व लहान लहान उद्योग धंदे बंद पडण्यास सुरुवात झाली. इंग्रजांच्या धोरणाला शासनकर्त्यांनी विरोध केला नाही. काच, कागद, कुलपे, मेणबत्त्या इतकेच नव्हे तर काडीपेटी यासारख्या वस्तू युरोपातून येथे येऊ लागल्या. भारतातून प्रचंड प्रमाणात कच्चा माल न्यावयाचा आणि पक्का माल भारतात आणून विकावयाचा हे धोरण इंग्रजांनी स्वीकारले. अगोदरच अविकसित आर्थिक दृष्टीने खचलेला येथील समाज इंग्रजांच्या या जाचक धोरणामुळे अधिकच आर्थिक विवंचनेत जीवन जगू लागला.

इंग्रजांनी वाफेवर चालणाऱ्या यंत्राच्या द्वारे कापडाच्या गिरण्यांमधून मोठ्या प्रमाणावर उत्पादन सुरू केले. त्यामुळे या कापडाबरोबर भारतातील हातमागावर तयार होणाऱ्या कापडाला स्पर्धा करता आली नाही. सुती वस्त्रे तयार करण्याचे उद्योगधंदे नष्ट झाले. इंग्रजांनी भारतीयांच्या मालाच्या परदेशी बाजारपेठाही ताब्यात घेतल्या. भारतात रस्ते, आगगाडी, तारायंत्र, पोस्ट यासारख्या केलेल्या सुधारणांचा इंग्रजांच्या व्यापारालाच मोठ्या प्रमाणावर फायदा झाला. परंतु महाराष्ट्रातील शेतकरी मात्र अधिकच आर्थिक विषमतेच्या खाईत बुडून गेला.

१८ व्या शतकाच्या उत्तरार्धापासून ते १९ व्या शतकाच्या प्रारंभीच्या काळापर्यंत वरील राजकीय, सामाजिक, धार्मिक, शैक्षणिक, आर्थिक जीवनाकडे पाहिल्यास महाराष्ट्रात इंग्रजांची राजकीय सत्ता प्रस्थापित होणे किती सहज शक्य झाले होते. याची जाणीव होते. याकाळात महाराष्ट्राला सगळ्या बाजूंनी घरघर लागली होती. व्यापाराला ओहोटी लागली. मुलुखगिरीचा पैसा बंद झाला. शेतीतील उत्पन्न आपल्या घरात येईल अशी खात्री राहिली नाही. अनेक उद्योगधंदे बंद पडून कारागिरांची वाताहत झाली. मराठ्यांना हिंदूपदपातशाहीचा संपूर्ण भारतभर प्रसार करायचा होता. तथापि, त्यासाठी आवश्यक असणारे आर्थिक स्थैर्य, प्रगत शस्त्रास्त्रे, भौतिक विद्येचे परिपूर्ण ज्ञान त्यांनी स्वीकारले नाही. मुस्लीम हे मराठ्यांपेक्षा मागासलेले व कर्तृत्वशील नसल्याने मराठ्यांना त्यांचा सहजपणे पराभव करता आला. युरोपीय राष्ट्रांमध्ये प्रबोधनाचे युग

सुरू झालेले असून ती राष्ट्रे या प्रगत आचार व विचारांनी समर्थ बनलेली होती. त्यांच्याबरोबरच्या संघर्षात मराठ्यांचा टिकाव लागला नाही. ते पराभूत झाले. सत्ता नष्ट झाली. राजकीय जीवनात अशांतता, गोंधळ, परस्पर संघर्ष, सामाजिक जीवनातील असमानता, आर्थिक जीवनातील दुरवस्था व अकार्यक्षम पेशवा व त्याचे भ्रष्ट प्रशासन यांमुळे दुसऱ्या बाजीरावाच्या राज्यकारभाराला समाज कंटाळलेला होता. त्यामुळेच दीर्घकालीन शांतता व सुव्यवस्था निर्माण करणाऱ्या इंग्रज शासनाचे समाजाने स्वागत केले. मराठ्यांचे स्वतंत्र राष्ट्र नष्ट झाल्याबद्दल समाजाला फारसे दु:ख वाटले नाही. ब्रिटिश राज्यकर्त्यांविषयी समाजाला आपलेपणा व विश्वास वाटू लागला.

ब्रिटिश राज्यकर्ते महाधूर्त, राजकारणी व मुत्सद्दी होते. त्यांनी आपला अंतस्थ हेतू समाजासमोर येऊ दिला नाही. या उलट येथील सरदारांमध्ये परस्परांत संघर्ष वाढवून त्यांचे सामर्थ्य नष्ट केले. घरभेद्यांचा योग्य उपयोग करून घेतला. तैनाती फौजेचा स्वीकार करण्यास लावून येथील राज्यकर्त्यांना नि:शस्त्र केले, अकार्यक्षम बनविले व सत्ता आपल्या ताब्यात घेतली. या सत्तांतराविषयी समाजात अशांतता किंवा विरोध निर्माण होणार नाही अशी त्यांनी काळजी घेतली. १८११ मध्ये पुण्याला ब्रिटिश रेसिडेंट म्हणून आलेल्या एल्फिन्सटनने समाजात शांतता व सुव्यवस्था निर्माण केली. दरोडेखोर, पेंढारी, लुटारू यांचा बंदोबस्त केला. नागरिकांच्या जीविताला संरक्षण दिले. परस्परांमधील संघर्ष नष्ट केले. कायदा व न्यायदानाच्या बाबतीत समानता आणली. समाजातील विशिष्ट जातीचे न्यायालयीन विशेष अधिकार नष्ट केले. यामुळे समाजाला इंग्रजी सत्तेविषयी आपुलकीच वाटू लागली. आपण भारतातील मागासलेल्या, अप्रगत समाजाच्या प्रगतीसाठी व विकासासाठीच केवळ भारतात आलो आहोत असा त्यांनी प्रचार सुरू केला. एतद्देशीय सत्ताधीशांचा इंग्रजांनी केलेला पराभव पाहून व त्यांच्या प्रगतीने दिपून गेलेल्या समाजाचा या विधानावर विश्वास बसू लागला. इंग्रजांची सत्ता म्हणजे एक ईश्वरी संकेत आहे, ईश्वरी वरदान आहे असे समाजाला वाटू लागले. ख्रिश्चन मिशनऱ्यांच्या मदतीने त्यांनी येथील समाजात मानवता, समानता, भूतदया, परस्पर प्रेम याविषयींचा संदेश देणाऱ्या ख्रिश्चन धर्माचा प्रसार सुरू केला. रेल्वे, तारायंत्रे, पोस्ट, रस्ते याद्वारे सुधारणा घडवून आणल्या. कार्यक्षम प्रशासन यंत्रणेची उभारणी केली व याद्वारे समाजाचा विश्वास संपादन केला. ही खरी १९ व्या शतकाची नव्या युगाची नवी पहाट होती. प्रबोधनाचे खरे युग या काळात महाराष्ट्रातच नव्हे तर संपूर्ण भारत देशात सुरू झाले. या घटनेला इतिहासामध्ये अनन्य साधारण महत्त्व आहे.

***

१९ व्या शतकाच्या सुरुवातीचे ब्रिटिश सत्तेचे स्वरूप आणि परिणाम

१९ वे शतक हे महाराष्ट्राच्या व भारताच्या बदलाचे शतक मानले जाते. परंतु हा समग्र बदल महाराष्ट्रात एकाएकी झालेला आढळून येत नाही. उलट महाराष्ट्राच्या जीवनातील सर्वच क्षेत्रांतील बदल घडवून आणण्यासाठी अनेक सुधारकांना, विचारवंतांना संघर्ष करावा लागला. अनेक प्रतिकूल परिस्थितींशी झगडावे लागले. प्रसंगी जुन्या रूढी, परंपरा, चालीरीतींशी संघर्ष करावा लागला व पुढे हा विरोध बोथट होत गेला आणि विकासाचा मार्ग हळूहळू मोकळा होत गेला. यासाठी इंग्रजांचे व ब्रिटिश सत्तेचे सहकार्य येथील जनतेला लाभले.

१९ व्या शतकातील ब्रिटिश राजसत्तेचे स्वरूप वेगळे होते. या शतकाच्या प्रारंभी संपूर्ण भारतीय प्रदेशावर त्यांना आपले वर्चस्व स्थापन करावयाचे होते. यासाठी त्यांनी निरनिराळ्या योजना, विविध धोरणे व भिन्नभिन्न मार्गांचा अवलंब केला. सुदैवाने भारतीय सत्ताधीशांमधील परस्पर संघर्ष, एकतेचा अभाव, घरभेदीपणाची प्रवृत्ती, राजकीय अकार्यक्षमता व सामाजिक अशांतता ब्रिटिशांना उपयुक्त ठरली. ब्रिटिशांना आपल्या सत्तेचा विस्तार करणे शक्य झाले. विस्तारीत झालेली राजकीय सत्ता भारतात स्थिर करण्यासाठी ब्रिटिशांनी पुढील काळात उपाययोजना केली. विविध सुधारणा केल्या. अतिशय धूर्त व मुत्सद्दी असलेल्या ब्रिटिशांनी भारतात व महाराष्ट्रातही आपल्या सत्तेचा विस्तार करताना किंवा या सत्तेला स्थिर करताना भारतीयांचा प्रखर विरोध होणार नाही अशी दक्षता घेतली. भारतात व महाराष्ट्रात शांतता व सुव्यवस्था प्रस्थापित करण्याच्या कार्याला त्यांनी प्राधान्य दिले. धार्मिक बाबतीत हस्तक्षेप न करण्याचे आपले धोरण जाहीर केले व या प्रदेशातील मागासलेल्या समाजाच्या सर्वांगीण विकासासाठी व प्रगतीसाठीच आपण भारतात आलो आहोत असे भासविण्याचा प्रयत्न केला. ब्रिटिशांचे यश, त्यांची कार्यक्षमता व प्रगत जीवनामुळे समाजाला ब्रिटिश सत्तेविषयी विश्वास वाटू लागला, आपुलकी वाटू लागली. आपण पारतंत्र्यात अडकले जात आहोत याची जाणीव न झालेल्या समाजाने ब्रिटिशांना

विरोध केला नाही. ब्रिटिशांचे सत्ता स्थिर करण्याचे कार्य सुकर झाले.

*** ईस्ट इंडिया कंपनीची स्थापना**

इ.स. १६०० मध्ये ब्रिटिशांनी भारताशी व्यापार करण्यासाठी लंडन येथे ईस्ट इंडिया कंपनीची स्थापना केली. या पाठीमागे इंग्रजांचा प्रमुख हेतू भारताशी व्यापार करण्याचा होता. मि. रिलफ याने भारतासारख्या पूर्वेकडील देशांशी व्यापार करणे कसा फायदेशीर आहे हे कंपनीस पटवून दिले.

त्यामुळे इंग्लंडची राणी एलिझाबेथ हिच्या परवानगीने व लॉर्ड मेयरच्या अध्यक्षतेखाली व्यापाऱ्यांनी एक ट्रेडिंग कंपनी स्थापन केली. या कंपनीस भारताबरोबर व्यापार करण्याची सनद राणीने १५ वर्षांसाठी प्रथम दिली व पुढे या ट्रेडिंग कंपनीलाच ईस्ट इंडिया कंपनी असे म्हणण्यात येऊ लागले.

ईस्ट इंडिया कंपनीचे पहिले जहाज कॅप्टन हॉकिन्सच्या नेतृत्वाखाली प्रथम सुरत शहरात दाखल झाले व मोगल बादशहा सलीम उर्फ जहांगीर याने ब्रिटिशांना सुरत शहरात वखार घालण्यास परवानगी दिली. त्यामुळे कंपनीचा व्यापार हिंदुस्थानात वाढू लागला. तेव्हा इंग्लंडचा राजा जेम्स पहिला याने सर टॉमस रो यास वकील म्हणून जहांगीरच्या दरबारात पाठवून दिले. त्याने मोगल सम्राटाकडून कंपनीस व्यापाराच्या अनेक सवलती प्राप्त करून घेतल्या व पुढे कंपनीने बडोदा, आग्रा, अहमदाबाद येथे व्यापारी वखारी स्थापन केल्या. इंग्लंडचा राजा दुसरा चार्लस् याने मुंबई हे बेट कंपनीला अल्प भाड्याने व्यापारास दिले. मुंबई बेटाचे व्यापारी महत्त्व लक्षात घेऊन इंग्रजांनी मुंबई हे व्यापाराचे प्रमुख केंद्र बनविले. त्यामुळे इंग्रजांचा व्यापार भरभराटीत सुरू झाला. तेव्हा व्यापाराच्या विकासासाठी इंग्रजांनी भारताच्या पूर्व किनाऱ्यावर व बंगालमध्ये अनेक वखारी स्थापन केल्या. परंतु इंग्रजांनी व्यापाराच्या संरक्षणाचे कारण पुढे करून भारतात सैन्य ठेवण्यास सुरुवात केली व हळूहळू संरक्षण म्हणून भारतावर व महाराष्ट्रावर आपले साम्राज्य निर्माण केले. या सुमारास मोगल बादशहाकडे आरमार नसल्यामुळे व इंग्रजांचे नाविक दल उत्कृष्ट असल्यामुळे इंग्रज या स्पर्धेत यशस्वी झाले.

पेशवाईच्या गलथान कारभाराला महाराष्ट्रीय जनता कंटाळलेली होती. जनतेला या अडचणीतून सुटका हवी होती. अशा परिस्थितीत ब्रिटिश सत्ता महाराष्ट्रात सुरू झाली व महाराष्ट्राच्या राजकीय जीवनात या सत्तेने बदल झाला. सामान्य जनतेला हा राजकीय बदल म्हणजे दैवी स्थित्यंतर वाटले. त्या दृष्टीने हा राजकीय बदल महत्त्वाचा होय. या बदलामुळे महाराष्ट्राच्या सर्वच जीवनाला कलाटणी मिळाली.

महाराष्ट्राच्या जीवनात आमूलाग्र हळूहळू बदल होत जाऊन जीवनमान सुधारत गेले हे महत्त्वाचे होय.

महाराष्ट्रबरोबरच हिंदुस्थानावर ब्रिटिशांची राजवट सुरू झाल्याने येथील जनतेच्या कल्याणाची जबाबदारी ब्रिटिशांवर येऊन पडली. तेव्हा सुरुवातीला काही वर्षे येथील जनतेच्या सुधारणांविषयी ब्रिटिशांनी काहीही हालचाली केल्या नाहीत. महाराष्ट्राबरोबरच संपूर्ण देशात धर्म, रूढी, परंपरा इ. बाबतीत सुधारणा करणे ही अवघड गोष्ट होती. परंतु येथे राज्य स्थापन करून ते टिकविण्यासाठी जनतेच्या सहकार्याची गरज राज्यकर्त्यांना वाटू लागली. सुरुवातीस राज्यकारभार करण्यासाठी लागणारी कारकून मंडळी मिळविण्यासाठी येथील जनतेला शिक्षण देण्यास सुरुवात केली. परंतु या बदलामागेही या राज्यकर्त्यांचा हेतू स्वतःच्या फायद्याचाच होता. असे असले तरी येथील जनतेला शिक्षणासारख्या नव्या पद्धतीचा अनुभव आला. त्यांच्या ठिकाणी नवे विचार सुरू झाले. जनतेच्या परिवर्तनाच्या कार्याला राजा राममोहन रॉय यांनी चांगले सहकार्य केले. संपूर्ण भारतीय समाज जीवनाच्या सुधारणेस गती मिळाली व ब्रिटिश राजवटीने या बदलास उचलून धरले आणि भारतीय समाज जीवनाच्या सर्वच क्षेत्रांत नव्या विचारांचे वारे सुरू झाले हे महत्त्वाचे होय.

महाराष्ट्र व भारतात आपल्या नियंत्रणाखाली आलेल्या प्रदेशात राजकीय स्थैर्य व व्यापाराची प्रगती करण्यासाठी इंग्रजांनी निरनिराळी धोरणे आखली. शिस्तबद्ध व कार्यक्षम प्रशासन यंत्रणा उभारली. दळणवळणाच्या सोयी निर्माण केल्या. कायदा व न्यायदानाच्या बाबतीत एकसूत्रता आणली. शिक्षणाचा विकास घडविला. मुद्रणकलेच्या व वृत्तपत्राच्या क्षेत्रात प्रगती केली. राजकीय स्थिरता व व्यापाराचा विकास या हेतूने या सुधारणा केल्या असल्या तरी भारतीयांच्या दृष्टीने या सुधारणांचा मोठ्या प्रमाणावर उपयोग झाला. सामाजिक एकतेची जाणीव झाली. पारतंत्र्याचे स्वरूप लक्षात येऊ लागले. नवविचार व प्रेरणांचे ज्ञान झाले. महाराष्ट्रात तर हा ब्रिटिश सत्तेचा प्रारंभीचा काळ म्हणजे समाजाच्या दृष्टीने नवे प्रबोधनाचे युगच होय. प्रगत विचारांनी प्रभावित झालेल्या नवसुशिक्षित समाजसुधारकांनी त्या विचारांचा समाजात प्रसार घडवून आणून महाराष्ट्रात नवजागृतीचा एक कालखंड निर्माण केला. म्हणूनच इंग्रजांच्या या सुधारणांची व त्या सत्तेच्या प्रारंभीच्या स्वरूपाची सर्व माहिती घेणे आवश्यक वाटते. ब्रिटिश सत्तेने भारतात एका नव्या विचाराच्या युगाला जन्माला घातले. प्रगत जगाशी भारतीय समाजाचा संबंध प्रस्थापित करून दिला. त्यामुळेच भारतीय समाजसुधारकांना आणि विचारवंतांना समाजात परिवर्तन घडवून आणून नवजागृती करणे अत्यंत सोपे झाले. म्हणूनच या बदललेल्या युगाची माहिती घेणे

अत्यंत गरजेचे आहे.

अ) **ब्रिटिश प्रशासन :** ब्रिटिशांची सत्ता भारतासाठी परकीय होती. या परकीय सत्तेविषयी लोकांना विश्वास वाटावा, त्याच्यात असंतोष निर्माण होऊ नये यासाठी समाजात शांतता आणि सुव्यवस्था टिकविण्याची ब्रिटिशांना अत्यंत गरज होती. ही गरज ओळखूनच ब्रिटिशांनी कार्यक्षम प्रशासनयंत्रणेच्या निर्मितीला प्रथम प्राधान्य दिले. सातारा येथील घोषणेत एल्फिस्टनने शांतता आणि सुव्यवस्था स्थापन करण्याची घोषणा केली होती. अशा स्थितीतून मार्ग काढण्यासाठी ब्रिटिश शासनकर्त्यांनी सर्वत्र एकछत्री अंमल सुरू केला.

ब) **एकसंध सत्तेचा अंमल :** व्यापारी उद्देशाने ईस्ट इंडिया कंपनीची स्थापना इंग्लंडमध्ये ब्रिटिशांनी केली होती आणि व्यापाराबरोबर त्यांनी भारतात साम्राज्य स्थापन केले. १८१८ मध्ये पेशव्यांची सत्ता नष्ट केल्यावर संपूर्ण भारतात ब्रिटिशांची एकसंघ सत्ता निर्माण झाली. या साम्राज्य विस्ताराच्या कामात रॉबर्ट क्लाईव्ह, वॉइन हेस्टिंग्ज, लॉर्ड वेलस्ली, लॉर्ड डलहौसी यासारख्या ब्रिटिश अधिकाऱ्यांनी महत्त्वाची मोठी कामगिरी बजावली.

भारतात ब्रिटिशांचे साम्राज्य निर्माण झाल्यावर ते अधिक कार्यक्षम बनविण्यासाठी इंग्लंडच्या पार्लमेंटने विविध कायदे पास केले. त्यापैकी रेग्युलेटिंग ॲक्ट इ.स. १७७३, पिटचा कायदा इ.स. १७८४, इ.स. १८१३ ची सनद, इ.स. १८३३ ची सनद हे महत्त्वाचे कायदे होत. या विविध सुधारणा कायद्यांमुळे कंपनीच्या व्यापारी धोरणाचा शेवट झाला. आणि कंपनी प्रशासनाविषयी कार्य करू लागली. प्रशासनाचे भारतातील कार्य कार्यक्षम राहण्यासाठी गव्हर्नर जनरलच्या मदतीस सल्लागार मंडळाची नियुक्ती केली व या सल्लागार मंडळाच्या मदतीने गव्हर्नर जनरलने सर्व भारतावर ब्रिटिशांचे शासन सुव्यवस्थित कारभार पाहण्यासाठी कायद्याची सुव्यवस्था प्रथम केली. परंतु प्रशासनाचे कार्य गतिमान व चोख चालण्यासाठी इंग्लंडच्या पार्लमेंटने कंपनीकडून भारताचे प्रशासन काढून ते स्वतःकडे घेतले. इ.स. १८५८ ला बदलाचे कारण पार्लमेंटच्या हे लक्षात आले की, कंपनी भारताच्या विस्तृत प्रदेशांवर व्यवस्थित राज्यकारभार करण्यास असमर्थ आहे आणि भारतात इंग्रजांची राजवट टिकवायची असेल तर राज्यकारभाराच्या धोरणांत बदल करणे अपरिहार्य आहे, असे ब्रिटिश सरकारला वाटले. त्यामुळेच १८५८ मध्ये ब्रिटिश सरकारने भारताचा कारभार कंपनीकडून आपल्या ताब्यात घेतला. या कायद्यामुळे बोर्ड ऑफ डायरेक्टर

व कंपनी यांच्यातील संघर्ष संपला. भारतावर पार्लमेंटचे प्रत्यक्ष नियंत्रण स्थापन झाले. इंग्लंडमधील प्रशासकीय यंत्रणा आणि तत्त्वांच्या आधारावर येथील प्रशासन यंत्रणेची उभारणी सुरू झाली. एकसंध सत्तेमुळे प्रशासनाच्या कार्यात सूत्रबद्धता आली. त्यासाठीच व्हिक्टोरिया राणीने इ.स. १८५८ चा राणीचा जाहीरनामा काढला आणि या जाहीरनाम्याने भारतावर राणीची सत्ता प्रत्यक्ष सुरू झाली. भारतामध्ये सर्वत्र एकसंध सत्तेचा अंमल सुरू झाला.

❊ महाराष्ट्रातील प्रशासनाचे स्वरूप

इ.स. १८१८ मध्ये पेशवाईचा अस्त झाला. याच काळात पश्चिम महाराष्ट्राचा बराचसा भाग मुंबई इलाख्यात समाविष्ट केला गेला. ब्रिटिशांनी आपल्या राज्यकारभाराच्या विस्ताराबरोबर प्रादेशिक विस्ताराचे धोरण स्वीकारले. त्यामुळे पूर्वीच्या मुंबई इलाख्याचा हळूहळू विस्तार होत गेला.

सुरुवातीस पश्चिम महाराष्ट्रसह काही कोकण भाग मुंबई इलाख्यात समाविष्ट करण्यात आला व ब्रिटिशांनी मुंबई इलाख्याचा वेगळा कारभार सुरू केला. त्यामुळे या प्रशासनाच्या विस्ताराची प्रशासनाच्या व्यवस्थेची गरज निर्माण झाली तेव्हा मुंबई इलाख्याचे प्रशासन कार्यक्षम करण्याची कामगिरी इ.स. १८१९ मध्ये एल्फिस्टन नावाच्या गव्हर्नरवर या इलाख्याची जबाबदारी सोपविली. त्याने मुंबई इलाख्याचा कारभार सुधारण्यासाठी भक्कम अशी प्रशासन व्यवस्था निर्माण केली. आणि अंतर्गत सुव्यवस्था निर्माण करून जनतेस चांगले सुव्यस्थित शांततेचे कायद्याचे राज्य निर्माण करून दिले. नव्या स्थिर, शांत अशा शासनव्यवस्थेमुळे सर्व सामान्य जनतेत ब्रिटिश राजवटीविषयी आपुलकी निर्माण झाली. याच दरम्यान इ. स. १८४० ला कुलाबा, इ. स. १९४३ ला सिंध, इ. स. १८४८ ला सातारा व कोल्हापूर ही संस्थाने मुंबई इलाख्याला जोडली. रत्नागिरी, खानदेश, बेळगाव हे नविन प्रदेश मुंबई इलाख्यास जोडले. त्यामुळे मुंबई इलाख्याचा खूप मोठा विस्तार झाला. परंतु राज्यकारभाराच्या सोयीसाठी मुंबई इलाख्याची विभागणी एल्फिस्टनने जिल्ह्यात केली. एकूण त्याने पाच जिल्हे तयार केले. अहमदनगर, पुणे, खानदेश, सातारा, कोल्हापूर असे ते पाच जिल्हे होय. या जिल्ह्याचा महसूल वसूल करण्यासाठी कलेक्टर अधिकारी नेमले. यामुळे या जिल्ह्याचा नियमित महसूल सत्तर हजार रुपयांपर्यंत वसूल होऊ लागला. यासाठी शिरस्तेदार व वसुली अधिकारी यांची मदतनीस म्हणून नेमणूक करण्यात आली. तसेच जिल्ह्यात शांतता आणि सुव्यवस्था राखण्यासाठी पोलीस अधिकाऱ्यांची नेमणूक करण्यात आली. याशिवाय कलेक्टरांच्या मदतीसाठी मामलेदार, पाटील,

कुलकर्णी हे दुय्यम अधिकारी नेमले. हे अधिकारी स्थानिक समाजातील होते. त्यामुळे कारभारात स्थानिक लोकांचे सहकार्य प्राप्त झाले. त्यामुळे सर्वसामान्य जनतेच्या मनात जीवित आणि वित्त याबद्दल मोठा विश्वास निर्माण झाला.

✳ शांतता आणि सुव्यवस्था

एल्फिस्टनने शांतता आणि सुव्यवस्था, स्थापन करण्याला महत्त्व दिले. पेशवेकाळात होणारी लूटमार, दरोडे, दंगे, चोऱ्या यापासून समाजाला त्यांनी स्थैर्य आणि विश्वास दिला. इ.स. १८६१ पासून प्रत्येक जिल्ह्याला एका प्रमुख पोलीस अधिकाऱ्याची, जिल्हा अधिकाऱ्याच्या नियंत्रणाखाली नेमणूक केली. अंतर्गत शांतता, सुरक्षा स्थापन करणे, दंगे-लूट-चोरी करणाऱ्यांचा बीमोड करणे संरक्षण कार्यासाठी पोलिसदलाची उभारणी करणे. नागरिकांच्या जीवित व संपत्तीला संरक्षण मिळवून देणे ही कामे या विभागाकडे सोपवली. थोड्याच दिवसात हा विभाग आपले काम करण्यात यशस्वी झाला. ब्रिटिश राज्यकर्त्यांनी स्थापन केलेल्या या शांतता आणि सुव्यवस्थेमुळे या शासनाबद्दल समाजाला आत्मीयता वाटू लागली. व्यापार, उद्योगधंदे आणि शेतीच्या विकासाला या शांततेमुळे चालना मिळाली. मुंबई इलाख्यात एल्फिस्टनने स्थापन केलेल्या या भक्कम प्रशासन यंत्रणेप्रमाणेच भारतातील इतरही प्रांतात अशीच कार्यक्षम प्रशासनयंत्रणा उभारली जात होती. सर्वत्र लोकांचा विश्वास ब्रिटिश प्रशासनाच्या कार्यावर दृढ होत चालला होता. स्थैर्य, शांती, समाधानात, सुरक्षिततेत समाज जगत होता.

✳ प्रशासकीय इतर सोयी सुविधा

मुंबई इलाख्यात ब्रिटिशांचे प्रशासन सुरू झाल्यावर इंग्रजांनी आपल्या राजवटीत या प्रांतात विविध भौतिक व सामाजिक सुधारणा केल्या. त्यापैकी दळणवळणाच्या साधनांतील सुधारणा महत्त्वाच्या होत्या. विशेषत: मुंबई ते ठाणे हा पहिला रेल्वेमार्ग सुरू करण्यात आला. तसेच पोस्ट व तारायंत्राची सोय करण्यात आली. इलाख्याच्या अंतर्गत भागांत संपर्क ठेवण्यासाठी छोटे, मोठे रस्ते तयार करण्यात आले. त्यामुळे दळणवळणाच्या दृष्टीने विविध फायदे झाले.

सामाजिक बदल करण्यासाठी ब्रिटिशांनी काही सामाजिक सुधारणा केल्याच. पण सामाजिक बदल घडवून आणण्यासाठी काही कायदे पास केले. विशेषत: बालहत्या, नरबळी, सतीची चाल इ. अनिष्ट सामाजिक प्रथांविषयीचे सुधारणांचे कायदे महत्त्वाचे होत. याशिवाय इलाख्यातील जमिनीची मोजणी करून तिची उत्तम, मध्यम व कनिष्ठ

प्रतवारी ठरविली. आणि जमिनीच्या मगदुराप्रमाणे शेतसारा निश्चित केला. त्यामुळे राज्याचे निश्चित व नियमित उत्पन्न प्राप्त होऊ लागले.

याशिवाय नवे छापखाने काढून येथील जनतेमध्ये वाङ्मय, वर्तमानपत्रे, मासिके, इ. द्वारे जागृती घडवून आणली. त्यामुळे जनतेला हक्क व कर्तव्याची जाणीव होऊन जनजागृती होण्यास मदत झाली व महाराष्ट्रात प्रबोधनाला सुरुवात झाली. इ.स. १८५० च्या सुमारास मुंबईत ब्रिटिशांनी छोटे, मोठे उद्योगधंदे सुरू केले. त्यामुळे बेकार व उद्योगप्रेमी लोकांना व्यवसाय मिळाले. उपजीविकेचे साधन अनेक लोकांना उपलब्ध झाले. अशाप्रकारे ब्रिटिश राजवटीने या इलाख्यात चोख प्रशासन दिले.

हिंदी मुलांच्या शिक्षणाचा प्रश्न सोडविण्यासाठी नव्या संस्था स्थापून व शाळा काढून शिक्षणाची सोय करण्यात आली व शिक्षणप्रसाराला चालना ठेवण्यात आली. पुढे ग.ज.बेटिकने महाविद्यालयीन शिक्षणाची सुविधा उपलब्ध करून देण्यासाठी महाविद्यालये सुरू केली. महाविद्यालयीन शिक्षणाचे माध्यम इंग्रजी देण्यात आले व भारतीय लोकांना विज्ञानाचे व भौतिकशास्त्राचे ज्ञान देण्यास सुरुवात केली, त्यामुळे येथील समाजात नवा दृष्टिकोन व परिवर्तन होण्यास मदत झाली.

*** शस्त्रास्त्रे आणि तुरुंग**

ब्रिटिशांनी भारतीयांचे निःशस्त्रीकरण करण्यासाठीच जणू इ.स. १८७८ मध्ये एक 'शस्त्रास्त्र विषयक कायदा' संमत केला. या कायद्यानुसार भारतीयांना कोणतेही शस्त्र जवळ बाळगण्यासाठी परवाना काढणे आवश्यक केले, या कायद्यात वांशिकभेदही करण्यात आला होता. युरोपियन, युरोशियन किंवा अँग्लो इंडियन लोकांना शस्त्रास्त्रे बाळगण्यासाठी परवाना काढण्याची आवश्यकता नव्हती. भारतीयांनी वंशभेद करणाऱ्या या कायद्याविषयी नाराजी व्यक्त केली. शांतता व सुव्यवस्थेचा भंग करणाऱ्या गुन्हेगारांना पकडल्यानंतर त्यांना डांबून ठेवण्यासाठी तुरूंगाची व्यवस्था केली. मुंबई इलाख्यात आणि इतरत्रही त्याविषयीचे कायदे करण्यात आले. संपूर्ण भारतासाठी इ.स. १८९४ मध्ये इंग्रजांनी 'बंदिशाळा कायदा' पास केला. अनेक ठिकाणी तुरुंग बांधले. त्यासाठी तुरुंग अधिकाऱ्याची स्वतंत्रपणे नेमणूक करण्यात आली. वेगवेगळ्या गुन्हेगारांना झालेल्या शिक्षेच्या स्वरूपानुसार वेगवेगळ्या तुरुंगात ठेवले जात होते. तुरुंगामध्ये जाचक आणि कठीण बंधने घालून गुन्हेगाराच्या जीवनावर त्याचा खोल परिणाम व्हावा अशी काळजी घेतली जात होती.

*** बोर्ड ऑफ रेव्हिन्यू**

जेम्स विल्सन यांनी इ.स. १८६० मध्ये वार्षिक अंदाजपत्रकाची पद्धत भारतात सुरू केली. प्रांत व जिल्ह्याच्या खर्चावर योग्य नियंत्रण राहील याची दक्षता बाळगली गेली. महसूल वसुलीसाठी भारतात सर्व अधिकार कंपनीला दिले गेले. नायब दिवाणाकडे वसुलीचे काम सोपविले गेले. त्यामध्ये भ्रष्टाचाराला सुरुवात झाल्यामुळे वॉरन हेस्टिंग्जने हे रेव्हिन्यू कॉन्सिल नेमले. परंतु ते अकार्यक्षम ठरले म्हणून स्वतंत्र 'बोर्ड ऑफ रेव्हिन्यू'ची स्थापना करण्यात आली. लॉर्ड कॉर्नवालीस तर्फे कायमधारा ही पद्धत सुरू करण्यात आली. महाराष्ट्रात सुद्धा महसूल वसुली करण्यासाठी अशाप्रकारची पद्धत सुरू करण्यात आली. जमीन महसूल विषयक सर्व अधिकार कलेक्टरांना देण्यात आले होते. या कामी त्यांना विविध अधिकारी साहाय्य करीत होते. याचबरोबर वनसंरक्षण करण्याची जबाबदारी ब्रिटिश सरकारने स्वीकारून काही प्रांतात राखीव वने घोषित केली. वनविषयक कायदे केले. त्यासाठी स्वतंत्र अधिकाऱ्याची नेमणूक केली. अनेक सोयी सुविधा देऊन इंग्रजांनी स्वतःच्या वार्षिक उत्पन्नात वाढ केली.

*** दळणवळण आणि इतर सुविधा सुरू**

१८५३ मध्ये महाराष्ट्रात पहिला रेल्वेमार्ग तयार केला व बोरीबंदर ते ठाणे ही पहिली आगगाडी सुरू झाली. १८५७ मध्ये एकूण ३०० मैल लांबीच्या असलेल्या या रेल्वेमार्गात वाढ होऊन १९०० पर्यंत ३१,००० मैल लांबीचा रेल्वेमार्ग तयार झाला. रेल्वेच्याद्वारे प्रवासी वाहतूक तसेच मालाची वाहतूक करणे शक्य झाले. ब्रिटिशांना व्यापाराच्या विकासासाठी या रेल्वेमार्गाचा मोठ्या प्रमाणावर उपयोग झाला.

विस्तारित भारतीय प्रदेशावर आपले राजकीय वर्चस्व कायम स्वरूपात टिकविण्यासाठी कंपनीला दळणवळणाची व गतिशील संदेशवहनाची नितांत गरज वाटू लागली. भारतात आपल्या व्यापाराच्या विकासासाठीही या व्यवस्थेची गरज इंग्रजांना जाणवत होती. दळवळण व संदेशवहनाच्या क्षेत्रात ब्रिटिशांनी केलेल्या या सुधारणांचे भारतीय समाजाच्या दृष्टीने दूरगामी परिणाम झाले.

इंग्लंडमध्ये सुरू झालेल्या डाकघराच्या धर्तीवर भारतात डाकघरांची (पोस्टांची) निर्मिती केली. १९ व्या शतकाच्या अखेरीपर्यंत भारतात सुमारे ७०,००० पोस्ट ऑफिसे उघडण्यात आली. पोस्टाच्या बरोबरच तारायंत्रांची सोय करण्यात आली. १९०९ पर्यंत संदेशवहनासाठी भारतात सुमारे २,७०,००० मैल लांब तार वापरली गेली. पोस्ट व तारायंत्राच्या या सुविधा महाराष्ट्रातही करण्यात आल्या. या सुधारणामुळे

१९ व्या शतकाच्या सुरुवातीचे ब्रिटिश सत्तेचे स्वरूप आणि परिणाम । ३१

संदेशवहन त्वरीत होणे शक्य झाले. त्याचबरोबर इ.स. १८६५ ते १८८१ या काळात प्रत्येक जिल्ह्याची गॅझेटियर प्रकाशित केली. या गॅझेटियर मध्ये त्या त्या जिल्ह्याची ऐतिहासिक, भौगोलिक, सामाजिक, धार्मिक, व्यापार विषयक प्रमुख ठिकाणे, लोकसंख्या, काही महत्त्वाचे प्रश्न इत्यादी बाबीची सविस्तर माहिती देण्यात आली. कार्यक्षम आणि चांगल्या शासन व्यवस्थेच्या निर्मितीसाठी या माहितीचा ब्रिटिश सरकाला उपयोग झाला.

ब्रिटिश राज्यकर्त्यांना व्यापाराच्या वाढीबरोबरच भारतातील आपले वर्चस्व दृढ करण्याला या सुधारेणचा उपयोग झाला. या सुधारणा ब्रिटिशांचा हेतू नसतानाही अप्रत्यक्षपणे भारतीयांना साहाय्यभूत झाल्या. दळणवळणाच्या सोयीमुळे एका प्रांतातून दुसऱ्या प्रांतात जाणे, प्रगत विचारांचा समाजात प्रसार करणे, समाजप्रबोधन घडवून आणणे भारतीयांना शक्य झाले.

*** कायदा आणि न्याय व्यवस्था**

मराठेशाहीच्या शेवटच्या पर्वात सर्व प्रजेसाठी एक कायदा व न्यायदानाची व्यवस्था नव्हती. समाज खेड्यांत विभागलेला होता व खेडी स्वयंपूर्ण कारभार पाहात होती. त्यामुळे न्यायनिवाडाही स्थानिक पातळीवर पाटील, कुलकर्णी यांच्या सहकार्याने चालत असे. लिखित स्वरूपात कायदे कमी होते. त्यामुळे मध्यवर्ती स्वरूपाची न्याय व्यवस्था अस्तित्वात नव्हती. गुन्ह्याच्या स्वरूपात स्थानिक पातळीवर शिक्षा देऊन गुन्हा निकालात काढला जात असे. बहुतेक मोठ्या खेड्यांत न्यायदानाचे काम गावची पंचायत करीत असे. अनेक वेळा गुन्हेगाराची जात, दर्जा इ. गोष्टी विचारात घेऊन न्याय निवाडा केला जात असे.

१९ व्या शतकाच्या प्रारंभी महाराष्ट्रात ब्रिटिश राजवट सुरू झाली. परंतु सुरुवातीच्या काळात या शासनानेही कायदा व न्याय पद्धतीत बदल केला नाही. कारण ब्रिटिश शासन नवीन होते व येथील जनता पुराणप्रिय व परंपरावादी मतांची होती. तेव्हा ब्रिटिशांचे बदलते धोरण जनतेला लगेच मानवणे कठीण होते. परंतु काही वर्षात ब्रिटिश राजवट येथे स्थिर झाली. आणि ब्रिटिशांनी भारतीय कायद्याचे सुसूत्रीकरण करून चांगली व्यवस्था तयार केली.

भारतातील विविध कायद्यांचे संहितीकरण करण्यासाठी १८३४ मध्ये लॉर्ड मेकॉले यांच्या अध्यक्षतेखाली कायदा आयोग नेमण्यात आला. त्याने भारतीय दंडसंहितेत आवश्यक त्या सुधारणा करून तीन प्रकारच्या कायदेसंहिता तयार केल्या. सन १८६० च्या कायद्यानुसार भारतात १) दंडसंहिता, २) दिवाणी न्यायदान प्रक्रिया

संहिता, ३) फौजदारी न्यायदान प्रक्रिया संहिता, भारतीयांसाठी मान्य करण्यात आल्या. दंडसंहितेमुळे भारतीय कायद्यात सुसूत्रता आली. न्यायदानासाठी इंग्लंड प्रमाणेच महाराष्ट्रात उच्च कोर्ट, जिल्हा कोर्ट आणि तालुका कोर्टाची स्थापना केली. न्यायदानाचे कार्य स्वतंत्र पद्धतीने सुरू केले.

ग.ज.वॉरन हेस्टिंग्ज व पुढे ग.ज.लॉर्ड कॉर्नवालिस यांनी प्रथम न्यायदानाच्या पद्धतीत व कायद्याच्या बाबतीत सुधारणा केल्या. त्या अन्वये जिल्ह्यासाठी कलेक्टरची नेमणूक करून त्याच्याकडे दिवाणी व फौजदारी कायद्याचे व न्यायाचे अधिकार सोपविण्यात आले. त्याविरुद्ध उच्च न्यायालयात अपील करण्याची व्यवस्था केली. सर्वात उच्च न्यायालय म्हणजे सुप्रीम कोर्ट, कलकत्ता येथे स्थापन करण्यात आले. येथील हिंदू व मुस्लीम जनतेसाठी स्वतंत्र कायदा संहिता तयार केली. तरीसुद्धा 'कायद्यापुढे सर्व समान' हे तत्त्व सर्वांनाच लागू करण्यात आले. इ.स. १७९३ मध्ये कॉर्नवालिस ग.ज.ने कायदा संहिता तयार केली व कायद्यांचे सार्वभौमत्व मान्य केले. परंतु ही न्यायालयीन व्यवस्था पुरेशी नव्हती, तेव्हा तिच्या स्वरूपात व न्यायदान पद्धतीत हळूहळू परिस्थितीनुरूप बदल होत गेले.

ब्रिटिशांनी कायदा व न्यायदेवतेचे पावित्र्य टिकविण्यासाठी सर्व प्रांतांत 'समान कायदा' हे तत्त्व स्वीकारले. कायदा सर्वांना व समान लागू केला. त्यामुळे सर्व भारत देशात कायद्याच्या बाबतीत सुसूत्रता आली. न्यायदानाच्या बाबतीत पूर्वी होत असलेला भेदभाव नाहीसा केला. त्यासाठी वेळोवेळी अनेक सुधारणा कायदे व सनदा मंजूर केल्या. न्यायालयाच्या क्षेत्रात असलेली विषमता आणि असमानता दूर केली. न्यायालयाच्या कायद्याप्रमाणे सर्वांना न्याय मिळेल याकडे लक्ष दिले. भारतीयांना या धोरणामुळे समानता प्राप्त झाली असली तरी न्यायदानाचे काम अत्यंत सावकाश आणि खर्चिक असल्यामुळे समाजाला त्याचा उपयोग होणे अशक्य झाले. तरीसुद्धा त्यामध्ये हळूहळू बदल आणि सुयोग्य सुलभ जनहितवादी कायदा करण्याचे धोरण ब्रिटिश सरकारने परिस्थितीनुरूप बदलते ठेवले होते. त्याचा मात्र येथील सर्वसामान्य जनतेला चांगलाच फायदा झाला.

* शिक्षणविषयक धोरण

भारतीय आधुनिक शिक्षण व्यवस्थेला ब्रिटिश काळापासूनच खऱ्या अर्थाने प्रारंभ झालेला दिसून येतो. त्यासाठी अनेक समाजसुधारकांनी अत्यंत परिश्रमपूर्वक प्रयत्न केले. या शिक्षणामुळे ब्रिटिश राज्यकर्त्यांचा जितका फायदा झाला त्याच्या अनेक पट भारतीय समाजाचा फायदा झालेला दिसून येतो. या शिक्षणामुळेच महाराष्ट्र

आणि भारतीय समाजाचे जीवनमान अत्यंत उंचावले आणि सामाजिक प्रबोधन होण्यासाठी एक चांगला मार्ग तयार झाला.

मराठा सत्तेच्या प्रारंभीच्या काळात स्वराज्य स्थापना व नंतरच्या काळात साम्राज्यविस्तार यामुळे शासनकर्त्यांनी शिक्षणाकडे लक्ष दिलेले दिसत नाही. पेशवाईच्या उत्तरार्धात काही शास्त्री व पंडितांनी खाजगी पाठशाळा सुरू केलेल्या होत्या. या पाठशाळांमधून वेद, वेदांगे, धर्मशास्त्र यांसारख्या पारंपरिक विषयांचेच शिक्षण दिले जात होते. या काळात पाठशाळांशिवाय खेड्यांमधून शिक्षण देणाऱ्या खाजगी शाळा असत. पुस्तकांच्यासाठी हस्तलिखित पोथ्यांचा उपयोग केला जात असे. पाठांतराला या शाळांमधून विशेष महत्त्व दिले जाई. श्रीमंत वर्गाचीच मुले येथे शिक्षण घेत. कनिष्ठवर्गाला किंवा जातींना शिक्षणाचा अधिकार नाही असे मानलेले होते. व्यावहारिक उपयुक्ततेसाठी आवश्यक असेल तेवढेच पारंपरिक शिक्षण येथे दिले जाई. पेशव्यांच्या अखेरच्या काळात विद्वान ब्राह्मणांना श्रावणमासात पर्वतीवर दक्षिणा वाटण्यास सुरुवात केली. प्रारंभीच्या काळात विद्वानांची परीक्षा घेऊन त्यांच्या विद्वत्तेप्रमाणे दक्षिणा दिली जात होती. नंतर मात्र या दक्षिणेचे स्वरूप बदलून त्याला दानधर्माचे स्वरूप मिळाले. परंतु ब्रिटिश सत्तेच्या काळामध्ये अशा या शिक्षणाचे स्वरूप पूर्णपणे बदलून गेले.

१९ व्या शतकाच्या प्रारंभी महाराष्ट्रात इंग्रजी राजवट सुरू झाली. आणि मुंबई इलाख्याच्या अनेक गव्हर्नर जनरलांनी हल्लीच्या महाराष्ट्र राज्यातील शिक्षणाविषयी उदार धोरण स्वीकारले. या बाबतीत जेम्स मॅकिंटॉश व डंकन या उदारमतवादी विचारवंतांनी शिक्षणाच्या धोरणास सहकार्य केले. त्यामुळे जनतेत शिक्षणाविषयी जागृती निर्माण झाली. याच सुमारास अनेक मिशनरी युरोपमधून येथे आले व त्यांनी स्वार्थी हेतूने का होईना, विविध ठिकाणी अनेक प्राथमिक व माध्यमिक शाळा सुरू केल्या. पुढे गव्हर्नर एलफिन्स्टनच्या कारकिर्दीत शिक्षणाचा आणखी विकास झाला. शिक्षणाकडे समाज ओढला जाऊ लागला. त्यामुळे इंग्रजांनी अनेक नवी विद्यालये व महाविद्यालये सुरू केली.

ख्रिश्चन मिशनऱ्यांनी ठिकठिकाणी शाळा उघडून शिक्षण देण्यास प्रारंभ केला होता. मुंबई इलाख्यात कंपनीच्या वतीने निरनिराळ्या शाळा सुरू करण्यासाठी मुंबई येथे 'बॉम्बे एज्युकेशन सोसायटीची' स्थापना करण्यात आली. कंपनीच्या नियंत्रणाखालील प्रदेशात राहणाऱ्या गरीब लोकांमध्ये शिक्षणाचा प्रसार करणे हा या संस्थेचा प्रमुख उद्देश होता. एल्फिन्स्टन हा या संस्थेचा अध्यक्ष व मुख्य आधारस्तंभ होता. १८२४ मध्ये मुंबई येथे 'एल्फिन्स्टन हायस्कूल' ची स्थापना झाली. त्याचेच

पुढील काळात 'एल्फिन्स्टन महाविद्यालयात' रूपांतर झाले. महाराष्ट्रातील पहिली सुशिक्षित पिढी याच महाविद्यालयात शिकलेली होती. मुंबईच्याबाहेरच्या प्रदेशातही या संस्थेने विविध शाळा सुरू केल्या. स्थापत्य व वैद्यकशास्त्र या विषयांचे शिक्षण देणाऱ्या शाळा सुरू झाल्या. माऊंट स्टुअर्ट एल्फिन्स्टनच्या प्रेरणेनेच सन १८२० मध्ये दि नेटिव्ह स्कूल अॅण्ड स्कूल बुक कमिटीची स्थापना करण्यात आली. या संस्थेतर्फे शाळा सुरू झाल्या, तसेच भारतीय भाषेतून ग्रंथनिर्मितीला चालना मिळाली. महत्त्वपूर्ण ग्रंथांची मराठी व गुजराथीमध्ये भाषांतरे झाली. सन १८२३ मध्ये लोकशिक्षण समितीची स्थापना करण्यात आली. शिक्षणविषयक माहितीचे या समितीने संकलन करावे असे ठरले. १८१३ च्या सनदी कायद्यानुसार मान्य झालेले एक लाख रुपये या समितीकडे सोपविले. या समितीने सन १८३३ पर्यंत आग्रा व दिल्ली येथे पौर्वात्य महाविद्यालयाची स्थापना केली. बनारस, मद्रास व कलकत्ता येथील महाविद्यालयात सुधारणा केली. संस्कृत व अरेबिक भाषेत साहित्य निर्मिती केली, मिशनऱ्यांनी भारतात मानवतेच्या भूमिकेतून शिक्षण देण्यास प्रारंभ केला होता. ख्रिश्चन धर्माचा प्रसार करणे हा यामागील प्रमुख हेतू होता. ब्रिटिश राज्यकर्त्यांना प्रशासनयंत्रणेत कारकुनांची गरज होती. शिक्षणाच्याद्वारे त्यांना कारकून मिळणे शक्य होते. आपल्या सांस्कृतिक श्रेष्ठत्वाचे गोडवे गाणारा एक वर्ग तयार करण्याची त्यांची इच्छा होती. इंग्लंडमध्ये तयार होणाऱ्या विविध प्रकारच्या मालाचा भारतातील या नवशिक्षित वर्गामुळे मोठ्या प्रमाणात खप होणे शक्य होते. काही इंग्रज अधिकाऱ्यांना मात्र भारतीय समाजाला शिक्षणाच्याद्वारे नवीन विषयांचे ज्ञान द्यावे अशी मनापासून इच्छा होती. या सर्व हेतूंमुळेच ब्रिटिशांनी भारतात आधुनिक शिक्षणाचा प्रारंभ केला.

*** संस्कृत कॉलेजची स्थापना**

पुणे हे मराठ्यांच्या राजधानीचे ठिकाण होते. त्यामुळे तेथे पेशवे, सेनापती सरदार, पुरोहित, विद्वान इत्यादींचे वास्तव्य होते. तेव्हा समाजातील या कर्तबगार मंडळींचा आपणांवर रोष राहू नये हा ब्रिटिशांचा एक हेतू होता. आणि दुसरा हेतू येथील सामान्य जनता धार्मिक विधी, संस्कार व हिंदू धर्माभिमानी होती, ब्राह्मणांची संख्या अधिक होती. तेव्हा या मंडळींना खूश ठेवणे हा दुसरा हेतू होता. म्हणून ब्रिटिशांनी संस्कृत जाणणाऱ्या व आवड असणाऱ्या ब्राह्मण मंडळींच्या मुलांसाठी पुण्यात 'संस्कृत कॉलेज' ची स्थापना केली. तसेच या कॉलेजच्या खर्चासाठी २ लाख रुपयांचा फंड देण्याची दरवर्षी सोय केली. या कॉलेजमध्ये वेद, संस्कृत, धर्म, न्याय, व्याकरण, ज्योतिष इ. विषय शिकण्याची सोय केली.

१९ व्या शतकाच्या सुरुवातीचे ब्रिटिश सत्तेचे स्वरूप आणि परिणाम । ३५

शिक्षणाचे माध्यम संस्कृत व मराठी ठेवण्यात आले. तथापि, विद्यार्थ्यांकडून योग्य प्रतिसाद मिळत नसल्याने १८५१ मध्ये संस्कृत ऐवजी इंग्रजीतून अध्ययन करण्यास सुरुवात केली. कॉलेजला 'पूना कॉलेज' असे नाव ठेवले. १८६१ मध्ये या एका महाविद्यालयाची दोन महाविद्यालये केली. इंग्रजीतून उच्च शिक्षण देणाऱ्या महाविद्यालयाला 'डेक्कन कॉलेज' व मराठीतून उच्च शिक्षण देणाऱ्या महाविद्यालयाला 'व्हर्नाक्युलर कॉलेज' असे नाव मिळाले. डेक्कन कॉलेजमधून लोकमान्य टिळक, आगरकर, विष्णुशास्त्री चिपळूणकर यांसारख्या विद्वानांनी शिक्षण घेतले. इंग्रजीच्या शिक्षणाला महत्त्व मिळू लागलेले असल्याने व्हर्नाक्युलर कॉलेजला योग्य प्रतिसाद मिळाला नाही, त्यामुळे त्याचे सन १८६५ मध्ये, ट्रेनिंग 'कॉलेज फार मेन' मध्ये रूपांतर केले. पुण्यातील डेक्कन कॉलेज महाराष्ट्रात सर्वांगीण प्रगत समाजाचे प्रेरणा स्थान बनले.

भारतात राजकीय जागृती होऊ लागली होती. राजा राममोहन रॉय यांनी इंग्रजी भाषेच्या शिक्षणाचे महत्त्व सांगावयास सुरुवात केली होती. तसेच अनेक मिशनऱ्यांनी भारतातील शैक्षणिक पद्धती सुधारण्यासाठी अनेक पाठ्यपुस्तकांचे भाषांतर केले होते. याशिवाय अनेक शैक्षणिक संस्था शिक्षणाचे कार्य करू लागल्या होत्या.

यानंतर माल्कम या विचारवंतानेही एल्फिन्स्टनच्या शैक्षणिक धोरणास उचलून धरले. शिक्षणाचे माध्यम मातृभाषा असावे यावर भर देण्यात आला. त्यामुळे मातृभाषेतून शिक्षण देणाऱ्या २१६ शाळा सुरू झाल्या. त्यामध्ये हजारो विद्यार्थ्यांना शिक्षण देण्याची व्यवस्था निर्माण झाली.

✳ बोर्ड ऑफ एज्युकेशन निर्मिती

महाराष्ट्रातील शैक्षणिक प्रसारात सुसूत्रता आणण्यासाठी सन १८४० मध्ये ब्रिटिश शासनाने मुंबई येथे बोर्ड ऑफ एज्युकेशनची स्थापना केली. या मंडळात तीन सरकारनियुक्त सभासद व तीन बॉम्बे नेटिव्ह एज्युकेशन सोसायटीचे प्रतिनिधी यांचा समावेश होता. महाराष्ट्राच्या शैक्षणिक विकासात या मंडळाच्या कार्याला विशेष महत्त्व आहे. या मंडळाने शाळा स्थापन करण्याचे व त्या शाळांना मान्यता देण्याविषयीचे नियम तयार केले. शाळांची तपासणी करण्यासाठी मुंबई इलाख्याचे तीन विभाग करून प्रत्येक विभागाला 'सुपरिटेंडन्ट' नेमला. गरीब विद्यार्थ्यांच्या शिक्षणासाठी नादारीचे तत्त्व स्वीकारले गेले. या शाळांमधील प्रत्येक वर्गासाठी या मंडळाने प्रथमच अभ्यासक्रम तयार केला. शिक्षणात भारतीय भाषांना योग्य उत्तेजन मिळावे या जाणिवेतून मराठी व गुजराती भाषेतून ग्रंथनिर्मिती केली. सुमारे पंधरा वर्षे मंडळाने

केलेल्या या कार्यामुळे महाराष्ट्रात शैक्षणिक प्रगतीचा विकास घडून आला. या मंडळाच्या प्रोत्साहनामुळेच महाराष्ट्रात इंग्रजी व मराठी शाळांची संख्याही वाढली.

✻ इंग्रजी माध्यमाला महत्त्व

शिक्षणविषयक प्रगतीच्या सुरुवातीपासूनच या विविध शाळा व महाविद्यालयांमधून इंग्रजी माध्यमातून शिक्षण द्यावे किंवा भारतीय भाषांमधून शिक्षण द्यावे, शिक्षणात पाश्चिमात्य शिक्षणाला महत्त्व द्यावे किंवा पौर्वात्य शिक्षणाला महत्त्व द्यावे याविषयी मतभिन्नता होती. भारतीय लोकांना या शिक्षणसंस्थांमधून भारतीय भाषांमधून शिक्षण दिले जावे असे वाटत होते तर कंपनीच्या काही अधिकाऱ्यांना इंग्रजी माध्यमाचा व पाश्चिमात्य शिक्षणाचा स्वीकार केला जावा असे वाटत होते.

यावेळी कोणत्या भाषेतून शिक्षण द्यावे हा महत्त्वाचा प्रश्न बनला होता. संस्कृत, अरबी किंवा फारसी भाषेद्वारे पौर्वात्य शिक्षण द्यावे असे काही विचारवंतांचे मत होते. तर पाश्चिमात्य साहित्य व विज्ञानाचे शिक्षण इंग्रजी भाषेतून द्यावे असे काहींचे मत होते. भारतातील काही समाजसुधारक देखील इंग्रजी भाषेतून शिक्षण देण्याचे बाजूचे होते. तेव्हा लॉर्ड बेंटिकने हा निर्णय लॉर्ड मेकॉले या इंग्रजी शिक्षणतज्ज्ञास कळविला व मेकॉलेने इंग्रजी भाषेतूनच पाश्चिमात्य साहित्य व विज्ञान यांचे शिक्षण देण्याविषयी सुचविले. यामधूनच कंपनीचे शिक्षणविषयक धोरण निश्चित झाले. इ.स. १८३५ ते १८५३ पर्यंतच्या काळात त्यामुळे अनेक सरकारी शाळा सुरू झाल्या. सन १८३५ मध्ये कलकत्त्याला मेडिकल कॉलेज तर रूरकीला इंजिनियरिंग कॉलेज सुरू करण्यात आले तर १८५२ ला मद्रासला विद्यापीठाची स्थापना झाली.

भारतातील शिक्षणपद्धतीत झालेला हा आमूलाग्र बदल व महत्त्वपूर्ण टप्पा मानला जातो. वेद, वेदांगे, न्यायशास्त्र, धर्मशास्त्र, यांसारख्या विषयांच्या पारंपरिक शिक्षणापेक्षा इतिहास, भूगोल, खगोलशास्त्र, पदार्थविज्ञान, रसायन, गणित, सांख्यिकी यांसारख्या विद्यांच्या अभ्यासाचे समाजाला महत्त्व वाटू लागले. प्रगत विद्या व विचारांची समाजाला माहिती होऊन त्यांची जिज्ञासा विकसित झाली. या नवविद्या व विचारांचे आपल्या समाजाला ज्ञान करून देण्यासाठी भारतीयांनी ग्रंथनिर्मिती करण्यास सुरुवात केली. भौतिक आणि सामाजिक शास्त्रामधील अशा प्रगत विचारांच्या अभ्यासामुळे समाज परिवर्तनशील आणि गतिमान झाला.

✻ वुडचा खलिता

ब्रिटिश कंपनी आणि लॉर्ड मेकॉले यांच्या प्रयत्नामुळे इंग्रजी शिक्षणाचे

महत्त्व वाढून समाजाला गती मिळाली. शैक्षणिक क्षेत्रात झालेल्या प्रगतीचे सर्वेक्षण करून शैक्षणिक पुनर्रचनेच्या संदर्भात एक सविस्तर आणि योग्य धोरण आखण्याची सरकारला गरज वाटू लागली. ही गरज सर चार्लस वुडस् यांच्या खलित्याने पूर्ण केली. ईस्ट इंडिया कंपनीचे अध्यक्ष सर चार्लस वुडस् यांनी १८५४ ला भारतात शिक्षणविषयक धोरणांची मीमांसा करणारा खलिता पाठविला. या खलित्यातील धोरणांची सविस्तर चर्चा केलेली होती. भारतीय शिक्षणपद्धतीविषयी त्यांनी केलेल्या कांही प्रमुख गोष्टी याप्रमाणे आहेत.

१) शासनाने अग्रक्रमाने शिक्षणाला प्राधान्य द्यावे.

२) इंग्रजी शिक्षणाची जबाबदारी सरकारने स्वीकारावी. ब्रिटिश शासन अधिक बळकट व्हावे यासाठी भारतीयांना शासनामध्ये वरिष्ठ पदे द्यावीत.

३) शिक्षणाचे माध्यम म्हणून देशी भाषांना प्रोत्साहन द्यावे. संस्कृत, अरबी व फारसी यांचे महत्त्व ओळखून पाश्चिमात्य ज्ञान आणि विज्ञान इंग्रजी भाषेतून द्यावे.

४) प्रत्येक प्रांतासाठी स्वतंत्र विभाग असावा आणि त्याचा डायरेक्टर हाच प्रमुख असावा.

५) प्रांतात प्राथमिक, माध्यमिक शाळा असाव्यात. तेथे देशी भाषेतून शिक्षण द्यावे किंवा इंग्रजी–मराठी शाळाही असाव्यात. अशा शाळांची संख्या वाढवावी.

६) कनिष्ठ पातळीपासून उच्च पातळीपर्यंतच्या शिक्षणात सुसंवाद असावा.

७) प्रांतिक सरकारने शैक्षणिक संस्थांना अनुदान देण्यासाठी नियमावली तयार करावी. खाजगी शिक्षण संस्थांना शाळा काढण्यास प्रेरणा द्यावी.

८) मुंबई, कलकत्ता, मद्रास आणि इतर प्रमुख शहरी शैक्षणिक विद्यापीठे स्थापन करावीत.

९) पदवीपर्यंतचे शिक्षण महाविद्यालयात दिले जावे आणि अशी सर्व महाविद्यालये विद्यापीठाशी संलग्न असावीत.

१०) कायदा, वैद्यकीय, यांत्रिकी, अभियांत्रिकीय शिक्षणाची सुद्धा सोय करण्यात यावी. तसेच प्रशिक्षित शिक्षक तयार करण्यासाठी खास महाविद्यालयांची स्थापना करावी.

११) शिक्षणाच्या व्यवस्थेत आणि कार्यात सुसूत्रता येण्यासाठी आणि शाळांची तपासणी करण्यासाठी प्रत्येक प्रांतात एक शिक्षण खाते सुरू करावे.

अशा प्रकारच्या शैक्षणिक सुविधांच्या योजनांमुळे भारतातील शैक्षणिक धोरणाला नवी दिशा मिळाली. भारतात खऱ्या अर्थाने आधुनिक शिक्षणाचा पायाच

घातला गेला. म्हणून या वुड यांच्या खलित्यास 'भारतीय शिक्षण पद्धतीची मोठी सनद' असे म्हटले जाते. या खलित्यामुळे शिक्षणाच्या पुनर्रचनेला चालना मिळाली. झपाट्याने सर्व प्रांतांमध्ये स्वतंत्र शिक्षणखात्याची स्थापना झाली. बोर्ड ऑफ एज्युकेशन हे मंडळ बरखास्त करून मंडळाची सर्व कामे शिक्षण खात्याकडे सोपविली. अभ्यासक्रम, परीक्षा पद्धती, शाळांना अनुदान देण्याची पद्धती या सर्वांमध्ये सुसूत्रता आणण्याचे प्रयत्न सुरू झाले. १८५७ मध्ये मद्रास, मुंबई, कलकत्ता येथे विद्यापीठांची स्थापना झाली. उच्च शिक्षणावरील नियंत्रणांचे काम त्यांच्यावर सोपविले. लॉर्ड मेकॉलेचा झिरपण्याचा सिद्धान्त मागे पडला. भारतात शिक्षणाचा प्रसार झपाट्याने होऊ लागला. मोठ्या प्रमाणात अनेक शिक्षणसंस्था निघाल्या. त्यामधून लाखो विद्यार्थी शिक्षण घेऊ लागले. अशाप्रकारे भारतात शैक्षणिक प्रगतीचा विकास झाला. शिक्षण सर्वत्र गतिमान झाले, ते महत्त्वपूर्ण मानले जाऊ लागले.

* हंटर आयोग (Hunter Commission 1882)

गर्व्हनर जनरल लॉर्ड रिपनने, सर विल्यम हंटरच्या अध्यक्षतेखाली एक कमिशन नेमले. सर विल्यम हंटरने सर्व भारतात फिरून शिक्षणाची पाहणी केली. अनेक शिक्षणतज्ज्ञांशी चर्चा केली व येथील शिक्षणात कोणत्या सुधारणा करावयाच्या याचा अहवाल सरकारला सादर केला. इ.स. १८८२ या अहवालात पुढील शिफारशी त्याने सुचविल्या होत्या.

१) प्राथमिक शिक्षण स्थानिक संस्थांकडे द्यावे व त्यावर सरकारने आपले नियंत्रण ठेवावे.
२) लोकशिक्षणाकडे सरकारने काळजीपूर्वक लक्ष द्यावे.
३) शिक्षणावर सरकारचे नियंत्रण असावे, यासाठी सरकारने अनुदान द्यावे.
४) खाजगी शिक्षणसंस्थांना सरकारने उत्तेजन द्यावे. शिक्षणास आर्थिक प्रमाणात अनुदान द्यावे.

वरील विविध सुधारणा कायद्यांमुळे ब्रिटिश राजवटीत भारतात शिक्षणाचा प्रचार व प्रसार झाला. शिक्षणाची जबाबदारी सरकारने स्वीकारली. त्यामुळे शिक्षणक्षेत्रात महत्त्वाच्या सुधारणा घडून आल्या. तसेच शिक्षण क्षेत्रातील उच्चवर्णीयांची मक्तेदारी संपुष्टात आली. शिक्षणाची दारे सर्वांसाठी खुली झाली. भारतात पाश्चात्त्य पद्धतीच्या शिक्षणाला सुरुवात झाली. पाश्चात्त्य सामाजिक व भौतिकशास्त्रांचे शिक्षण भारतीयांना मिळू लागले. भारतीय समाजात, आधुनिक विचार सुरू झाले. सुधारकांची नवी पिढी निर्माण होण्यास मदत झाली आणि राष्ट्रीय जागृतीस चालना मिळाली.

* **स्त्री शिक्षण (Women's Education)**

ब्रिटिश राजवटीपूर्वी भारतात स्त्रियांना शिक्षणाचे दरवाजे बंद होते. स्त्रीने शिकू नये, स्त्री शिकली की भ्रष्ट होते, तसेच विद्याही भ्रष्ट होते. ती अशुद्ध आहे इत्यादी विविध समजुती स्त्री शिक्षणाविषयी येथील समाजात रूढ होत्या. याशिवाय स्त्री ही उपभोगाची वस्तू आहे. 'चूल आणि मूल' एवढेच तिचे कार्य आहे. स्त्रीला मन आहे, भावना आहेत इत्यादी गोष्टींचा विचार केला नव्हता. स्त्रियांना शिक्षणाची संधी देण्यास त्या काळातील समाज तयार नव्हता. त्या काळातील स्त्रियांची स्थिती अत्यंत दयनीय झाली होती.

परंतु १९ व्या शतकाच्या प्रारंभी महाराष्ट्रात ब्रिटिश राजवट सुरू झाली. ब्रिटिशांबरोबर ख्रिश्चन मिशनरी येथे आले. ख्रिश्चन मिशनऱ्यांचा प्रमुख हेतू धर्मप्रसार करण्याचा होता. धर्मप्रसाराबरोबर पुढे त्यांनी स्त्री शिक्षणाचा प्रसार व सांस्कृतिक गोष्टींचाही प्रसार केला. या मिशनऱ्यांच्या कार्याला ब्राह्मो समाज व प्रार्थना समाजाने सहकार्य केले. म. फुले या समाजसुधारकाने मिशनऱ्यांशी संपर्क ठेवला. त्यांच्याबरोबर भारतातील शिक्षण, स्त्री शिक्षण, पाश्चात्त्य विद्या इत्यादी बाबतीत चर्चा केली. याच वेळी मिशनऱ्यांनी नगर येथे काही शाळा सुरू केल्या. त्या शाळांना म. फुलेंनी भेटी दिल्या. मिशनऱ्यांच्या सेवाभावी कार्याने ज्योतिबा फुले भारावून गेले. भारतीय मागासलेले आहेत तेव्हा या मागासलेल्या समाजाची सुधारणा करण्यासाठी स्त्री शिकली पाहिजे. एक स्त्री शिकली की, कुटुंब शिकेल, कुटुंबाला वळण लावणारी व कुटुंबाचे हित स्त्रीच करू शकते, मुलांवर तीच खरा संस्कार करू शकेल. कारण कुटुंबातील मुलाची ती पहिली शिक्षिका होय व अशा संस्कार झालेल्या मुलांना शिकविणे ही जबाबदारी पुढे शिक्षकाची असते, म्हणून मुलाला खरा माणूस तयार करणारी कुटुंबातील स्त्री ही प्रथम शिकली पाहिजे या विचाराने फुले भारावले. त्यामुळे म. फुले यांनी १८४२ मध्ये पुण्यात मुलींची पहिली शाळा काढली. स्त्री शिक्षणाची सुरुवात भारतात पहिल्यांदा म. ज्योतीराव फुले यांनी केली. त्यामुळे महाराष्ट्रातील स्त्री शिक्षणाचे आद्य पुरस्कर्ते म. ज्योतीराव फुले हेच आहेत. पुढे हळूहळू मुलींची संख्या वाढत गेली. पुण्यामध्ये मुली महाविद्यालयीन शिक्षण घेऊ लागल्या. स्त्री शिक्षणाची क्रांती घडून आली. प्राथमिक आणि माध्यमिक मुलींसाठी स्वतंत्र शाळा सुरू झाल्या. सरकारने आणि समाजातील काही सुधारकी शिक्षणप्रेमी मंडळींनी अशा शाळांना, संस्थांना मदती केल्या. त्यामधून स्त्री शिक्षणाच्या कार्याला गती मिळाली.

*** ख्रिश्चन मिशनऱ्यांचे कार्य**

१९ व्या शतकाच्या सुरुवातीला ब्रिटिशांच्या बरोबर ख्रिस्ती मिशनरी हे ख्रिस्ती धर्म प्रसाराच्या निमित्ताने भारतात आले आणि इंग्रज सरकारच्या मदतीने त्यांनी भारतात धर्मप्रसार आणि शिक्षण प्रसार करण्यास सुरुवात केली.

महाराष्ट्रात ख्रिश्चन मिशनऱ्यांच्या कार्याला चांगला प्रतिसाद मिळाला. कारण येथील जनता अशिक्षित व सर्व दृष्टीने उपेक्षित होती. त्यामुळे ख्रिश्चन मिशनऱ्यांच्या सामाजिक सुधारणा, शिक्षण, धर्मप्रसार, सांस्कृतिक बदल इत्यादी कार्याने येथील जनता भारावून गेली. मिशनऱ्यांच्या सेवाभावी वृत्तीने गरीब, पीडित, उपेक्षित जनता ख्रिश्चन धर्माकडे आकर्षित झाली. मिशनऱ्यांच्या या कार्याला महाराष्ट्रात चांगला प्रतिसाद मिळाला. रंजल्यागांजलेल्यांच्या येथील समाजात अनेक बाबतीत ख्रिस्ती मिशनऱ्यांनी सुधारणा केल्या. त्यामुळे येथील तळागाळातील समाजाचे अंतरंग बदलण्यास सुरुवात झाली.

*** कंपनी सरकारचे मिशनऱ्यांविषयी धोरण**

कंपनी सरकारला भारतात ब्रिटिश राजवट स्थिर करावयाची होती. म्हणून भारतात आलेल्या ख्रिश्चन मिशनऱ्यांना धर्मप्रसार करण्यासाठी सरकारने सुरुवातीस परवानगी नाकारली. पण मिशनरी मंडळींनी आपली चिकाटी काही सोडली नाही. कारण मिशनरी सेवाभावी वृत्तीचे होते. ख्रिश्चन धर्मप्रसाराने भारावून गेले होते. धर्मासाठी वाटेल तो त्याग करण्यास तयार होते. त्यामुळे शेवटी कंपनी सरकारकडून त्यांनी भारतात धर्मप्रसार करण्याची परवानगी मिळवली.

ख्रिस्ती मिशनऱ्यांनी अत्यंत चिकाटीने मुंबई येथे इ.स. १८२० ते १८४० या दरम्यान कार्यास सुरुवात केली तर गोवा येथे इ.स.१८१५ आणि कोकण प्रांतात इ.स.१८२२ या सुमारास आपल्या कार्यास सुरुवात केली. या मिशनऱ्यांमध्ये डोनाल्ड, मिचेल, रॉबर्ट नेस्विट, रे जॉन विल्सन यांचे कार्य महत्त्वाचे आहे. महाराष्ट्रात स्कॉटिश मिशनरी सोसायटी, अमेरिकन मराठी मिशन, लंडन मिशनरी सोसायटी इत्यादी मिशनऱ्यांच्या संस्था विविध ठिकाणी आपले कार्य करू लागल्या होत्या.

*** मिशनऱ्यांचे कार्य**

अ) धर्मप्रसार :

ख्रिस्ती मिशन यांचे कार्य ख्रिस्तीधर्म प्रसार करणे हा प्रमुख उद्देश. धर्मप्रसाराचा उद्देश सफल करण्यासाठी मिशनऱ्यांनी सेवाभावी व उपकार प्रवृत्तीच्या धोरणांचा

अवलंब केला. यासाठी त्यांनी डोंगराळ प्रदेशांमधील गावे, उपेक्षित समाजाची ठिकाणे ही धर्मप्रसाराची ठिकाणे निश्चित केली. अशा गावी मिशनऱ्यांनी ख्रिश्चन धर्मप्रसाराची केंद्रे सुरू केली. तसेच मुंबई, पुणे, नगर, बाणकोट, जुन्नर, कोल्हापूर येथील ग्रामीण व उपेक्षित भागात त्यांनी आपली प्रचार केंद्रे उघडली व समाजातील खालच्या जमातींत फिरून धर्मप्रसार, प्रवचने, ख्रिश्चन धर्माची तत्त्वे सांगावयास सुरुवात केली. या उपेक्षित जाती-जमातींमधील लोकांशी मिशनरी जिव्हाळ्याने व आपुलकीने वागू लागले. त्यामुळे येथील उपेक्षित जनता ख्रिश्चन धर्माकडे मोठ्या प्रमाणात आकर्षित झाली. हिंदू-मुस्लीम धर्मातील जुन्या कल्पना, पद्धती यावर टीकेची झोड उठविली व त्या टाकून देण्याचा मिशनऱ्यांनी प्रयत्न केला. स्वतःच्या ख्रिश्चन धर्मातील कल्पना, पद्धती कशा चांगल्या आहेत हे येथील जनतेला पटवून दिले. तसेच येथील सुशिक्षित लोकांवर ख्रिश्चन धर्मातील समता, प्रार्थना, नीती इत्यादी तत्त्वांचा चांगला प्रभाव पाडला. त्यामुळे तेही ख्रिश्चन धर्माकडे वळले. मोठ्या प्रमाणात धर्मांतराची चळवळ सुरू झाली. ख्रिश्चन धर्माचा हिंदू धर्मावरही खूप प्रभाव पडला. मिशनऱ्यांनी हिंदू धर्मातील भोळसट कल्पना, चातुर्मास, गंध, टिळा, जातीयता, देव, मोक्ष इत्यादी कल्पनांवर जोरदार टीका केल्या. हिंदू धर्मातील नीतिकल्पना चुकीच्या आहेत हे त्यांनी दाखवून देऊन त्या कशा बदलल्या पाहिजेत हे पटवून दिले. त्यामुळे ख्रिश्चन धर्म आदर्श आहे असे अनेक हिंदू विचारवंतांना पटले. या ख्रिस्ती धर्मातरांच्या प्रक्रियेमध्ये ब्राह्मण समाजाबरोबर हिंदूधर्मातील इतरही सामान्यजन वळले. धर्मांतरांच्या या प्रक्रियेला त्यामुळेच अत्यंत जोर चढला होता.

*** शैक्षणिक कार्य**

मिशनरी महाराष्ट्रात आले. धर्मप्रसार हा त्यांचा मुख्य उद्देश होता. परंतु धर्मप्रसार करण्यासाठी व ख्रिश्चन धर्माचे तत्त्वज्ञान कळण्यासाठी मिशनऱ्यांनी महाराष्ट्रात खऱ्या अर्थाने इ. स. १८१० च्या सुमारास मुला-मुलींच्या प्राथमिक शाळा सुरू केल्या. याशिवाय बायबलचे मराठीत भाषांतर केले. याचा मुख्य हेतू येथील मराठी जनतेला बायबलमधील तत्त्वज्ञान कळावे हा होय. शाळा सुरू करण्याचा मिशनऱ्यांचा उद्देश उपेक्षित, गरीब व होतकरू मुलांना शिक्षण देऊन त्यांना धर्मांतर करण्यास लावणे हा होता. शिक्षण हे मोफत दिले जाई.

शिक्षण प्रसाराचे कार्य करीत असताना मिशनऱ्यांना येथील हिंदू धर्माभिमानी व काही विद्वानांनी विरोध केला. धर्मवेड्या मिशनऱ्यांनी या विरोधाला दाद दिली नाही. यावरून मिशनऱ्यांच्या चिकाटीची व सेवाभावी वृत्तीची कल्पना येते.

खेड्यापाड्यात मिशनऱ्यांनी प्राथमिक शाळा, मोफत औषधे, वाचनालये उघडली. नैसर्गिक आपत्ती, साथीचे रोग इत्यादी कारणाने पीडित समाजाला आर्थिक मदतीचा हात दिला. त्यांच्याशी बंधुभावाने संबंध जोडले. त्यामुळे येथील आपद्ग्रस्त, उपेक्षित व वंचित समाज मिशनऱ्यांच्या कार्याने भारावून गेला. या सर्व कामगिरीच्या मागे मिशनऱ्यांचा मुख्य उद्देश धर्मप्रसार करण्याचा होता. त्यामुळेच ख्रिश्चन मिशनऱ्यांना येथे ख्रिश्चन धर्मप्रसाराचे कार्य चांगल्या प्रकारे करता आले. मिशनऱ्यांच्या या सेवाभावी कार्यामुळे येथील उपेक्षित समाजाची प्रगती होण्यास मदतच झाली.

✻ ब) मिशनऱ्यांचे वाङ्मयीन कार्य

धर्मप्रसाराचे कार्य करण्यासाठी मिशनऱ्यांनी येथील हिंदू समाजाचा व हिंदू धर्माचा सखोल अभ्यास केला. सर्वसाधारण समाजाच्या भाषेचा अभ्यास केला. स्थानिक लोकांच्या भाषेतून आपणाला लोकांशी सहज जवळीक करता येईल हे ओळखले. त्यासाठी बायबलचे तत्त्वज्ञान, उपदेश मराठी भाषेत भाषांतरित केला. यासाठी छापखाने काढले. बायबलमधील ज्ञान, उपदेश मराठी भाषेतून छापून त्याची छोटी पुस्तके लोकात वाटली. खेड्यापाड्यांत मोफत ग्रंथालये सुरू केली. स्थानिक भाषेत ग्रंथ छापण्याची कामगिरी प्रथम त्यांनी येथे केली. तसेच अनेक विद्वान माणसांशी संपर्क साधून बायबलचे विविध भाषेत भाषांतर केले. याशिवाय मराठी शब्दकोश, इंग्रजी शब्दकोश तयार करून भाषेमधील ज्ञान सामान्यांना समजण्यास मदत केली. स्वत: मराठी भाषेच्या व वाङ्मयाच्या विकासाला मिशनऱ्यांनी सहकार्य केले. त्यामुळे येथे मराठी गद्य वाङ्मयाचा प्रवाह सुरू झाला. या बाबतीत श्रीरामपूर येथील मिशनऱ्यांनी महत्त्वाची कामगिरी केली. इ.स. १८०५ मध्ये डॉ. कॅरेने इंग्रजीत 'मराठी भाषेचे व्याकरण' व 'सेट मॅथ्यू' ही पुस्तके लिहिली. तसेच 'हितोपदेश' या मराठी ग्रंथाचे प्रकाशन करून त्यामधील ज्ञान सामान्यांना देण्याची व्यवस्था केली. अमेरिकन मिशनऱ्यांनी मुंबई येथे मराठी भाषेत क्रमिक पुस्तके तयार केली व ती खेड्यांतील प्राथमिक शाळेत वापरण्यास सुरुवात केली. अशा प्रकारे क्रमिक पुस्तके मराठीत छापण्याची सुरुवात मिशनऱ्यांनी प्रथम सुरू केली. मराठी भाषेत भगवद्गीतेचे सार, हिंदूधर्म प्रसिद्धीकरण, हिंदूधर्म व ख्रिश्चन धर्म इ. ग्रंथ प्रसिद्ध केले.

अशा प्रकारे ग्रंथप्रकाशन, बायबलची विविध भाषांतील भाषांतरे, वृत्तपत्र छपाई, ख्रिश्चन धर्माची प्रार्थना, बायबलमधील शिकवणीचा गोषवारा इ. विविध ग्रंथ छापण्याचा मुख्य हेतू धर्मप्रसारच होता. असे असले तरी मिशनऱ्यांच्या या कार्यामुळे मराठी भाषेत मराठी वाङ्मयात वाङ्मयीन दृष्टीने महत्त्वाची सुधारणाच

झाली आहे.

*** मुद्रण आणि वृत्तपत्रे**

वृत्तपत्रे म्हणजे समाजाचा आरसा आहेत. समाजाच्या जीवनाचा ते एक अविभाज्य भाग आहेत.

देशी व परदेशी विचारांचा प्रसार करणे, विविध हालचालींची, घडामोडींची महिती देणे व लोकशिक्षिण, समाजजागृती करणे हे वृत्तपत्राचे महत्त्वपूर्ण कार्य आहे. मुद्रणकला व वृत्तपत्रे ही परस्परांशी निगडित आहेत. मुद्रणकलेच्या ज्ञानाशिवाय वृत्तपत्रांची निर्मिती होणे अशक्यच आहे. भारतीयांना ब्रिटिश सत्ता येथे स्थिर होईपर्यंत मुद्रणकलेची काहीही माहिती नव्हती. मराठा सत्तेच्या काळातही पोथ्यांची हस्तलिखिते केली जात; पण मुद्रणकलेविषयी पूर्णपणे अज्ञान होते. भारतात मुद्रणकलेचा प्रसार करण्याचे श्रेय ख्रिश्चन मिशनऱ्यांना द्यावे लागते. पाश्चिमात्य देशातील या ख्रिश्चन धर्मप्रसारकांना मुद्रणकलेचे ज्ञान होते. भारतात आल्यानंतर धर्मप्रसार करताना येथील समाजाच्या मनावर ख्रिश्चन धर्म कसा चांगला आहे. याविषयीचे विचार रुजविणे त्यांना आवश्यक वाटू लागले. ख्रिश्चन धर्माचा ग्रंथ, बायबल याची भारतीय भाषांमध्ये छपाई करून तो ग्रंथ समाजात वाटणे त्यांना आवश्यक वाटू लागले. या दृष्टीने या प्रचारकांनी प्रयत्न सुरू केले. अतिशय परिश्रमाने भारतीय भाषांमधील टाईप पाडून देशी भाषेतील ग्रंथरचनेला मुद्रणकलेचा उपयोग करून देण्याचे श्रेय ख्रिस्ती मिशनरी डॉ. कॅरे यांना द्यावे लागते. कारण डॉ. कॅरे यांच्या प्रयत्नामुळे सर्वदूर ३०-४० भाषांमध्ये ख्रिश्चनांच्या बायबलचा प्रसार चांगला झाला. भारतीयांना पूर्णपणे अज्ञात असणाऱ्या या मुद्रणकलेची सुरुवात ख्रिश्चन मिशनऱ्यांनी केली. त्यामुळे पुढील ग्रंथनिर्मिती, वृत्तपत्र निर्मिती छपाई यांना चांगली प्रेरणा मिळाली.

*** इंग्रजी वृत्तपत्रे**

ब्रिटिश राजवटीच्या स्थैर्यानंतर इंग्रजी वृत्तपत्रांची सुरुवात झाली. महाराष्ट्रात इ.स.१७८९ मध्ये 'बॉम्बे हेरॉल्ड' या साप्ताहिकाने त्यांची सुरुवात झाली. त्यानंतर इ.स.१७९० मध्ये 'बॉम्बे करियर' आणि १७९१ मध्ये 'बॉम्बे गॅझेट' ही वर्तामानपत्रे सुरू झाली. बॉम्बे टाईम्स, स्टॅन्डर्ड व टेलिग्राफ या तिन्ही पत्रांचे रॉबर्ट नाईट यांनी एकत्रीकरण केले. त्याला टाईम्स ऑफ इंडिया असे नाव दिले. ही सर्व वृत्तपत्रे इंग्रजांकडून प्रकाशित केली जात होती. त्यामुळे त्यात भारतीय समाज, लोकजागृती आणि भारतीयांच्या विचारांचे दर्शन नव्हते. त्यावेळी वृत्तपत्र कायदे नसले तरी या

वृत्तपत्रांचे भवितव्य पूर्णपणे ब्रिटिश सरकारवरच अवलंबून होते. भारतीय समाजाच्या स्थितीचे दर्शन त्यामधून होत नव्हते.

* मराठी वृत्तपत्रांचा प्रारंभ

ब्रिटिशांच्या शिक्षणविषयक धोरणामुळे भारतीयांना पाश्चिमात्यांच्या प्रगत विचारसरणीचे ज्ञान आत्मसात करणे शक्य झाले. या ज्ञानाचा प्रसार करून आपल्या समाजाचा विकास घडवून आणावा ही प्रमुख प्रेरणा महाराष्ट्रात मराठी वृत्तपत्रांच्या निर्मितीमागे होती. ६ जानेवारी १८३२ रोजी बाळशास्त्री जांभेकरांनी 'दर्पण' हे मराठीतील वृत्तपत्र सुरू केले. या वृत्तपत्रामागील आपले उद्दिष्ट मांडले. त्यावरून 'स्वदेशीय' लोकांमध्ये विलायतेमधील विद्यांचा अभ्यास अधिक व्हावा आणि या देशाची समृद्धी व येथील लोकांचे कल्याण यांविषयी स्वतंत्रतेने व उघडरीतीने विचार करावयास स्थल व्हावे या हेतूने जांभेकरांनी दर्पण सुरू केले. स्वदेशीयांना देशकाल परिस्थितीचे व परदेशीय राज्यव्यवहाराचे ज्ञान व्हावे हीच भूमिका त्यांची वृत्तपत्रनिर्मितीमागे होती. सुरुवातीला हे पाक्षिक असून त्यातील निम्मा मजकूर इंग्रजीत व निम्मा मराठीत लिहिला जात असे. त्यानंतर जांभेकरांनीच भौतिकशास्त्राच्या अभ्यासासाठी 'दिग्दर्शन' हे मासिक सुरू केले. याच काळात इ.स.१८३५ मध्ये ब्रिटिश शासनाने कायदा पास करून भारतीय वृत्तपत्रांवरील अनेक निर्बंध दूर केले. त्यामुळे अनेक भारतीय विचारवंत पुढे आले. त्यापैकी बाळशास्त्री जांभेकर, भाऊ महाजन, चिपळूणकर, लोकहितवादी इ. भारतीय विचारवंतांनी मराठीतून विविध मासिके व पाक्षिके छापण्यास सुरुवात केली. १८४० मध्ये भाऊ महाजन यांनी 'प्रभाकर' हे साप्ताहिक सुरू केले. सन १८४१ मध्ये ख्रिश्चन धर्माच्या प्रचारासाठी मिशनऱ्यांनी 'ज्ञानोदय' हे वृत्तपत्र सुरू केले. सन १८४९ मध्ये प्रथम साप्ताहिक व सन १९०४ पासून दैनिक प्रकाशित होणारे 'ज्ञानप्रकाश' हे मराठी भाषेतील पहिले दैनिक होय. आपल्या शंभर वर्षांच्या अस्तित्वाच्या काळात या दैनिकात समाजजीवन, राजकारण, विविध समस्या, पुणे येथील सामाजिक, धार्मिक चळवळी; इतिहास संशोधन इत्यादी विविध विषयांची चर्चा केली. याचकाळात सोलापूर येथून कल्पतरू, आनंदवृत्त, सोलापूर समाचार, सातारा जिल्ह्यातून श्री शाहू, शुभसूचक, महाराष्ट्र मित्र इत्यादी वृत्तपत्रे सुरू झाली. सन १८८० पर्यंत सुरू झालेल्या या वृत्तपत्रांवरून भारतीय समाजात हलके हलके पारतंत्र्याची जाणीव निर्माण होऊ लागलेली दिसते. त्यामुळे ब्रिटिश शासन जागृत झाले. ब्रिटिशांनी मुद्रण स्वातंत्र्यावर कायदे करून पुन्हा निर्बंध घातले. इ.स.१८७८ मध्ये ग.ज.लिटनने 'व्हर्नाक्युलर प्रेस ॲक्ट' पास करून

मुद्रणकलेवर निर्बंध घातले. तेव्हा भारतीयांनी या निर्बंधावर कडवट प्रतिक्रिया व्यक्त केल्या. त्यामुळे ब्रिटिशांनी अनेक भारतीय विचारवंतांना दंड, शिक्षा ठोठावल्या. परंतु भारतीयांविषयी ब्रिटिशांच्या अडवणुकीच्या धोरणाने भारतीय विचारवंत अधिकच पेटले आणि या भारतीय विचारवंतांनी ब्रिटिश राजवटीविषयी चळवळ सुरू केली.

भारतीय जनतेवर पारतंत्र्याच्या जाणीवेचा दूरगामी परिणाम झाला. भारतात वर्तमानपत्रांची व छपाईची कला मोठ्या प्रमाणात वाढत गेली. छपाईच्या कलेने भारतात राष्ट्रीयत्वाची जाणीव जागृत होण्यास मदत झाली. भारतीय जनतेत राजकीय चळवळीस सुरुवात झाली. त्यामुळे नवीन वर्तमानपत्रे मोठ्या प्रमाणात निघू लागली. मुंबईहून ६२ वर्तमानपत्रे मराठी, गुजराती, हिंदी, फारसी भाषेतून प्रसिद्ध होऊ लागली. तेव्हा ब्रिटिश शासनानेही वृत्तपत्रांविषयी धोरण शिथिल केले. या वृत्तपत्रांनी भारताच्या जीवनात सर्व बाबबीत जागृती निर्माण केली.

भारतीय समाजाला दीर्घकालानंतर शांतता व सुव्यवस्थेचे, न्यायालयीन समानतेचे जीवन जगावयास मिळू लागले. शिक्षणाच्या प्रगतीमुळे त्यांना भौतिक विद्या व पाश्चिमात्यांचे स्वातंत्र्य, समानता व मानवता यांविषयाचे प्रगत ज्ञान आत्मसात करण्याची संधी मिळाली. या ज्ञानाच्या आधारे आत्मपरिक्षण करणाऱ्या समाजधुरिणांना भारतीय समाजाच्या सामाजिक, धार्मिक व आर्थिक जीवनात बदल घडवून आणण्याची गरज वाटू लागली. वृत्तपत्रे, नियतकालिके, सभा-संमेलने, व्याख्याने इत्यादींच्या माध्यमातून त्यांनी हा प्रगत विचार समाजासमोर मांडला. समानतेचे महत्त्व पटविण्याचा व जातिसंस्थेचे दुष्परिणाम दाखविण्याचा प्रयत्न केला. स्वातंत्र्याचे महत्त्व समाजाला जाणवू लागले. आपल्या पारतंत्र्याची मीमांसा त्यांनी सुरू केली व हे पारतंत्र्य दूर सारण्यासाठी करावयाच्या उपाययोजनेवर चिंतन करून त्यादृष्टीने हालचाल करण्यास सुरुवात केली. पुढे इ. स. १९८५ साली भारतीय राष्ट्रीय सभेची स्थापना झाली आणि तिथून पुढे अखंड हीच देश स्वातंत्र्याची चळवळ झाली. २० व्या शतकातील ही स्वातंत्र्य चळवळ म्हणजे ब्रिटिश सत्तेच्या विरोधी आणि पारतंत्र्याच्या मानसिक लढ्यातून निर्माण झालेलीच खरी जनजागृती आहे. भारतीयांना आणि महाराष्ट्राला स्वतःचे स्वतंत्र मत, विचार देणारा आशा-आकांक्षा, हक्क, न्याय देण्यास ब्रिटिश सत्तेचा सार्वभौम विचारच पुढील स्वातंत्र्य चळवळीस आणि प्रेरणेस उशिरा का होईना सशक्त, सक्षम ठरला. या नव्या विचारांच्या, नव्या दमाच्या, नव्या युगाच्या जाणीव जागृतीमुळेच पुढे आधुनिक महाराष्ट्राची नवनिर्मिती झाली.

***

आधुनिक महाराष्ट्रातील सामाजिक आणि धार्मिक परिवर्तन आणि समाजसुधारक

ब्रिटिश शासनाने आपली सत्ता भारत देशावर प्रस्थापित केली. परंतु त्यांचे येथील समाजजीवनावर खूप परिणाम झाले. इ.स.१८१८ पेशवाईच्या अस्तानंतर बिटिशांची खऱ्या अर्थाने सत्ता स्थिर झाली. वारंवार होणारे युद्ध, बंड, लूटमार या गोष्टी समाजातून नष्ट होऊन समाजात दीर्घकालीन शांतता आणि सुरक्षा निर्माण झाली. भारत देशाबरोबरच महाराष्ट्रातील जनतेला हा ब्रिटिश सत्तेचा एकछत्री अंमल नवीन होता. त्यामुळे लोकांना त्याबद्दल आकर्षण निर्माण झाले. पाश्चिमात्य लोकांबरोबर इथल्या लोकांचे नकळत सबंध येऊ लागले. या संपर्कामुळे ज्ञान, विज्ञान, नवीन विचार, आचार, भौतिक प्रगती या सर्वच गोष्टींचे ज्ञान होऊ लागले. त्यामुळेच सामाजिक-धार्मिक चळवळीला गती मिळालेली दिसून येते.

महाराष्ट्रात ब्रिटिश सत्ता स्थिरावल्यानंतर सुरुवातीच्या काळात राज्य-कारभाराची सर्व सूत्रे एल्फिस्टन, माल्कम् यासारख्या मुत्सद्दी कर्तव्यदक्ष अधिकाऱ्याकडे होती. त्यांनी राज्यकारभारात सुसूत्रता आणून येथील जनतेचा विश्वास संपादन केला. त्याचबरोबर येथील समाजाला नवे शिक्षण देणे आणि सुधारणा घडवून आणणे या कामाला त्यांनी महत्त्व दिले. त्याचबरोबर दुसऱ्या बाजूला येथील जनतेच्या मनात ब्रिटिश सरकारविषयी राग तिरस्कार निर्माण होऊ नये याचीही काळजी घेतली. या काळात शिक्षणाला मोठी चालना दिली. महाराष्ट्रात अनेक शिक्षण संस्थांची स्थापना केली गेली. त्यासाठी ख्रिस्ती मिशनऱ्यांनी खूप प्रयत्न केले.

ब्रिटिशांच्या शिक्षणाच्या प्रचार व प्रसारामुळे येथील समाजात जागृती घडून आली. भारतीय समाजातील तरुण वर्ग सर्वशिक्षण घेऊन बाहेर पडू लागला. महाराष्ट्रातही अशा शिकलेल्या तरुणांची एक नवी पिढी उदयास आली. त्यांना उदारमतवाद, स्वातंत्र्य , मानवता, समानता, त्यांनी केलेली भौतिक प्रगती यासारख्या आधुनिक विचारांचे, तत्त्वांचे या तरुण पिढीला ज्ञान मिळाले. या पाश्चिमात्य

विद्याविभूषित तरुणांनी भारतातील आपल्या धार्मिक आणि सामाजिक जीवनाकडे चिकित्सक आणि आत्मपरिक्षणाच्या जाणिवेतून पाहण्यास सुरुवात केली. त्यातूनच पुढे येथील सामाजिक आणि धार्मिक सुधारणेच्या चळवळीला दिशा मिळाली. भारतीय समाजव्यवस्था जातीवर आधारलेली होती. त्यामुळे हा समाज जाती-जातीत विभागवार विखुरलेला होता. कनिष्ठ जातीवर असलेल्या बंधनामुळे त्यांना साधे मानवतेचे अधिकारही मिळत नव्हते. शिक्षण ही केवळ उच्चवर्गीयांचीच मक्तेदारी बनली होती. अनिष्ट सामाजिक परंपरा, सामाजिक बंधने, रोटीबेटी व्यवहारावरील बंधने यांचे समाजात प्राबल्य होते. स्त्रियांची स्थिती तर फारच दयनीय होती. त्यांना सामाजिक आणि धार्मिक जीवनात कोणतेच अधिकार दिलेले नव्हते. बालविवाह, सतीची पद्धत, जरठ कुमारी विवाह, भ्रूणहत्या, विधवा विवाहाला बंदी इत्यादी अनिष्ट परंपरांनी स्त्रियांची स्थिती अत्यंत शोचनीय, वेदनीय झाली होती. असे कितीतरी प्रश्न समाजात गेली कित्येक वर्षं साचले होते.

धार्मिक जीवनात बुद्धीप्रामाण्यापेक्षा शब्दप्रामाण्य आणि ग्रंथ प्रामाण्य यांना महत्त्व आले होते. धार्मिक आचारांच्या बाबतीत पुरोहितांची मक्तेदारी निर्माण झाली होती. अंधश्रद्धा, परंपरा, वाईट चालीरीती यांचे स्तोम समाजात खूप चालत होते. धार्मिक जीवनात मूलभूत तत्त्वांपेक्षा आचारांना प्राधान्य मिळाले. त्यामुळे समाज रसातळाला पोहोचला होता. त्यामुळे अशा धार्मिक, सामाजिक, नैतिक अध:पतनाची जाणीव झालेल्या तरुणांना समाजाच्या सामाजिक आणि धार्मिक जीवनात बदल घडवून आणण्याची गरज वाटू लागली. त्यातूनच पुढे भारतीय समाजाच्या सामाजिक आणि सांस्कृतिक परिवर्तनाची जाणीव असलेला, समाजसुधारणेची तळमळ असलेला तरुणांचा एक नवा वर्ग उदयास आला. समाजातील वाईट चालीरीती, परंपरा यावर टीका करण्याबरोबरच आपल्या चांगल्या विचार, लेखन आणि कृतीच्याद्वारे समाजात परिवर्तन घडवून आणण्यास समाजसुधारकांनी सुरुवात केली. यामध्ये प्रामुख्याने जगन्नाथ शंकरशेठ, भाऊ दाजी लाड, दादोबा पांडुरंग तर्खडकर, लोकहितवादी गोपाळ हरी देशमुख, बाळशास्त्री जांभेकर, विष्णुशास्त्री पंडीत इत्यादी समाजसुधारकांनी महत्त्वपूर्ण सामाजिक कार्याचे योगदान दिले आहे. या समाजसुधारकांनी अगदी सुरुवातीच्या काळात सामाजिक, धार्मिक सुधारणा करण्याचे कार्य केले. म्हणून त्यांना महाराष्ट्रातील आद्य समाजसुधारक असे म्हणता येईल.

समाजसुधारणेची तळमळ असणाऱ्या या तरुण पिढीने वृत्तपत्रे, ग्रंथांच्या माध्यमाचा चांगला उपयोग केला. ब्रिटिश शासनामुळे उपलब्ध झालेल्या मुद्रण कलेचा आणि विचार स्वातंत्र्याचा चांगला उपयोग करून घेतला. त्यांनी वेगवेगळी

वर्तमानपत्रे सुरू केली. या वृत्तपत्रातून परंपरागत विचार, रूढी, अंधश्रद्धा यावर वेळोवेळी प्रहार केले. त्याचप्रमाणे समाजाला नव्या विचारांचे ज्ञान देण्याचा प्रयत्न केला. आपल्या वृत्तपत्रातून स्त्रियांचे प्रश्न, अस्पृश्यांच्या समस्या, विधवा स्त्रियांची दयनीय अवस्था यावर आवाज उठवण्याबरोबरच नव्या समाजाच्या निर्मितीसाठी कोणत्या सुधारणा होणे आवश्यक आहेत हे त्यांनी स्पष्टपणे सांगितले. या कार्यासाठी नवीन संघटनांची निर्मिती केली. विधवा पुनर्विवाह घडवून आणणे यासारख्या प्रत्यक्ष कार्यालाही त्यांनी वाहून घेतले. भारतीयांच्या सामाजिक आणि धार्मिक सुधारणेच्या प्रतिपादनाबरोबरच ब्रिटिशांच्या अयोग्य व वाईट धोरणावरही त्यांनी टीकेची झोंड उठविली.

परंतु या काळामध्ये ब्रिटिश सत्ताधीशांच्या संपर्कामुळे आणि शिक्षणामुळे आलेल्या नवविचारांना, या चळवळींना विरोध करणारा एक गटही समाजात होता. भारतीय समाजातील दोषांवर केली जाणारी टीका या परंपरावादी गटाला मान्य नव्हती. त्यामुळेच स्त्रियांनी शिक्षण घेणे, विधवांचा पुनर्विवाह करणे, धर्मांवरील हिंदूना पुन्हा हिंदूधर्मात स्वीकारणे यासारख्या विचार आणि कार्याला या परंपरावादी गटाचा विरोध होता.

त्यामुळे सामाजिक प्रबोधन आणि परिवर्तन करणाऱ्या या समाजसुधारकांना समाजाला नवा विचार देणे, दोष दाखविणे, प्रत्यक्ष काम करणे, शासनावर टीका करणे याबरोबरच या परंपरावादी गटाचा विरोध मोडून काढून टाकण्याचे कार्यही अत्यावश्यक बनले होते. समाजाची बुद्धीनिष्ठता जागृत व्हावी – आत्मपरीक्षण करून समाजाने समाजातील सामाजिक, धार्मिक दोष दूर करावेत या त्यांच्या विचार आणि कार्यामुळेच महाराष्ट्राला समाजसुधारणेची एक नवी दृष्टी मिळाली. नव्या विचारांनी, नव्या आचारांनी, नव्या उमेदीने हे समाजसुधारक अत्यंत तळमळीने महाराष्ट्रात सुधारणांचे कार्य चौफेर करताना दिसून येत होते.

*** जगन्नाथ शंकरशेठ (इ.स.१८०३–१८६५)**

मुंबईचे शिल्पकार म्हणून जगन्नाथ शंकरशेठ उर्फ नाना शंकरशेठ ओळखले जातात. नाना एक सार्वजनिक कार्यकर्ते होते. सामाजिक प्रबोधनात आणि सार्वजनिक जीवनात त्यांनी मोलाची भर घातली आहे. नाना म्हणजे ज्ञान, बुद्धी आणि कर्तृत्वाचा महामेरू होते. त्यांच्या या गुणास श्रीमंती आणि दातृत्व या गुणांची जोड मिळाली होती. त्यामुळे परकीय राज्यकर्त्यांत आणि जनतेत त्यांचा विलक्षण प्रभाव होता. त्यांनी सामाजिक, राजकीय, शैक्षणिक, धार्मिक अशा विविध कार्यात भाग घेऊन

अनेक नवनवीन उपक्रम राबविले. महाराष्ट्रीय समाजाला त्यांनी आपल्या कार्याने एक नवी दिशा देण्याचा प्रयत्न केला.

जीवन चरित्र :

१० फेब्रुवारी १८०३ मध्ये जगन्नाथ शंकरशेठ यांचा जन्म झाला. त्यांचे घराणे दैवज्ञ ब्राह्मण (सोनार) होते. ठाणे जिल्ह्यातील मुरबाड हे त्यांचे मूळ गाव. तसेच मुर्कुटे हे त्यांचे उपनाम होते. त्यांचे वडील शंकरशेठ यांनी मुंबईत जवाहिऱ्यांच्या व्यवसायात फार मोठी संपत्ती मिळविली होती. नाना लहान असतानाच त्यांची आई वारली. वडिलांनी मातेविना पोरक्या मुलाचा चांगला सांभाळ केला. यथायोग्य प्रकारचे शिक्षण त्यांना दिले गेले होते. त्यांच्या वयाला १८ वर्षे पूर्ण झाली त्याच वेळी त्यांचे वडील मृत्यू पावले. त्यामुळे लहान वयातच त्यांच्यावर प्रचंड अशा उद्योगधंद्याची जबाबदारी पडली.

नानांनी आपला व्यवसाय अत्यंत चिकाटीने व सचोटीने केला. अमाप संपत्ती असूनही तिचा विनियोग विलासी जीवनासाठी न करता जनतेच्या कल्याणासाठी करण्याचेच त्यांनी ठरविले होते. ज्या काळात शाळा नव्हत्या, महाविद्यालये नव्हती, त्या काळात विद्या संपादन करणे किती अवघड असले पाहिजे याची कल्पना केली तरी तो काळ आपणास समजू शकेल. नानांना प्रारंभापासूनच विद्येची आवड होती. मराठी, इंग्रजी व संस्कृत भाषेत नानांनी विलक्षण प्रावीण्य मिळविले होते. त्यामुळेच पुढील काळात त्यांच्या व्यक्तिमत्त्वाची छाप राज्यकर्त्यांवर पडली. मुंबईच्या सार्वजनिक जीवनात त्यांनी तन, मन, धनाने भाग घेतला. त्यांनी मुंबईच्या शैक्षणिक, राजकीय व सामजिक क्षेत्रात अजोड असे कार्य केले. अनेक शैक्षणिक, राजकीय व सामाजिक संस्थांशी त्यांचे संबंध होते. सामाजिक कार्यकर्त्यांना कार्य करण्यास ते प्रोत्साहन देत राहिले. अनेक संस्थांना आणि गोरगरिबांना आर्थिक साहाय्य करून आपले दातृत्व सिद्ध केले. ते धार्मिक वृत्तीचे होते. व्यायाम, विद्या व धर्म याबाबत त्यांना विलक्षण प्रेम होते.

मुंबई प्रांताच्या बोर्ड ऑफ एज्युकेशनचे ते इ.स. १८५०-५६ पर्यंत सदस्य होते. मुंबई विद्यापीठाचे फेलो म्हणून नानांची नियुक्ती झाली होती. म्युनिसिपल कमिशनवरही ते सदस्य म्हणून काम पाहात होते. सरकारने त्यांना 'जस्टीस ऑफ दी पीस' हा सन्मान दिला होता. त्यांनी जनतेची गाऱ्हाणी सचोटीने सोडविण्याचा प्रयत्न केला. अशा या समाजसुधारकाचा मृत्यू इ.स. १८६५ मध्ये झाला.

सामाजिक कार्य :

शिक्षणाशिवाय समाजाची सुधारणा होणे अशक्य आहे हे नांनानी ओळखले व शैक्षणिक कार्यास सर्व प्रकारचे साह्य केले. समाजात स्त्रियांची स्थिती सुधारण्यासाठी स्त्रियांनी शिकले पाहिजे म्हणून मुलींच्यासाठी स्वतंत्र शाळा काढली. विधवा विवाह, सती चाल, समाजशुद्धीकरण इ. बाबतीत महत्त्वाचे बदल केले. समाजातील स्त्रियांच्या वरील अनिष्ट चालीरीतींबद्दल कायदे केले. नानांनी सामाजिक संस्थेच्या उभारणीत सिंहाचा वाटा उचलला. मुंबई शहरात त्यासाठी नानांनी एल्फिन्स्टन कॉलेज, मेडिकल कॉलेज, स्टुडंटस् लिटररी अॅन्ड सायंटिफिक सोसायटी, बॉम्बे नेटिव्ह एज्युकेशन सोसायटी, बॉम्बे असोसिएशन इ. शैक्षणिक संस्था सुरू करण्यात पुढाकार घेतला. सामाजिक सुधारणा करणाऱ्या नेत्यांना व संस्थांना सहकार्य केले. त्यामुळे महाराष्ट्रात जिव्हाळ्याने समाजसेवा करणारी सुधारकांची पिढी तयार झाली. नानांनी आपल्या अधिकाराचा उपयोग मुंबईतील जनतेच्या हितासाठी केला. येथील समाजाची वैचारिक पातळी सुधारावी म्हणून जगन्नाथ शंकर लायब्ररी मुंबई येथे सुरू केली. नानांनी अनेक शिक्षणसंस्थांना उदारहस्ते देणग्या दिल्या.

राणीचा बाग, रॉयल एशियाटिक सोसायटी इ. सार्वजनिक कार्याला ५ हजार रुपयांची देणगी दिली. अॅग्री – हॉर्टिकल्चर, जिऑग्राफिकल इ. सोसायटींना उदारहस्ते मदत केली. भारतात मुंबई ते ठाणे प्रथम रेल्वे सुरू व्हावी म्हणून सहकार्य केले. त्याचप्रमाणे मुंबईत मंदिरे, स्मशानभूमी, धर्मशाळा, दवाखाने सुरू करण्यासाठी मोठ्या प्रमाणात देणग्या दिल्या. इ. स. १८३६ मध्ये सरकारने सोनापूरची स्मशानभूमी शिवडीला हलविण्याचा निर्णय घेतला. त्यावेळी जनतेच्या गैरसोयी लक्षात घेऊन नानांनी लोकांच्या गैरसोयी गव्हर्नरांना पटवून दिल्या. शेवटी गव्हर्ननरांनी तो निर्णय रद्द केला. मुंबईतील वाढत्या लोकसंख्येला भरपूर पाणी पुरवठा व्हावा म्हणून विहीर–तलावांची योजना नानांनी आखली. अशा कितीतरी लोकहिताच्या गोष्टी नांनानी प्रयत्नपूर्वक केल्या आहेत. नानांनी गोरगरिबांना मोठी मदत केली. आयुष्यभर त्यांनी बहुजन समाजाची मनोभावे सेवा केली. या सामाजिक कार्याबद्दल मुंबईमध्ये विविध रस्त्यांना आणि चौकांना त्यांची नावे दिलेली दिसून येतात. मुंबईतील अनेक परिवर्तने करण्यात नानांचा सिंहाचा वाटा होता.

राजकीय कार्य :

इंग्रजांनी येथील जनतेसाठी विविध सुधारणा करण्यासाठी सुरुवात केली होती. प्रशासनात येथील जनतेचा सहभाग करून प्रजेला इंग्रजी राजवटीविषयी जिव्हाळा

निर्माण करण्याचे शासनाचे धोरण होते. मुंबई इलाख्याचा गव्हर्नर एल्फिस्टन यांने येथील जनतेच्या कल्याणाच्या अनेक योजना हाती घेतल्या होत्या. याच दरम्यान फायदा उठवण्याचा प्रयत्न नानांनी केला. जनतेच्या अनेक अडीअडचणी, दुःखे, प्रश्न, समस्या या सरकारकडून सोडविण्याचा त्यांनी प्रयत्न केला. तसेच सरकारच्या कारभारातील उणिवा दाखवून दुरुस्त करण्यास सहकार्य करू लागले. त्यामुळे नानांचा राजकीय दबदबा वाढला. समाजात त्यांचे नैतिक वजन वाढले. त्यामुळे ब्रिटिश सरकारही नानांना मान देऊ लागले. कित्येक कार्यात त्यांच्याशी विचारविनिमय करून निर्णय घेऊ लागले. नानांचा जनसेवेचा दृष्टिकोन व्यापक होता. महाराष्ट्रीय समाज जीवनात विकासात्मक बदल झाले पाहिजेत. येथील लोकांचे जीवनमान उंचावले पाहिजे असेच नानांना सतत वाटत होते. त्याच भूमिकेतून नानांनी आपले राजकीय वजन वाढवून मोठी मोठी कार्ये प्रशासनामार्फतच करून घेतली.

नानांनी दादाभाई नौरोजींच्या सहकार्याने मुंबई येथे इ.स.१८५२ मध्ये बॉम्बे असोसिएशन नावाची पहिली राजकीय संस्था स्थापन केली. ही राजकीय संस्था स्थापन करण्यापाठीमागे नानांचा प्रमुख उद्देश हा जनतेची गाऱ्हाणी सरकारपुढे मांडण्याचा होता. सर्व जातींचे व धर्मांचे लोक या संस्थेचे सभासद होते. म्हणूनच हिंदी जनतेच्या राजकारणाचा पाया घालणारी ही भारतातील पहिली राजकीय संस्था होय. या संस्थेने कायदे मंडळात भारतीयांना सभासदत्व देण्याविषयी प्रथम प्रयत्न केला. याशिवाय सरकारने हिंदी जनतेत भेदाभेद करू नये, काळा व गोरा असा फरक करू नये, जातीच्या नावाखाली कमी लेखू नये म्हणून प्रयत्न केले. न्यायदानात भारतीयांचा समावेश करावा. त्यामुळे इ.स.१८३६ मध्ये प्रथम भारतीयांना न्यायदानाच्या कामात प्रवेश मिळाला. याशिवाय अनेक भारतीय वकील न्यायदानाच्या कामात भाग घेऊ लागले. नानाही कायदे मंडळाचे पहिले हिंदी प्रतिनिधी झाले व आयुष्यभर ते कायदे मंडळाचे प्रतिनिधी म्हणून राहिले. नानांना कायद्याचे चांगले ज्ञान होते. इंग्रजीवर प्रभुत्व होते. त्यामुळे नानांनी कायदे मंडळाचे सभासद म्हणून जनहिताची विविध कामे केली. या कामगिरीमुळेच ब्रिटिश शासन नानांचा प्रत्येक कार्यात सल्ला घेऊ लागले. मुंबईच्या म्युनिसिपल कमिशनचेही ते सभासद झाले.

शैक्षणिक कार्य :

१९ व्या शतकात ब्रिटिश प्रशासन हळू हळू स्थिरावले तसे अनेक सुधारणांना त्यांनी सुरुवातही केली. शिकलेला सुधारकी विचारांचा तरुण या सुधारणांकडे आकर्षित झाला. त्यामध्येच जगन्नाथ शंकरशेठ हे एक होत. ब्रिटिश सरकारने महाराष्ट्रात प्रशासकीय

सुधारणांबरोबर शिक्षणास सुरुवात केली. प्रथम मुंबईत प्राथमिक व इंग्रजी माध्यमांच्या शाळा सुरू केल्या. महाराष्ट्रात खऱ्या अर्थाने शैक्षणिक कार्यास प्रारंभ झाला. परंतु शिक्षणाच्या कार्यामागे इंग्रजांना आपल्या कारभारास उपयोगी पडेल असा कारकून वर्ग तयार करण्याचा हेतू होता. इंग्रजांबरोबर काही मिशनरी लोकही भारतात आले. मिशनऱ्यांनीही महाराष्ट्रात प्रथम मोठ्या शहरी व नंतर ग्रामीण भागात प्राथमिक, माध्यमिक इंग्रजी शाळा सुरू केल्या. पण त्यांचा हेतू धर्मप्रसार करण्याचा होता. तेव्हा या परकीयांचे हेतू भिन्न असले तरी महाराष्ट्रात शिक्षणाचे कार्य सुरू झाले हे महत्त्वाचे होय.

मुंबई येथे मुंबई इलाख्याचा गव्हर्नर माऊंट स्टुअर्ट एल्फिस्टन होता. नानांचा परिचय या गव्हर्नरशी झाला. नानांनी गव्हर्नरला नव्याने शाळा काढून येथील समाजाला शिक्षणाची गरज आहे हे पटवून दिले. पुढे दोघांच्या सहकार्याने मुंबई व नंतर ग्रामीण भागात शिक्षणासाठी प्राथमिक शाळेपासून महाविद्यालयीन शिक्षणासाठी शाळा, कॉलेजेस सुरू झाली. नानांनी शिक्षणकार्यास मोठ्या देगण्या दिल्या. अनेक तरुणांना शिक्षणाच्या कार्यास प्रोत्साहन दिले. शिक्षणाचे कार्य करण्यासाठी नानांनी काही संस्थाचीही स्थापना केली.

महाराष्ट्रीय जनतेला सुधारण्यासाठी शिक्षणाशिवाय तरणोपाय नाही म्हणून नानांनी इ.स.१८२३ मध्ये मुंबईत बॉम्बे नेटिव्ह एज्युकेशन सोसायटीची स्थापना केली आणि पुढे या संस्थेद्वारे प्रथम मुंबईच्या आसपास शिक्षणाच्या अनेक शाळा काढून शिक्षण प्रसारास सुरुवात केली. शैक्षणिक प्रसाराच्या कार्यात नानांना बाळशास्त्री जांभेकर, जगन्नाथ शास्त्री, सदाशिव छत्रे यांचे मोलाचे सहकार्य लाभले. शिक्षणाच्या कार्यास आर्थिक मदत करण्यासाठी नानांनी 'एल्फिन्स्टन फंड' उभा केला व या फंडातून पुढे अनेक इंग्रजी शाळा व एल्फिन्स्टन कॉलेज सुरू केले. शिक्षणप्रसार कार्य व्यवस्थित चालविण्यासाठी इ.स.१८४१ मध्ये सरकारने 'बोर्ड ऑफ एज्युकेशनची' स्थापना केली. त्याचे नाना सभासद होते. या पदावर राहून नानांनी शिक्षणाविषयी अनेक सुधारणा केल्या.

स्टुडंटस लिटररी अॅन्ड सायंटिफिक सोसायटीची स्थापना :

इ.स.१८४५ ला नानांनी आपल्या सहकाऱ्यांच्या सोबत या सोसायटीची स्थापना केली. नानांनी समाजात ज्ञानाचा व शिक्षणाचा प्रसार करण्यासाठी ही संस्था स्थापन केली. या कार्यासाठी नानांना दादाभाई नौरोजी, भाऊ दाजी लाड इ. मंडळींचे चांगले सहकार्य लाभले. म्हणूनच मुंबई इलाख्यात शिक्षणाच्या कार्यास गती मिळाली.

अनेक नवे तरुण शिक्षण कार्यात पुढे येऊन त्यांनी विविध संस्था काढल्या व शिक्षणाच्या प्रसारास मदत झाली. त्यामुळे मुंबई इलाख्याची शिक्षणाची घडी व्यवस्थित बसविण्यास मदत झाली. तेव्हा नानांनी इ.स. १८५७ मध्ये मुंबई येथे मुंबई विद्यापीठाची स्थापना करण्यास मोठ्या प्रमाणात सहकार्य केले. अशा प्रकारे जगन्नाथ शेठ यांनी महाराष्ट्रात शिक्षणाचा खऱ्या अर्थाने प्रारंभ केला व पुढे महाराष्ट्रात शिक्षणाचा चांगला विकास होण्यास मदत झाली.

जीवन मूल्य :

समाजातील उपेक्षित समाजासाठी व शिक्षणासाठी नानांनी आयुष्यभर प्रयत्न केले. समाजातील तळागाळापर्यंत शिक्षण पोहोचविण्यासाठी नानांनी खूप प्रयत्न केले. शिक्षण मराठी भाषेतून देण्याचा आग्रह धरला. ब्रिटिशांप्रमाणे भारतीय समाजाला सर्व हक्क प्राप्त व्हावेत म्हणून कार्य केले. समाजाच्या प्रगतीसाठी सार्वजनिक संस्था स्थापण्यात त्यांचा सिंहाचा वाटा होता. समाजाच्या विकास कार्यांची पायाभरणी नानांनी केली. मुंबईचे ते जनक होते हे निर्विवाद. त्यांचे जीवन म्हणजे मुंबईचा इतिहास. परकीय राजकर्त्यांपुढे कोणतीही लाचारी न पत्करता किंवा लोकहिताला कोणत्याही प्रकारे मुरड न घालता राजा आणि प्रजा ह्यांचा विश्वास नानांनी संपादन केला होता. ते निःस्पृह राजकीय व सामाजिक कार्यकर्ते होते. शिक्षणाच्या उभारणीत त्यांचा फार मोठा वाटा आहे. स्त्रियांच्या शिक्षणाबद्दल त्यांना तळमळ होती. म्हणून त्यांच्यासाठी त्यांनी खास शाळा काढल्या. मराठी भाषेतून शिक्षण मिळावे म्हणून त्यांनी प्रयत्न केले. वेगवेगळ्या संघटना स्थापून त्या उभारण्यासाठी आपले आयुष्य व धन अर्पण केले. त्यामुळे ते खऱ्या अर्थाने जनतेचे सेवक होते. सर्वांगीण सुधारणेचे ते प्रवर्तक होते.

मुंबईच्या सुधारणा कार्याचे नाना जनक होते असे म्हटले जाते. आपल्या सत्तेचा व पैशाचा उपयोग नानांनी बहुजन समाजाच्या उद्धारासाठी केला. नानांचे दातृत्व मोठे होते. अनेक संस्था, मंदिरे, चर्च, मशिदी, सार्वजनिक कार्यांना नानांनी विविध मार्गांनी सहकार्य केले.

अनेक विचारवंतांनी नानांच्या कार्याचा मोठा गौरव केला. आधुनिक मुंबईचा पाया नानांनी घातला. अनेक विचारवंतांच्या मते नाना मानवता आणि बंधुत्वाचे थोर पुरुष होते. नानांनीच आधुनिक महाराष्ट्राच्या निर्मितीत मोलाचा वाटा उचलला आहे.

*** आचार्य बाळशास्त्री जांभेकर : (इ.स.१८१० – १८४६)**

देशात परकीय राजवट स्थिर झाली. नवीन विचार, नवीन ज्ञानकक्षा आणि संस्कृतीचे पदार्पण झाले. त्यामुळे स्वराज्याची द्विधा मनस्थिती झाली. अशा संभ्रामिकतेच्या काळात धैर्याने आणि व्यापक दृष्टीने विचार करून समाजामध्ये जागृती करणारा आणि योग्य दिशा दाखवणारा महापुरुष म्हणून जांभेकरांकडे पाहिले जाते. आपण पारतंत्र्यात कसे आलो, इंग्रजांनी आपले राज्य कसे बळकावले, याचे अचूक निदान त्यांनी केले. ज्ञान-विज्ञानाचा प्रसार आणि प्रचार झाला पाहिजे त्याशिवाय मोठी शक्ती निर्माण होणार नाही. हे त्यांनी अचूक जाणले होते. त्यांच्याजवळ प्रचंड बौद्धिक ज्ञान आणि सामर्थ्य होते. त्याचा उपयोग त्यांनी समाजासाठी केला.

जीवन चरित्र :

आचार्य बाळशास्त्री जांभेकर यांचा जन्म रत्नागिरी जिल्ह्यातील राजापूर तालुक्यातील पोंबुर्ले या खेडेगावी इ.स.१८१० मध्ये झाला. (काही ठिकाणी हे साल इ.स.१८१२ असे आहे.) ते एका व्युत्पन्न पुराणिकांचे सुपुत्र होते. वयाच्या बारा-तेरा वर्षांपर्यंत त्यांनी संस्कृत आणि मराठी भाषेचे अध्ययन पूर्ण केले. पुढे ते इंग्रजी शिकण्यास मुंबईस दाखल झाले. थोड्याच दिवसात त्यांनी इंग्रजी भाषेवर प्रभुत्व मिळविले. इतर विषयांतही त्यांनी वाखाणण्याजोगी प्रगती केली. शाळेत विद्यार्थी म्हणून शिकत असतानाच ते गणिताचे शिक्षक झाले. त्यांनी संस्कृत, इंग्रजी, मराठी, गणित, भूगोल, गुजराती, बंगाली आणि फारसी या विषयांचे ज्ञान संपादन केले होते.

शिक्षणक्रम पूर्ण झाल्यानंतर ते बाँबे नेटिव्ह एज्युकेशन सोसायटीचे डेप्युटी सेक्रेटरी झाले. लहान वयातच त्यांनी हा सन्मान मिळविला होता. त्यानंतर त्यांची सरकारमार्फत अक्कलकोटच्या युवराजांचे शिक्षक म्हणून नेमणूक झाली. तेथेच त्यांनी कानडी भाषा आत्मसात केली. जांभेकर आधुनिक महाराष्ट्रातील पहिले समाजसुधारक, मराठी वृत्तपत्राचे जनक, इतिहासाचे संशोधक आणि विचारवंत होते. शिक्षणतज्ज्ञ म्हणून त्यांनी लौकिक संपादित केला. स्वत:च्या कर्तृत्वावर लहान वयात बहुमान मिळविणारे ते पहिले समाजसुधारक होत. मुंबई इलाख्याच्या प्राथमिक शाळेचे इन्स्पेक्टर म्हणून त्यांनी चांगली कामगिरी केली. ही शैक्षणिक कामगिरी करत असताना त्यांना शिक्षणापासून दूर असलेल्या समाजाची ओळख झाली. याच सुमारास मुंबईचे पहिले गव्हर्नर एल्फिन्स्टन यांच्या स्मरणार्थ 'एल्फिन्स्टन कॉलेज' काढण्यात आले. तेथे त्यांची असिस्टंट प्रोफेसर म्हणून नियुक्ती झाली. महाराष्ट्रीय विद्वानाला तो

आधुनिक महाराष्ट्रातील सामाजिक आणि धार्मिक परिवर्तन आणि... । ५५

यथोचित मान मिळाला होता असे म्हणावयास काहीच हरकत असू नये. तेथे ते बीजगणित व ग्रहगणित हे विषय शिकवीत होते. विविध पदांवर काम करीत असताना सुद्धा त्यांनी इतिहास संशोधनात भाग घेतला होता. इ.स.१८४६ ला ते प्राचीन शिलालेखांच्या वाचनासाठी वनवेश्वरला गेले. तेथे अचानक ते तापाने आजारी पडले. त्यातच त्यांचे निधन झाले.

शैक्षणिक कार्य :

शिक्षणामुळेच समाजसुधारणा करणे सोपे जाईल हे जांभेकरांनी ओळखले. धर्माचा समाजमनावर असलेला पगडा शिक्षणातून दूर करता येईल. धर्माकडे पाहण्याचा त्यांचा दृष्टिकोन विशाल व उदार होता. धार्मिक बाबतीत जांभेकर पुरोगामी विचारसरणीचे होते. तरीसुद्धा हिंदू धर्माबद्दल अभिमान होता. ख्रिश्चन धर्माचे हिंदू धर्मांवर मोठे अरिष्ट ओढवणार हे ते जाणून होते. म्हणूनच हिंदू धर्मातील अनिष्ट प्रथा, रूढी, संकेत बदलण्याची कामगिरी त्यांनी केली. हिंदू धर्मातील बदलासाठी वैचारिक चळवळ सुरू केली. त्याकाळी ज्ञानाची साधने मर्यादित होती. मुद्रणकलाही बाल्यावस्थेत होती. अशा बिकट परिस्थितीत त्यांनी शिक्षणाचा प्रसार करण्यासाठी वेगवेगळ्या विषयांच्या अभ्यासासाठी पाठ्यपुस्तके तयार केली. इतिहास, भूगोल, व्याकरण, गणित, छंदशास्त्र, नीतिशास्त्र इत्यादी विषयांवर त्यांनी पाठ्यपुस्तके रचली. गणित आणि विज्ञान यांतही त्यांची प्रगती होती. त्यांनी 'शून्यलब्धि' हे पुस्तक मराठी भाषेत लिहिले. बाळशास्त्री जांभेकरांचे शिष्य केशवराव भवाळकर यांनी आपल्या चरित्रात जांभेकरांनी शिक्षकांना केलेला उपदेश दिला आहे. त्यावरून त्यांचा विशाल दृष्टिकोन स्पष्ट होतो. बाळशास्त्री जांभेकर व्यासंगी व अनेक विषयांचे ज्ञान असलेले अभ्यासक होते. त्यांचा शिक्षणक्षेत्राशी निकटचा संबंध होता. महाराष्ट्राच्या शिक्षणाच्या क्षेत्रात त्यांनी बहुमोल कामगिरी बजावली. इंग्रजी शिक्षण, स्त्री-पुरुष व पाश्चात्त्य ज्ञानाचा त्यांनी पुरस्कार केला. स्त्री शिक्षण, विधवा विवाह यांना चालना दिली. बाटलेल्या हिंदूंना पुन्हा हिंदू धर्मात घेण्यास सुरुवात केली. थोडक्यात, समाजसुधारणा करून समाज परिवर्तन करण्याचा प्रयत्न जांभेकरांनी केला.

सामाजिक कार्ये :

त्या काळातील एकूण विचारसरणीचा विचार करता बाळशास्त्री जांभेकर सामाजिक सुधारणेच्या क्षेत्रातही बरेच आघाडीवर होते. इंग्रजांच्या आगमनाबरोबरच इंग्रजी विद्या, त्यांचा धर्म व संस्कृतीही भारतात आली. त्यामुळे इंग्रजी शिक्षणाबरोबरच ख्रिस्ती धर्माचाही प्रसार भारतात होऊ लागला हे जांभेकरांच्या लक्षात आले. ते

पाश्चात्त्य ज्ञान व इंग्रजी शिक्षणाचे पुरस्कर्ते होते. मात्र त्यांना हिंदू संस्कृतीचा आणि धर्माचा अभिमान होता. सनातनी विचारांचे आणि आचारांचे मात्र त्यांना वावडे होते. धर्मभावनेला उदार बनविले पाहिजे असे त्यांचे स्पष्ट मत होते.

हिंदू धर्माचा जांभेकरांना अभिमान होता. पाश्चात्त्यांच्या धार्मिक आक्रमणाला हिंदू धर्म बळी पडू नये असे जांभेकरांना वाटत असे म्हणूनच ख्रिश्चन धर्माने बाटलेल्या हिंदू लोकांना शुद्ध करून पुन्हा हिंदू धर्मात घेण्याचे कार्य जांभेकरांनी सुरू केले. परंतु धर्मशुद्धीकरणाच्या या कामगिरीला हिंदू धर्मातील पुरोहितांनी कडवा प्रतिकार केला. जांभेकरांना समाजबहिष्कृत केले. जांभेकरांना त्यांचा रोष, विरोध सहन करावा लागला. परंतु धार्मिक सुधारणेच्या चळवळीपासून जांभेकर विचलित झाले नाहीत. उलट या प्रकारापासून त्यांना खूप काही शिकायला मिळाले. धार्मिक सुधारणा या अत्यंत संयमाने बुद्धीवादाने आणि सावधपणे करायला पाहिजेत अशी त्यांची भूमिका होती.

वाङ्मय आणि वृत्तपत्रे क्षेत्रातील कार्य :

विद्वत्ता आणि अनेक विषयांचा गाढा अभ्यास यांमुळे जांभेकरांनी इतिहास, धर्म, तत्त्वज्ञान, व्याकरण व विज्ञान विषयांवर पुस्तके लिहिली. भारतीय शिलालेख आणि ताम्रपटांचे संशोधन व वाचन करून अनेक निबंध लिहिले. त्यामुळे त्यांना 'आद्य इतिहासकार' मानले जाते. त्यांचे सर्वात महत्त्वाचे वाङ्मयीन कार्य म्हणजे ज्ञानेश्वरीचे पाठभेदासह संपादन होय. जांभेकरांच्या विद्वत्तेला कल्पकतेची व लोककल्याणाची दृष्टी होती. बाल व्याकरण, नीतिकथा, सार संग्रह, हिंदुस्थानचा इतिहास, संध्येचे भाषांतर, इग्लंडचा इतिहास, हिंदुस्थानातील इंग्रजी राज्याचा इतिहास, हिंदुस्थानचा प्राचीन इतिहास इत्यादी त्यांचे प्रमुख ग्रंथ आहेत.

वृत्तपत्र ही जनजागृतीसाठी सार्वजनिक जीवनातील प्रचंड शक्ती आहे हे ओळखून 'दर्पण' हे १८३२ मध्ये मराठी भाषेतील पहिले साप्ताहिक सुरू केले. इंग्रजी व मराठी भाषेत ते निघत होते. त्यांनी समाजाच्या विविध अंगांना स्पर्श करणारे विचार त्यातून मांडले आहेत. ज्या देशात वृत्तपत्रांना लोकांच्या मनावर परिणाम करण्याचे संपूर्ण स्वातंत्र्य मिळाले आहे तो देश खचित धन्य होय. शिक्षण हे समाजसुधारणेचे प्रभावी साधन आहे असे त्यांनी प्रभावीपणे मांडले आहे. शिक्षणामुळे प्रतिगामी आणि सनातनी मतांचा लोकांच्या मनावर जो पगडा पडला आहे तो दूर होईल, तसे झाल्याशिवाय समाजाची प्रगती नाही. जीवनाकडे उदार दृष्टीने पाहिले पाहिजे. 'दर्पण' या वृत्तपत्राच्या माध्यमातून त्यांनी लोकांचे या प्रश्नाकडे लक्ष केंद्रित

केले. सरकारच्या अन्यायी व अत्याचारी धोरणावरही त्यांनी टीका केली. जनतेतील दोष, त्यांच्या अडाणी समजुती दूर करण्याचे प्रयत्न केले. 'दर्पण' बंद होण्याच्या सुमारास म्हणजे १८४० मध्ये त्यांनी 'दिग्दर्शन' नावाचे मराठी दैनिक सुरू केले. विज्ञानाचा लोकांच्यात प्रचार करणे हा त्यामागील उद्देश होता. स्त्री शिक्षण, पाश्चात्त्य ज्ञान, विधवा विवाह शुद्धीकरण यांचा त्यांनी त्यातून पुरस्कार केला. त्यांचे हे अमोघ कार्य पाहून ब्रिटिश सरकारने त्यांचा 'जस्टिस ऑफ पीस' हा बहुमान देऊन गौरव केला.

इतिहास संशोधन कार्य :

इतिहास संशोधन करण्यासाठी त्यांनी अनेक ऐतिहासिक स्थळांना भेटी दिल्या. तेथील ताम्रपट, शिलालेख, स्तंभ, नाणी इ. ऐतिहासिक साधनांचा चिकित्सक अभ्यास केला. त्यासाठी मोडी, फारसी, हिंदी, कन्नड, संस्कृत आदी भाषांचा सखोल अभ्यास केला. कारण ही ऐतिहासिक साधने विविध भाषांत लिहिली होती. आणि इतिहास संशोधनासाठी वरील भाषा संशोधकाला येणे गरजेचे होते. तेव्हा शिलालेख, ताम्रपट यांचे संशोधन करून जांभेकरांनी त्यावर विद्वत्तापूर्ण निबंध लिहून प्रकाशित केला. त्यामुळे प्राचीन भारतातील राजकीय, सामाजिक, धार्मिक व सांस्कृतिक माहिती उपलब्ध होण्यास मदत झाली. याशिवाय हिंदुस्थानचा इतिहास, हिंदुस्थानचा प्राचीन इतिहास, इंग्लंडचा इतिहास आदि ग्रंथ त्यांनी लिहिले. त्यामुळे जांभेकरांना संशोधनाची व इतिहास लिखाणाची दृष्टी प्राप्त झाली होती. चिकित्सक दृष्टिकोनातून त्यांनी इतिहासाचे अध्ययन केले. सत्यशोधनाच्या व इतिहास दृष्टीने इतिहासाकडे पाहणारे ते पहिले इतिहास- संशोधक होते. जांभेकरांच्या या इतिहास संशोधनाच्या सखोल कार्यामुळे अनेक ब्रिटिश संशोधकही जांभेकरांचे मार्गदर्शन घेताना दिसून येतात. जांभेकर व्यासंगी, अभ्यासू आणि ज्ञानी होते. हे त्यांच्या संशोधन कार्याच्या व्यासंगावरून स्पष्ट होते.

जीवनमूल्य :

आचार्य बाळशास्त्री जांभेकर हे थोर विचारवंत, गाढे इतिहास संशोधक, समाजसुधारक, निर्भीड पत्रकार, संपादक, हाडाचे व्यासंगी शिक्षक अशा अनेक रूपात आपणाला दिसून येतात. त्यामुळेच त्यांना 'आद्य समाजसुधारक', 'मराठी वृत्तपत्राचे जनक', 'आद्य इतिहास संशोधक', 'व्यासंगी पंडीत' अशा शब्दात त्यांचा गौरव केला जातो. त्यांनी स्त्री-शिक्षण, विज्ञानाचा पसार, विधवा विवाह, शुद्धीकरण चळवळ इत्यादींचा पुरस्कार केला. लोकजागृतीचे कार्य केले. समाजाचा दृष्टिकोन

विशाल, उदार व चिकित्सक बनल्याशिवाय प्रगती होणार नाही म्हणून त्यांनी 'दर्पण', 'दिग्दर्शन' यासारखी वृत्तपत्रे व मासिके सुरू केली. आपल्या लेखनाद्वारे त्यांनी आपल्या बुद्धीची झेप दाखविली. आपल्या समाजाच्या उन्नतीसाठीच त्यांची ही धडपड होती. विविध पातळ्यांवर काम करणारे जांभेकर हे महाराष्ट्रातील दूरदृष्टी असणारे महापुरुष होते.

*** गोपाळ हरी देशमुख उर्फ लोकहितवादी (इ.स.१८२३ – १८९२) :**

महाराष्ट्रातील समाजसुधारणा, राजकीय सुधारणा, शिक्षण आदि क्षेत्रात ज्यांनी महत्त्वपूर्ण काम केले ते गोपाळ हरि देशमुख उर्फ लोकहितवादी होत. त्यांनी समाजातील जातीयतेवर, अंधश्रद्धेवर, वाईट चालीरीतींवर कठोर प्रहार केले. त्यांचे विचार पुरोगामी होते. त्यांच्या विचाराला त्या काळातील काही मर्यादा असल्या तरी त्यांचे लेखन आणि विचार समाजप्रबोधनसाठी अत्यंत उपयुक्त होते. समाजातील लोकांनी काळानुरूप आपल्या विचारात आणि कृतीत बदल केला पाहिजे. त्यांनी ज्ञान–विज्ञान नवे विचार यांना अत्यंत महत्त्व दिले होते. त्यांनी महाराष्ट्रातील समाजात जागृती घडवून आणण्याचे मनस्वी प्रयत्न केले. त्यासाठीच आपले संपूर्ण जीवन त्यांनी वेचले. अशा या आद्य समाजसुधारकाची आपण ओळख करून घेऊ.

जीवन चरित्र :

पुणे येथे १८ फेब्रुवारी १८२३ मध्ये गोपाळ हरी देशमुख उर्फ लोकहितवादी यांचा जन्म झाला. त्यांचे वडील पेशव्यांचे सेनापती बापू गोखले यांचे फडणीस होते. त्यांना त्यांच्याकडून तीन गावची देशमुखी मिळालेली होती. त्यामुळेच त्यांना देशमुख हे नाव मिळाले.

गोपाळराव लहानपणापासून तब्येतीने चांगले होते. पोहणे, घोड्यावर बसणे, नेमबाजी करणे यांची त्यांना आवड होती. ते अत्यंत हुशार आणि कुशाग्रबुद्धीचे होते. परंतु गोपाळराव तेरा वर्षांचे असतानाच त्यांचे वडील वारले. त्यामुळे त्यांच्या कुटुंबावर फार मोठे संकट कोसळले. वडिलांच्या मृत्यूनंतर लगेचच त्यांची जहागिरी जप्त करण्यात आली. त्यांचे ज्येष्ठ बंधू चिमणराव यांनी ती परत मिळावी म्हणून खूप प्रयत्न केले. परंतु ते निष्फळ ठरले. मात्र त्यांच्या मातोश्रींला पेन्शन मिळाली. संसाराची जबाबदारी आता त्यांच्यावरच येऊन पडली. अशा परिस्थितीत अनेक अडचणींना तोंड देत देत गोपाळरावांना शिक्षण घ्यावे लागले.

इ.स.१८४१ मध्ये ते इंग्रजी शाळेत दाखल झाले. तेथील अभ्यासक्रम अत्यंत

आधुनिक महाराष्ट्रातील सामाजिक आणि धार्मिक परिवर्तन आणि... । ५९

चिकाटीने त्यांनी तीन वर्षात पूर्ण केला. आपल्या बुद्धिमत्तेचा प्रभाव त्यांनी शिक्षकांवर पाडला. संतवाङ्मयाचाही त्यांनी चांगला अभ्यास केला होता. इतिहास तर त्यांचा आवडीचा विषय होता. इतरही विषयात त्यांनी चांगलेच प्रावीण्य मिळविले होते. या काळातच त्यांनी भाषांतराचे कौशल्यही प्राप्त केले. संस्कृत, फारसी, गुजराती, हिंदी या भाषा चांगल्या अवगत होत्या. यावरूनही त्यांच्या बुद्धिमत्तेचे तेज लक्षात येते.

विविध पदांवर नोकरी :

इ.स.१८४४ मध्ये भाषांतरकार म्हणून सरकारी खात्यात नोकरी मिळाली. त्यांची काम करण्याची पद्धत, शिस्त, कामाची चिकाटी पाहून त्यांची दोनच वर्षात शिरस्तेदार या पदावर नियुक्ती झाली. इ.स. १८४६ मध्ये मुन्सफची परीक्षा पास झाले. लगेच इ.स.१८५६ मध्ये त्यांना वाई येथे मुन्सफ या पदावर नियुक्ती झाली. इ.स.१८५६ मध्ये इनाम कमिशनवर असिस्टंट कमिशनर आणि कमिशनर या पदावर नियुक्ती मिळाली. इ.स.१८६२ मध्ये अहमदाबाद येथे असिस्टंट जज्ज आणि नंतर अहमदनगर येथे जज्ज म्हणून निवड. १८६३ मध्ये नाशिकला त्यांची जॉईंट सेशन जज्ज म्हणून नेमणूक, १८७९ मध्ये म्हणजे जवळ जवळ ३५ वर्षे सेवा केल्यानंतर त्यांना पेन्शन मिळाली. या नोकरीच्या दरम्यानच त्यांना 'जस्टिस ऑफ पीस' आणि 'रावबहाद्दर' या पदव्या देऊन ब्रिटिश सरकारने त्यांचा मोठा सन्मान केला होता. इ.स. १८८० मध्ये मुंबई इलाख्याच्या विधिमंडळाचे सदस्य म्हणून त्यांची नेमणूक केली गेली. गोपाळरावांनी अखेरपर्यंत समाजसेवा केली त्याची पावती म्हणून जनतेने त्यांना 'लोकहितवादी' हा बहुमान देऊन त्यांचा सत्कार केला. अशा या महाराष्ट्रातील प्रारंभीच्या समाजसुधारकाचा मृत्यू इ.स.१८९२ मध्ये झाला.

वृत्तपत्रे आणि वाङ्मयीन कार्य :

लोकहितवादींनी समाजाच्या अत्यंत जिव्हाळ्याच्या विषयावर मराठी भाषेत सुबोध व परिणामकारक चर्चा केली आहे. समाजातील अत्यंत गुंतागुंतीच्या प्रश्नांचा त्यांनी निर्भीडपणे ऊहापोह केला आहे. त्यांची भाषा साधी व सोपी असल्यामुळे वाचकांच्या अंत:करणाला जाऊन भिडत असे. शतपत्रातून लोभ, भ्रम, अंधश्रद्धा यावर त्यांनी कठोर टीका केली आहे. आपल्या समाजातील त्रुटी, रूढी, परंपरा दूर व्हाव्यात हा त्यामागील प्रामाणिक हेतू होता. एक प्रकारे ते लोकजागृतीचेच काम होते. वयाच्या २४ वर्षी त्यांनी लेखनकार्यास सुरुवात केली. नोकरीतून निवृत्त झाल्यावरही त्यांनी लेखनाचा व्यासंग चालू ठेवला होता. समाजसुधारणेविषयी

त्यांना आवड होती. वृत्तपत्रांतून व वैचारिक लिखाणातून समाजाची सुधारणा करण्यासाठी अनेक निबंध व लेख त्यांनी प्रसिद्ध केले. लोकहितवादी जसे समाजसुधारक होते तसे श्रेष्ठ दर्जाचे साहित्यिक होते. भाऊ महाजन यांच्या 'प्रभाकर' या साप्ताहिकात लोकहितवादींनी इ.स.१८४८ मध्ये लिखाणास प्रारंभ केला. समाजाला उद्देशून लिहिलेली ती पत्रे आहेत. त्यांना 'शतपत्रे' म्हणून ओळखले जाते. ती त्यांच्या सुधारणावादी विचारांच्या दृष्टीने अत्यंत महत्त्वाची आहेत. या शतपत्रात राजकीय, धार्मिक, सांस्कृतिक व सामाजिक विषयांचा त्यांनी परामर्श घेतला आहे. मात्र ही पत्रे एकाच विषयावर सलगपणे लिहिली गेली नाहीत. सुचेल तो विषय घेऊन लिखाण केलेले आहे. त्यांच्या ग्रंथात विषयांची मांडणी व भाषाशैली या फार सरळ व मार्मिक आहेत. आपले पुरोगामी विचार लोकांना पटवून देण्यासाठी कोणाच्याही रागलोभाची त्यांनी पर्वा केली नाही. आपले विचार स्पष्टपणे मांडण्याची त्यांची शैली असामान्य होती. त्यांचा अंतरीचा जिव्हाळा त्यांच्या प्रत्येक वाक्यात नव्हे, प्रत्येक शब्दांत प्रतिबिंबित झालेला आहे. ज्ञानप्रकाश, ज्ञानोदय, बुद्धीप्रकाश, बॉम्बे टाइम्स, थिऑसॉफिस्ट इ. वृत्तपत्रांतून व मासिकांतून विविध सामाजिक पद्धतींवर, रूढींवर, मराठी, हिंदी, गुजराथी, इंग्रजी भाषेतून लिखाण केले. लोकहितवादी नावाचे मासिक व त्रैमासिक वैचारिक जागृतीसाठी सुरू केले. शतपत्रांतून समाजाला उद्देशून समाजातील लोकभ्रम, हिंदू धर्मातील विषमता, अंधश्रद्धा इ. विषयांवर टीका करून, या कल्पना हिंदू धर्माने टाकून दिल्या पाहिजेत असे आवाहन केले. हिंदू समाजाची सर्व दृष्टीने प्रगती व्हावी म्हणून सामाजिक, धार्मिक, राजकीय, शैक्षणिक,आर्थिक सुधारणांबाबत आपली मते निर्भीडपणे मांडली. राजकारण व अर्थकारण यांवर त्यांनी 'लक्ष्मीज्ञान', 'हिंदुस्थानास दारिद्र्य येण्याची कारणे आणि त्याचा परिहार व व्यापार विषयी विचार', 'स्थानिक स्वराज्य व्यवस्था', 'ग्रामरचना' यासारखे महत्त्वाचे ग्रंथ लिहिले. लोकहितवादींनी ऐतिहासिक ग्रंथांची भरपूर निर्मिती केली आहे. लोकांच्यातील ज्ञानसंपादनेच्या वृत्तीबद्दल ते उदास व नाराज होते. त्यांनी 'हिंदुस्थानचा इतिहास', 'गुजरात', 'लंका', राजस्थान, पानिपत या विषयावर ग्रंथलेखन केले. आपल्या या विविध प्रकारच्या ग्रंथांतून सामाजाच्या सामाजिक, धार्मिक, शैक्षणिक, राजकीय अशा विविध प्रश्नांची मांडणी केली. हिंदू धर्मातील दोषांवर बोट ठेवून ते बदलण्याचा त्यांनी प्रयत्न केला. ज्ञान हे वाघिणीचे दूध आहे तेव्हा बहुजन समाजाने ते ग्रहण केले पाहिजे हे समाजाला पटवून दिले. समाजातील वाईट चालीरीती, परंपरा, रूढी नष्ट व्हाव्यात आणि आदर्श व मानवतावादी जीवनमूल्ये समाजात रुजावीत यासाठी त्यांनी अत्यंत तळमळीने लेखन केले. समाजजागृतीचे प्रयत्न

अत्यंत तळमळीने व जिद्दीने जाणीवपूर्वक केले. ही त्यांची भूमिका पुढे महाराष्ट्राला खूप काही शिकवून आणि घडवून गेली.

धर्मविषयक विचार :

लोकहितवादींनी संतवाङ्मयाचा चांगलाच अभ्यास केला होता. त्यामुळे धर्माविषयी त्यांनी समतोल विचार मांडले. धर्माचा उगम मानवाच्या बुद्धीमध्ये झाला आहे. असे त्यांचे ठाम मत होते. आजचा धर्म हा अत्यंत ढोंगी व खोटारडा बनला आहे. त्याला विकृती प्राप्त झाली आहे. धर्माच्या नावावर आज अनेक वाईट प्रकार चालू आहेत. व्रत वैकल्यासोबत सोवळे ओवळे यांचे स्तोम माजवले जाते. हा मार्ग सोडून लोकांनी खरा धर्म ओळखला पाहिजे. समतेवर आधारलेल्या नव्या धर्माचा जनतेने पुरस्कार केला पाहिजे. सामाजिक आणि आर्थिक अन्यायाचे निमूर्लन करणारा खरा धर्म जनतेला मिळाला पाहिजे असे ते स्पष्टपणे सांगत. लोकहितवादींना मानवी जीवनातील तात्त्विक समस्यांपेक्षा सामाजिक समस्याचे भान अधिक होते. म्हणूनच त्यांनी आपल्या लेखनातूनही बुद्धिवाद आणि भौतिकवाद सांगितला. लोकहितवादींनी मानवता, समताधिष्ठित खऱ्या धर्माचे स्वप्न पाहिले होते. हे त्यांच्या धार्मिक विचारांच्या लेखनातून स्पष्ट होते.

सामाजिक कार्य :

लोकहितवादींनी सर्वांगीण सामाजिक सुधारणेचा आग्रह धरला होता. त्यामुळेच त्यांनी समाजातील दोषांवर कडक टीका केली आहे. समाजातील अनिष्ट प्रथा बाजूला सारून सामाजिक प्रगतीचा विचार करावा असा त्यांनी आग्रह धरला होता. भारतीय समाजाच्या अधोगतीला जातीसंस्था कारणीभूत आहे हे त्यांनी ओळखले होते. सर्व समाजाला समान लेखले पाहिजे. सर्वांनी काम केले पाहिजे . उच्चभ्रू लोकांनी श्रेष्ठत्वाचा टेंभा सोडून दिला पाहिजे. नव्या आचार-विचारांचा व सामाजिक बदलांचा स्वीकार सर्वांनी केला पाहिजे. धर्माचा व नीतीचा सर्वांनी जीवनात अवलंब केला पाहिजे. आपसांतील हेवेदावे, गुलामगिरी व लाचारी सोडून द्यावी. देशहित व मानवता हित हाच धर्म सर्वांनी मानावा म्हणजे समाजाची व पर्यायाने देशाची प्रगती होईल असे त्यांना वाटत होते. म्हणून त्यांनी जातीसंस्थेवर कठोर टीका केली आहे. यासाठी त्यांनी इंग्रजांचे अनुकरण करावे असे प्रतिपादन केले आहे. शब्दप्रामाण्यापेक्षा बुद्धिप्रामाण्य स्वीकारावे असा त्यांनी आग्रह धरला होता. नवविचारांच्या स्वीकाराची मागणी त्यांनी केली होती. इंग्रजात शिस्त, चिकाटी, उद्योगप्रियता, शौर्य, देशाभिमान

आढळतो. उलट आम्ही आळशी, भित्रे आणि स्वार्थी आहोत. सामाजिक दृष्टीने इंग्रज स्त्री-दाक्षिण्यवादी, सामाजिक विषमता न मानणारे आहेत तर आम्ही स्त्रीदाक्षिण्य पायदळी तुडवणारे, जातीयता मानणारे, आपपरभावाने विघटित झालेले आहोत असे विचार त्यांनी स्पष्टपणे मांडले. समाजसुधारणेसाठी त्यांनी पुनर्विवाहास विशेष महत्त्व दिले होते. त्यांनी बहुपत्नीकत्व, हुंडा, बालविवाह या वाईट पद्धतींवर टीका केली आहे. स्त्रियांच्या शिक्षणावर त्यांनी भर दिला होता. स्त्री-पुरुष समानता हे तत्त्व त्यांनी मान्य केले होते. हिंदूधर्मातील सामाजिक प्रश्नांचा त्यांनी सखोल अभ्यास केला होता. म्हणून बालविवाह, हुंडापद्धती, पडदा पद्धती, सतीची चाल, जरठ विवाह यावर त्यांनी कडाडून प्रहार केला होता. त्यांची विचारसरणी समानतावादी होती. अशा अनेक सामाजिक प्रश्नांचा त्यांनी अत्यंत सखोल विचार करून समाजासमोर आपले विचार सामाजिक चळवळीच्या माध्यमातून मांडले.

शैक्षणिक विचार :

भारतीय समाजातील अज्ञान दूर होऊन एक समाजाधिष्ठ समाज तयार होण्यासाठी शिक्षणाची अत्यंत गरज आहे. शिक्षणाचा प्रसार आणि प्रचार सर्वदूर झाला पाहिजे. केवळ भारतातील ज्ञानच महत्त्वाचे आहे असे नाही तर त्यासोबत पाश्चिमात्य भौतिक शास्त्राचे ज्ञानही महत्त्वाचे आहे. समाजाला माणूस म्हणून जगावयाचे आहे तर जीवनाभिमुख ज्ञान मिळविणे गरजेचे आहे. सुधारणावादी राष्ट्राबरोबर जावयाचे असेल तर त्याच्या जीवनपद्धती, ज्ञान, सुधारणा यांचा स्वीकार केलाच पाहिजे. विद्याप्रसार कार्यासाठी मराठी शाळेत इंग्रजी शिक्षक नेमावेत. जगप्रवास करावा. वाचनालये काढावीत, वर्तमानपत्रांचा प्रसार व्हावा असे त्यांचे ठाम विचार होते. ज्ञान हीच महान शक्ती आहे. ती सर्वांनी अंगीकारली पाहिजे तरच आपण आणि आपला भारतदेश प्रगतीपथावर जाऊ शकतो असे प्रामाणिक आणि तळमळीचे विचार लोकहितवादींनी समाजासमोर ठेवले आहेत.

राजकीय विचार :

लोकहितवादींनी कोणतीही राजकीय संघटना स्थापन केलेली नाही किंवा राजकीय क्षेत्रात प्रत्यक्षात कार्य केलेले नाही. लोकशाहीपद्धती या देशात आली पाहिजे असे त्यांनी प्रतिपादन केले. त्यांची राजकीय विचारांची सांगड अर्थिक विचारांशी सांगड घालणारी होती. व्यक्तींत समानता असावी. व्यक्तीच्या समाजाच्या स्थैर्यात, आनंदात जो अडसर आहे तो राज्याने दूर केला पाहिजे. अशी त्यांची

विचारधारा होती. लोकहितवादींनी बहुजन समाजाच्या प्रगतीआड येणाऱ्या शासनकर्त्यांवर टीका केली आहे तर इंग्रजी शासनकर्त्यांचे फायदेही सांगितले आहेत. राजकीय पारतंत्र्यांचे भान त्यांना होते. त्यादृष्टीने त्यांनी अनेक गोष्टी सांगितल्या आहेत. त्यापैकी एके ठिकाणी ते म्हणतात, 'आपण सारे एकत्र होऊन विलायतेत शिष्टमंडळ पाठवावे आणि आपल्या देशात पार्लमेंट मागून घ्यावे,' असे त्यांनी ठामपणे सांगितले. आपल्या देशातील स्वाभिमानशून्यतेची त्यांना चीड होती. लोकहितवादींना स्वराज्याची ओढ होती, मनिषा होती. त्यासाठी ते तळमळीने समाजाला काही सांगतात. हे सांगणे म्हणजेच लोकहितवादींचा तळमळीचा प्रगल्भ विचार आहे. राजकीय नेत्यांची निवड करताना चारित्र्यवान राष्ट्रनिष्ठा, कार्याची तळमळ, नि:स्वार्थी समाजसेवा करणाऱ्या व्यक्तीचीच जनतेने निवड करावी असे सुचविले. ब्रिटिश शासनामुळे समाजातील अनिष्ट प्रथा कमी होतील असे त्यांना वाटत होते. इंग्रजी सत्तेमुळे या देशाचे हित झाले असे त्यांचे मत होते. परंतु या राजकीय शक्तीचे उच्चाटण करणे इतकी सोपी गोष्ट नाही. याचे त्यांना भान होते. याचा अर्थ लोकहितवादी हे इंग्रजी सत्तेचे धार्जिणे होते असा नाही. कारण यापूर्वीच त्यांनी अनेक मासिकातून आणि वृत्तपत्रातून या इंग्रजी सरकारच्या चुकीच्या धोरणांच्या विरोधात परखडपणे आपले विचार मांडले आहेत. इंग्रजी सरकारच्यामुळेच इथल्या व्यावसायिकांचे व्यावसाय बुडून त्यांचे आर्थिक नुकसान झाले आहे. तेव्हा देशाची अर्थिक परिस्थिती राजकीय स्वातंत्र्याशिवाय सुधारणारच नाही म्हणून त्यांनी राजकीय जागृतीचे कार्य केले.

लोकहितवादींचे वाङ्मय :

लोकहितवादींचे ऐतिहासिक साहित्य मोठ्या प्रमाणात भाषांतरित स्वरूपाचे होते. परंतु शिलालेख, ताम्रपट, नाणी इ. बाबतचे लिखाण संशोधन स्वरूपाचे होते. इतिहासावरील त्यांचे ग्रंथ – हिंदुस्थानचा इतिहास, गुजरात देशाचा इतिहास, उर्देपूरचा इतिहास इत्यादी आहेत. धर्म आणि नीती शास्त्रावरील त्यांचे ग्रंथ गीतातत्त्व, खोटी साक्ष व खोटी शपथ, स्वाध्याय, सुभाषित, सुबोध वचने तसेच समाजसुधारणा विषयी जातीभेद, शतपत्रे, भिक्षुक इत्यादी ग्रंथ महत्त्वाचे आहेत. असे अनेक ग्रंथ त्यांनी समाजहितासाठी लिहिले.

जीवनमूल्य :

गोपाळ हरि देशमुख यांचे स्थान प्रारंभीचे महाराष्ट्रातील समाजसुधारक म्हणून

महत्त्वाचे आहे. सरकारी नोकर असले तरी त्यांचे विचार क्रांतिकारक व प्रगतिवादी होते. परंतु शासनातील सेवक असल्याने त्यांच्या कार्याला काही मर्यादा होत्या. तरीसुद्धा नोकरी सांभाळून त्यांनी केलेली सामाजिक कामगिरी निश्चितच कौतुकास्पद आहे. सामाजिक कार्य कृतीत आणताना त्यांना काही मर्यादा पडल्या, तरीसुद्धा येथील परंपरेने जखडून टाकलेल्या हिंदू समाजाला वैचारिक चालना देण्याचे त्यांनी कार्य केले हे विसरून चालणार नाही. लोकहितवादींनी सामाजिक, आर्थिक, धार्मिक व राजकीय प्रश्नांवर पुरोगामी विचार मांडले. धर्मातील अनिष्ट प्रथांवर टीका केली. मानवी जीवनाकडे पाहणारा परंपरागत दृष्टिकोन बदलला पाहिजे असे त्यांनी प्रतिपादन केले. आपल्या वृत्तपत्रीय व ग्रंथलेखनातून त्यांनी आपला देश व समाजस्थितीचे प्रभावी चित्रण करून समाजाला मार्गदर्शन केले, त्यांनी आधुनिक शिक्षणाची बैठक घालून दिली. आर्य समाजाच्या कार्यातही त्यांनी लक्ष घातले होते. यावरून त्यांचा दूरदर्शीपणा दिसून येतो. ते या समाजाच्या कार्यासाठी नेहमी व्याख्याने देत. सरकारी नोकरीतून निवृत्त झाल्यानंतर 'लोकहितवादी' हे मासिक सुरू केले. त्यामधून समाजजागृतीचा नवा आवाज उठवला. लोकहितवादी हे गाढे विद्वान होते, मोठे विचार प्रवर्तक होते. समाजाच्या सर्व समस्यांचा त्यांनी बारकाईने विचार केला होता. प्रारंभी महाराष्ट्रात आपल्या वाङ्मयीन कार्याने जनजागृतीचे महत्त्वाचे कार्य केले म्हणूनच त्यांना राष्ट्रवादाचे आद्य प्रवर्तक म्हटले जाते. भारतीय समाज एकजिनसी बनावा अशी त्यांची मनोमन इच्छा होती. त्यामुळे भारतातून लवकरच इंग्रजी राजवट संपुष्टात येईल असा आशावाद त्यांना होता. यावरून त्यांच्या द्रष्टेपणाची कल्पना येते.

लोकहितवादी हे नुसते बोलके सुधारक आहेत, ते कर्ते सुधारक नाहीत अशी टीका काही विद्वानांनी सुरू केली होती. या टीकेत काही अंशी सत्य असले तरी त्याकाळची परिस्थिती आणि लोकहितवादी यांच्यावरील नोकरीचे दडपण लक्षात घेऊन गोष्टीचा विचार केला पाहिजे. लोकहितवादींनी केलेले कार्य महाराष्ट्रातील समाजपरिवर्तनास आणि समाजसुधारणेस नवी दिशा देणारे ठरले आहे हे विसरता येणार नाही.

✻ दादोबा पांडुरंग तर्खडकर (इ.स.१८१४ - १८८२) :

दादोबा पांडुरंग तर्खडकर यांना मराठी भाषेचे पाणिनी म्हणून सर्वत्र ओळखले जाते. महाराष्ट्रातील प्रारंभीचे धर्मसुधारक, समाजसुधारक, व्याकरण आणि भाष्यकार, स्वतंत्र प्रज्ञेचे पहिले ग्रंथकार म्हणून त्यांचा उल्लेख केला जातो. त्यांचे साहित्य रसपूर्ण आणि आनंददायी आहे. विचार प्रवर्तक आणि मौलिक साहित्याची निर्मिती त्यांनी केली. त्यांनी शिक्षण आणि धर्म या क्षेत्रात बदल करण्याचा प्रयत्न केला. महाराष्ट्राच्या

समाज प्रबोधनातही त्यांचा मोठा सहभाग आहे.

जीवन चरित्र :

दादोबा पांडुरंग तर्खडकरांचा जन्म इ.स.१८१४ मध्ये झाला. त्यांचे मूळचे गाव वसई येथील तर्खेड होय. या गावच्या नावावरूनच ते तर्खडकर या नावाने ओळखले जाऊ लागले. त्यांचे आजोबा व्यवसायानिमित्ताने मुंबईला आले. आणि तेथेच स्थिर झाले. वडील पांडुरंग आणि आई यशोदाबाई होय. त्यांच्या घरातील वातावरण धार्मिक होते. तसे संस्कार त्यांच्यावर बालपणीच झाले. त्यांचे प्राथमिक शिक्षण खाजगी शाळेत झाले तसेच वडिलांकडून त्यांना काही शिक्षण मिळाले. इंग्रजी शिक्षण बॉम्बे नेटीव्ह एज्युकेशन सोसायटीच्या शाळेत झाले. दरम्यानच्या काळात रितीरिवाजाप्रमाणे त्यांचा विवाह झाला. शिक्षण सुरू असतानाच त्यांनी मराठी भाषेच्या व्याकरणाचे पुस्तक लिहिले. इ.स.१९३५ पासून ते नोकरी करू लागले. तसेच इ.स.१८४० ला एल्फिस्टन इंस्टिट्यूटमध्ये असिस्टंट टीचर म्हणून ते काम करू लागले. पुढे ते पूना ट्रेनिंग कॉलेजच्या डायरेक्टरपदी रूजू झाले. तसेच इ.स.१८५२ मध्ये अहमदनगरचे डेप्युटी कलेक्टर म्हणून नियुक्ती झाली. यादरम्यान भिल्लांच्या बंडाचा यशस्वीपणे मुकाबला केल्यामुळे त्यांना ब्रिटिश सरकारने रावबहाद्दर ही पदवी देऊन त्यांचा गौरव केला. इ.स. १८६२ मध्ये ते सेवानिवृत्त झाले.

आपली नोकरी करीत करीत दादोबा पांडुरंग तर्खडकर यांनी समाजातील समस्यांकडे लक्ष दिले. समाजकार्य, धार्मिक कार्य, राजकीय कार्य, या विविध कार्यात त्यांनी मोठ्या हिरिरीने सहभाग घेतला. त्या काळातील समविचारी लोकांना एकत्र करून त्यांनी मानवधर्मसभा, परमहंस सभा, बॉम्बे असोसिएशन, सरकारी पुस्तक समिती अशा विविध संघटना काढून त्यांनी सामाजिक कार्यात सक्रिय सहभाग घेतला. त्यांनी अनेक ग्रंथांचे लेखन केले. सेवानिवृत्तीनंतर दादोबांनी इंग्रजीचे भाषांतरकार म्हणूनही काम केले. अशा या महापुरुषाचा मृत्यू इ.स.१८८२ मध्ये झाला.

सामाजिक आणि धार्मिक कार्य :

हिंदू समाज विस्कळीत झाला होता. धार्मिक जीवन गतिहीन बनले होते. समाजात फार मोठी विषमता होती. अनेक अघोरी कृत्ये धर्माच्या नावावर होत होती. दादोबांचे व्यक्तिमत्त्व, धार्मिक प्रवृत्ती व बालपणापासूनचे संस्कार यामुळे त्यांनी समाजसुधारणेच्या क्षेत्रात भरीव कार्य केले. त्यांनी समाजजीवन गतिशील बनविण्याचा प्रयत्न केला. इंग्रजी शिक्षणाचा प्रभाव दादोबांच्या जीवनावर मोठा

झाला होता. सामाजिक सुधारणेविषयी त्यांचे विचार प्रगल्भ होते. पाश्चात्त्य शिक्षणाने ते डोळस बनले होते. म्हणूनच सामाजिक व धार्मिक कार्यास ते प्रवृत्त झाले. दादोबांना ख्रिस्ती धर्मातील शिकवणीविषयी जिव्हाळा वाटला. ख्रिस्ती धर्मातील सेवाभावी दृष्टिकोन व मानवतेच्या सेवा करण्याच्या कार्याने ते प्रभावित झाले. आपल्या धर्मात अनेक वाईट प्रथांचे प्रस्थ माजले आहे. ते दूर सारून त्याला चांगले स्वरूप दिले पाहिजे अशा नव्या मतांचे दादोबा पुरस्कर्ते होते. त्यावेळी महाराष्ट्रात धर्मांतराची लाटच उसळली होती. त्यावेळी दादोबांनी जांभेकरांच्या मदतीने श्रीपाद शेषाद्री याला शुद्ध करून पुन्हा हिंदू धर्मात घेतले. यावरूनही दादोबा यांच्या विचारकार्याचे महत्त्व स्पष्ट होते. दादोबा ह्यांना ख्रिश्चन धर्मातील चांगल्या गोष्टींबद्दल आकर्षण होते. मिशनऱ्यांच्या सेवाभावी व मानवतावादी कार्याने असे तरुण भारावलेले होते. मात्र ते हिंदू धर्माभिमानी होते. त्यांनी स्वधर्मात चांगल्या तत्त्वप्रणाली स्वीकारण्याचे उदिष्ट नजरेसमोर ठेवले. दादोबा पांडुरंगांनी आपले विचार पटणाऱ्या लोकांच्या मदतीने मानवधर्म व परमहंस सभा स्थापन केल्या. समाजाच्या सुधारणा आणि कल्याण व्हावे या उद्देशाने दादोबांनी हे कार्य हाती घेतले.

अ) मानवधर्म सभा :

सुरत येथे काम करीत असताना दादोबा पांडुरंग यांनी नवसुशिक्षित लोकांच्या साहाय्याने 'मानवधर्म सभा' इ.स. १८४४ मध्ये स्थापन केली. त्यात दुर्गाराम मंघाराम मेहता, दिनमणी शंकर दलपतराय यांसारखी मंडळी होती. त्या सभेचे दादोबा पांडुरंग हे अध्यक्ष होते. या सभेने सामाजिक सुधारणेसाठी पुढील सात धर्मतत्त्वे सांगितली होती.

१) ईश्वर एक आहे, तो निर्गुण निराकार आहे.
२) ईश्वरभक्ती हाच खरा धर्म आहे.
३) सर्व मनुष्यमात्राचा धर्म एकच आहे.
४) प्रत्येकाला विचार स्वातंत्र्य आहे.
५) मनुष्याचे श्रेष्ठत्व कर्मावर नाही तर गुणांवर अवलंबून आहे.
६) सर्वांनी शिक्षण घेऊन ज्ञानी बनावे.

या संघटनेतील सदस्यांनी वरील सर्व धर्मतत्त्वे पाळलीच पाहिजेत असे बंधन होते. सभेतील आचार विचार अतिशय उदात्त मानवतावादी, समतावादी होते. या सदस्यांना मूर्तीपूजा मान्य नव्हती. त्यांचा विषमता निर्माण करणाऱ्या जातीसंस्थेला विरोध होता. हिंदू धर्माला शुद्ध पवित्र स्वरूप आणण्यासाठीच त्यांचे हे प्रयत्न होते.

पुढे दादोबांनी या संस्थेच्या प्रचार प्रसारासाठी 'धर्म विवेचन' हा ग्रंथ लिहून प्रसिद्ध केला. परंतु दादोबांच्या नंतर या संघटनेस समाज-विकासासाठी निरपेक्ष भावनेने झटणारे लोक मिळाले नाहीत त्यामुळे ही संस्था लोप पावली.

ब) परमहंस सभा :

दादोबा पांडुरंग तर्खडकर यांनी इ.स.१८४९ मध्ये मुंबई येथे 'परमहंस सभा' स्थापन केली. या सभेची तत्त्वे मानवधर्म सभेसारखीच होती. आत्माराम पांडुरंग, भाऊ महाजन यासारखी सुधारक मंडळी या सभेमध्ये होती. जातीभेद मोडून काढण्याचा निर्धार या सभेने केला होता. हिंदू धर्मातील अनिष्ट प्रथा मोडण्याचा प्रयत्न त्यांनी केला. ही सभा जातीभेद मानत नसे. मूर्तिपूजा त्याज्य मानी. एकेश्वरवादाचा पुरस्कार करी. अनेक शहरात या सभेच्या शाखा उघडलेल्या होत्या. कोणत्याही व्यक्तीला या संस्थेचे सभासद होता येत असे. सभासद होताना 'मी जातीधर्म मानणार नाही' अशी शपथ सभासदाला घ्यावी लागत असे. सभेच्या बैठकी गुप्तपणे व एकांतात भरत असत. सभेत सामुदायिक प्रार्थना व सहभोजनाला विशेष महत्त्व असे. या सभेचे सभासद मुंबईबाहेर जाऊन आपापल्या गावी मंडळाचा प्रसार व प्रचार करीत. या सभेचे कार्य गुप्तपणे चालत होते. या सभेचे कामकाज नीट चालण्यासाठी दादोबांनी काही मार्गदर्शक तत्त्वांचा स्वीकार केला होता. तसेच 'परमहंसिक ब्राह्म धर्म' नावाचा ग्रंथ लिहून धार्मिक सुधारणेविषयी या ग्रंथात मार्गदर्शन केले होते.

क्रांतिकारी या सभेने जाती निर्मूलन, पुनर्विवाह, मूर्तीपूजा विरोध, स्त्री शिक्षण इ. सुधारणांचा पाठपुरावा केला. सभेच्या सुरुवातीस व शेवटी दादोबांनी लिहिलेल्या प्रार्थना सर्वांना म्हणावी लागे. दादोबांनी रचलेल्या प्रार्थनांमधून धर्म, जात, सुधारणा इ. विषयांची कल्पना वाचकांना येते. सभेचे कामकाज गुप्तपणे चालविण्याची अट सभासदांवर होती व हे या सभेचे वैशिष्ट्य होते. इ.स.१८६० पर्यंत परमहंस सभेचे कामकाज चालूच होते. परंतु या सभेतील सदस्यांची यादी चोरीस गेली. सामाजिक बहिष्काराच्या भीतीमुळे सभासदांच्यात प्रचंड खळबळ उडाली. अनेकांनी आपण त्यात नव्हतो असे सांगून अंग काढून घेतले. समाजातही प्रक्षोभक वातावरण निर्माण झाले. अशा परिस्थितीत परमहंस सभा चालू ठेवणे अशक्य आहे हे लक्षात घेऊन चालक मंडळींनी ती बंद केली. सतत १५ वर्षे दादोबा पांडुरंग आणि त्यांच्या पुरोगामी विचारसरणीच्या सहकाऱ्यांनी जे कार्य केले त्यामुळे पुढे कितीतरी वर्षं महाराष्ट्रीय समाजाचे धार्मिक जीवन सुधारण्यास प्रेरणाच मिळाली आहे. खरोखरच दादोबा यांचे हे कार्य गौरवास्पद होते.

क) ज्ञान प्रसारक सभा :

इ.स.१८४८ मध्ये भारतीय समाजात जागृती करण्यासाठी व ज्ञानाचा प्रसार आणि धार्मिक बदल व्हावा म्हणून दादोबांनी पुढाकार घेऊन ज्ञान प्रसारक सभा स्थापन केली. इ.स. १८४८ या सभेच्या स्थापनेस एलफिन्स्टन महाविद्यालयातील सुशिक्षित तरुणांची दादोबांना चांगली साथ मिळाली. दादोबा पांडुरंग तर्खडकर हे या सभेचे पहिले अध्यक्ष होते. सभेमध्ये चर्चा करून सभासदांना सामाजिक परिवर्तनाचे मार्गदर्शन करण्यात येत असे व हे सभासद आपल्या गावी जाऊन तेथील समाजात धार्मिक बदल करण्याची विनंती करत असत. यामुळे काही प्रमाणात जनजागृती होण्यास मदत झाली.

शैक्षणिक कार्य :

दादोबा पांडुरंग तर्खडकर यांनी भौतिक ज्ञान मिळावे म्हणून 'विद्यार्थी वाङ्मय व शास्त्रीय सोसायटी' या संस्थेची स्थापना केली व या संस्थेद्वारे तरुण विद्यार्थ्यांना भौतिक ज्ञानाचे महत्त्व व परिचय करून दिला. या शिवाय हिंदुस्थानातील विद्या व कला, मराठेशाहीचा विकास इ. विषयांवर निबंध लिहून भारतीय समाजाला इतिहासाची व संस्कृतीची ओळख व महत्त्व पटवून दिले.

'मराठी भाषेचे व्याकरण' हा प्रथम ग्रंथ त्यांनीच लिहिला. त्यामुळे मराठी भाषेचा, वाङ्मयाचा प्रसार झाला. तसेच इंग्रजी भाषेच्या व्याकरणाचीही त्यांनी अनेक पुस्तके लिहिली. तर्खडकर इंग्रजी व्याकरणकार म्हणूनही परिचित होते. परमहंसिक व ब्राह्मधर्म व धर्मविवेचन हे दोन धार्मिक सुधारणेवरही ग्रंथ त्यांनी लिहिले. मोरापंतांच्या 'केकावली' या काव्यावर समीक्षात्मक ग्रंथ लिहिला. अशा विविध मार्गांनी दादोबांनी महाराष्ट्राची शैक्षणिक प्रगती करण्याचा प्रयत्न केला. आपला समाज, आपला देश ज्ञानाने सुधारला पाहिजे असे त्यांचे मत होते.

राजकीय कार्य :

राजकारणामध्येही दादोबा पांडुरंग यांनी मोलाची कामगिरी केली आहे. ब्रिटिशांच्या अन्यायी व अत्याचारी धोरणाविरुद्ध ते होते. बॉंबे असोसिएशनने या संदर्भात जो अर्ज केला त्यात ते होते. ब्रिटिशांच्या पंक्तीप्रपंचावर त्यांनी टीका केली. मिठावरील कराच्या विरुद्ध इ.स.१८४४ मध्ये भारतीयांनी मोर्चा काढला. त्यावेळी सरकारने दडपशाही करून तो मोडून काढला. 'परंतु अशा प्रसंगी घाबरून चालणार नाही. जनकल्याणासाठी संघर्ष हा केलाच पाहिजे. शासनकर्ता जर जनतेला त्रास देऊ लागला, दारिद्र्य बनवू लागला तर लढा देणेच योग्य आहे,' असे मत दादोबा

आधुनिक महाराष्ट्रातील सामाजिक आणि धार्मिक परिवर्तन आणि... । ६९

पांडुरंग तर्खडकर यांचे होते.

जीवनमुल्य :

दादोबा पांडुरंग तर्खडकरांचे या काळातील सामाजिक, धार्मिक, शैक्षणिक, वाङ्मयीन कार्याचे योगदान अत्यंत महत्त्वपूर्ण आहे. समाजातील सनातन्यांच्या विरोधाला न जुमानता आणि शासनकर्त्यांच्या दडपशाहीला न घाबरता त्यांनी या काळात ज्या सुधारणा करण्याचे प्रयत्न केले ते अन्यन्यसाधारण असेच आहेत. विविध पदांवर नोकरी करीत, एका बाजूला लेखन करीत दुसऱ्या बाजूला समाजसेवा करणारे अत्यंत धाडसी विचारवंत आणि समाजसुधारक तर्खडकर होते. म्हणूनच महाराष्ट्राच्या सामाजिक सुधारणेतील ते प्रारंभीचे विचारवंत होते. हिंदुस्थानच्या दयनीय अवस्थेस हिंदी जनतेच्या अंधश्रद्धा, रूढी, अज्ञानच जबाबदार आहे. तेव्हा धार्मिक सुधारणा झाल्याशिवाय व समाजपरिवर्तन केल्याशिवाय हिंदी समाजाला या दुष्ट चक्रातून बाहेर पडता येणार नाही असे त्यांचे मत होते. ब्रिटिशांच्या शोषण प्रवृत्तीच्या धोरणाला विरोध करण्यासाठी येथील समाज शिक्षित होणे गरजेचे आहे. स्त्रियांची अनास्था व अवहेलना थांबवायची असेल तर त्यांनाही शिक्षण देण्याचा पुरस्कार त्यांनी केला. अशा प्रकारे समाजातील या आदर्श शिक्षकाने मोठ्या तळमळीने देशबांधवांची सुधारणा व परिवर्तन करण्याचे कार्य निष्ठेने केले. त्यांनी पुढाकार घेऊन परमहंस सभा, मानव धर्मसभा, ज्ञानप्रसारक सभा इ. क्रांतिकारी संस्थांद्वारे व तरुण मित्रमंडळींच्या साहाय्याने देशबांधवांच्या जागृतीचे कार्य केले. आयुष्यभर त्यांनी सामाजिक कार्याला वाहून घेतले होते. ते खरोखरच क्रांतिकारी समाजसुधारक होते. परंतु तत्कालीन सनातनी मंडळी व धर्ममार्तंड मंडळींनी तर्खडकरांच्या कार्याला सातत्याने कडवा विरोध केला. शिवाय समाजसुधारकाच्या ठिकाणी धीरोदात्त वृत्ती, निर्भीडपणा, कार्यावर निष्ठा मोठ्या प्रमाणात असल्याशिवाय धार्मिक सुधारणा करणे कठीण असते. याची त्यांना कल्पना होती. आपली शासकीय नोकरी सांभाळत हे कार्य त्यांना करावे लागले. तरीसुद्धा सुरुवातीच्या व अडचणीच्या काळात महाराष्ट्रीय समाज परिवर्तनाची केलेली कामगिरी महत्त्वाची आहे. दादोबांच्या वैचारिक कामगिरीमुळेच पुढे महाराष्ट्रात प्रार्थना समाजाची स्थापना होऊन धार्मिक सुधारणा करण्यासाठी काही तरुण पुढे येण्यास मदत झाली. आदर्श शिक्षक व सामाजिक शिक्षक म्हणूनही त्यांचे कार्य महाराष्ट्राला मार्गदर्शक ठरले.

* डॉ. भाऊ दाजी लाड (इ.स.१८२४-१८७४)

डॉ. भाऊ दाजी लाड हे महाराष्ट्रातील एक महत्त्वाचे प्रारंभीचे समाजसुधारक आहेत. ते एक विद्वान डॉक्टर, व्यासंगी अभ्यासक, संशोधक आणि लोकप्रिय समाजसुधारक होते. त्यांनी आपल्या पुरोगामी विचारांनी तत्कालीन समाजजीवनावर एक वेगळीच छाप पाडली होती.

जीवन चरित्र :

डॉ. भाऊ दाजी लाड हे मुळचे गोव्यातील पेंडणे तालुक्यातील पार्स या गावचे रहिवासी होते. रामचंद्र विठ्ठल लाड हे त्यांचे मूळ नाव. त्यांचा जन्म त्यांच्या आजोळी मांजरी येथे इ.स.१८२४ ला झाला. त्यांचे घराणे वत्सगोत्री सारस्वत ब्राह्मण होते. पुढे त्यांचे मूळ नाव मागे पडून लोक त्यांना डॉ. भाऊ दाजी लाड या नावाने ओळखू लागले. त्यांचे वडील व्यावसायानिमित्त मुंबईत आले ते तेथेच स्थायिक झाले. त्यामुळे भाऊंची मुंबई हीच कर्मभूमी झाली. त्यांचे शालेय शिक्षण झाल्यानंतर पुढे त्यांनी एल्फिस्टन कॉलेजात प्रवेश घेतला. इतिहास, भूगोल, समाजशास्त्र हे त्यांच्या आवडीचे विषय होते. शिक्षण पूर्ण करून त्यांनी एल्फिस्टन शिक्षण संस्थेतच शिक्षक म्हणून कार्य केले. उत्तम शिक्षक म्हणून त्यांनी चांगलाच नावलौकिक मिळवला. दरम्यानच्या काळात त्यांच्या वडिलांचे निधन झाले आणि कुटुंबाची सर्व जबाबदारी त्यांच्यावर येऊन पडली. ही सर्व जबाबदारी सांभाळतच त्यांनी कार्य केले. परंतु उच्च शिक्षणाची महत्त्वाकांक्षा त्यांना गप्प बसू देईना. तेव्हा इ.स.१८४५ मध्ये त्यांनी शिक्षकाची नोकरी सोडली. व ग्रँट मेडिकल कॉलेजमध्ये इ.स.१८४५ मध्ये भाऊंनी प्रवेश घेतला. परंतु हे वैद्यकीय शिक्षण त्यांना परवडण्यासारखे नव्हते. शिक्षणाचा खर्च भागविण्यासाठी भाऊंनी ग्रंथालयामध्ये काही काळ नोकरी केली. परंतु पैशांअभावी शिक्षण सोडले नाही. इ.स.१८५१ मध्ये त्यांनी जी.जी.एम.सी. ही वैद्यकीय पदवी प्राप्त केली. हुशार व तळमळीची दृष्टी असल्यामुळे भाऊंना याच महाविद्यालयात सब-असिस्टंट सर्जन व दुय्यम शिक्षक म्हणून नोकरी मिळाली. परंतु स्वतंत्र विचारांचे भाऊंना या ठिकाणी नोकरी करणे आवडले नाही. तेव्हा डॉ. भाऊंनी खऱ्या अर्थाने डॉक्टर होण्यासाठी स्वतंत्र दवाखाना मुंबईत सुरू केला. अचूक निदान व कुशल शस्त्रक्रिया यांमुळे त्यांनी या व्यवसायात नावलौकिक कमविला. आपला व्यवसाय करीत असतानाही त्यांनी सार्वजनिक जीवनाकडे दुर्लक्ष केले नाही. त्यांनी मुंबईतील काही धनवानांच्या मदतीने गरिबांच्यासाठी एक धर्मादाय दवाखाना सुरू केला. त्याद्वारे त्यांची जनसेवा सुरू झाली. वैद्यकीय क्षेत्रातही पारंपरिक

औषधांपेक्षा संशोधनावरच अधिक भर दिला. त्यांनी कुष्ठरोगावर एक उत्कृष्ट औषध शोधून काढले. ते 'धन्वंतरी' म्हणून ओळखले जाऊ लागले.

भाऊंनी आपला वैद्यकीय व्यवसाय सांभाळून शैक्षणिक, आर्थिक, सामाजिक व राजकीय इत्यादी क्षेत्रातही फार मोलाचे कार्य केले. या कार्याद्वारे त्यांनी समाजातील अज्ञान, दारिद्र्य व अनिष्ट सामाजिक प्रथा दूर करण्याचे प्रयत्न केले. त्यांनी आधुनिक ज्ञानाची महती ओळखली होती. स्त्री शिक्षणासाठीही त्यांनी आर्थिक झळ सहन करून प्रयत्न केले. भाऊंचे वाङ्मयीन व संशोधन क्षेत्रातील कार्यही मोलाचे आहे. उद्योग व्यवसायातही त्यांनी धडाडीने कार्य केले. कापडगिरण्यातील बेकारांना काम मिळवून देण्याच्या उद्देशाने त्यांनी आपल्या व्यापारी मित्रांच्या साहाय्याने कापसाच्या दलालीचा व्यवसाय सुरू केला. प्रारंभीच्या काळात हा व्यवसाय चांगलाच भरभराटीत चालला. परंतु अमेरिकन स्वातंत्र्ययुद्ध बंद झाल्यानंतर पाश्चात्त्य देशातून कापसाला मागणी कमी झाली. त्यामुळे त्यांना प्रचंड तोटा सहन करावा लागला. फार मोठे कर्ज झाले. त्याच्या परतफेडीसाठी त्यांनी आपले ग्रंथालय, घरदार विकले. एवढेच नव्हे तर त्यांना धर्मादाय दवाखाना चालविणे शक्य झाले नाही. त्यांनी तो बंद केला. अशा संकटसमयी सुद्धा न डगमगता, घाबरून न जाता, धैर्याने आणि ठाम विचारांनी त्यांनी आपली समाजसेवा चालूच ठेवली. थोड्याच दिवसांनी ते आजारी पडले आणि अखेर ३१ मे १८७४ मध्ये ते निधन पावले. परंतु त्यांनी केलेले कार्य महाराष्ट्रीय समाजाला पुढे अनेक वर्ष प्रेरणा देत आहे.

राजकीय कार्य :

डॉ. भाऊ दाजी लाड यांनी इ.स.१८५२ मध्ये सामाजिक आणि राजकीय शक्तीसाठी 'बॉम्बे असोसिएशन' ही संघटना उभी केली. तिचे ते पहिले चिटणीस होते. या संस्थेमार्फत ब्रिटिश पार्लमेंटला पाठविलेल्या एका अर्जात कंपनी सरकार करीत असलेला गैरकारभार, त्यामुळे जनतेचे होणारे हाल इत्यादी स्पष्ट मुद्देसूद प्रश्नांची मांडणी करून ते प्रश्न ब्रिटिश प्रशासनामार्फत सोडविले जायचे. ब्रिटिश आमदानीत भारतीयांना समानतेची वागणूक मिळत नसे. सर्वत्र अपमानित व्हावे लागे. पक्षपातीपणा, काळागोरा भेद सर्वच क्षेत्रात होत होता. भारतीय लोकांच्यावरील हा अन्याय दूर होऊन त्यांना न्याय हक्क मिळाले पाहिजेत यासाठी इ.स.१८५९ मध्ये इंग्रजांनी व्यापार व व्यवसाय यांच्यावर कर बसविण्यासाठी लायसेन्स बील तयार केले. या बिलाचा व्यापार व व्यवसायावर अनिष्ट परिणाम होणार होता. या संदर्भात मुंबईत या बिलाच्या निषेधासाठी सभा भरली. त्यात भाऊंनी तळमळीने आपल्या

जनतेचे प्रश्न मांडले. जनतेच्या अडीअडचणी सोडविण्यासाठी नेहमी ते सज्ज असत.

भारतीय राज्यकारभारविषयक पुस्तके इंग्लंडमध्ये प्रकाशित करण्याचा त्यांचा विचार होता. परंतु दादाभाई नौरोजी यांनी इंग्लंडमध्ये ईस्ट इंडिया असोसिएशन ही संस्था सुरू केली. तिचा उद्देश तोच असल्यामुळे भाऊंनी या संस्थेलाच मदत करण्याचे ठरविले. भारतीयांच्या आर्थिक समस्यांचा विचार करणे आणि त्या प्रश्नांकडे इंग्लंडमधील जनमत आकर्षित करणे हा त्या संस्थेचा हेतू होता. या संघटनेची पुढे मुंबईत शाखा निघाली. तिचे अध्यक्षपद भाऊंनी भूषविले आणि प्राधान्याने येथील जनतेच्या अडीअडचणी सोडविण्याचा प्रयत्न केला. इ.स.१८५५ मध्ये 'लायसेन्स बिल' पास केले तेव्हा भाऊंनी या अन्यायी बिलाविरुद्ध परखड विचार मांडले. भाऊंनी हे बिल मागे घेण्याची विनंती शासनाला केली आणि येथील जनतेला न्याय मिळवून दिला. अशा प्रकारे भाऊंनी अत्यंत प्रतिकूल परिस्थितीतही जनतेच्या आणि महाराष्ट्राच्या कल्याणाचे कार्य केले आहे.

सामाजिक कार्य :

वैद्यकीय व्यवसायाकडे व्यवसाय म्हणून न बघता गरजू समाजाची सेवा या दृष्टीने पाहिले समाजसेवेचा पिंड असलेल्या डॉ. भाऊंनी वैद्यकीय व्यवसायाला समाज सेवेचे माध्यम म्हणून पाहिले. त्यामुळे उपेक्षित, गरजू, गरीब, निराधार लोकांना डॉ. भाऊ दाजी लाड देवदूत वाटले. भाऊंची विधवा-विवाहाविषयी मते पुरोगामी होती. देव कुवर नावाच्या स्त्रीने केलेल्या पुनर्विवाहास ते स्वत: उपस्थित होते. धर्मशास्त्राप्रमाणे समुद्रपर्यटनास बंदी होती. त्याचा निषेध करून त्यांनी भारतीयांनी परदेशात जाऊन उच्च शिक्षण घ्यावे यासाठी प्रयत्न केले. समाजसुधारणेसाठी त्यांनी समाज जागृतीकडे विशेष लक्ष पुरविले. समाजात रूढ असलेल्या अनिष्ट प्रथांना त्यांनी विरोध केला. त्यांचे विचार पुरोगामी होते. रुग्णसेवा करीत असताना त्यांना अनेक लोकांचा परिचय झाला. समाजाची दु:खे कळाली. म्हणून समाजासाठी समाजातील वाईट चालीरीती, परंपरा, श्रद्धा, अंधश्रद्धा, भूतपिशाच्च या मार्गावरून महाराष्ट्रीय समाजाची सुटका करण्यासाठी त्यांनी तळमळीने आणि लोकजिव्हाळ्याने प्रयत्न केले. बॉम्बे असोशिएशन, इस्ट इंडिया असोशिएशन या संस्थाच्याद्वारे येथील समाजाची अनेक गाऱ्हाणी ब्रिटिश शासनापुढे मांडली. शासन समाजाभिमुख बनावे आणि समाजाचे सहकार्य घ्यावे यासाठी प्रयत्न केले. त्यांनी विविध योजनांद्वारे समाजमन जागृतीचे कार्य केले. गोरगरिबांवरील अन्याय दूर करण्यासाठी ते आयुष्यभर झगडत, झुंजत राहिले.

शैक्षणिक कार्य :

डॉ. भाऊ दाजी लाड हे अभ्यासू आणि समाजप्रेमी होते. लहानपणापासूनच त्यांचे शिक्षणावर प्रेम होते. आधुनिक ज्ञानाचे महत्त्व त्यांनी ओळखले होते. भारतातील आपल्या अज्ञानी बांधवांना चांगले ज्ञान मिळावे त्यासाठी त्यांच्यामध्ये शिक्षणविषयक गोडी निर्माण केली. त्यासाठी त्यांनी 'ज्ञान प्रसारक सभा' मुंबईतील एल्फिस्टन मधील विद्यार्थ्यांबरोबर स्थापन केली. भाऊंनी खूप प्रयत्न करून ही संघटना नावारूपास आणली. स्त्री शिक्षणासाठी स्वत: झळ सहन करून त्यांनी मुलींसाठी एक शाळा सुरू केली. समाजातील लोकांनी त्यांना विरोध केला. परंतु त्यांच्या विरोधाला न काही जुमानता त्यांनी ती शाळा मोठ्या कष्टाने चालविली. ते स्त्री शिक्षणाचे पुरस्कर्ते होते. मुंबई विद्यापीठाच्या स्थापनेतही त्यांचा मोठा वाटा होता. याशिवाय व्हिक्टोरिया बाग आणि म्युझियमची स्थापना करण्यात त्यांनी मोठा सहभाग घेतला होता. त्यांनी अनेक ठिकाणी ग्रंथालये सुरू करण्यास प्रेरणा दिली. अशाप्रकारे भाऊंनी अत्यंत तळमळीने शैक्षणिक कार्य केले आहे.

वाङ्मयीन आणि ऐतिहासिक कार्य :

डॉ. भाऊ दाजी लाड यांनी वाङ्मय आणि संशोधनाच्या क्षेत्रामध्ये महत्त्वपूर्ण कार्य केले आहे. जैन धर्माची परंपरा, जैन पद्मावतीचा कालानुक्रम, हेमाद्रीचा काळ इत्यादी बाबत संशोधनपर ग्रंथ लिहिले आहेत.अनेक शिलालेखांचे ठसे, हस्तलिखित चित्रे, इत्यादींचा त्यांनी संग्रह केला होता. प्राचीन भारतातील कालीदासांच्या कालखंडापासून वाङ्मयाच्या विविध भागांवर संशोधन टिप्पणी तयार करून ती ग्रंथरूपाने प्रकाशित करता आली नाही. तसेच भारतीय संस्कृतीच्या कार्यात शक राजवटीच्या वाङ्मयीन आणि सांस्कृतिक कार्याबद्दल संशोधन केले. इतिहासप्रेमी भाऊंनी प्राचीन भारतातील इतिहास साधनांपैकी शिलालेख, नाणी, ताम्रपट, कागदपत्रे इ. चे संशोधन केले. आणि शक, कुशाण इ. घराण्यांच्या कामगिरीविषयी संशोधनपर इतिहास ग्रंथ लिहिले. म्हणूनच त्यांना मुंबई येथील रॉयल एशियाटिक सोसायटीचे पहिले हिंदी सभासद होण्याचा मान मिळाला. इतिहास संशोधनाचे कार्य फार बारकाईने, अभ्यासपूर्णपणे करावे लागते. ते काम अत्यंत जबाबदारीचे आणि कष्टप्रद असते. असे कार्य डॉ.भाऊंनी मनावर घेऊन मोठ्या कष्टाने केले आहे. इ.स.१८९० नंतर भाऊंनी इतिहास संशोधन कार्यात मोलाची भर घातली. त्याचबरोबर इतिहासाच्या संशोधनानिमित्त त्यांनी संपूर्ण भारताचा प्रवास केला होता. अनेक शिलालेखांचे ठसे, हस्तलिखिते, चित्रे इत्यादींचा त्यांनी संग्रह केला होता. मुंबईच्या रॉयल एशियाटीक

सोसायटीचे ते सदस्य होते. गिरनार पर्वतावरील रुद्रदामनाचा शिलालेख, गुप्त राजवंशाचे शिलालेख इत्यादींचे वाचन त्यांनी केले. तसेच विविध प्रकारच्या नाण्यांचे संशोधन इत्यादी विषयांवर भाऊंनी संशोधनात्मक ग्रंथ लिहिले. त्यामुळे प्राचीन भारतातील शक, कुशाण, मौर्य इ. घराण्यांची माहिती उपलब्ध होण्यास मदत होते. विशेषत: अजिंठा व वेरूळ येथील लेण्यांचा त्यांनी बारकाईने अभ्यास केला व अनेक नियतकालिकांमधून व वर्तमानपत्रांतून या संशोधन कार्याची माहिती जनतेसमोर ठेवली. या संशोधनाच्या कार्यावरून इतिहासाविषयी भाऊंची निष्ठा दिसून येते. भाऊंनी हे कार्य मोठ्या तळमळीने केले आहे.

जीवनमूल्य :

डॉ. भाऊ दाजी लाड हे पुरोगामी विचारांचे समाजसुधारक होते. विद्वान, पंडित, सेवाभावी वैद्यकीय व्यक्ती, संशोधकवृत्ती, परोपकारी स्वभाव म्हणून ते महाराष्ट्राला परिचित आहेत. विविध सामाजिक कार्यांवर त्यांनी आपल्या व्यक्तिमत्त्वाचा ठसा उमटविला आहे. वैद्यकीय संशोधन कार्यात उल्लेखनीय कामगिरी केली. त्यांच्या वैद्यकक्षेत्रातील कार्यामुळे त्यांना 'धन्वतंरी' या नावाने गौरविले जाते. सामाजिक समस्या सोडविण्यासाठी त्यांनी संघटनात्मक सनदशीर मार्गाचा पुरस्कार केला. जनतेची गाऱ्हाणी व जनतेवरील ब्रिटिशांकडून होणारे अन्याय त्यांनी शासनाच्या निदर्शनास आणून दिले. राजकीय जागृतीतून समाजजागृतीचे त्यांनी कार्य केले. डॉ. भाऊ दाजी लाड हे पुरोगामी विचारवंत, विद्वान संशोधक व सेवाभावी निष्णात वैद्य होते. त्यांनी वेगवेगळ्या क्षेत्रांत कार्य करून समाजाची प्रत्यक्ष व अप्रत्यक्ष सेवा केली. आपल्या कर्तृत्वाचा ठसा कर्तबगारीने समाजाच्या वेगवेगळ्या अंगांवर उमटविला. इंग्रजी राजवटीच्या काळात डॉ. लाड यांनी यातिहीन समाजाला जागृत करण्याचे महत्त्वाचे कार्य केले आहे.

*** विष्णुशास्त्री पंडीत (इ.स.१८२७ – १८७६) :**

१९ व्या शतकाच्या शेवटच्या पर्वात महाराष्ट्रात बऱ्याच घडामोडी होत होत्या. शैक्षणिक, सामाजिक, राजकीय, आर्थिक, सांस्कृतिक अशा सर्वच अंगाने समाजाचे उत्थान होत होते. अशा चळवळींमध्ये तत्कालीन तरुण नकळत ओढला जात होता. आणि समाजाच्या उत्थान कार्यासाठी झटत होता. अशावेळी कोणत्याही स्तुती-निंदेची पर्वा न करता अनेक समाजसुधारकांनी निर्भीडपणे परिवर्तनवादी, मानवतावादी विचार मांडले. त्या काळातील शिक्षण, स्त्री शिक्षण, प्रौढविवाह,

आधुनिक महाराष्ट्रातील सामाजिक आणि धार्मिक परिवर्तन आणि... । ७५

पुनर्विवाह, विधवा पुनर्विवाह, जातीयता, विषमता, अंधश्रद्धा, अज्ञान अशा कितीतरी विषयांवर आपले लढे दिले, विचार मांडले, त्यांच्या बुद्धिवादी, समतावादी कार्यातूनच पुढे महाराष्ट्रीय समाजामध्ये परिवर्तनीय जनजागृती घडून आली. या अनेक समाजसुधारकांपैकीच विष्णुशास्त्री पंडीत हे एक होत. केवळ शाब्दिक पांडित्य न बाळगता प्रत्यक्ष कृतिशील बनून त्यांनी समाजपरिवर्तनाचे कार्य केले.

जीवन चरित्र :

विष्णुशास्त्री पंडितांचे गाव सातारा जिल्ह्यातील बावधन हे होय. त्यांच्या वडिलांचे नाव परशुरामशास्त्री. ते पुढे सातारकरांच्या आश्रयाला आले. १८२७ मध्ये विष्णुशास्त्री यांचा जन्म झाला. वेदशास्त्रसंपन्न राघवेंद्राचार्य गजेंद्रगडकर यांच्याजवळ त्यांनी न्याय, व्याकरण आदि प्राचीन शास्त्रांचा अभ्यास केला. १८४५ साली ते इंग्रजी शिक्षण घेण्यास पुणे येथे गेले. परंतु त्यांच्या वडिलांचा आकस्मित मृत्यू झाल्यामुळे त्यांना आपले शिक्षण अर्धवट सोडावे लागले. शाळा सोडल्यानंतरही त्यांनी आपला इंग्रजीचा व्यासंग चालूच ठेवला. त्या भाषेवर त्यांनी प्रभुत्व मिळविले. वडिलांच्या आकस्मित जाण्याने कुटुंबाची सर्व जबाबदारी त्यांच्यावर येऊन पडली. त्यामुळे त्यांना सरकारी खात्यात 'ट्रान्सलेशन अेक्झिबिशन' म्हणून नोकरी करावी लागली. या भाषांतराच्या कामाबरोबर त्यांनी अध्यापनाचे कामही केले. परंतु हे करीत असताना समाजातील वाईट चालीरिती, रूढी-परंपरा, अज्ञानपणा याविषयी ते अस्वस्थ होते. अशा गोष्टींचा त्यांना राग यायचा आणि मनस्ताप व्हायचा. त्यासाठी त्यांनी नव्या विचारांची मानवतावादी, समतावादी विचारधारा अंगीकारली होती. तीच समाजापुढे ठेवली. इ.स.१८६४ पासून त्यांनी विधवाविवाह कार्य हाती घेतले. स्त्रियांवर होणाऱ्या अन्याय, अत्याचाराविरुद्ध त्यांनी संघर्ष सुरू केला. सरकारी नोकरीतून त्यांनी सेवानिवृत्ती स्वीकारली. इतके करून ते थांबले नाहीत, वृत्तपत्र व्यवसायात त्यांनी लक्ष घातले. वृत्तपत्रातून लेखन केले. काही ग्रंथ लिहिले. समाजसुधारणेच्या मार्गावरच कार्य करीत असता इ.स. १८७६ मध्ये त्यांचे निधन झाले.

सामाजिक विचार आणि कार्य :

विष्णुशास्त्री पंडीत यांनी प्राधान्याने स्त्रीविषय उन्नतीची चळवळ महत्त्वपूर्ण मानून कार्य केले. त्याचबरोबर समाजातील इतरही समस्यांबद्दल त्यांनी वेळोवेळी आवाज उठविला आहे. लाचारी, गुलामगिरी, हुजरेगिरी याबद्दल त्यांना राग येत असे. आपल्या समाजातील दारिद्र्य, दुःख आणि वेदना पाहून त्यांना खूप दुःख होत

होते. बदलणाऱ्या समाजाबरोबर आणि परिस्थितीबरोबर आपल्या समाजाचा विकास झाला पाहिजे, देशातील सर्व लोकांचे कल्याण झाले पाहिजे असे ते आपल्या भाषणातून, कीर्तनाद्वारे सर्वत्र सांगत असत. परंतु समाजातील लोकांनी त्यांना दुय्यम स्थान दिले. ज्ञानाची श्रेष्ठता, व्यापाराचे महत्त्व, संघटित शक्ती, मद्यपानाचे घातक परिणाम याविषयी त्यांनी आपले विचार प्रामाणिकपणे मांडले आहेत. लोकविरोधाला न जुमानता त्यांनी लेख, व्याख्याने, वादविवाद इत्यादी साधनांच्याद्वारे विधवा विवाहाचा प्रचार केला. आपल्या प्रयत्नांना संघटित स्वरूप मिळावे म्हणून त्यांनी काही लोकांच्या मदतीने पुनर्विवाहोत्तेजक मंडळाची स्थापना १८६५ मध्ये केली. या सभेद्वारे प्रचाराचे कार्य चालू ठेवले. तिच्या विद्यमाने पुनर्विवाहाच्या प्रचाराचे कार्य सुरू केले. बालविवाहामुळे होणारे वाईट परिणाम दाखवून दिले. स्त्रियांच्या प्रश्नांचा ऊहापोह करताना त्यांनी स्त्रियांच्या समाजातील स्थानाची प्रथम चर्चा केली आहे. प्राचीन काळी स्त्रियांना समाजात मानाचे स्थान होते. हे त्यांनी शास्त्राच्या आधारे दाखवून दिले आहे. स्त्रियांना ज्ञानाचा, विवाहाचा, धार्मिक विधीचा अधिकार होता हे प्रथम स्पष्ट केलेले आहे. बदलणाऱ्या परिस्थितीनुरूप बदलणाऱ्या समाजानुसार आपणही बदलले पाहिजे. समाज कल्याण आणि देशाचे हित साधावे तरच आपली प्रगती होईल असे त्यांचे ठाम मत होते. विधवा विवाहोत्तेजक मंडळाला त्याकाळातील सनातन्यांनी फार विरोध केला. लोकहितवादी आणि विष्णुशास्त्री यांनी एक पुनर्विवाह घडवून आणला. तो फारच गाजला. समाजातील सनातन्यांनी या पुनर्विवाहाच्या लग्नपत्रिकेवर सह्या करणाऱ्यांना जाब विचारला. त्यावेळी लोकहितवादींनी त्यातून अंग काढून घेतले. मात्र विष्णुशास्त्री यांनी प्रायश्चित्त घेण्यास विरोध केला. तर त्यांच्यावर बहिष्कार टाकण्यात आला. तरीसुद्धा विष्णुशास्त्री पंडीत डगमगले नाहीत. ते आपल्या विचारांपासून दूर गेले नाहीत. विष्णुशास्त्री पंडीत हे कर्ते सुधारक होते. केवळ बोलघेवडेपणा त्यांना आवडत नव्हता. इ.स.१८७४ मध्ये त्यांची पहिली पत्नी वारली. त्यांनी कुसाबाई या विधवेशी न्याय कचेरीत करारपत्राद्वारे विवाह केला. विधवा विवाहाचा आदर्श त्यांनी समाजापुढे घालून दिला. धर्मशिक्षण, लोकशिक्षण, स्त्रियांचे प्रश्न, समाजातील रूढी, परंपरा या सगळ्याच गोष्टींची चर्चा आणि कार्य त्याच्या जीवन लढ्यातून व्यक्त झाले आहे.

वृत्तपत्र आणि वाङ्मयीन कार्य :

लोकजागृतीचे प्रभावी साधन म्हणून वृत्तपत्राकडे पाहिले जाते. १९ व्या शतकाच्या उत्तरार्धातही वृत्तपत्राची समाजात अशी महत्त्वपूर्ण ताकद होती. त्याची

समाजाला गरज होती. विष्णुशास्त्री पंडित यांनी 'इंदुप्रकाश' या वृत्तपत्रात १८६४ साली उपसंपादक म्हणून काम पाहण्यास प्रारंभ केला. हे वृत्तपत्र दोन वर्षांपूर्वीच सुरू झाले होते. बाळशास्त्रींनी अखेरपर्यंत या वृत्तपत्रातून आपले समाजसुधारणे-विषयीचे विचार मांडण्याचे चालू ठेवले होते. स्त्रीजातीचा उद्धार, त्यांच्यावरील अन्याय, बालविवाह, पुनर्विवाह, केशवपन, जरठकुमारी विवाह इत्यादी प्रश्नांची सांगोपांग चर्चा केली आहे. समाजातील या अन्याय झालेल्या घटकांची दु:खे मांडून त्यांनी समाजाला अंतर्मुख करण्याचा प्रयत्न केला. याशिवाय त्यांनी पुढील महत्त्वाचे ग्रंथलेखन केले. 'नाना फडणवीस यांची संक्षिप्त बखर', 'हिंदुस्थानचा इतिहास भाग -३', 'ब्राह्मणकन्या विवाह', 'इंग्रजी मराठी कोश', 'विधवा विवाह', 'संस्कृत आणि महाराष्ट्र धातू कोश', 'शूद्रधर्म', 'स्मृतिशास्त्र' इत्यादी पुस्तके लिहिली. त्या लिखाणातून त्यांनी प्रौढविवाह, विधवाविवाह यांसारख्या समाजातील ज्वलंत प्रश्नांवर आपले निर्भीड विचार मांडले आहेत. याशिवाय विष्णुशास्त्री पंडितांनी समाजसुधारणेच्या अनुषंगाने अनेक व्याख्याने दिली. त्यातील काही पुस्तकरूपाने प्रसिद्ध झाली आहेत. त्यांनी आपल्या लेखनात सामाजिक सुधारणांच्या प्रश्नांचा ऊहापोह केला आहे. त्यांचे सगळे विवेचन जुन्या धर्मग्रंथावर आधारलेले आहे. प्राचीन धर्मग्रंथाचे चिकित्सक दृष्टीने अध्ययन करून त्यांनी आपले विचार पक्के केले होते. त्यांची भाषा सोपी, साधी परंतु खडबडीत होती. परंतु त्यांच्याठायी आत्मविश्वास, जिद्द, चिकाटी, अभ्यासूवृत्ती आणि समाजसुधारणेची तळमळ होती. त्यामुळेच ते कीर्तन करण्याचा उपक्रम करीत होते. त्यांची आंतरिक तळमळ होती. अनेक ग्रंथांचा अभ्यास, विविध प्रश्नांवर लेखन, ग्रंथनिर्मिती आणि त्यांचे वृत्तपत्रीय कार्य म्हणजे विष्णुशास्त्री पंडीत यांचे व्यक्तिमत्त्व स्पष्ट करणारे महत्त्वपूर्ण पैलूच आहेत.

जीवनमूल्य :

असामान्य कर्तृत्व, सामाजिक तळमळ, सामाजिक कार्यनिष्ठा, संपन्न चरित्र, लोकोत्तर त्याग या कांही गुणवैशिष्ट्यांनी त्यांचे व्यक्तिमत्त्व नटले होते. त्या काळामध्ये समाजसुधारणा करण्यासाठी काया वाचा मने अविश्रांत परिश्रम करणारा हा हाडाचा कार्यकर्ता होता. समाजातील वाईट चालीरिती, अनिष्ट प्रथा संपविण्यासाठी आणि समाजातील सर्वच लोकांचे कल्याण होण्यासाठी त्यांनी समाज कल्याणाचे कार्य केले आहे. ते 'इंदुप्रकाश' या वृत्तपत्राचे संपादक होते. मराठी भाषा, मराठी माणूस यासाठी त्यांनी आपले जीवन झिजवले आणि महाराष्ट्रीय समाजाची मनोभावे सेवा केली आहे.

***

महात्मा जोतीराव फुले
(इ.स. १८२७-१८९०)

आधुनिक भारतातील पहिले समाजसुधारक क्रांतिकारक म्हणजे महात्मा जोतीराव फुले होत. महाराष्ट्रातील समाजसुधारणेसाठी ध्येयाने भारावून जाऊन सर्वसामान्य माणसाच्या कल्याणासाठी आपले जीवन वेचणारे ते कृतीशील समाजसुधारक होते. त्यांचा पिंडच कृतीशील क्रांतिकारकाचा होता. समाजातील सर्वसामान्य माणसाच्या कल्याणासाठी विचाराने आणि कर्तृत्वाने असामान्य असे कार्य त्यांनी केले आहे. सामाजिक विषमतेविरुद्ध जोतीरावांनी बंडच पुकारले होते. सत्यासाठी, न्यायासाठी, समतेसाठी त्यांनी अनेक सनातन्यांशी अन्यायाविरुद्ध संघर्ष केला. बहुजन समाजाच्या उद्धारासाठी त्यांनी सामाजिक शैक्षणिक चळवळच सुरू केली होती. ब्रिटिश सरकारच्या जुलूम दडपशाही विरुद्ध त्यांनी वेळोवेळी आवाज उठवला. महाराष्ट्रीय समाजाच्या उन्नतीसाठी सतत त्यांनी संघर्ष केला. या समाजाला न्याय, हक्क, स्वातंत्र्य आणि शिक्षण मिळावे म्हणून सतत त्यांनी ब्रिटिश सरकार बरोबर लढे दिले. त्याच बरोबर हिंदू धर्मातील सनातन्यांबरोबर त्यांचा कित्येक वेळा संघर्ष झाला. शेतकरी, कामकरी यांच्या दुःख, दारिद्र्याचे निवारण करण्यासाठी लोकचळवळ उभी केली. हिंदूधर्म समाज व्यवस्थेतील विषमतेवर कडाडून हल्ला चढविला. जातीयता, धर्मांधता, कर्मकांड, व्रतवैकल्य, सावळेओवळे, वाईट रूढी व परंपरा, अज्ञानपणा, अंधश्रद्धा अशा कितीतरी विषयांवर त्यांनी चळवळ उभी करून लोकांना समानता, मानवता, बंधुभाव, प्रेम, जिव्हाळा, एकात्मता या गोष्टींची जाणीव करून दिली. त्यामुळेच महाराष्ट्रात नव्हे तर भारतदेशात राष्ट्रीय भावनेची लोकअस्मिता तयार झाली. महाराष्ट्रातील सर्वसामान्यांसाठी रात्रंदिवस झगडणारे ते खरे समाजसुधारक होते. बहुजन समाजाच्या शिक्षणासाठी अविरत संघर्ष करणारे ते खरे महात्मा होते. महाराष्ट्राच्या सामाजिक प्रबोधनाला एक नवी दिशा देणारे ते थोर क्रांतिकारक होते. म्हणूनच त्यांना 'महाराष्ट्राचे मार्टिन ल्यूथर' म्हणून ओळखले जाते.

स्त्री शिक्षण, बहुजनसमाजाला सामाजिक आणि शैक्षणिक आधार देऊन

महाराष्ट्रातील समाजाचे जीवनमान उंचावणारे, महाराष्ट्रीय नव्या समाजयुगाला जन्म देणारे फुले हे पहिले युगपुरुष होते. स्त्रियांच्या, अस्पृश्यांच्या आणि शेतकऱ्यांच्या उद्धारासाठी आयुष्यभर झिजणारे महात्मा जोतीराव फुले हे पहिले समाजसुधारक, क्रांतिकारक महापुरुष होते.

१९ व्या शतकाच्या प्रारंभी महाराष्ट्रात इंग्रजी सत्ता स्थापन झाली. या ब्रिटिश सत्तेने महाराष्ट्राच्या सामाजिक, धार्मिक, राजकीय, शैक्षणिक, वाङ्मयीन जीवनात परिवर्तन होत होते. शिक्षणाचा प्रसार आणि प्रचार झाला परंतु तो ठरावीक उच्चभ्रू समाजाच्यापुरताच झाला. समाजातील तोच वर्ग आर्थिक प्रगतीकडे वाटचाल करू लागला. परंतु बहुजन समाज या बदलापासून उपेक्षित राहिला. समाजात जातीयता, विषमता, अज्ञानपणा खूप माजला होता. त्यामुळे बहुजन समाज अजूनही अंधारात चाचपडत होता. ग्रामीण महाराष्ट्रातील गावगाडा असून पूर्वीच्याच वर्णव्यवस्थेच्या चौकटीत बंदिस्त झाला होता. गुलामगिरी, लाचारी, दारिद्र्य, अज्ञान यांचे भयानक स्रोत, शूद्र-अतिशूद्र समाजात वाढले होते. त्यातून त्यांची सुटकाच होत नव्हती. या समाजाच्या मुळाशी जाऊन घाव घातल्याशिवाय त्यांचे प्रश्न सुटणार नव्हते. शतकानुशतके खितपत पडलेल्या या दीनदलित गोरगरीब समाजाला खाईतून वर काढणारा कुणीच महापुरुष जन्मला नव्हता. अशा या अंधारगर्भात जीवन जगणाऱ्या सर्वसामान्यांच्या जीवनाला, जगण्याला आधार देणारा, त्यांचे प्रश्न घेऊन त्यांच्या उन्नतीसाठी लढणारा एक महापुरुष, क्रांतिकारी समाजसुधारक, क्रांतीसूर्य महात्मा जोतीबा फुले जन्माला आले. जोतीरावांनी समाज परिवर्तनासाठी अहोरात्र कष्ट घेतले. शेतीच्या प्रश्नांच्या मुळाशी घाव घालून ते सोडविण्याचे प्रयत्न केले. त्यांच्या या महत्त्वपूर्ण कार्यामुळेच आजचा महाराष्ट्र आपणाला सुजलाम्, सुफलाम, धर्मनिरपेक्ष पाहायला मिळतो. ही म. जोतीरावांची कामगिरी अन्यन्यसाधारण अशी आहे. म्हणूनच त्यांना सामाजिक समतेच्या क्रांतीचे आद्यजनक असे म्हटले जाते.

जीवन चरित्र :

महात्मा जोतीबा फुले यांचे मूळगाव सातारा जिल्ह्यात खटाव तालुक्यातील कटगुण हे होय. त्यांच्या आजोबांचे नाव शेटीबा होते. शेटीबा हे स्वभावाने सरळ साधे होते. त्यामुळे ते कर्जबाजारी झाले. पुढे त्यांना मूळगाव सोडून पुण्यास उपजीविकेसाठी जावे लागले. शेटीबाला राणोजी, कृष्णा आणि गोविंदा अशी तीन मुले होती. घरची गरिबी होती त्यामुळे या मुलांना खूप काबाडकष्ट करावे लागले. पुढे ही तीन मुले एका माळ्याकडे फुलांचा धंदा करू लागली. या व्यवसायात त्यांनी चांगलाच लौकिक

कमावला, त्यामुळे पेशव्यांच्या दरबारात या मुलांना फुलांचे काम मिळाले. त्यांच्या कामगिरीवर खूश होऊन पेशव्यांनी त्यांना ३५ एकर जमीन फुलांच्या उत्पादनासाठी इनाम देऊन टाकली. पुढे त्यांनी फुलांचा जोरात व्यवसाय सुरू केला. त्यामळेच त्यांचे गोऱ्हे हे मूळचे नाव मागे पडून लोक त्यांना फुले या नावाने ओळखू लागले.

पुढे काही वर्षांनी शेटीबा मरण पावले, तेव्हा त्यांचा मोठा मुलगा राणोजी याने आपल्या दोन बंधूस बाजूस सारून इनामी जमीन स्वतःच्या नावे करून घेतली, त्यामुळे कृष्णा आणि गोविंद यांना वाईट वाटले. त्यांची परिस्थिती खालावली. त्यांनी पुन्हा पूर्वीप्रमाणेच चिकाटीने आणि सचोटीने आपला व्यवसाय चालविला, भाजीपाला विक्रीचे दुकानही सुरू केले. दरम्यान गोविंदाचा चिमणीबाईशी विवाह झाला. त्यांच्या पोटीच जोतीबा आणि राजाराम यांचा जन्म झाला. ज्योतीबा म्हणजे स्वतः जळून दुसऱ्यांना प्रकाश देणारी, दुसऱ्यांचे जीवन प्रकाशमय करणारी ज्योत होय. त्याप्रमाणेच ज्योतीबा फुले यांनी महाराष्ट्रातील हजारो लाखो लोकांच्या जीवनात ज्ञानाचा, विचारांचा, धर्माचा दिवा पेटवला. लाखो लोकांना गुलामी, लाचारी, अज्ञानपणा, अंधश्रद्धा अशा कितीतरी समस्यातून मुक्त करून समतेचा, मानवतेचा, न्यायाचा, हक्काचा, एकतेचा, प्रकाश त्यांच्या जीवनात भरला. हे ते खरे महाराष्ट्राचे थोर समाजसुधारक महात्मा ज्योतीबा फुले होते.

जोतीबांचा जन्म पुणे येथे माळी कुटुंबात इ.स. १८२७ मध्ये झाला. त्यांचे वडील गोविंदराव आणि आई चिमणाबाई, तर भाऊ राजाराम होय. परंतु जोतीबा एक वर्षाचे असतानाच चिमणाबाई यांचा मृत्यू झाला. तेव्हा गोविंदरावांनी दुसरे लग्न न करता मुलांच्या संगोपनासाठी दाईची व्यवस्था केली. गोविंदरावांनी मुलांचे चांगले संगोपन केले. जोतीबा प्रकृतीने सदृढ आणि रूबाबदार होते. गोविंदरावांना आपल्या मुलांना खूप शिकवावयाचे होते. त्यांनी जोतीबाला वयाच्या ७ व्या वर्षी खाजगी पाठशाळेत घातले. तेथे संस्कृत, व्याकरण, ज्योतिष, वेदांत धर्मशास्त्र इत्यादी शिक्षण दिले. जात असे, त्यावेळचे वातावरण विद्यासाधनेस योग्य नव्हते. कारण शिक्षणाचे महत्त्व लोकांना पटलेले नव्हते. त्यामुळेच कांही लोकांनी गोविंदरावांचा बुद्धिभ्रम केला. परिणामी जोतीबांना शाळेतून काढण्यात आले. शिक्षणात खंड पडला. परंतु जोतीबांची शिक्षणाची ओढ कमी झाली नव्हती. फावल्या वेळेत ते वाचन करीत असत. वयाच्या १३ वर्षी त्यांचा विवाह धनकवडीच्या झगडे-पाटील यांच्या सावित्रीबाई या कन्येबरोबर झाला. परंतु जोतीबांकडे मूळचेच उपजत ज्ञान, बौद्धिक कौशल्य, अभ्यासूवृत्ती, चिंतनशीलता आणि पुरोगामी विचार यांची बैठक होती. ती पाहून जोतीबांच्या शेजारीच राहणारे गफार बेग मुनशी या शिक्षकाने आणि धर्मोपदेशक

महात्मा जोतीराव फुले (इ.स. १८२७-१८९०) । ८१

लिजिट साहेब यांनी गोविंदरावांना सल्ला दिला. तो गोविंदरावांनी मानला. जोतीबांचे पुढचे शिक्षण पुन्हा सुरू झाले. इ.स.१८४१ मध्ये त्यांनी एका स्कॉटिश मिशनरी शाळेत जाण्यास सुरुवात केली. जोतीबा हुशार, उत्साही, महत्त्वाकांक्षी आणि उद्योगी होते. शिकत असताना त्यांची एका हुशार आणि महत्त्वाकांक्षी तरुणाशी मैत्री झाली. दोघांनी मिळून अनेक थोर पुरुषांच्या चरित्रांचा अभ्यास केला. त्या चरित्रातील विचाराने ते प्रभावित झाले. या थोर पुरुषाच्या स्वदेशप्रेम, पराक्रम, धाडस, उदार दृष्टिकोन समाजातील दैन्य, दुःखी लोकांबद्दलची तळमळ या विचारांचा जोतीबांच्या जीवनावर, मनावर खोल ठसा उमटला. मिशनऱ्यांच्या मानवतावादी भूमिकेमुळे त्यांना समाजातील धर्माच्या नावाखाली चालत असलेल्या अनेक अनिष्ट प्रथांचा अर्थ कळू लागला. त्यांनी आपल्या देशबांधवांच्या उद्धाराचा संकल्प केला. राजकीय आणि सामाजिक गुलामगिरी विरुद्ध त्यांच्या मनात चीड होती. आपल्या देशबांधवांच्या मनावर अज्ञानाची, बुरसटलेल्या विचारांची पकड बसली आहे ती दूर केली पाहिजे; समाजामध्ये वैचारिक, धार्मिक, सामाजिक, शैक्षणिक परिवर्तन झाले पाहिजे असे त्यांना मनोमन वाटू लागले. इंग्रजी राज्य उलथवण्याच्या हेतूने वस्ताद लहूजी बुडामांग यांच्याकडून त्यांनी दांडपट्टा, नेमबाजी, लाठीकाठी वगैरेचे शिक्षण घेतले. परंतु त्यांना आपला फोलपणा कळून चुकला. कारण मूठभर तरुणांच्या संघटनेच्या साहाय्याने ब्रिटिश सत्तेला जिंकणे इतकी साधी गोष्ट नव्हती. इंग्रजांचे राज्य अशा प्रकारे नष्ट करता येणार नाही हे त्यांनी ओळखले. त्यामुळेच सामाजिक क्रांतीद्वारे समाजाचे स्वरूप बदलण्याचे त्यांनी ठरविले. लोकसेवा आणि शिक्षण या समाजसुधारणेच्या मूळ मार्गाकडे ते वळाले. त्यांची विलक्षण बुद्धिमत्ता आणि मनोधैर्य यांनी कधीच सद्‌विवेक बुद्धीशी प्रतारणा केली नाही. सामाजिक-प्रबोधनासाठी आणि समाजाच्या कल्याणासाठी त्यांनी स्वतःला या कार्यात झोकून दिले.

पुढे जोतीबांनी स्त्रियांच्या, अस्पृश्यांच्या शिक्षणासाठी खूप परिश्रम केले. विधवा विवाह, पुनर्विवाह, बालविवाह, बालहत्या, कामगारांचे प्रश्न, शेतकऱ्यांचे प्रश्न, अस्पृश्यांचे प्रश्न यासाठी आवाज उठविला. ब्रिटिश सत्तेबरोबर इथल्या सनातनी व्यवस्थेशी लढत, झगडत राहिले. इ. १८४८ मध्ये मुलींसाठी पहिली शाळा त्यांनी सुरू केली. शाळेत शिक्षिका मिळत नव्हती म्हणून ज्योतीबांनी आपली पत्नी सावित्रीबाई यांना शिकवून शिक्षिकेचे काम दिले. सनातनी लोकांना ही गोष्ट आवडली नाही. त्यांनी सावित्रीबाई व जोतीबांना खूप त्रास दिला. दगड मारून, टिंगल टवाळी करून त्यांना छेडण्याचा प्रयत्न केला. मात्र त्या दांपत्याने आपले कार्य सोडले नाही. इतकेच करून सनातनी गप्प बसले नाहीत तर त्यांनी गोविंदरावांचे कान फुंकले.

त्यामुळे जोतीबांना घर सोडावे लागले. तरी ते आपल्या कर्तव्यापासून दूर झाले नाहीत. उलट १८५२ ला त्यांनी अस्पृश्यांच्या मुलांसाठी शाळा सुरू केली. शाळेत येणाऱ्या मुलांना अनेक अडचणींना तोंड द्यावे लागे. दुपारच्या जवेणानंतर त्यांना पाणी मिळत नसे. जोतीबांनी त्यांची अडचण दूर करण्यासाठी आपल्या राहत्या घरातील पाण्याचा हौद अस्पृश्यांना खुला करून दिला. जोतीबांचे नीतिधैर्य भक्कम होते.

भारतीय समाजव्यवस्थेत वेगवेगळ्या रूढी, परंपरांद्वारे स्त्रियांवर अन्याय होत असे. त्यांच्यावरील अन्याय-अत्याचार कमी व्हावे म्हणून महात्मा जोतीबा फुले यांनी स्त्रीउद्धाराचे कार्य हाती घेतले. त्यांनी विधवा विवाह, पुनर्विवाह यांना प्रोत्साहन दिले. समाजातील अबलांची स्थिती ओळखून त्यांनी इ.स. १८६३ मध्ये बालहत्या प्रतिबंधक गृह स्थापन केले. त्यांनी अनेक समाजोद्धाराची कामे केली. शेतकऱ्यांचे प्रश्न, मजुरांचे प्रश्न त्यांनी सरकार दरबारी मांडले. दुष्काळाच्या वेळीही त्यांनी भरीव कार्य केले. शेतकऱ्यांना सावकारांच्या पाशातून सोडविण्याचे प्रयत्न केले. त्यांच्या या विविध कार्यामुळे तत्कालीन समाजातील सनातनी भयंकर चिडले. त्यांनी जोतीबांना मारण्यासाठी मारेकरी घातले. परंतु तेच मारेकरी पुढे जोतीबांचे एकनिष्ठ सेवक बनले.

समाजातील धार्मिक आणि सामाजिक गुलामगिरीचे उच्चाटन करण्यासाठी त्यांनी गुलामगिरी, शेतकऱ्यांचा आसूड, सत्सार, इशारा, तृतीयरत्न आखंड आदि रचना लिहून सामाजाचे मन परावर्तित करण्याचे प्रयत्न केले. लोकांना समानता, मानवता, बंधुभाव याची शिकवण देणाऱ्या 'सत्यशोधक समाजाची' त्यांनी स्थापना केली. आपल्या सामाजिक क्रांतीला सुसंगत आणि पोषक असे वातावरण निर्माण तयार केले. महाराष्ट्रीय समाजामध्ये सामाजिक क्रांती घडवून आणण्यामध्ये म. फुले यांचे योगदान फार मोठे आहे.

महाराष्ट्रातील समाजसुधारणा अत्यंत तळमळीने घडवणारे म. फुले क्रांतिकारी, समाज वीरभूषण होते. अस्पृश्यता निवारण, स्त्रीमुक्ती चळवळ, शिक्षणाचा प्रसार आणि प्रचार, शेतकऱ्यांच्या-कष्टकऱ्यांच्या सुखासाठी झगडणारे, समतेच्या, मानवतेच्या विचारांचा धर्म स्थापन करणारे, समाजसुधारणेची चळवळ खेड्यापाड्यापर्यंत पोहचविणारे, महाराष्ट्रातीलच नव्हे तर भारतदेशातील एकमेव महापुरुष होते. समाजाच्या उद्धारासाठी रात्रंदिन झगडणारा हा सच्चा महात्मा होता. म्हणून महाराष्ट्रातील आणि तमाम मुंबईकर मंडळींनी म.फुले यांना इ.स.१८८८ मध्ये 'महात्मा' ही पदवी देऊन गौरव केला. महाराष्ट्रात आज जेवढ्या म्हणून चळवळी निर्माण होऊ घातल्या त्या सर्व चळवळींना म. जोतीबा फुले यांनीच जन्माला घातले आहे. अशा या महान

महात्म्याचे निर्वाण इ.स.१८९० मध्ये झाले. त्यांना महाराष्ट्रच काय, भारतीय समाजातील जनता कधीच विसरू शकत नाही. त्यांचे साहित्य आणि कार्य सतत जनतेला प्रेरणा देत राहणारे आहे.

*** म. जोतीबा फुले यांचे कार्य**

स्त्री उद्धाराचे महान कार्य :

त्यावेळच्या समाजात विषमता, जातीभेद, अज्ञान, वाईट चालीरिती, स्त्रीदास्य, अनिष्ट प्रथा अशा अनेक गोष्टी केवळ धर्मामुळेच सर्वत्र पसरलेल्या आहेत; त्यामुळेच, स्त्रियांचा, अस्पृश्यांचा, पर्यायाने सर्व समाजाचा विकासच खुंटला आहे. हे म. जोतीबा फुले यांनी ओळखले होते. याबाबत त्यांनी खूप विचार केला. खाईत पडलेल्या समाजाला चांगल्या मार्गावर आणण्यासाठी पहिल्यांदा स्त्रियांना सुधारले पाहिजे. एक स्त्री सुधारली तर संपूर्ण घर सुधारेल आणि अशा अनेक स्त्रिया शिकून सकळ शहाण्या झाल्या तर समाजसुधारायला वेळ लागणार नाही असा त्यांचा विचार होता.

भारतीय समाजाने स्त्रियांना समतेपासून आणि शिक्षणापासून वंचित ठेवले होते. व्यक्तीचे जीवन विकसित करण्यासाठी शिक्षण हे एक प्रमुख साधन आहे. असे जोतीबांचे मत होते. शिक्षणामुळे माणसात सत्य-असत्य पडताळण्याची दृष्टी येते. माणसाचा स्वाभिमान निर्माण होतो. म्हणून शिक्षण हे सर्व सुधारणांचे मूळ आहे असे जोतीबा ठामपणे सांगत होते.

सनातन्यांच्या मते स्त्रियांना शिक्षणाचा अधिकार नाही. त्यांना शिक्षण देणे म्हणजे देव, धर्म व समाज यांच्या विरुद्ध वर्तन करणे होय. स्त्रीने शिक्षण घेणे म्हणजे भ्रष्टाचार करणे असे मानले जात होते. स्त्रीला शिक्षण दिले तर स्त्री कुमार्गाला लागेल आणि घरच्या सुखात अडसर येईल. मुलींनी शिक्षण घेतले तर तिला अकाली वैधव्य येईल, अशी खुळी समजूत समाजात रूढ होती. स्त्रियांना चपला, छत्री वापरण्यास मनाई होती. स्त्रियांनी घराबाहेर पडणे शिष्टसंमत मानले जात नव्हते. चूल आणि मूल एवढेच त्यांचे कार्यक्षेत्र निश्चित केलेले होते. बालविवाह, जरठ-कुमारी विवाह यांच्या प्रथा असल्यामुळे विधवांची स्थिती अत्यंत दयनीय होती. समाजाकडून त्यांना तुच्छतेची वागणूक दिली जात होती. केशवपन करून विद्रूप केले जाई. धार्मिक विधीपासून व उत्सवापासून त्यांना वंचित केले होते. त्यांना अभागिनी मानले जात होते. स्त्री परतंत्र, अबला म्हणून ओळखली जात होती. एखाद्या विधवेकडून कुकर्म घडलेच तर तिला फार मोठे कठोर शासन समाज करीत असे.

अशा अनेक प्रकारच्या गोष्टी स्त्रियांच्या जीवनाचे खच्चीकरण करणाऱ्या

होत्या. त्या काळात समाजाच्या स्त्रीबाबतच्या अपेक्षा, अन्यायी, जुलमी, पक्षपाती, पुरुषप्रधानपणाच्या क्रूर आणि लज्जास्पद होत्या. अशा चालीरितींमुळे एकूणच स्त्रीजीवनाची दयनीय अवस्था झाली होती. स्त्रियांचे सर्व हक्क समाजाने डावलले होते. स्त्री म्हणजे केवळ उपभोग्य वस्तू अशीच त्यांच्याकडे पाहण्याची समाजाची वृत्ती होती. समाजाने अनेक बंधने त्यांच्यावर लादून त्यांना जखडून ठेवले होते. अशा वेळी महात्मा जोतीबा फुले यांनी स्त्री-उद्धाराचे कार्य होती घेतले होते. धर्ममार्तंडाचा विरोध स्वीकारून अनेक समस्यांना, त्रासांना सामोरे जात फुले यांनी स्त्री उद्धाराचे कार्य नेटाने केले. समानता व मानवतावादी दृष्टीने स्त्रियांकडे, त्यांच्या प्रश्नांकडे पाहण्यास समाजाला शिकविले. स्त्री हीच समाजाचे मूळ आहे असे मानून त्यांनी स्त्रीउद्धाराचे कार्य समाजात पेरले. स्त्री शिक्षण, विधवा विवाह, बालहत्या प्रतिबंध, केशवपन यासारख्या महत्त्वाच्या सामाजिक समस्यांबाबत त्यांनी भरीव कार्य करून येथील स्त्रियांनाच नव्हे तर येणाऱ्या हजारो पिढ्यांचा उद्धार केला हे विसरता येणार नाही.

*** स्त्री शिक्षण**

स्त्री ही समाजाचे मूळ आहे. नवसमाज निर्मितीसाठी स्त्री-शिक्षण गरजेचे आहे. त्यासाठी स्त्री स्वतंत्र असली पाहिजे. स्त्रियांना ज्ञानाचे दरवाजे खुले करून दिले पाहिजेत. स्त्रियांच्या स्थितीत सुधारणा होण्यासाठी त्यांना शिक्षण आवश्यक आहे.

स्त्री शिक्षणाविषयी समाजात अनेक गैरसमजुती रूढ होत्या. उदा. स्त्रियांना शिक्षण देणे धर्माच्या विरुद्ध आहे. स्त्रियांनी वहाणा वापरणे अपवित्र मानले जाई. स्त्रीने छत्री वापरली तरी पुरुषाचा उपमर्द होई. तेव्हा स्त्रियांना शिक्षण देणे हा त्या काळच्या सनातनी लोकांना मोठा भ्रष्टाचार, महाघातक वाटे. त्यामुळे सनातनी ब्राह्मण मंडळींनी आरडाओरडा करण्यास सुरुवात केली. स्त्रियांना शिक्षण देणे म्हणजे देव, धर्म व समाज यांच्याविरुद्ध वर्तन करणे होय. तेव्हा 'स्त्री-शिक्षण म्हणजे हिंदू धर्मावर भयंकर अत्याचार' या सनातन्यांच्या समजुतीमुळे स्त्रियांना शाळेचे दरवाजे बंद होते.

सनातन्यांच्या या आक्षेपांना प्रत्युत्तर देण्यासाठी जोतीबांनी प्रथम स्त्री-शिक्षणाचे कार्य हाती घेतले. स्त्री शिक्षण म्हणजे पर्यायाने तिच्या मुलांचे शिक्षण होय. एखाद्या पुरुषाला शिक्षण दिले तर ते एकट्याला दिल्यासारखे आहे. जर एका स्त्रीला शिक्षण दिले तर ते सर्व कुटुंबाला दिल्यासारखे आहे, हे ओळखून जोतीबांनी स्त्रीशिक्षणाला प्रारंभ केला.

त्याकाळी स्त्रियांच्या शिक्षणाची पुण्यात अजिबात सोय नव्हती. अशा प्रतिकूल

परिस्थितीत ज्योतिबा फुले यांनी पुण्यात इ.स.१८४८ मध्ये मुलींच्यासाठी एक शाळा सुरू केली. अस्पृश्य समाजातील स्त्रियांना तेथे शिक्षण दिले जात होते. त्या शाळेत जोतीबा स्वतः शिक्षकांचे काम करीत होते. स्वतंत्रपणे मुलींच्यासाठी शाळा काढणारे ते पहिले भारतीय होते. या शाळेत अस्पृश्यांच्या मुलींना शिकविण्यासाठी शिक्षिका मिळेना. म्हणून जोतिबांनी सावित्रीबाईंना शिकवून शिक्षिका म्हणून नेमले. सनातन्यांना ही गोष्ट समाजद्रोही आणि धर्मद्रोही वाटली. त्यांच्याविरुद्ध प्रचंड संतापाची लाट उसळली. सनातन्यांनी सावित्रीबाईंना शाळेत जाता येता त्रास देण्यास सुरुवात केली. चिखल फेकणे, घाण टाकणे, दगड मारणे, शिव्या देणे अशा प्रकारे त्यांना त्रास दिला जात होता. मात्र या माऊलीने हा त्रास सहन करून आपले कार्य चालूच ठेवले. सनातन्यांनी चिडून गोविदरावांचे कान फुंकले. कुलीन व घरंदाज स्त्रियांनी शाळेत जाऊन शिकविणे प्रशस्त नाही असा सल्ला त्यांनी दिला. गोविंदरावांनी जोतिबांना एकतर घर सोडा किंवा शाळेत सावित्रीबाईंना शिक्षिका म्हणून काम करण्यास बंदी करा अशी आज्ञा केली. जोतिबांनी घर सोडण्याचा निर्णय घेतला. परंतु आपला सुधारणेचा मार्ग सोडला नाही. अशा अडचणीच्या वेळीही जोतीबा डगमगले नाहीत. त्यांनी आपले कार्य अत्यंत नेटाने चालू ठेवले.

परंतु ही पहिली मुलींची शाळा बंद पडली. म्हणून जोतीबा नाउमेद झाले नाहीत. त्यांनी इ.स.१८५१ मध्ये बुधवार पेठेत दुसरी मुलींची शाळा उघडली. इ.स.१८५१ मध्येच रास्ता पेठेत तिसरी व १८५२ मध्ये वेताळ पेठेत चौथी मुलींची शाळा सुरू केली. या कार्याला सुव्यवस्थित स्वरूप प्राप्त व्हावे म्हणून जोतिबांनी आपल्या मित्रांच्या साहाय्याने एक कार्यकारी समिती स्थापन केली. त्यात अनेक मान्यवर व्यक्ती होत्या. जोतिबांना त्यांच्या कार्यात एतद्देशीय व युरोपीय लोकांनी प्रारंभापासूनच सर्व प्रकारचे साहाय्य केले. सरकारनेही या कार्याला यथाशक्ती सहकार्य केले. जोतिबांच्या या अभिनव उपक्रमाबद्दल विश्रामबाग येथे सत्कार करण्यात आला. महाराष्ट्रात म.जोतीबा फुले यांनी स्त्रिशिक्षणाचे क्रांतिकारी कार्य केले त्याला इतिहासामध्ये तोड नाही.

* विधवा पुनर्विवाह

म. जोतीबा फुले हे ब्राह्मणद्वेष्टे होते असे म्हटले जाते, परंतु समाजातील कोणत्याही घटकावरील अन्यायाने त्यांचे मन व्याकुळ होत असे. त्याकाळी ब्राह्मण समाजात विधवा स्त्रियांचे फार हाल होत असत. ते पाहून त्यांचे मन अस्वस्थ झाले. स्त्रियांचे हाल थांबावेत, विधवा स्त्रियांच्या जीवनाला चांगले वळण लागावे, विधवा

स्त्रियांचे चाललेले पशुतुल्य हाल थांबावेत म्हणून फुल्यांनी विधवा पुनर्विवाहाचा जोरदार प्रचार व प्रसार सुरू केला. पण या कार्यालाही सनातनी मंडळींनी जोरदार विरोध केला. परंतु फुले हे क्रांतिकारी असल्याने त्यांनी हे कार्य नेटाने पुढे चालू ठेवले. सभा, चर्चा, भाषणे याद्वारे पुनर्विवाहाचा जोरदार पुरस्कार केला. तसेच विधवांच्या अनैतिक संबंधांतून तयार झालेल्या अपत्यांची सोय करण्यासाठी इ.स.१८६४ मध्ये 'बालहत्या प्रतिबंधक गृह' उभारले. त्याठिकाणी विधवांना गुप्तपणे प्रसृत होऊन जाण्याची सोय उपलब्ध करून दिली. इतकेच नव्हे तर त्यांनी इ.स.१८६४ मध्ये पुण्यातील गोखल्यांच्या बागेत एक विधवा पुनर्विवाह घडवून आणला. हे क्रांतिकारी कार्य मोठ्या धाडसाने म. जोतीबांनी केले. विधवांच्या अनेक प्रश्नांवर त्यांनी आवाज उठवून त्यांना न्याय मिळवून दिला आहे.

*** बालहत्या प्रतिबंधक गृह सुरू**

विधवा पुनर्विवाहास फुल्यांनी चालना दिली तरी असे विवाह समाजात फार कमी होऊ लागले. लहानपणीच स्त्रियांचे विवाह होत असत. त्यामुळे समाजात कुमारी विधवांची संख्या प्रचंड होती. त्यामुळे अशा विधवांचे अनैतिक संबंध निर्माण होऊन समाजात नवअर्भकांची बालहत्या होत असे. अशा स्त्रियांची विटंबना व छळ समाजाकडून होत असे. एखाद्या विधवेचे चुकून वाकडे पाऊल पडले तर तिची वाईट अवस्था होई. अशा विधवा, निरपराध स्त्रियांना त्याकाळी भ्रूणहत्या, आत्महत्या करण्याशिवाय पर्यायच नव्हता. अशा संकटातून स्त्रियांची सुटका व्हावी म्हणून जोतीबांनी विधवांना मुक्तपणे येऊन बाळंत होण्यासाठी आणि आपले मूल तेथे ठेवण्यासाठी बालहत्या प्रतिबंधक गृह आपल्या घराजवळच इ.स. १८६४ मध्ये सुरू केले. त्यामुळे अनैतिक मार्गाकडे पाऊल पडलेल्या अनेक स्त्रिया गुप्तपणे व सुरक्षितपणे बालहत्या प्रतिबंधक गृहात येऊन प्रसृत होऊ लागल्या. या नवअर्भकांची पालन पोषणाची जबाबदारी बालहत्या प्रतिबंधकगृहे घेऊ लागली. या मुलांच्या पोषणाची काळजी व सेवा, शुश्रूषा सावित्रीबाई करू लागल्या. कार्याचा प्रभाव व प्रेरणा पुढे लोकहितवादी, रानडे यांनी घेऊन जोतिबांच्या कार्यास पाठिंबा दिला. अशी बालहत्या प्रतिबंधकगृहे व अनाथाश्रम पंढरपूर येथे सुरू झाले. त्यामुळे हजारो विधवा स्त्रियांना फुले हे देवदूत वाटले.

म. जोतीबांनी सुरू केलेले बालहत्या प्रतिबंधक गृह हे भारतातील पहिले होते. जोतिबांना मूलबाळ नव्हते. त्यांनी दुसरे लग्न करावे असा आग्रह वडील व इतर मित्रांनी धरला. त्यामुळे जोतीबा फुले दुःखी झाले. ''पुरुषाने पहिल्या पत्नीपासून

मूल होत नाही म्हणून दुसरा विवाह करावा ही अत्यंत निष्ठुर चाल आहे,'' असे त्यांचे स्पष्ट मत होते. त्यांनी दुसरे लग्न केले नाहीच उलट काशीबाई या ब्राह्मण विधवेचा बालहत्या प्रतिबंधक गृहातील मुलगा दत्तक घेतला. यशवंत असे त्याचे नाव होते. तो ब्राह्मण जातीतील होता. त्यांनी असे करून आपण जातिभेद मानणारे नाही हे पटवून दिले. त्यांनी वडिलांच्या वर्षश्राद्धाचा विधी गोरगरिबांना अन्नदान व विद्यार्थ्यांना पुस्तके वाटून पार पाडला. ज्योतिबांची विचारसरणी किती प्रगल्भ होती हे यावरून स्पष्ट होते. स्त्रियांच्यासाठी जोतीबांनी केलेले कार्य सामाजिक जीवनातील एक युगप्रवर्तक असेच ठरले आहे.

*** अस्पृश्य उद्धाराचे कार्य**

महाराष्ट्रातील नव्हे तर संपूर्ण भारतीय समाजात अस्पृश्यता ही गेल्या कित्येक वर्षांपासून चालत आलेली होती. १९ व्या शतकात ती अधिक तीव्र झाली. सवर्णांकडून अस्पृश्यांना अत्यंत हीन वागणूक दिली जात होती. सामाजिक, राजकीय, शैक्षणिक, धार्मिक अशा विविध पातळींवरील जीवनापासून त्यांना उपेक्षित आणि वंचित ठेवण्यात आले होते. शतकानुशतके सवर्णांच्या गुलामीत आणि लाचारी करत त्यांना जीवन जगावे लागत होते. दारिद्र्यातच त्यांचा जन्म होई आणि दारिद्र्यातच त्यांचा अंत होत असे. स्पृश्य-अस्पृश्यांना शिवून घेत नसत. सकाळी आणि संध्याकाळी गावातून फिरण्यास त्यांना मज्जाव असे. गळ्यात मडके आणि कमरेला खराटा बांधून त्यांना दुपारच्या वेळीच गावात येण्याची परवानगी होती. अत्यंत हीन कामे त्यांच्याकडून करून घेतली जात होती. सवर्णांची सेवा करणे एवढेच त्यांचे काम होतं. शिक्षण घेण्याचा त्यांना अधिकार नव्हता. त्यामुळेच हा समाज शतकानुशतके अज्ञान, अंधःकारात खितपत पडलेला होता. सर्व बाजूंनी त्यांना उपेक्षित जीवन जगावे लागत होते. अशा या उपेक्षित, वंचित राहिलेल्या समाजातील लोकांचे अज्ञान, निरक्षरता दूर करण्यासाठी आणि त्यांची या गुलामगिरीतून मुक्तता करण्यासाठी म.जोतीबा फुले यांनी अथक परिश्रम घेतले आहेत. त्यांनी ग्रंथ, काव्ये अशी महत्त्वपूर्ण पुस्तकेही लिहून ही विषमता दूर करण्याचा प्रयत्न केला आहे. अस्पृश्यता, जातीयता हा हिंदूधर्माला लागलेला कलंक आहे. तो दूर करण्याचे कार्य म.जोतीबा यांनी मोठ्या धाडसाने आणि तळमळीने केलेले दिसून येते. जोतीबा फुले हे सामाजिक समतेच्या चळवळीचे आद्यप्रवर्तक होते. समाजातील दीन, दलित, पतित, कष्टकरी समाजासाठी जोतीबांनी मोठ्या धाडसाने कार्य हाती घेतले. शिक्षणाशिवाय अस्पृश्य समाजाचा उद्धार होणार नाही म्हणून महार, मांग, चांभार इत्यादी अस्पृश्य वर्गाला शिक्षण देऊन

त्यांचा उद्धार करणे यासारखे महत्त्वाचे दुसरे कार्य नाही, हे म. फुले यांनी ओळखले.

अस्पृश्यांच्या उद्धारासाठी इ.स.१८५१ मध्ये पुणे येथील नाना पेठेत पहिली अस्पृश्य शाळा त्यांनी सुरू केली. परंतु समाजातील सनातनी मंडळींने तीस कडवा विरोध करून बंद पाडली. परंतु फुले नाराज झाले नाहीत. जो जो समाजाचा विरोध होत असे तो तो फुल्यांच्या कार्याला अधिकच जोर चढत असे. सामाजिक परिवर्तनाचे कार्य कठीण व खडतर असते. हे फुले ओळखून होते. म्हणूनच फुल्यांनी इ.स. १८५२ मध्ये वेताळ पेठेत पुन्हा अस्पृश्यांच्या मुलांसाठी शाळा सुरू केली. इ.स. १८५३ मध्ये गोवंडे यांनी अस्पृश्यांच्या शाळेसाठी आपल्या वाड्यातील जागा दिली. इ.स.१८५८ मध्ये अस्पृश्यांच्या मुलांसाठी तिसरी शाळा फुल्यांनी सुरू केली. या शाळेतील अस्पृश्यांच्या मुलांची संख्या दिवसेंदिवस वाढत गेली. तेव्हा समाजातील अनेक दानशूर आणि म. जोतीबांच्या हितचिंतकांनी या कार्यास त्यांना उदार हस्ते मदत केली. अस्पृश्यांच्या शिक्षणाबरोबरच अस्पृश्यता निवारण, अन्याय, गुलामगिरीचे उच्चाटन, सार्वजनिक ठिकाणी प्रवेश इ. बाबतीत लिखाणातून व भाषणांतून या समाजात जागृती केली. या कार्यात लहुजी मांग, राणबा महार या अस्पृश्य मित्रांचा फुल्यांना चांगला उपयोग झाला. याशिवाय इ.स.१८६८ मध्ये फुल्यांनी आपल्या घराजवळील पाण्याचा हौद अस्पृश्यांना खुला करून दिला.

अस्पृश्य समाजात जागृती घडून यावी म्हणून त्यांनी त्याच वर्गातील लोकांचे सहकार्य घेतले. गुलामगिरी हा ग्रंथ लिहून उच्चवर्णीयांवर प्रखर टीका केली. जातीव्यवस्थेवर आणि दांभिकपणावर त्यांनी आसूड ओढले आहेत. शूद्रांनी आपल्या उन्नतीसाठी विद्या संपादन करावी असा संदेश त्यांनी या ग्रंथात दिला आहे.

* सत्यशोधक समाजाची स्थापना

सामाजिक विषमतेचे मूळ कशात आहे हे जोतिबांनी शोधून काढले. सामाजिक विषमतेविरुद्ध त्यांचे मन पेटून उठले. ब्राह्मणी वर्चस्वामुळेच समाजातील शूद्र व अतिशूद्रांचे शोषण होते हे त्यांनी ओळखले आणि 'ब्राह्मणांचे कसब व गुलामगिरी' या ग्रंथांमधून जोतिबांनी आपले परखड विचार मांडले. ते म्हणतात, 'ढोंगी ब्राह्मण, पुरोहित यांची समाज व धर्म या बाबतची मिरासदारी पाहून मला संताप आला व त्यांची ही मिरासदारी व शैक्षणिक वर्चस्व कमी करण्यासाठी व धर्माचे खरे स्वरूप सामान्यांना समजण्यासाठी मी 'सत्यशोधक समाजाची' चळवळ सुरू केली आहे.'

दरम्यानच्या काळात महाराष्ट्रात नवसुशिक्षितांची एक नवी पिढी उदयास आली होती. त्यांनी पाश्चात्त्य राष्ट्रातील दळणवळण सुविधा, इतर सुविधा, सुधारणा

यामुळे लोकांमध्ये राष्ट्रीय भावना वाढीस लागली होती. आपली संस्कृती, धर्म, तत्त्वज्ञान, साहित्य, इतिहास याविषयी चिकित्सक पद्धतीने विवेचन करून लोकांना त्यातील गौरवास्पद भाग दाखविला जाऊ लागला. सामाजिक कर्तव्यांची जाणीव करून दिली. सामाजिक प्रबोधनाचे नवे युगच सुरू झाले होते.

समता, स्वातंत्र्य, बंधुभाव निर्माण करणे हे जोतिबाच्या सामाजिक कार्याचे एक अंग होते. म्हणूनच त्यांनी समाजातील सर्व अनिष्ट पद्धतींवर या समाजाच्या स्थापनेद्वारे जोरदार हल्ला चढविला. या समाजाद्वारे साळी, माळी, कोळी, कुंभार, ब्राह्मण आदी सर्व समाजांतील लोकांचे एक व्यासपीठ तयार केले व त्याद्वारे सत्याचा आग्रह धरून समाजजागृती करण्याचा प्रयत्न केला.

सामाजिक सुधारणेसाठी, शूद्रातिशूद्रांची स्थिती सुधारण्यसाठी जोतिबांनी सत्यशोधक समाजाची स्थापना इ.स. १८७३ मध्ये केली. धार्मिक व सामाजिक गुलामगिरी नष्ट करणे हे या समाजाचे मुख्य उद्दिष्ट होते. ‘सार्वजनिक सत्यधर्म’ व ‘गुलामगिरी’ या पुस्तकांत त्यांनी सत्यशोधक समाजाबद्दलचे विचार मांडले आहेत.

‘सत्यशोधक समाज’ ही महाराष्ट्रातील समाजसुधारणेची पहिली चळवळ होती. अशा या सत्यशोधक समाजाची तत्त्वे खालीलप्रमाणे–

१) ईश्वर निर्गुण, निराकार आहे. सर्व माणसे ही परमेश्वराची लेकरे आहेत.

२) ईश्वराची प्राप्ती प्रत्येक मानवाला शक्य आहे. त्यासाठी कोणत्याही मध्यस्थाची गरज नाही.

३) मनुष्याचे श्रेष्ठत्व जन्मावर अवलंबून नाही तर ते गुणकर्मावर अवलंबून असते.

४) ईश्वरभक्ती करण्याचा सर्व मानवाला अधिकार आहे.

५) कोणताही ग्रंथ ईश्वर निर्मित नाही, त्याची निर्मिती मानवाने केली आहे.

सत्यशोधक चळवळ समाजातील कोणत्याही एका विशिष्ट वर्गाविरुद्ध नव्हती. बहुजन समाजात जागृती घडवून आणणे हे तिचे प्रमुख उद्दिष्ट होते. या समाजाचा प्रसार आणि प्रचार खूप जोरात झाला. पुरोहिताशिवाय लग्ने लावण्यासाठी मंगलाष्टके मराठीत रचली गेली. जातिभेद कमी व्हावा हाच त्यामागील प्रमुख हेतू होता. सत्यशोधक समाजाद्वारे उभारण्यात आलेला लढा हा सामाजिक, आर्थिक, राजकीय व सांस्कृतिक गुलामगिरीविरुद्धचा लढा होता.

या धर्माची चळवळ विशिष्ट धर्माविरुद्ध किंवा ब्राह्मणांविरुद्ध नव्हती. फुले ब्राह्मणद्वेष्टेच नव्हते. तर भिक्षुकशाहीचाही त्यांना तिटकारा होता. तेव्हा या समाजाद्वारे बहुजन समाजाची त्यांना जागृती व सुधारणा करावयाची होती. या चळवळीमुळे जोतिरावांनी खालच्या वर्गात चैतन्य निर्माण केले. तसेच कोणताही अन्याय सहन न

करण्याची प्रवृत्ती वाढीस लावली व खालच्या वर्गाला सुसंघटित केले. त्यामुळे बहुजन समाजातील अनेक कार्यकर्ते या समाजाचे सभासद झाले. सुमारे तीनशे सभासद संख्या तयार झाली व या कार्यकर्त्यांच्या सहकार्याने सत्यशोधक समाजाच्या अनेक शाखा विविध शहरांत सुरू झाल्या. समाजाने प्रथम सामाजिक गुलामगिरीविरुद्ध व सामाजिक अन्यायाविरुद्ध समाजाच्या पुनर्रचनेची मागणी केली. हजारो वर्षे पिचत पडलेल्या समाजाला बोलके करण्याचे महत्त्वाचे कार्य या समाजाने केले. त्यामुळे आधुनिक महाराष्ट्राच्या पायाभरणीस भक्कम आधार मिळाला. त्यामुळे पुढे भारतात आणि महाराष्ट्रात विविध समाजांचा आणि चळवळींचा उदय झाला.

*** धर्म विषयक विचार**

हिंदू धर्माला बाजारी स्वरूप प्राप्त झाले होते. अज्ञानी, अशिक्षित समाजाचे मोठ्या प्रमाणात धर्माच्या नावाखाली शोषण चालू होते. धर्मग्रंथाच्या नावाखाली शूद्रातिशूद्रांना धर्मभोंदू मंडळींनी सामाजिक गुलामगिरीत बांधून टाकले होते. त्यामुळे जोतिबांनी सामाजिक कोंडी फोडण्यासाठी सत्यशोधक धर्माची स्थापना केली. जगात सत्यासारखा अन्य धर्म नाही. सत्य म्हणजे मानव धर्म. सत्य म्हणजे कृती. सत्य म्हणजे नीती-या म्हणण्यातच जोतिरावांच्या क्रांतिकारक धर्माविषयीचे विचार दिसून येतात. हिंदू धर्मात रूढ असलेल्या प्रथा, परंपरा, अनिष्ट चालिरीतीं-विरुद्ध त्यांनी जोराची चळवळ सुरू केली. हिंदू धर्मातील भ्रामक कल्पनांवर हल्ला चढवून त्या नष्ट करण्याचा जोरदार प्रयत्न केला. धर्मातील जप-जाप्य कर्मकांडास विरोध केला.

सर्व मानव एकाच परमेश्वराची लेकरे आहेत. परमेश्वर निर्गुण, निराकार आहे. प्रत्येक मनुष्यास परमेश्वराची प्राप्ती करता येते. परमेश्वराने हे विश्व तयार केले आहे. दगडात परमेश्वर नाही. त्यास फुले, फळे, नैवेद्य अर्पण करणे व्यर्थ आहे. स्वर्ग, नरक या कल्पना व्यर्थ आहेत. ब्राह्मणांनी आपल्या फायद्यासाठी धर्मग्रंथ तयार केले आहेत. जातिभेद पाळणे हा धर्म नव्हे. प्रयत्न हाच परमेश्वर आहे. तेव्हा सर्व मानवांनी एकमेकांशी बंधुभावाने वागावे. सत्यधर्म आचरणात आणावा. त्यामुळे नवशिक्षित पिढी या समाजाकडे आकर्षित झाली. समाज बदलास हळूहळू सुरुवात झाली. महात्मा जोतीबा फुले हे सामाजिक सुधारणा घडविणारे पहिले कृतिशील समाजसुधारक होते. ब्राह्मणांच्या धार्मिक मक्तेदारीला आव्हान देऊन समाजातील वर्णव्यवस्थेला कडाडून विरोध केला. त्यामुळे महाराष्ट्रात धार्मिक वर्चस्वाविरुद्ध व्यापक चळवळ सुरू झाली. समाजात सर्वत्र वैचारिक क्रांतीस सुरुवात झालेली दिसून येते.

*** शेतकऱ्यांची चळवळ :**

आपला देश हा कृषीप्रधान देश आहे. देशाची संपन्नता आणि भरभराट शेतकऱ्यांवर अवलंबून असते. असे असले तरी भारतातील शेतकरी हा सुखी समाधानी नव्हता. अज्ञानपणा, दारिद्र्य, कर्जबाजारीपणा, मागासलेपणा अशा अनेक कारणांनी तो खचला होता. शेतकऱ्यांच्या दैन्य अवस्थेचे वर्णन म. फुले यांनी 'शेतकऱ्याचा आसूड' या ग्रंथात केले आहे. या दीनदुबळ्या शेतकऱ्यांची दुःखे पाहून त्यांना फार वाईट वाटत असे. सावकाराकडून शेतकऱ्यांचे शोषण होत होते. अशा या शोषित शेतकऱ्यांसाठी, त्यांची स्थिती सुधारण्यासाठी जोतीबांनी तळमळीने प्रयत्न केला आहे.

शेतकऱ्यांची स्थिती सुधारण्याविषयी त्यांनी सरकारला सूचना केल्या होत्या. त्यात पाणीपुरवठा योजनेस त्यांनी अग्रक्रम दिला होता. तलाव, बंधारे, धरणे, विहिरी यांद्वारे शेतीला जास्तीत जास्त पाणी उपलब्ध करून द्यावे, पीक संरक्षणासाठी शेतकऱ्यांना बंदुकांचे परवाने द्यावेत, कालव्याचे पाणी वेळेवर मिळावे, शेतीवर वाजवी कर आकारावा, शेतकऱ्यांचे अज्ञान दूर करावे, भोळ्या समजुतीपासून त्यांना दूर करावे, जोड धंदा म्हणून पशुपालनास चालना द्यावी, शेतीची माहिती देणाऱ्या पुस्तिका छापाव्यात, शेतीची पद्धत व औजारे यांत सुधारणा कराव्यात, कमी व्याजाने कर्जे उपलब्ध करून द्यावीत यांबाबत त्यांनी आपले विचार सरकार- दरबारी मांडले.

शेतकऱ्यांनी आपली मुले-मुली शाळेत पाठवून सुशिक्षित करावीत व सरकारने शेतकऱ्यांच्या मुलाविषयी सक्तीचा शिक्षणविषयी कायदा करावा. त्यामुळे ही मुले शिकून समाजाचे व राष्ट्राचे हित होईल. या धोरणाबाबत फुले म्हणतात-'सरकारने शेतकऱ्यांच्या मुलांना प्राथमिक शिक्षण सक्तीचे करावे. या शिक्षणास मुलांना प्रवृत्त करण्यासाठी वसतिगृहे उघडावीत. कनिष्ठ वर्गातील शिक्षक नेमून मुलांना प्रशिक्षित करावे. याशिवाय या मुलांना धंदेशिक्षण द्यावे.'

शेतकऱ्यांच्या शिकलेल्या मुलींना कनिष्ठ नोकऱ्या देण्याबाबतीत जोतिरावांनी प्रयत्न केले. 'दीनबंधू' या वर्तमानपत्रातून शेतकऱ्यांवरील अन्यायाला वाचा फोडली. इ.स. १८७६-७७ मध्ये महाराष्ट्रात मोठा दुष्काळ पडला. त्यामुळे शेतकऱ्यांची स्थिती व परिस्थिती खूपच हलाखीची झाली. तेव्हा जोतिरावांनी सर्व शेतकऱ्यांच्या उद्धाराकरीता महाराष्ट्रव्यापी चळवळ सुरू केली. ही चळवळ 'खतफोडीचे बंड' म्हणून ओळखली जाते. याशिवाय सरकारला शेतकऱ्यांच्या वास्तव परिस्थितीची जाणीव व्हावी म्हणून इ.स. १८८८ मध्ये पुण्यास इंग्लंडच्या ड्यूक ऑफ कॅनाटच्या समारंभास जोतिराव शेतकऱ्याच्या वेशात हजर राहिले व हिंदी जनता कोणत्या अवस्थेत आहे याचे प्रतिनिधित्व केले व इंग्लंडच्या व्हिक्टोरिया राणीला शेतकऱ्यांच्या

सुधारणा करण्याविषयी निरोप देण्यास सांगितले. तसेच इंग्रज सरकारकडे शेतकऱ्यांना संरक्षण, उत्पन्न वाढविण्यासाठी शेतीच्या विविध योजना आखण्याचा आग्रह धरला. शेतकऱ्यांच्या उद्धाराचे कार्य जोतीबांनी सातत्याने आणि तळमळीने केले आहे.

*** महात्मा जोतिबा फुले यांचे इतर कार्य**

म. जोतीबा फुले हे पुणे नगरपालिकेचे सदस्य होते त्यावेळी त्यांनी अनेक सार्वजनिक प्रश्न मांडले. बरेच प्रश्न धसास लावून त्यांनी सोडविले. सार्वजनिक सोयी-सुविधा लोकांना उपलब्ध करून दिल्या. पुण्यामध्ये मार्केटची इमारत बांधण्यासाठी आणि रिपनला मानपत्र देण्यासाठीच्या समारंभास त्यांनी जाहीर विरोध केला. यावर होणारा खर्च शिक्षणासाठी करावा अशी विधायक सूचना त्यांनी मांडली.

जोतीबा चरितार्थासाठी वेगवेगळ्या प्रकारची बांधकामे घेत होते. त्यामुळे त्यांचे मजुरांशी जवळचे संबंध आले. त्यांची परिस्थिती, त्यांच्या समस्या त्यांनी जवळून अनुभवल्या. त्यामुळेच त्यांनी या गोरगरीब मजुरांची गाऱ्हाणी वेशीवर टांगली. त्यांच्यावरील अन्यायाला वाचा फोडली. त्यांच्याच प्रेरणेमुळे नारायण लोखंडे याने मुंबईच्या गिरणी कामगारांची 'मिल हँड असोसिएशन सोसायटी' ही संघटना स्थापन केली. तिच्या मार्फत गिरणी कामगारांचे प्रश्न ब्रिटिश सरकारच्या लक्षात आणून दिले. आठ वर्षाच्या आतील मुलांना कामावर ठेवू नये, स्त्रियांना विशेष सवलती दिल्या पाहिजेत. कामगारांना मध्यंतराची विश्रांती, सुट्टी द्यावी. इ. बाबत त्यांनी सरकारला निवेदने देऊन या कामगारांना न्याय मिळवून दिला. त्यांनी स्थापन केलेली ही कामगार संघटना भारतातील पहिलीच संघटना होती.

जोतीबांनी, सरकारने छ.शिवाजी महाराजांच्या समाधीची (रायगडावरील) सर्व व्यवस्था स्वतःकडे घ्यावी असा अर्ज करून सरकारला जागे केले. पुण्यातील जुन्नर भागात सावकार लोक शेतकऱ्यांची भयंकर लुबाडणूक करीत होते. त्यांच्या जुलूम आणि शोषणाला शेतकरी कंटाळले होते. शेतकऱ्यांनी आपल्या जमिनी न पिकवता पडीक ठेवण्याचे ठरविले. जोतीबांनी या लढ्यात शेतकऱ्यांची बाजू घेऊन भाग घेतला. सरकारच्या मध्यस्थीने हा संप यशस्वी झाला. अशा प्रकारच्या विविध अन्यायाविरुद्ध ते आवाज उठवत होते. अशा प्रकारच्या वेगवेगळ्या सामाजिक कार्यात म.जोतीबा फुले सतत सहभागी होत असत.

*** राजकीय विचार**

१९ व्या शतकाच्या पूर्वार्धात अजूनही राजकीय गुलामीतच देश होता परंतु शिकलेल्या नव्या पिढीने या गुलामीविरुद्ध आवाज उठवायला सुरुवात केली होती.

ब्रिटिशांच्या या राजकीय धोरणांचा म. फुले यांनाही तिरस्कार वाटू लागला होता. त्यामुळेच त्यांच्या मनात या इंग्रजी सत्तेबद्दल राग निर्माण झाला होता. अनेक तरुणांची फौज एकत्र करून ही ब्रिटिश सत्ता उलथवून टाकायचा विचार जोतीबा करीत होते.

परंतु या इंग्रजी सत्तेच्या जाचापेक्षा समाजातील उच्चभ्रू मंडळींनी समाजाचे चालविलेले शोषण प्रथम थांबविले पाहिजे. त्यासाठी समाजात लोकशिक्षणातून जागृती केली पाहिजे, समाज संघटित केला पाहिजे, याविषयी त्यांनी अनेक चळवळींतून विविध संघटना स्थापन केल्या. ब्रिटिशांच्या व ख्रिश्चन मिशनऱ्यांच्या सहवासात जोतिरावांना त्यांचे धार्मिक, राजकीय, शैक्षणिक गोष्टींचे महत्त्व लक्षात आले. तेव्हा भारतीय समाजाला जागृत करण्यासाठी समाजात विवाह पद्धती, सती चाल, अज्ञान, गुलामगिरी, लाचारी, संधिसाधूपणा, जपजाप्य इ. बुरसटलेल्या पद्धतींवर आसूड ओढण्यास सुरुवात केली. त्यामुळे समाजात सर्वच दृष्टीने बदल होण्यास सुरुवात झाली. इंग्रजांच्या सहवासामुळे जोतिरावांच्या दृष्टिकोनात सुधारणावादी दृष्टिकोन आला. समाजाच्या उन्नतीचा मार्ग मोकळा केला. हे सर्व इंग्रजी सत्तेच्या कृपेने घडले म्हणून जोतिरांवाच्या मनात इंग्रजी सत्तेविषयी सहानुभूती व प्रेम निर्माण झाले.

ब्रिटिश सरकारच्या आणि मिशनऱ्यांच्या मदतीने पददलित समाजात परिवर्तन घडवून आणता येईल असे त्यांना वाटू लागले. प्रतिगामी आणि परंपरावादी विचारवंतांपेक्षा त्यामुळेच हे परकीय लोक फुले यांना जवळचे वाटले; कारण त्यांच्यामुळे समाजोद्धाराचा विकास करता येईल ही गोष्ट त्यांना महत्त्वाची वाटली. याचा अर्थ जोतीबा फुले हे ब्रिटिश धार्जिणे होते असा नव्हे, उलट ज्या ज्या वेळी समाजाच्या हितकार्यासाठी सरकार दुर्लक्ष करीत होते, त्या त्या वेळी म. फुले यांनी सरकारवर कठोर प्रहार केले आहेत. दुष्काळ, शेतकऱ्यांची अवस्था, शिक्षण अशा कितीतरी प्रश्नांवर त्यांनी सरकारला खडसावून सांगून आपले प्रश्न सोडविले आहेत. इ.स.१८८५ मध्ये स्थापन झालेल्या राष्ट्रीय सभेमध्ये बहुजन समाजाला प्रतिनिधित्व मिळवून देण्यासाठी त्यांनी प्रयत्न केले आहेत. अशा विविध कार्यांवरून म. जोतीबा फुले यांच्या राजकीय विचारांची कल्पना येते.

*** वाङ्मयीन कार्य**

म. जोतीबा फुले हे खरे समाजसुधारक होते. समाजसुधारणेची प्रेरणा ही रक्तातच असावी लागते, ती जोतीबांच्या ठायी होती. ते मूलगामी विचारवंत होते. बहुजन समाजाचे प्रबोधन आणि उपेक्षित वंचित समाजाच्या मुक्तीसाठी त्यांनी ग्रंथ लिहिले. त्यांचे हे लेखन सत्यशोधक विचारांशी निगडित आहे. श्रमकरी, कष्टकरी,

शेतकरी, पददलित, उपेक्षित, वंचित समाजातील लोकांच्या प्रश्नासाठी त्यांनी अहोरात्र चळवळ केली. ती जगण्यासाठी, त्याच चळवळीला प्रेरणा मिळण्यासाठी त्यांनी लेखन केले आहे. या सर्वसामान्य समाजाच्या व्यथा, वेदना, दुःख, दैन्य, दारिद्र्य यांना वाचा फोडण्यासाठीच त्यांनी लेखणी चालवली होती. सर्वसामान्य समाजातील प्रश्न मांडताना त्या समाजाची भाषाही त्यांनी वापरली. त्यामुळे हे ग्रंथ साजीवंत वाटतात. त्यांनी पुढील ग्रंथ लिहिले आहेत.

१) तृतीय रत्न हे नाटक : फसव्या पुरोहितांचे ढोंग. त्यांनी या मधून समाजाला दाखवून जनजागृती केली.

२) छ. शिवाजी महाराजांचा पोवाडा : पराक्रमी आणि धाडसी कर्तृत्ववान छ. शिवाजी राजांचे वर्णन लोकांना व्हावे. त्यांचे या उपेक्षित राजाकडे लक्ष वेधावे. लोकांना त्यांची माहिती मिळावी म्हणून त्यांनी हा पोवाडा रचला.

३) 'गुलामगिरी' हा ग्रंथ १८७३ मध्ये प्रकाशित झाला. या ग्रंथात ब्रह्मदेवाच्या उत्पत्ती पासून ते भटवाड्याच्या बंडापर्यंतचा इतिहास सांगितला आहे. सर्व सामान्यांना शिक्षणाचे दरवाजे बंद झाले. त्यामुळे पुरोहितांच्या मध्यस्थीची गरज निर्माण झाली. या मध्यस्थीवर या पुस्तकात कठोर टीका केली आहे.

४) 'शेतकऱ्याचा आसूड' हा ग्रंथ १८८३ मध्ये लिहिला. मात्र तो म. फुले यांच्या हयातीत प्रसिद्ध झाला नाही. या ग्रंथात शेतकऱ्यांच्या खालावलेल्या स्थितीचे वर्णन आहे. शेतकऱ्यांच्या झालेल्या दैन्य अवस्थेचे वर्णन करून त्यावर उपायही सांगितले आहेत.

५) 'सार्वजनिक सत्यधर्म' हा त्यांचा शेवटचा ग्रंथ. या ग्रंथात त्यांनी धार्मिक, सामाजिक, नैतिक, व्यावहारिक वगैरे विविध विषयांची चर्चा केली आहे. सुख, पूजा, नामस्मरण, नैवेद्य, स्त्री-पुरुष, पाप-पुण्य, जातिभेद, नीती, दैव इ. प्रश्नांची त्यांनी चर्चा केली आहे.

जोतिबांनी ग्रंथनिर्मिती सहेतुक केली होती. शूद्रातिशूद्रांच्या दुरावस्थेची कारणे विशद करून त्यांचे प्रबोधन करणे, बहुजन समाजातील सुशिक्षितांना आपल्या सामाजिक कर्तव्याची जाणीव करून देणे आणि मागासलेल्या समाजात शिक्षणप्रसार झाल्याशिवाय त्यांची स्थिती सुधारणार नाही हे सरकारला पटवून देण्यासाठीच त्यांनी लिखाण केले होते. 'ब्राह्मणांचे कसब' हे पद्यात्मक पुस्तक लिहून त्यांनी स्वार्थसाधू ब्राह्मणांच्या कारवाया उघड करून दाखविल्या आहेत. आपल्या सांस्कृतिक परंपरेतील ब्राह्मणमाहात्म्य व विद्येची मक्तेदारी आणि मागासलेल्या जातींतील अज्ञान, अंधश्रद्धा व रुढीप्रियता या विषयांची या ग्रंथात चर्चा केली आहे.

वेगवेगळ्या जातीधर्मात विखुरलेल्या कष्टकरी लोकांना एकत्र आणून त्यांच्यात ऐक्यभाव निर्माण केला पाहिजे. अस्पृश्य बांधवांना भेदभाव न मानता त्यांना प्रेमाने बंधुभावाने वागवले पाहिजे. सर्वांनी मिळून समाजातील दैन्य, दास्य मुक्तीसाठी झगडत राहिले पाहिजे. हा त्यांच्या वैचारिक तत्त्व प्रणालीचा भाग होता. तोच त्यांच्या ग्रंथामधून सर्वत्र विखुरलेला दिसून येतो.

*** जीवनमूल्य**

जोतीबा फुले हे खरे समाजसुधारक होते. आपल्या कार्यावर त्यांची निष्ठा होती. ते एक निष्ठावंत कार्यकर्ते होते. धाडस, निर्भयता, त्याग, मानवता, बंधुभाव, प्रेम, जिव्हाळा, समाज उद्धाराची तळमळ अशा अनेक गोष्टी त्यांच्या व्यक्तिमत्त्वात एकवटल्या होत्या. म्हणूनच त्यास समाजसुधारकांचे अग्रणी म्हटले जाते.

जोतिबांनी बहुजन समाजाच्या उद्धारासाठी प्रयत्न केले. महाराष्ट्रात त्यांनी शिक्षणाची व अस्पृश्यांच्या शिक्षणाची मुहूर्तमेढ रोवली, अस्पृश्यांच्या अन्यायाला वाचा फोडली. सामाजिक गुलामगिरीवरुद्ध त्यांनी बंड केले. शेतकऱ्यांची दुःखे त्यांनी वेशीवर टांगली. जी गोष्ट त्यांना पटली तिचा पाठपुरावा त्यांनी केला. त्यासाठी कोणत्याही प्रकारचे मोल त्यांनी दिले, परंतु आपल्या कार्यापासून ते अजिबात ढळले नाहीत. त्यांची उक्ती जशी तशीच कृती होती, म्हणूनच त्यांना 'कर्ते सुधारक' म्हणून संबोधले जाते. त्यांनी मूलगामी समाजक्रांतीचा विचार मांडला होता. वरकरणी समाजसुधारणा त्यांना मान्य नव्हत्या.

त्यांनी समाजातील वर्णव्यवस्थेवर हल्ला चढविला. जातीवर त्यांनी कडाडून टीका केली. त्यांचा रोख ब्राह्मणांवर नसून ब्राह्मण्यावर होता. ते एक थोर समाजसेवक होते. ते नेहमी आपल्या कार्यात एकाग्र होत असत. सर्वांशी ते सहकार्याने वागत. त्यामुळे त्यांनी हजारोंचा विश्वास संपादन केला होता. सत्यशोधक समाजाच्या रूपाने त्यांनी महाराष्ट्रात प्रबळ संघटना निर्माण केली. तिच्यामार्फत त्यांनी समाजप्रबोधनाचे कार्य हाती घेतले. सत्य, समता आणि मानवतावाद या शिकवणीवर त्यांचा भर होता. जोतीबा एकेश्वरी मताचे, नीतिवादी व बुद्धिप्रामाण्यवादी होते. हृदयाने थोर व कृतीने उदार होते. म्हणूनच त्यांना आद्य क्रांतिकारक म्हटले जाते.

समाजातील रूढी, जातिभेद, अस्पृश्यता, शेतकऱ्यांची स्थिती, स्त्री शिक्षण इ. विविध गोष्टींत सुधारणा करण्यासाठी जोतिबांनी आपले जीवन सत्कारणी लावले. पण हे मानवतेचे कार्य सनातन्यांना आवडले नाही, त्यांनी जोतिबांविरुद्ध अनेक अफवा उठविल्या. सामाजिक बहिष्कार टाकला. पण या विरोधाला जोतिबांनी दाद

दिली नाही. उलट जो जो समाजाचा विरोध होत असे तो तो म.फुल्यांच्या कार्यास उधाण येत असे. समाजाचा सर्वांगीण विकास होण्यासाठी स्त्री शिक्षणाचा पुरस्कार केला. अस्पृश्यांचा उद्धार केला. दीनदुबळ्या शेतकऱ्यांच्या उद्धारासाठी 'खतफोडणी बंड' उभारले. समाजावर उच्चवर्णीयांकडून होणाऱ्या पिळवणुकीस सभा, चर्चा, वर्तमानपत्रे, ग्रंथांद्वारे वाचा फोडली. सत्यशोधक समाजाची स्थापना करून समाजातील अनिष्ट प्रथा, गुलामगिरीसारख्या प्रथा बंद केल्या. धार्मिक अवडंबांवर जोरदार हल्ले चढविले. थोडक्यात, समाजाची सर्व दृष्टीने व सर्व बाजूने प्रगती होण्यासाठी व्यावहारिक सुधारणांवर भर दिला.

म. फुले यांनी टीका करणाऱ्यांवर आणि कार्यावर आक्षेप घेणाऱ्यांना आपल्या कार्याद्वारेच सडेतोड उत्तर दिले आहे. इतकेच नव्हे, तर त्यांनी काशीबाई विधवा ब्राह्मण स्त्रीचा मुलगा, यशवंत याला मूल नसल्यामुळे दत्तक घेतले व त्याने पुढे डॉ. यशवंत फुले बनून समाजसेवा केली. यावरून फुल्यांचे कार्य प्रगतीवादी होते याची कल्पना येते. थोडक्यात, म. जोतिबा फुले यांच्यावर संकुचित भावनेने केलेले आरोप चुकीचे होते याची कल्पना येते.

म. जोतीबा फुले यांची वाङ्मय निर्मिती ही मराठी वाङ्मयात मोलाची भर घालणारी आहे. त्यांनी समाजसुधारणेच्या सर्व अंगांना स्पर्श केला होता. समाज, राजकारण, धार्मिक, शिक्षण, जातीयता अशा कितीतरी क्षेत्रातील त्यांचे कार्य गौरवास्पद आहे. बहुजन समाजाच्या उद्धारासाठी ते अहोरात्र झटले. समाजाला धार्मिक, सामाजिक गुलामगिरीतून त्यांनी मुक्त केले. समतेचा, मानवतेचा, स्वातंत्र्याचा संदेश त्यांनी सर्व समाजाला मोठ्या विश्वासाने दिला. त्यांचे महत्त्वपूर्ण कार्य पाहता आणि त्यांचे विचार पाहता महात्मा जोतीबा फुले खरोखरच महान आत्मा होते. खरे महात्मा होते.

* सावित्रीबाई फुले यांचे महत्त्वपूर्ण कार्य

सावित्रीबाईंचा जन्म ३ जाने. १८३१ ला पुण्याजवळील नायगाव या गावी नेवासे पाटील या कुटुंबात झाला. वयाच्या ९ व्या वर्षी त्यांचे लग्न जोतीरावांबरोबर लावून देण्यात आले. सासरच्या मंडळींचा प्रेमळ स्वभाव आणि ख्रिस्ती मिशनऱ्यांचा सहवास यातून सावित्रीबाईंच्या दृष्टीला खतपाणी मिळाले. त्यात जोतीरावांच्या विचारसरणीने आणि दलित समाजाच्या अपार कळवळ्यानं सावित्रीबाईंच्या संवेदनशील मनाला अधिकच ध्येयवादी व उदात्त बनविण्यास मदत केली.

म.फुले जाणून होते की स्त्रीशूद्राचा विकास साधावयाचा असेल तर त्यांना शिक्षणाशिवाय दुसरा पर्याय नाही. त्यामुळे त्यांनी स्त्रीशूद्रांना शिक्षण देण्याचा विचार

पक्का केला, परंतु स्त्रीशूद्रांना शिकविण्यास कोणी तयार होईना, म्हणून त्यांनी अडाणी असलेल्या सावित्रीबाईंना शिकविण्यास सुरुवात केली. त्या मन लावून शिकल्या. १८४७ ला जोतीबाईंनी पुण्यात भिड्यांच्या वाड्यात मुलींची पहिली शाळा सुरू केली. सावित्रीबाई त्या शाळेतच पहिल्या महिला प्रशिक्षित शिक्षिका झाल्या. धर्ममठ असलेल्या पुणे नगरीत मात्र हाहाकार माजला. धर्म बाटला अशी गरळ ओकण्यास त्यांनी सुरुवात केली. सावित्रीबाईंचा छळ होऊ लागला. पण सावित्रीबाई डगमगल्या नाहीत. आपले कार्य नेटाने पुढे चालू ठेवले.

भारतीय समाजात स्त्रियांची लग्ने फार कोवळ्या वयात होत असत. तसेच पतीच्या निधनानंतर पत्नीला सती जावे लागले किंवा तिचे फार हाल करत असत. या घटनेमुळे फुले पती-पत्नींचे अंतःकरण द्रवले. ज्योतीबा, सावित्रीबाईंनी केवळ विधवा विवाहाचा पुरस्कार केला नाही तर १८६४ साली शेवणी जातीतील एका विधवा महिलेचा पुनर्विवाह त्यांनी घडवून आणला.

अनैतिक संबंधातून जन्मलेल्या मुलांची हत्या केली जाई. गर्भपात करायचा किंवा मुलाला काहीतरी करून त्याला नष्ट करायची प्रथा होती. ज्योतीबा, सावित्रीबाई यांना ही हत्या पाहणे शक्य नव्हते. त्यांनी बालहत्या थांबावी म्हणून 'बालहत्या प्रतिबंधक गृह' काढले. अनेक निराश्रित महिलांनी या आश्रमाचा फायदा घेतला. काशीबाई नावाच्या महिलेस असाच आश्रय देऊन तिच्या झालेल्या मुलास त्यांनी दत्तक घेतले व त्यास डॉक्टर बनविले. अस्पृश्यांना पाण्यासाठी उन्हातान्हात वणवण फिरावे लागे, त्यांना कोणी बघितले नाही. त्यांनी १८६८ साली स्वतःचा पाण्याचा हौद अस्पृश्यांसाठी खुला केला व शेकडो अस्पृश्यांना तृप्त केले. १८९० ला जोतीरावांचे निधन झाले. त्यांचे कार्य सावित्रीबाईंनी पुढे चालू ठेवले. स्त्रीशूद्राच्या उद्धाराचे कार्य, सत्यशोधक चळवळ पुढे नेण्याचे कार्य सावित्रीबाईंनी पती निधनानंतरही चालू ठेवले. त्यात खंड पडू दिला नाही. १८९७ साली पुण्यात झालेल्या प्लेगच्या साथीत त्यांनी प्लेग झालेल्यांची मनोभावाने सेवाशुश्रूषा केली. प्लेगग्रस्त मुलाला खांद्यावरून वाहून नेताना त्यांना प्लेगची लागण झाली आणि त्यातच १० मार्च १८९७ ला सावित्रीबाईंची प्राणज्योत मालवली. सावित्रीबाई जीवनाच्या शेवटपर्यंत रंजल्या-गांजलेल्यांच्या उद्धारासाठी चंदनासारख्या झिजत राहिल्या. स्त्रीशूद्राची सेवाच ईश्वरसेवा मानली. जोतीबांच्या समाजउद्धारकार्यात सावलीसारखी साथ दिली. अनेक अनाथांची आई झाली, अबलांचे आसू पुसले, त्यांना नवजीवन दिले, जे साधुसंतांना जमले नाही ते कुठलीही सत्ता नसताना सावित्रीबाईंनी करून दाखविले.

***

१९ व्या शतकातील सामाजिक आणि धार्मिक चळवळी

भारतीय इतिहासातील एकोणिसाव्या शतकात धार्मिक आणि सामाजिक क्षेत्रात घडून आलेली क्रांती आणि याचबरोबर राष्ट्रीय भावनेचा झालेला उदय व विकास या दृष्टीने एकोणिसावे शतक महत्त्वपूर्ण आहे. महाराष्ट्रामध्ये तेराव्या शतकापासून सामाजिक आणि धार्मिक क्षेत्रात सुधारणा करण्याची आंदोलने जाहली, परंतु प्रतिकूल राजकीय परिस्थितीमुळे ती वाढीस लागली नाहीत. उलट ती निष्क्रीय होत गेली. परंतु १८ व्या शतकाच्या प्रारंभापासून पुन्हा या क्षेत्रात जागृती घडून आली. त्यामुळे संपूर्ण भारतीय जीवन ढवळून निघाले. हे शतक म्हणजे मध्ययुगाचा शेवट आणि अर्वाचिन युगाची सुरुवात होती असेच म्हणावे लागेल.

१९ व्या शतकामध्ये इंग्रजी राजवट स्थिर झाल्यामुळे त्याचा भारतीयांशी घनिष्ट संबंध आला. पाश्चात्त्य संस्कृती, ज्ञान-विज्ञान, विचारधारा आणि स्वातंत्र्याच्या उदार कल्पना यांची ओळख भारतीयांना चांगली झाली. इंग्रजांनी इंग्रजी शिक्षणाचा पाया घातला. इंग्रजी शिक्षणाच्या प्रसारामुळे भारतीय लोक पाश्चात्त्य संस्कृतीचा, जीवनपद्धतीचा जवळून अभ्यास करू लागले. त्यामुळे त्यांना आपल्या जीवनपद्धतीतील उणिवा स्पष्ट दिसू लागल्या. भारतीय लोक अज्ञानी, अंधश्रद्धाळू आहेत. रूढी, परंपरा, वाईट चालीरिती, भूतपिशाच्च, जादूटोणा, तंत्रमंत्र, अघोरी गोष्टी यावर विश्वास ठेवतात. मात्र विज्ञानाच्या प्रसारामुळे आणि शिक्षणामुळे त्यांच्या विचारात बदल होऊ लागला. त्यांना चांगली नवीन दृष्टी मिळाली. म्हणून ते प्रत्येक गोष्ट बुद्धीच्या कसोटीवर पडताळून पाहू लागले. त्यामुळे त्यांना समाज आणि त्यामधील विकृती चांगल्या कळू लागल्या. भारतीय समाजाच्या अधोगतीस अनिष्ट रूढी, परंपरा, वाईट प्रथा याच कारणीभूत आहेत याची जाणीव त्यांना झाली. म्हणून त्यांनी या परिस्थितीत बदल घडवून आणण्याचे प्रयत्न सुरू केले. त्यामधूनच समाज आणि धर्म सुधारणेच्या चळवळीस प्रारंभ झाला आहे.

एकोणिसाव्या शतकातील भारतीय समाजाच्या सर्वांगीण प्रगतीसाठी

सामाजिक जीवनातील जातीसंस्था, जातीबंधने, बालविवाह, केशवपन, सती, बालकुमारी विवाह यासारख्या अनिष्ट परंपरा दूर करून समाजामध्ये सर्व जातींच्या शिक्षणाला प्राधान्य देणे, समानता, मानवता यासारख्या तत्त्वांचा प्रसार करणे, विधवा विवाह, शूद्र आणि स्त्रियांच्या शिक्षणाला प्राधान्य देणे आवश्यक वाटू लागले. वर्तमानपत्रे आणि ग्रंथांमधून या नव्या विचारांचा समाजात प्रसार व प्रचार करणे महत्त्वाचे मानले जाऊ लागले. ती त्या काळच्या समाजाची गरज होती. समाजाच्या प्रगतीसाठी धार्मिक जीवनातील वाईट चालीरिती, आचार-विचार, परंपरा, अंधश्रद्धा यांना दूर करून धर्मपरिवर्तन करण्याची आवश्यकता वाटू लागली होती. असे धर्मपरिवर्तन करताना आपल्या धार्मिक जीवनातील दोषांची जाणीव करून देतानाच समाजाला आपल्या धर्मातील श्रेष्ठत्व, महत्त्व आणि वैशिष्ट्यपूर्ण वेगळेपण याचीही जाणीव करून देणे महत्त्वाचे वाटत होते. आपल्या समाजातील काही चांगल्या गोष्टी कायम ठेवून पाश्चिमात्यांच्या उदात्त जीवनमूल्यांचा स्वीकार करणे गरजेचे होते. अशी एक नवी जागृती, नवी दृष्टी या समाजाला तत्कालीन सामाजिक संस्थांच्या, धार्मिक संस्थांच्या माध्यमाद्वारे शिकलेल्या नव्या दमाच्या नव्या पिढीने दिली. ही महत्त्वपूर्ण गोष्ट या काळात घडत होती. या वैचारिक चळवळीतूनच आधुनिक काळातील धार्मिक आणि राजकीय चळवळी घडून आल्या. परिवर्तनाच्या या चळवळीमध्ये अनेक मंडळी सहभागी होती. अनेक संघटनांनी मोठ्या धाडसाने समाजाच्या विकासाचे हे कार्य केले आहे. ब्राह्मो समाज, आर्य समाज, प्रार्थना समाज, सार्वजनिक सभा इत्यादी समाजाने केलेल्या वैशिष्ट्यपूर्ण कार्याचा आढावा आपणाला घ्यावयाचा आहे.

प्रार्थना समाज :

प्रार्थना समाजाच्या स्थापनेपूर्वी भारतातील सामाजिक परिस्थिती भयंकर होती. हिंदू धर्माचे अधःपतन चालू होते. धर्म लयास चालला होता. धर्मात आपपाठ आणि ढोंगीपणा घुसल्यामुळे लोकांचा या धर्मावरील विश्वास उडाला होता. लोक मोठ्या प्रमाणात धर्मांतर करून दुसऱ्या धर्मात जात होते. समाजातील खालच्या वर्गाची स्थिती गुलामापेक्षाही अत्यंत दयनीय होती. स्त्रियांची अवस्था पशुतुल्य होती.

विषेशतः स्त्री हत्या, विधवांची स्थिती, सतीचाल इ. अनिष्ट प्रथा रूढ होत्या. समाजात पौरोहितांचे श्रेष्ठत्व, व्रतवैकल्ये, अंधश्रद्धा, मनुष्य बळी इ. धर्मामध्ये असलेल्या अनिष्ट प्रथा बदलणे गरजेचे आहे. तेव्हा समाज प्रबोधनाच्या या कार्यास प्रथम सुरुवात बंगालमध्ये झाली. त्याचे कारण इंग्रजी शासनाचे सत्तेचे हातपाय प्रथम बंगालमध्ये

स्थिर झाले. पाश्चात्त्य विचारांचा प्रसार प्रथम त्यामुळे बंगालमध्ये झाला. तेव्हा आपल्या समाजामध्ये असलेली सनातनी वृत्ती बदलली पाहिजे या प्ररणेने बंगालमध्ये प्रथम राजा राममोहन रॉय पुढे आले. आणि सामाजिक सुधारणा करण्यासाठी त्यांनी बंगालमध्ये प्रार्थना समाजाची स्थापना केली आणि येथील सामाजिक कल्याणाचे कार्य त्यांनी सुरू केले.

महाराष्ट्रात धर्मसुधारणेच्या चळवळीचा अग्रमान परमहंस सभेला द्यावा लागतो. इ.स. १८४९ मध्ये 'परमहंस सभेची' स्थापना दादोबा पांडुरंग, रामकृष्ण परमहंस, बाबा पदूमनजी, भाऊ महाजन वगैरेंनी मुंबई येथे केली. ही संघटना गुप्त होती. या सभेच्या ध्येयधोरणावर ख्रिश्चन धर्माच्या तत्त्वांचा प्रभाव होता, जातिभेद निर्मूलन, मूर्तिपूजेस विरोध, सर्व जाती व धर्म यांचे एकीकरण करणे इत्यादी उद्देश या सभेने स्वीकारले होते. या संघटनेत वेगवेगळ्या धर्माचे लोक सामावले होते. या सभेचे सदस्य विचाराने परिपक्व असले तरी सामाजिक रोषाला तोंड देण्याइतपत धैर्यशील नव्हते. त्यामुळेच त्यांनी या संघटनेचे कामकाज गुप्तपणे चालविले होते. इ.स. १८६० मध्ये या संघटनेच्या सदस्यांची यादी चोरीस गेली. लोकक्षोभाच्या भीतीने अनेकांनी या सभेतून आपले अंग काढून घेतले. त्यामुळे ती बंद पडली. ती जरी बंद पडली तरी तिचे महत्त्व कमी झाले नाही. या सभेच्या तत्त्वप्रणालीविषयी आदर बाळगणारे अनेक लोक होतेच. परंतु प्रार्थना समाजाच्या कार्यामुळे सर्वत्र सामाजिक व धार्मिक क्षेत्रात बरेच परिवर्तन घडून आले. त्या चळवळीने महाराष्ट्रातील सुशिक्षित तरुणांना भारावून सोडले होते. त्यांच्यातील वैचारिक जागृतीतूनच महाराष्ट्रात प्रार्थना समाजाची स्थापना झाली. इंग्रजी राजवट, पाश्चात्त्य शिक्षण पद्धती व तत्त्वज्ञान या गोष्टींचाही प्रभाव पडून सामाजिक सुधारणेच्या चळवळीला चालना मिळाली होती. महाराष्ट्रात वैचारिक क्रांतीचे प्रबोधनाचे कार्य बाळशास्त्री जांभेकर, लोकहितवादी, महात्मा फुले इत्यादी सुधारक करीत होते. त्यांच्या कार्यामुळेच धर्मसुधारणेची पार्श्वभूमी तयार झाली.

* प्रार्थना समाजाची स्थापना

इ.स. १८५७ च्या लढ्यानंतर सामाजिक आणि धार्मिक जीवनात अनेक बदल घडून येत होते. परमहंस सभेतील, प्रार्थना समाजातील सुशिक्षित तरुणांना आपल्या धर्मातील वाईट चालीरीती, रुढी, परंपरा बदलल्या पाहिजेत. असे सतत वाटत होते. त्यासाठी त्यांनी जोरदार प्रयत्नही सुरू केले होते. याच वेळेस इ.स. १८६४ मध्ये प्रार्थना समाजाचे म्हणजेच ब्राह्मो समाजाचे प्रवर्तक केशवचंद्रसेन यांनी मुंबईत येऊन धर्म सुधारणेविषयी काही व्याख्याने दिली. त्यामुळे नव्या पिढीमध्ये धर्म

सुधारणेचा विचार वाढत गेला आणि समाजातील शिकलेल्या तरुणांनी म्हणजेच दादोबा पांडुरंग तर्खडकर यांचे बंधू डॉ. आत्माराम पांडुरंग तर्खडकर यांच्या पुढाकाराने इ. स. १८६७ मध्ये प्रार्थना समाजाची स्थापना मुंबई येथे झाली. त्यामध्ये प्रामुख्याने रामलाल कृष्ण परमानंद, भाऊ महाजन, नवरंगी मोडक आणि वागळे हे सदस्य होते. त्यानंतर पुढे डॉ. भांडारकर, न्या. रानडे ही दिग्गज मंडळी त्यामध्ये सहभागी झाली. या समाजाच्या प्रचार व प्रसारासाठी 'सुबोध पत्रिका' हे वृत्तपत्र सुरू झाले. गिरगावमध्ये या समाजाची स्वतंत्र इमारत उभी राहिली. सुशिक्षित आणि मध्यमवर्गातील लोक प्रार्थना समाजाकडे आकर्षित झाले. हळूहळू या समाजाची सभासद संख्या वाढू लागली. तेव्हा ब्राह्मो समाजाच्या कार्यासाठी स्वतंत्र कार्यालय सुरू केले. धर्मसभा स्थापन करून या समाजाने आपले तत्त्वज्ञान व शिकवण जनतेस सांगण्यास सुरुवात केली. तेव्हा हिंदू धर्मातील सनातन्यांनी समाजाला कडवा विरोध करण्यास सुरुवात केली. हा विरोध कमी करण्यासाठी या समाजाने पुढे 'संवाद कौमुदी' व 'समाचार-चंद्रिका' या मुखपत्रांद्वारे शंका-समाधान व प्रश्नांची उत्तरे देण्यास सुरुवात केली. त्यामुळे पुढे हा विरोध कमी होत गेला. बंगालमधील सर्व समाज नवविचाराने प्रेरित झाला. तेव्हा एकेश्वरी ईश्वरावर विश्वास असलेल्या मंडळींनी एकत्र जमावे म्हणून एक मंदिर बांधले. निर्गुण, निराकार परमेश्वराची प्रार्थना या मंदिरात बसून लोक करू लागले. मंदिरात मूर्तींची किंवा चित्रांची पूजा करू नये असे बंधन होते.

राजा राममोहन रॉय यांनी जनतेला मूर्तीपूजा करू नये, परमेश्वर एक आहे, दुसऱ्यांवर प्रेम करा, दया करा, परोपकार करा असा संदेश दिला. जीवनाच्या अखेरपर्यंत राजा राममोहन रॉय यांनी प्रार्थना समाजाचे कार्य केले.

* प्रार्थना समाजाचे स्वरूप

ब्राह्मो समाजाची प्रेरणा प्रार्थना समाजाला मिळाली असली तरी प्रार्थना समाज म्हणजे ब्राह्मो समाजाचा भाग नव्हता अथवा शाखा नव्हती. प्रार्थना समाज हा एक स्वतंत्र विचारांचा, तत्त्वांचा समाज होता. उलट ब्राह्मो समाजाच्या कार्यास प्रार्थना समाजाचा विरोधच होता. हिंदू धर्मातीलच एक सुधारक पंथ यावर प्रार्थना समाजाने भर दिला होता. ब्राह्मो समाज परमेश्वर निर्गुण, निराकार आणि आत्मा-परमात्मा यांचे अद्वैत मानतो. प्रार्थना समाजाला मूर्तीपूजा मान्य नसली तरी परमेश्वराला तो सगुण मानत होता. हे या दोन संप्रदायातील महत्त्वाचे फरक होते. हे समजून घेतल्यानंतर प्रार्थना समाजाचे तत्त्वज्ञान समजणे सोपे जाते. प्रार्थना समाज हा हिंदूधर्माभिमानी होता. महाराष्ट्रातील भक्ती संप्रदायास त्याची मान्यता होती. त्यामुळेच या समाजाच्या

सभेत महाराष्ट्रातील संतांचे अभंग म्हटले जात होते.

प्रार्थना समाजाचे तत्त्वज्ञान :

प्रार्थना समाजाचे तत्त्वज्ञान सोपे, सरळ आणि साधे होते. त्यात गुंतागुंत फारशी नव्हती. परमेश्वर एक आहे. तो अनंतरूपी, सर्वशक्तिमान, पापनाशक, सर्व जगाचा तो पालनकर्ता आहे. परमेश्वरास शरण गेल्याने सुख मिळते. त्याचे गुणगान करणे आणि त्याला आवडणारी सत्क्रिया करणे हीच त्याची खरी पूजा होय. मूर्ती अथवा इतर सृष्ट पदार्थांची पूजा परमेश्वरास पोहोचत नाही. त्यामुळे ती करू नये. परमेश्वर अवतार घेत नाही. त्याने कोणताही धर्मग्रंथ निर्माण केला नाही. सर्व माणसे ईश्वराची लेकरे आहेत. आपापसात प्रेमाने, बंधुभावाने वागावे त्यामुळे आपणास परमेश्वर प्रसन्न होतो. अशा विविध तत्त्वांनी प्रार्थना समाज तग धरून होता. या वरील तत्त्वांवरून प्रार्थना समाजाचे तत्त्वज्ञान सांगता येईल.

१. परमेश्वर एक असून तो प्रेमळ, दयाळू आहे. परमेश्वर हा निराकार आहे. तोच विश्वाचा निर्माता आहे.
२. सत्य, सदाचार आणि भक्ती हेच खरे परमेश्वर उपासनेचे मार्ग आहेत. या मार्गानेच परमेश्वर मिळतो.
३. प्रार्थनेमुळे कोणत्याही भौतिक गोष्टीची फलप्राप्ती होत नाही परंतु प्रार्थनेमुळे मानवी मनाचा आध्यात्मिक विकास साधता येतो.
४. परमेश्वर अवतार घेत नाही. त्याने कोणताही धर्मग्रंथ लिहिला नाही.
५. मूर्तीपूजा परमेश्वरास मान्य नाही.
६. सर्व माणसे एकाच परमेश्वराची लेकरे आहेत. त्यामुळे सर्वांनी आपापसात बंधुभाव आणि प्रेमाच्या भावनेने वागावे.

*** प्रार्थना समाजाचे कार्य**

प्रार्थना समाजाला विचारवंत आणि स्वार्थत्यागी नेतृत्व लाभूनही ठराबीक शहरांपुरतेच त्याचे कार्य पोहोचू शकले. त्याचे प्रमुख कारण म्हणजे त्यातील सुधारक, मिशनऱ्यांचे अनुकरण करीत होते, त्यामुळे हिंदूंना त्यांच्या कार्याविषयी कधीच आपुलकी वाटली नाही. त्याचबरोबर प्रार्थना समाजाच्या प्रवर्तकांत, विचारात आणि कृतीत बऱ्याच वेळा विसंगती दिसून येई. हा समाज ब्रिटिश सत्तेचे समर्थन करी. त्यामुळे त्याची व्याप्ती वाढली नाही.

प्रार्थना समाजाने धर्मप्रचारापेक्षाही सामाजिक सुधारणेच्या चळवळीकडे विशेष लक्ष दिले. अस्पृश्यता निवारण, विधवा विवाह, मुलींच्या शिक्षणास प्रोत्साहन,

बालविवाहास विरोध इत्यादी क्षेत्रांत या समाजाने भरीव कार्य केले. त्यांच्या कार्यामुळे धर्मपरिवर्तन चळवळ हळूहळू महाराष्ट्रात वाढू लागली, हे नाकारून चालणार नाही. प्रार्थना समाजाचे नेतृत्व बुद्धिजीवी लोकांकडे होते. बहुजन समाजासाठी त्यांनी प्रयत्न केले. पण ते बहुजन समाजाशी एकरूप झाले नाहीत.

समाजाच्यावतीने अनेक लोकोपयोगी कामे केली गेली, ना.म. जोशी यांनी सोशल सर्व्हिस लीग स्थापून मजुरांची स्थिती सुधारण्याचे प्रयत्न केले, देशसेवेसाठी चांगले कार्यकर्ते निर्माण करण्याच्या उद्देशाने नामदार गोखले यांनी 'सर्व्हंटस् ऑफ इंडिया सोसायटी' ही संस्था स्थापन केली, अस्पृश्यांच्या उन्नतीसाठी महर्षी विठ्ठल रामजी शिंदे यांनी 'डिप्रेस्ड क्लासेस मिशन' ही संस्था स्थापन केली. या संघटनेने अस्पृश्यता निवारणाच्या क्षेत्रात फार मोलाचे कार्य केले, प्रार्थना समाजाच्याच वतीने पंढरपूर येथे 'अनाथ बालकाश्रम' काढण्यात आला. समाजाच्या दृष्टीने ही भरीव कामगिरी होती. महात्मा फुले यांच्या अनाथाश्रमापासून या समाजाने प्रेरणा घेतली होती, मुलींच्यासाठी स्वतंत्र शाळा सुरू केल्या. 'आर्य महिला समाज' ही स्त्रियांसाठी कार्य करणारी संस्था चालू करण्यात आली. मजुरांच्यासाठी रात्रशाळा सुरू केल्या. प्रार्थना समाजाची तत्त्वे पटवून देण्यासाठी या समाजाबद्दल लोकांना असलेल्या, निरनिराळ्या शंकांचे निरसन करण्यासाठी न्या. रानडे यांनी 'Theist's Confesion of Faith' हा विचारप्रचुर निबंध लिहिला. असे विविध प्रकारचे समाजकल्याणकारी कार्य प्रार्थना समाजाने केले हे विसरून चालणार नाही.

❋ आर्य समाज

१९ व्या शतकाच्या उत्तरार्धातील महाराष्ट्रातील धार्मिक सुधारणेच्या चळवळीत प्रार्थना समाज, ब्राह्मो समाज, सत्यशोधक समाज याप्रमाणेच आर्य समाजाने फार महत्त्वाचे कार्य केले आहे. हिंदू धर्मातील वाईट चालीरीती, परंपरा या गोष्टींवर प्रहार करून त्या समाजातून नष्ट करण्याचा प्रयत्न त्यांनी केला. ब्राह्मो समाजाने सुरू केलेल्या धर्म सुधारणास पाश्चात्त्य धर्माची जीवनमूल्ये आणि तत्त्वे प्रेरणादायी होती. परंतु आर्य समाजाने धर्माच्या कार्याची प्रेरणा हिंदू धर्माच्या शिकवणीपासून घेतली आहे. आर्य समाजाने हिंदू धर्मातील अनिष्ट चालीरीती, रूढी यांना विरोध केला आणि हिंदू संस्कृतीचा मोठेपणा आणि श्रेष्ठत्व जगाला दाखवून देण्याचा प्रयत्न केला.

वर्णव्यवस्थेनुसार असलेली समाजाची विभागणी समाजाच्या गरजेतून झालेली आहे हे जगाला दाखवून दिले. म्हणूनच हिंदू धर्मातील दोष कमी करून त्यामध्ये सुधारणा करण्यासाठी पाश्चात्त्य धर्मातील तत्त्वांचा स्वीकार करण्याची गरज नाही हे या

समाजाने सांगण्यास सुरुवात केली. दयानंद सरस्वतींनी आर्य समाजाची स्थापना मुंबईस इ.स. १८७५ मध्ये केली. परंतु या समाजाचा खरा प्रसार पंजाबमध्ये झाला. आर्य समाजापुढे वैदिक धर्माचा आदर्श होता. तेव्हा वैदिक धर्माचे पुनरूज्जीवन करून हिंदू धर्मामध्ये महत्त्वाचे बदल घडवून आणणे आणि हिंदू धर्माभिमान जागृत करण्याचे कार्य या समाजाने केले. शिवाय भारतीयांच्या ठिकाणी राष्ट्रवादाचा विकास केला. भारतीयांच्या ठिकाणी धार्मिक विचारांचा व्यापक दृष्टिकोन निर्माण करण्याचा प्रयत्न केला.

* स्वामी दयानंद सरस्वती

स्वामी दयानंद सरस्वती यांचा जन्म गुजरातमधील मोर्वी या संस्थानातील टंकारा या छोट्या गावात इ.स. १८२४ मध्ये झाला. त्यांचे मूळ नाव 'मूळशंकर' असे होते. त्यांचे वडील अंबाशंकर हे सनातनी आणि धार्मिक वृत्तीचे होते. त्यांचे घराणे सामवेदी ब्राह्मण होते. शिव हे या घराण्याचे दैवत होते. त्याकाळाच्या पद्धतीप्रमाणे त्यांच्या घरी धार्मिक कार्ये दररोज होत असत. त्यामुळे त्यांना धार्मिक आणि संस्कृतीचे शिक्षण दिले गेले. त्यांच्यावर घरातून धार्मिक संस्कार चांगलेच झालेले होते. अशा या वातावरणात मूळशंकर हे लहानाचे मोठे झाले.

लहान वयातच घडलेल्या छोट्या प्रसंगाने स्वामी दयानंदांच्या विचाराला प्रेरणा मिळाली. तो प्रसंग असा की, महाशिवरात्रीच्या दिवशी वडिलांबरोबर ते महादेवाच्या देवळात पूजेसाठी गेले. तेव्हा तेथे महादेवाच्या पिंडीवर उंदीर फिरत असताना बघितला. तो उंदीर देवापुढचा प्रसाद खात असलेला पाहून या मूर्तीत देव नाही. म्हणून मूर्तीपूजेला काही अर्थ नाही असे त्यांचे ठाम मत झाले. अनेक विचार त्यांच्या मनात येऊ लागले. धार्मिक विचाराने ते अस्वस्थ झाले व ईश्वराचे खरे स्वरूप जाणून घेण्याचा त्यांनी आयुष्यभर प्रयत्न केला. धर्माच्याबाबतीत वडिलांशी संघर्ष झाला.

स्वामी दयानंदांची धर्म जिज्ञासा त्यांना स्वस्थ बसू देत नव्हती. परमेश्वराच्या नावाखाली चाललेला धर्मातील भ्रष्टाचार थांबला पाहिजे या विचाराने ते बेचैन झाले. याचवेळी त्यांच्या घरात त्यांच्या लग्नाची चर्चा सुरू होती. तेव्हा ते घरातून पळून गेले व इ.स. १८४५ ते १८६० पर्यंत त्यांनी भारतातील अनेक स्थळांना भेटी दिल्या. अनेक विचारवंतांशी धार्मिक तत्त्वज्ञानावर चर्चा केली व धर्माचे ज्ञान संपादन केले व ब्रह्मचारी राहून धर्माचा प्रसार करण्याचे ठरविले.

याचवर्षी त्यांनी थोर पंडित स्वामी विरजानंद सरस्वती यांचे शिष्यत्व स्वीकारले. मथुरा या ठिकाणी त्यांनी स्वामींच्या बरोबर राहून हिंदू धर्मतत्त्वज्ञानाचे ज्ञान प्राप्त केले. पाणिनी व पतंजलीचा अभ्यास केला. त्यांनी सरस्वती संप्रदायापासून संन्यास घेतला.

त्यानंतर त्यांनी 'दयानंद सरस्वती' असे नाव धारण केले. त्यांनी योगविद्याही संपादन केली. आपल्या तत्त्वज्ञानाच्या प्रसारासाठी त्यांनी ग्रंथ प्रकाशित केले. वैदिक धर्माच्या प्रसारासाठी आणि संरक्षणासाठी त्यांनी महत्त्वपूर्ण प्रयत्न केले. स्वामी दयानंद सरस्वती यांनी इ.स. १८७५ मध्ये मुंबई येथे आर्य समाजाची स्थापना केली. परंतु काही धार्मिक मंडळींना त्यांचे विचार मान्य नव्हते. म्हणून त्यांनी दयानंद सरस्वती यांना व त्यांच्या कार्याला विरोध केला. परंतु पुढे इ.स. १८७७ मध्ये पंजाबमध्ये लाहोर येथे आर्य समाजाच्या घटनेला अंतिम स्वरूप दिले व हिंदी भाषेत आर्य समाजाच्या तत्त्वज्ञानाचा प्रसार विशेषतः उत्तर भारतात मोठ्या प्रमाणात केला. त्यामुळे अनेक नवसुशिक्षित तरुण आर्य समाजाकडे ओढले गेले. या समाजाने वेदप्रामाण्य, पुनर्जन्म, निराकार ईश्वर, अग्नी, आहुती इ. तत्त्वांचे जोरदार समर्थन केले. परंतु इ.स. १८८३ मध्ये स्वामी मृत्यू पावले. त्यांच्या मृत्यूनंतर लाला लजपतराय, लाला हंसराज, श्रद्धानंद, पं. गुरुदत्त इत्यादींनी हे कार्य नेटाने सुरू केले. आर्य समाजाने शिक्षण क्षेत्रात नेत्रदीपक प्रगती केली. स्वामींनी वैदिक वर्णाश्रमधर्माचा पुरस्कार केला. हिंदू धर्मातील वाईट प्रथांवर त्यांनी कठोर टीका केली. जातीव्यवस्थेची निर्भर्त्सना केली आणि हिंदू धर्माला शुद्ध स्वरूप देण्याचा प्रयत्न केला. या समाजाने धार्मिक, सामाजिक, शैक्षणिक क्षेत्रात चांगलेच कार्य केले. त्यामुळे त्यांचे दूरगामी परिणाम येथील समाजव्यवस्थेवर झाले.

✱ आर्य समाजाची स्थापना :

दयानंद सरस्वती यांनी इ.स. १८७५ मध्ये मुंबई येथे आर्य समाजाची स्थापना केली. पुढे पंजाबमध्ये लाहोर येथे आर्य समाजाचे प्रमुख केंद्र सुरू केले व उत्तर भारतात आर्य समाजाचा प्रसार केला. येथे आर्य समाजाला अनेक अनुयायी मिळाले. त्यामुळे या समाजाच्या तत्त्वज्ञानाचा प्रसार वेगाने झाला. लाला लजपतराय, श्रद्धानंद स्वामी, लाला हंसराज यासारखे दिग्गज सहकारी लाभल्यामुळे उत्तर भारतात नव्हे तर सर्वत्रच या समाजाचे कार्य लोकप्रिय झाले. आर्य समाजाने हिंदू धर्मातील अंधश्रद्धा, मूर्तीपूजा, बहुपत्नीत्व, बालविवाह इ. वाईट प्रथांचे निर्मूलन करण्याचे कार्य केले. तसेच शिक्षण प्रसाराचे महत्त्वपूर्ण कार्य केले. त्यामुळे राजकीय जनजागृती चांगलीच घडून आली.

✱ आर्य समाजाचे तत्त्वज्ञान :

स्वामी दयानंद सरस्वती यांनी आर्य समाजाचे तत्त्वज्ञान फार बारकाईने जाणले होते. त्यामध्ये वैदिक तत्त्वज्ञान आणि पाश्चिमात्य तत्त्वज्ञान यांचा समन्वय साधला

होता. वैदिक धर्माचे पुनर्जीवन केले आणि आर्य समाजाचे तत्त्वज्ञान सांगितले ते पुढीलप्रमाणे.

१. ईश्वर हा सर्वव्यापी आहे. तोच सर्व ज्ञानाचे मूळ आहे.
२. परमेश्वराच्या निर्गुण निराकार आणि पवित्र स्वरूपाचे ज्ञान वेदांमध्ये आहे. त्याचे अध्ययन करणे ही प्रत्येकाची जबाबदारी आहे.
३. वेदांचा अभ्यास करण्याचा प्रत्येकाला अधिकार आहे.
४. प्रत्येक व्यक्तीने असत्याचा त्याग करून सत्याचा स्वीकार करावा.
५. सद्‌गुणांचे प्रत्येकाने संगोपन करावे.
६. मानव जातीची भौतिक, आध्यमिक आणि सामाजिक प्रगती करून मानवाचे कल्याण करणे हाच आर्य धर्माचा खरा उद्देश आहे.
७. प्रेम, न्याय आणि वैयक्तिक गुण यावर आधारित प्रत्येकाने आपले वागणे ठेवावे.
८. जातीभेद पाळू नयेत.
९. मूर्तीपूजा वर्ज्य करावी.
१०. परमेश्वर अवतार घेत नाही.
११. परमेश्वराची प्रार्थना करताना फळाची अपेक्षा ठेवू नये.
१२. अज्ञानाचा नाश करून ज्ञानाचा प्रसार करणे हे प्रत्येकाचे ध्येय असावे.
१३. चातुर्वर्ण हे जन्मावर आधारलेले नसून गुण आणि कर्मावर आधारलेले आहे.
१४. वेद हे आर्यांचे पवित्र धर्मग्रंथ आहेत. म्हणून त्यातील प्रामाण्य सर्वांनी मानले पाहिजे.
१५. आर्य धर्माचा प्रचार आणि प्रसार जगभर करावा.

अशा प्रकारे आर्य समाजाने आपले तत्त्वज्ञान अधिक शुद्ध रूपात मांडले. तसेच अनेक सामाजिक सुधारणा त्यांनी हाती घेतल्या.जातीव्यवस्था झिडकारून दिली. मूर्तीपूजा त्याज्य मानली. एकाच ईश्वराची प्रार्थना हा उपदेश केला. बालविवाहाचा धिक्कार केला. आंतरजातीय विवाहाला मान्यता दिली. थोडक्यात, आर्य समाजाने धार्मिक, सामाजिक, शैक्षणिक क्षेत्रात महत्त्वाच्या सुधारणा केल्या.

*** आर्य समाजाची कार्ये**

स्वामी दयानंद सरस्वती यांच्या आर्य समाजाने वैदिक धर्माचे पुनरुज्जीवन केले. भारतीय संस्कृती व धर्म सर्वश्रेष्ठ आहे हे जगाला दाखवून दिले. धर्मांतराच्या संकटाला या समाजाने जिद्दीने तोंड दिले. भारतीयांच्या ठिकाणी राष्ट्रवाद निर्माण केला. आर्यावर्त हा आर्यांसाठी आहे असे प्रतिपादन केले. हिंदू धर्मीयांच्या ठिकाणी

धर्माभिमान, आत्मविश्वास व संस्कृतीविषयी स्वाभिमान निर्माण केला. प्राचीन संस्कृतीच्या वैभवाची प्रथम जाणीव करून दिली. भारतीयांना, पाश्चात्त्यांना भोगवादापासून परावृत्त केले. त्यामुळेच राष्ट्राभिमानाने भारावलेले लाला लजपत रॉय, लाला हंसराजसारखे नेते पुढे आले. त्यांनी राष्ट्रीय जागृतीचे महत्त्वाचे कार्य केले.

आर्य समाजाने केलेल्या प्रमुख कार्यात शुद्धीकरण चळवळ अत्यंत मौलिक आहे. हिंदू धर्मातून परधर्मात गेलेल्यांना परत स्वधर्मात घेण्याचे कार्य त्यांनी केले. हे कार्य क्रांतिकारक हेते. हिंदू धर्माच्या कर्मठपणामुळे धर्मांतर केलेल्या व्यक्तींना परत हिंदू धर्मात येण्यास मज्जाव होता. आर्य समाजाने परत स्वधर्मात येण्याची वाट मोकळी केली. हिंदुस्थानात ऐक्य प्रस्थापित करणे, हा या शुद्धीकरण चळवळीमागील हेतू होता.

आर्य समाजाने शिक्षण प्रसाराच्या कार्यातही उल्लेखनीय कामगिरी केली आहे. त्यांनी देशात अनेक शैक्षणिक संस्था काढल्या. त्याद्वारे ज्ञानदानाचे कार्य सुरू केले. बहुजन समाज धार्मिक व सामाजिक क्षेत्रात गलितगात्र झालेला होता. त्यांना धर्मज्ञान नव्हते. अनेक अनिष्ट व खुळ्या चालीरितींमुळे धर्मास विकृती प्राप्त झाली होती. अशा धर्माला धक्का देण्यासाठी, बहुजन समाजाला धर्ममार्तंडाच्या मगरमिठीतून सोडविण्यासाठी, बौद्धिक गुलामगिरीतून मुक्त करण्यासाठी आणि त्यांना शिक्षणाचे दरवाजे खुले करून देऊन त्यांची उन्नती करण्यासाठी आणि जातीयतेच्या भुताला मूठमाती देण्यासाठी म. फुले यांनी याच काळात कार्य चालविले होते. ते अत्यंत महत्त्वपूर्ण होते. आर्य समाजाने या काळात महाराष्ट्रात शैक्षणिक आणि सामाजिक सुधारणा करण्याचा प्रयत्न केला आहे.

आर्य समाजाने गरीब व अनाथ विधवा यांच्यासाठी आश्रम उघडले. स्त्रियांची स्थिती सुधारण्यासाठी आणि अस्पृश्यता नष्ट करण्यासाठी या समाजाने प्रयत्न केले. दुष्काळ पीडितांना साहाय्य करण्यात हा समाज सदैव अग्रेसर होता. आर्य समाजाच्या या कार्यामुळेच त्या काळातील शिकलेली सुशिक्षित पिढी स्वदेश व स्वधर्माविषयी बरीच जागरूक झाली होती. त्याचा पुढे भारतीय समाजाला खुपच उपयोग झाला.

*** आर्य समाजगटात दुफळी**

स्वामी दयानंद सरस्वती यांचा मृत्यू इ.स. १८८३ मध्ये झाला. त्यांच्या मृत्यूनंतर या समाजाला समन्वयाच्या मार्गाने नेणारे नेतृत्व लाभले नाही. त्यामुळे या समाजातील सभासदांमध्ये वैचारिक मतभेद होऊन दुफळी पडली. दुफळी पडण्यामागे प्रमुख दोन कारणे सांगितली जातात. १. मांसाहार करणे योग्य आहे काय? २. दयानंद

अँग्लो वैदिक कॉलेजचे कार्य कोणत्या आधारावर चालावे? परंतु या प्रमुख दोन कारणांशिवाय सभासदांच्या ठिकाणी किरकोळ स्वरूपाचीही अनेक कारणे होती. नवसुशिक्षित मांस खाण्यास समाजाचा विरोध नाही असे म्हणत, कारण आर्य समाजाच्या शिकवणुकीत मांस न खाण्याबद्दल कोठेही उल्लेख केलेला नाही असे मत मांडत. याशिवाय धर्माच्या तत्त्वज्ञानामध्ये समाविष्ट नसलेल्या व्यक्तिस्वातंत्र्यावर बंधन घालता येणार नाही. प्रत्येक व्यक्तीला आपल्या तत्त्वज्ञानावर मत मांडण्याचा अधिकार आहे. समाजाने नीतितत्त्वाचा स्वीकार केला आहे.

दुसऱ्या गटाचे मत असे होते की, खरा आर्य समाज जिवंत ठेवण्यासाठी दयानंद स्वामींची शिकवण आपण समाजाला दिली पाहिजे. स्वामीने वेदांचे केलेले भाष्य शिष्यांनी प्रमाण मानले पाहिजे. आर्य समाजाचे तत्त्वज्ञान सर्वांनी आचरणात आणले पाहिजे. स्वामी दयानंदांच्या शिकवणुकीला मानणारा हा वर्ग होता.

अशा प्रकारे दोन्ही गटाच्या विचारात थोडे मतभेद होते. शिवाय वेदांच्या शिकवणुकीबाबत दयानंद सरस्वतींचे धोरण काटेकोर नव्हते. कारण त्यावेळची परिस्थिती पाहता वेदांची शिकवण समाजाला काटेकोरपणे देणे शक्य नव्हते. म्हणूनच वेदांच्या भाष्यांचा स्वीकार या समाजातील अनुयायांनी केला नाही. त्यामुळे आर्य समाजात दुफळी निर्माण झाली.

असे जरी असले तरी या दोन्ही गटाच्या नेत्यांनी आर्य समाजाद्वारे पुढे गुरूकुल शिक्षण पद्धती, हिंदु-मुस्लीम समाजाचे संघटन, धर्माच्या शुद्धीकरणाची चळवळ अशी अनेक प्रकारची कार्ये केली आहेत. विशेषतः या समाजाने गुजरात, उत्तर प्रदेश, मलबार येथे सामाजिक आणि शैक्षणिक कार्य मोठ्या प्रमाणात केले आहे.

स्वामी दयानंद सरस्वती यांच्या आर्य समाजाने अत्यंत तळमळीने धार्मिक, सामाजिक, शैक्षणिक अशा प्रकारचे कार्य करून महाराष्ट्रालाच नव्हे तर भारतीय समाजाला एक नवी दिशा देण्याचा महत्त्वपूर्ण प्रयत्न केला आहे.

*** ब्राह्मो समाज**

ब्राह्मो समाजाची स्थापना राजा राममोहन रॉय यांनी केली. रॉय यांना आधुनिक भारताचे निर्माते असे म्हटले जाते. आधुनिकीकरणाच्या कार्याला भारतात त्यांनी प्रथम सुरुवात केली. धार्मिक सुधारणेचे ते पहिले सुधारक आहेत. हिंदू धर्माची अवस्था अत्यंत दयनीय झाली होती. समाजातील खालच्या वर्गाची अवस्था अत्यंत भयावह झाली होती. गुलामी, लाचारी आणि वेदना त्यांच्या पाचवीला पुरल्या होत्या. स्त्रियांची अवस्थाही अत्यंत हालाखीची होती. स्त्री हत्या, विधवेची स्थिती, सतीची चाल अशा

वाईट प्रथा समाजामध्ये रूढ होत्या. समाजात अल्पवर्णीयांचे श्रेष्ठत्व, व्रतवैकल्य, अंधश्रद्धा, मनुष्यबळी अशा कितीतरी गोष्टी धर्मामध्ये होत्या. त्या बदलणे आवश्यक होते. समाज प्रबोधनाच्या या कार्याची सुरुवात प्रथम बंगालमधून झाली. कारण ब्रिटिश सेनेचे सिंहासन प्रथम बंगालमध्ये स्थिर झाले. त्यामुळेच पाश्चात्त्य विचारांचा प्रभाव प्रथम बंगालमध्ये झाला. आपल्या समाजातील वाईट चालीरिती, रूढी, परंपरा, अंधश्रद्धा, धर्मवेडेपणा बदलला पाहिजे. या प्रेरणेणे बंगालमध्ये राजा राममोहन रॉय सामाजिक सुधारणा करण्यासाठी पुढे आले. त्यांनी ब्राह्मो समाजाची स्थापना केली. आणि येथील सामाजिक पुनरुत्थानाचे कार्य सुरू केले.

* राजा राममोहन रॉय

राजा राममोहन रॉय यांना आधुनिक भारताचे निर्माते म्हटले जाते. धार्मिक सुधारणेचे ते पहिले प्रबोधनकार होत. आधुनिक भारताच्या इतिहासात राजा राममोहन रॉय यांचे स्थान श्रेष्ठ आहे अशा या थोर समाजसुधारकाचा जन्म बंगालमधील एका ब्राह्मण कुटुंबात इ.स. १७७२ मध्ये झाला. त्यांना लहानपणापासूनच ज्ञानाची आवड होती. पर्शियन, अरेबिक, संस्कृत भाषांचा त्यांनी चांगला सखोल अभ्यास केला. इंग्रजी, फ्रेंच, लॅटिन, ग्रीक साहित्याचेही चांगले वाचन केले. विविध भाषांतील विचारांचा प्रभाव राजा राममोहन रॉय यांच्यावर चांगला झाला. अनेक धर्मातील धार्मिक तत्त्वज्ञानाचा त्यांनी तुलनात्मक अभ्यास केला. त्यामुळे हिंदू धर्मातील अनेक दोष व अनिष्ट रूढी, अंधश्रद्धा नष्ट केल्या पाहिजेत, त्याशिवाय हिंदू समाजाची प्रगती होणर नाही हे त्यांच्या लक्षात आले. आणि ते धार्मिक सुधारणेच्या कार्याला लागले. परंतु हे क्रांतिकारक विचार राजा राममोहन रॉय यांच्या वडिलांना पटले नाहीत. तेव्हा राजा राममोहन रॉय यांनी घर सोडले व ते भारतात अनेक ठिकाणी हिंडले. प्रवासात त्यांना विविध अनुभव आले. या अनुभवांचा उपयोग त्यांना पुढे आपल्या सामाजिक, धार्मिक सुधारणा कार्यासाठी झाला.

पुढे काही वर्षांनी त्यांच्या वडिलांचे निधन झाले. आणि राजा राममोहन रॉय यांच्यावर सर्व कुटुंबाची उपजीविकेची जबाबदारी येऊन पडली. तेव्हा इ. स. १८०५ मध्ये त्यांनी ईस्ट इंडिया कंपनीत नोकरीस सुरुवात केली. परंतु समाजसुधारणेचा पिंड असलेले राजा राममोहन रॉय जास्त काळ नोकरीत रमले नाहीत. इ.स. १८१४ मध्ये त्यांनी नोकरी सोडली आणि ते कलकत्त्यास राहावयास गेले. तेथे अनेक विद्वान मंडळींबरोबर त्यांची ओळख झाली. विशेषतः ख्रिस्ती मिशनऱ्यांच्या धर्मविषयक कार्याने ते प्रभावित झाले. आणि इ.स. १८१५ मध्ये त्यांनी हिंदू धर्मात सुधारणा

करण्यासाठी प्रयत्न सुरू केले. त्यासाठी त्यांनी प्रथम 'आत्मीय' सभेची स्थापना केली. या सभेतूनच पुढे ब्राह्मो समाजाची स्थापना केली. 'आत्मीय' सभेत मध्यम आणि कनिष्ठ वर्गाचे लोक होते. ब्राह्मो समाज एकाच परमेश्वराची पूजा, बंधुभाव आणि मानवता मानतो. सर्व धर्मांबद्दल आदरभाव या धर्माचे वैशिष्ट्य होय. रॉय यांनी खरोखरच मोठ्या तळमळीने ब्राह्मो समाजाची शिकवण समाजापुढे मांडली. इतके करून ते थांबले नाहीत. इ.स. १८१८ नंतर त्यांनी सतीच्या प्रथेविरुद्ध चळवळ सुरू केली. पडदा पद्धत, विधवा पुनर्विवाह, स्त्रियांच्या उच्च शिक्षणासाठी त्यांनी तळमळीने आणि जिद्दीने प्रयत्न केले.

इ.स. १८२७ मध्ये रॉय नी 'ब्रिटिश इंडिया युनिटेरियन असोसिएशन' नावाची संघटना स्थापन केली व इ. स. २० ऑगस्ट १८२८ मध्ये ब्राह्मो समाजाची स्थापना केली. ब्राह्मो समाजामुळे भारतात राष्ट्रीयत्वाची भावना व जनजागृती होण्यास प्रारंभ झाला. रॉय यांनी पाश्चात्त्य वैज्ञानिक दृष्टिकोन व आपली संस्कृती यांचा सुंदर मिलाफ केला. ते नव्या युगाचे प्रवर्तक ठरले. पुढे इ. स. १८३१ मध्ये ते इंग्लंडला गेले. पार्लमेंटमध्ये भारतीय शासनाच्या विविध शाखांत सुधारणा करण्याची त्यांनी ब्रिटिश सरकारला विनंती केली. इंग्लंडमध्ये रॉय यांचे दोन वर्ष वास्तव्य होते परंतु दरम्यानच्या काळात म्हणजे इ. स. १८३३ ला राजा राममोहन रॉय यांचा ब्रिस्टॉल येथे मृत्यू झाला.

*** ब्राह्मो समाजाचे स्वरूप**

मरगळलेल्या समाजात नवचैतन्य निर्माण करणे, भारतीय संस्कृतीचे पुनर्जीवन करणे, हिंदू धर्मातील वाईट प्रथा बंद करणे हा राजा राममोहन रॉय यांचा प्रमुख हेतू होता. त्या उद्देशानेच राजा राममोहन रॉय जनजागृतीसाठी ब्राह्मो समाजाची शक्ती घेऊन सुधारणा करण्यासाठी पुढे आले.

कुराणाच्या अभ्यासामुळे व सूफी संप्रदायामुळे रॉयची मते मूर्तिपूजेविरुद्ध बनली. याशिवाय ख्रिश्चन मित्र विल्यम अँडम यांचाही रॉयवर प्रभाव पडला. याशिवाय ताराचंद चक्रवर्ती आणि चंद्रशेखर देव या दोन विचारवंतांनी रॉयना एकेश्वरी तत्त्वाच्या कार्यास योग्य प्रकारे मदत ब सहकार्य केले. त्यामुळे रॉयनी २० ऑगस्ट १८२८ रोजी ब्राह्मो समाजाची स्थापना केली. ताराचंद चक्रवर्ती हे ब्राह्मो समाजाचे सेक्रेटरी म्हणून काम करू लागले.

शिकलेल्या सुशिक्षित तरुणांना आपल्या समाजाकडे आकर्षित करून घेण्यासाठी रॉय यांनी वेदांवर आणि उपनिषदांवर अनेक प्रवचने दिली. त्यामुळे हळूहळू सभासदांची संख्या वाढू लागली. ब्राह्मो समाजाचे एक स्वतंत्र कार्यालय सुरू केले. धर्मसभा

स्थापन करून ब्राह्मो समाजाने आपले तत्त्वज्ञान आणि शिकवण जनतेस सांगण्यास सुरुवात केली. तेव्हा हिंदू सनातन्यांनी ब्राह्मो समाजास कडवा विरोध करण्यास सुरुवात केली. हा विरोध कमी व्हावा म्हणून 'संवाद कौमुदी' आणि 'समाचार चंद्रिका' या मुखपत्राद्वारे शंका-समाधान आणि प्रश्नांची उत्तरे देण्यास सुरुवात झाली. त्यामुळे पुढे हा विरोध कमी होत गेला. बंगालमधील सर्व समाज नवविचाराने प्रेरित झाला. तेव्हा एकेश्वरी ईश्वरावर विश्वास असणाऱ्यांनी एकत्र जमावे म्हणून एक मंदिर बांधले. निर्गुण, निराकार अशा परमेश्वराची प्रार्थना लोक या मंदिरात बसून करू लागले. परमेश्वर एक आहे. मूर्ती पूजा, चित्रांची पूजा करू नये. असे विचार त्यांनी मांडले. आत्म्याच्या अमरत्वावर त्यांचा विश्वास होता म्हणून मोठ्या विश्वासाने अखेरच्या क्षणापर्यंत त्यांनी ब्राह्मो समाजाचे कार्य केले.

भारतीय समाजाला इंग्रजी शिक्षण मिळावे म्हणून रॉय यांनी कलकत्त्यास हिंदू कॉलेजची स्थापना केली. त्यामुळे शिक्षण क्षेत्रात मोठी प्रगती झाली. इंग्रजी सत्तेमुळेच आपल्या भारतीयांची सामाजिक, धार्मिक, शैक्षणिक अशा सर्वच क्षेत्रात प्रगती झाली आहे असे रॉय यांचे मत होते.

राजा राममोहन रॉय हे आधुनिक युगाचे प्रवर्तक मानले जातात. हिंदू धर्मातील अनिष्ट प्रथा नष्ट करण्यासाठी त्यांनी ब्राह्मो समाजाची स्थापना केली, त्यामुळे भारतीय संस्कृतीचे पुनरुज्जीवन झाले. म्हणूनच रॉय यांना 'भारतीय पुनरुज्जीवनाचे जनक' म्हटले जाते. त्यांनी एकेश्वर वादाचा स्वीकार केला. हिंदू धर्मातील अनेक वादांवर टीका केली. हिंदू धर्मातील अनिष्ट पद्धतींवर हल्ला चढविला व भारतवासीयांना भौतिक ज्ञानाची कास धरण्याचे आवाहन केले. त्यामुळे एकोणिसाव्या शतकात भारतात धर्मसुधारणेची प्रचंड लाट निर्माण झाली व धर्मसुधारणेस गती मिळाली.

*** ब्राह्मो समाजाचे तत्त्वज्ञान**

राजा राममोहन रॉय यांनी ब्राह्मो समाजाचे तत्त्वज्ञान पुढीलप्रमाणे सांगितले आहे. सर्वांशी प्रेमाने वागा. प्रत्येकाने परोपकारी बनले पाहिजे. तोच खरा माणसाचा धर्म आहे. सर्वांनीच प्रत्येक धर्माचा, पंथाचा आदर केला पाहिजे. प्रत्येक व्यक्तीचा आदर केला पाहिजे. हीच खरी मानवता आहे. सुख सुख म्हणून ओरडत फिरण्यापेक्षा ईश्वराची प्रार्थना करून आध्यात्मिक सुख मिळविता येते. मानवी कल्याणासाठी प्रत्येकाने झटले पाहिजे असे जनकल्याणाचे अनेक विचार रॉय यांनी मांडले.

१. परमेश्वर निर्गुण-निराकार आणि अनादी-अनंत आहे.

२. परमेश्वर एकच आहे.

३. प्रेम, शांती, सेवा, परोपकार हाच खरा माणसाचा धर्म आहे.

४. एकेश्वरवाद हाच सत्याचा मार्ग आहे.

५. आध्यात्मिक सुखासाठी ईश्वराची प्रार्थना आवश्यक आहे.

६. पूजाअर्चा, बलिदान यांना समाजाचा विरोध आहे.

राजा राममोहन रॉय यांनी जनजागृती करण्यासाठी 'संवाद कौमुदी' वृत्तपत्र सुरू केले. सतीची पद्धत बंद केली. मूर्तीपूजा, बहुदेवतावाद, अनिष्ट चालीरिती यांना विरोध केला. जातीभेदास त्यांनी कडवा विरोध केला. राजा राममोहन रॉय यांची मते बुद्धिवादी आणि तर्कनिष्ठ होती. जीवनाच्या अखेरपर्यंत ते आपल्या विचारांपासून आणि समाजकार्यापासून ढळले नाहीत. रॉयच्या अकाली निधनाने ब्राह्मो समाजाची खूप हानी झाली. ब्राह्मो समाज एकाकी पडला. परंतु ब्राह्मो समाजाला नवचैतन्य देण्याचे कार्य पुढे देवेंद्रनाथ टागोर यांनी केले. त्यासाठी तत्त्वबोधिनी ही सभा स्थापून तिच्याकडे ब्राह्मो समाजाच्या प्रचाराचे कार्य सुपूर्द केले. या सभेने स्त्रीशिक्षण, विधवा पुनर्विवाह इ. पुरोगामी सुधारणांचा पुरस्कार केला. त्यामुळे अनेक तरुण ब्राह्मो समाजाकडे आकृष्ट झाले. त्यामध्ये केशवचंद्र सेन यांचा समावेश होता. त्यांनीही बुद्धिप्रामाण्यवादाचा पुरस्कार केला. यामधूनच ब्राह्मो समाजात दोन गट पडले. त्याविषयी माहिती घेऊ.

* अ) देवेंद्रनाथ ठाकूर

राजा राममोहन रॉय यांनी मोठ्या कष्टाने ब्राह्मो समाजाची स्थापना करून लोककल्याणाचा एक हितकारी मार्ग समाजाला घालून दिला. शांती, सेवा, परोपकार, मानवता, बंधुत्व अशा तत्त्वांचा उपयोग करून समाजाची सेवा केली. परंतु हे कार्य करीत असताना इ.स. १८३३ मध्ये त्यांचे निधन झाले. त्यामुळे ब्राह्मो समाजाची मोठी हानी झाली. त्यांच्यानंतर ब्राह्मो समाजाला सावरून पुढे घेऊन जाणारा एकही नेता मिळाला नाही. त्यामुळे या समाजाचे खूप मोठे नुकसान झाले. परंतु या समाजाच्या काही कार्यकर्त्यांच्या कार्यामुळे हा समाज कसातरी तग धरून राहिला. पुढे या समाजाला सावरण्याची मोठी कामगिरी देवेंद्रनाथ ठाकूर यांनी केली. इ.स. १८६८ मध्ये देवेंद्रनाथ ठाकूर या समाजाचे सदस्य झाले आणि त्यांनी समाजाची घडी चांगली बसावी, चांगले काम करता यावे यासाठी 'तत्त्वबोधिनी' सभा स्थापन केली. त्याद्वारे ब्राह्मो समाजाचे कार्य मोठ्या नेटाने केले. या कार्यात अनेक श्रीमंत, प्रतिष्ठित व्यक्तींचे सहकार्य मिळाले. समाजावरील विश्वास वाढविण्यासाठी प्रतिज्ञापत्र तयार केले आणि ते प्रतिज्ञापत्र प्रत्येक सभासदाकडून भरून घेऊन या समाजाला बळकटी आणली. त्यामुळे या समाजाच्या सभासदांना समाजाच्या नियमांचे पालन करण्याचे

बंधन आले, ज्यामुळे समाजाची विस्कटलेली घडी नीट बसली. वेदान्त मंत्र मान्य करावा. गायत्री मंत्राने परमेश्वराची पूजा करावी अशी बंधने घातली. अशा प्रकारे देवेंद्रनाथांनी आपल्या सहकाऱ्यांबरोबर विद्या वागीशाकडून दीक्षा घेतली. अशा प्रकारे ब्राह्मो समाजाला एक स्वतंत्र धर्मपंथाचे स्वरूप प्राप्त झाले.

तत्त्वबोधिनी सभेच्याद्वारे आणि मिशनऱ्यांच्या सेवाभावी वृत्तीने ब्राह्मो समाजाने महत्त्वपूर्ण कार्य केले. समाजजागृतीसाठी ठिकठिकाणी अनेक केंद्रे उघडली. ब्राह्मो समाज प्रसाराचे कार्य मोठ्या प्रमाणात सुरू झाले. देवेंद्रनाथ हे एकेश्वरवादी होते. ईश्वर एकच असून तो सर्वश्रेष्ठ आहे. तेव्हा सर्वांनी त्याची उपासना करावी. या समाजाने पुढे पुढे हिंदू धर्मीयांवरच आपले लक्ष केंद्रित केले. तसेच प्रत्येक व्यक्तीला ब्राह्मो समाजाच्या शिकवणीनुसार वागता येईल असे स्पष्ट केले. असे असले तरी समाजातील काही लोकांना हा विचार आवडला नव्हता. त्यामुळे ब्राह्मो समाजातील सभासदांमध्ये संभ्रमाचे वातावरण तयार झाले होते.

✳ ब) केशवचंद्र सेन

केशवचंद्र सेन यांनी इ. स. १८६१ पासून या समाजाचे पूर्ण वेळ कार्य सुरू केले. पाश्चिमात्य आणि पौर्वात्य सुधारणा आणि संस्कृतीचा समन्वय साधण्याचा त्यांनी प्रयत्न केला. केशवचंद्र सेनांनी वैष्णव धर्माच्या तत्त्वावर आणि शिकवणुकीवर भर दिला. पुढे त्यांनी ब्राह्मो समाजातून 'भारतीय ब्राह्मो समाजा'ची स्थापना इ.स. १८६६ मध्ये केली. त्याद्वारे त्यांनी नवीन विचार सांगण्यास सुरुवात केली. धार्मिक तत्त्व तर्कावर आधारित घासून पुसून स्वीकारण्यास सुरुवात केली व ब्राह्मो समाजाचा कारभार चालविण्यास सुरुवात केली. या धर्माने स्त्री सुधारणा व शिक्षण, विधवा पुनर्विवाह, सती पद्धतीस विरोध इत्यादी गोष्टीत सुधारणा केल्या. केशवचंद्रांनी ब्राह्मो समाजाचा प्रसार करून या समाजाला प्रतिष्ठा प्राप्त करून देण्याचा प्रयत्न केला. ते समाजधारणेचे पुरस्कर्ते होते. त्यांनी इ.स. १८७२ मध्ये 'विवाह कायदा' मंजूर करण्यासाठी प्रयत्न केले.

केशवचंद्र सेनच्या अल्पवयीन मुलीचा विवाह कुचबिहारच्या महाराजाशी झाला. त्यामुळे या समाजात फूट पडली कारण या समाजाच्या सभासदांना केशवचंद्र सेनची ही गोष्ट आवडली नाही. तेव्हा या समाजातील शिवचंद्रदेव, उमेशचंद्रदेव दत्त आदी मंडळींनी 'साधारण ब्राह्मो समाज' हा नवा समाज स्थापन केला.

तेव्हा केशवचंद्रांनी आपल्या समाजाची 'नवविधात समाज' ही नवी शाखा स्थापन केली. अशा प्रकारे राजा राममोहन रॉय यांच्यानंतर ब्राह्मो समाजाच्या विविध

शाखा निर्माण झाल्या आणि ब्राह्मो समाजाचा प्रभाव कालांतराने कमी कमी होत गेला.

*** ब्राह्मो समाजाचा महाराष्ट्रातील प्रभाव**

ब्राह्मो समाजाच्या स्थापनेनंतर भारतात सर्वत्र त्यांचे तत्त्वज्ञान पसरले. भारतात धार्मिक सुधारणेच्या कार्यास जोरात चालना मिळाली. राजा राममोहन रॉय सारख्या समाजप्रवर्तकाने दूरदृष्टी ठेवून ब्राह्मो समाजाची निर्मिती केली होती. पुढे देवेंद्रनाथ ठाकूर आणि केशवचंद्र सेन इ. कार्यकर्त्यांनी मोठ्या नेटाने या समाजाचे कार्य केले. ब्राह्मो समाजाने धार्मिक, सामाजिक, आध्यात्मिक, शैक्षणिक अशा विविध क्षेत्रात प्रबोधनाचे ठळक कार्य केले आहे. स्त्री शिक्षण, अंधश्रद्धा निर्मूलन, जातीभेदाचे उच्चाटन, सतीची चाल प्रतिबंध इ. बाबतीत महत्त्वपूर्ण प्रयत्न केले आहेत. पाश्चात्त्य ज्ञानाने प्रभावित होऊन नवसुशिक्षित विचारवंतांना स्फूर्ती मिळाली. म्हणूनच या अशा अनेक विचारवंतांनी पुढे सार्वजनिक, सत्यधर्म, प्रार्थना समाज, आर्य समाज अशा कितीतरी समाजांची स्थापना केली आणि त्याद्वारे सामाजिक प्रबोधनाची चळवळ उभी राहिली. या चळवळीने पुढे महाराष्ट्रात, भारतात कितीतरी चळवळी निर्माण केल्या. प्रबोधनाच्या आघाड्या स्थापन करून महाराष्ट्रातील विविध सुधारणांचा पाया घातला.

*** सार्वजनिक सभा**

ब्रिटिश सत्तेच्या संपर्कामुळे आणि त्यांनी हाती घेतलेल्या कार्यामुळे येथील समाजातील लोकांचे जीवनमान उंचावले होते. सामाजिक, शैक्षणिक, धार्मिक अशा विविध क्षेत्रात त्याचे परिणाम जाणवू लागले होते. त्यामधूनच भारतीय समाजात शिकलेल्या सुशिक्षित तरुणांच्या मनात जागृती निर्माण होत होती. राष्ट्रवाद, राष्ट्रविकास, राजकीय अधिकार, स्वातंत्र्य आणि लोकशाही यांचे विचार येथील तरुणांच्या मनात रुजत होते. धार्मिक, राजकीय, सामाजिक असे विविध प्रकारचे प्रश्न ब्रिटिश सरकारकडून सोडविण्यासाठी आणि आपल्या सामाजिक पातळीवर सोडविण्यासाठी संघटित प्रयत्न होऊ लागले. अशा या संघटनांची गरज लोकांना वाटू लागली. संघटितपणे सरकारकडे आपले प्रश्न मांडून ते सोडवून घेणे सोपे होईल असे लोकांना वाटू लागले. त्यातूनच पुढे भारतात राजकीय संघटना स्थापन होऊ लागल्या. राजकीय क्षेत्रात सुधारणा चळवळीची सुरुवात बंगालमध्येच झाल्याचे दिसून येते. त्यामुळे द्वारकानाथ ठाकूर यांनी 'बंगाल ब्रिटिश इंडिया सोसायटी'ची स्थापना केली. जनतेच्या मागण्या सनदशीरपणे सरकारपुढे मांडणे हा संघटनेचा हेतू होता.

महाराष्ट्रातील विचारवंतांनी आपल्या लिखाणातून इंग्रज परके आहेत, असे

विचार प्रारंभीपासूनच मांडले होते. ब्रिटिशांच्यामुळे भारताची आर्थिक स्थिती कशी बिघडत चालली आहे याचे चित्रण त्यांनी केलेले होते. लोकहितवादींनी स्वदेशीचा पुरस्कार करून अमेरिकेप्रमाणेच भारतही ब्रिटिशांच्या जोखडातून मुक्त होईल, असे विचार मांडले. विष्णुबुवा ब्रह्मचारी हे भारतीय संस्कृतीचे श्रेष्ठत्व मानणारे होते. त्यांनी साम्यवादी विचार मांडले. त्याचबरोबर संघटना स्थापन करण्याचा प्रयत्न केला परंतु त्यात त्यांना यश आले नाही. अशा या विचारवंतांच्या लिखाणामुळे महाराष्ट्रात जनजागृती घडून आली.

महाराष्ट्रातील पहिली राजकीय संघटना दादाभाई नौरोजी यांच्या प्रयत्नातून इ.स. १८५२ मध्ये साकारली. ही संघटना म्हणजेच 'बॉम्बे असोसिएशन' होय. या संघटनेचे पहिले अध्यक्ष जगन्नाथ शंकरशेठ होते. संघटना उभारणीत भाऊ दाजी लाड यांचाही सिंहाचा वाटा होता. सनदशीर मार्गाने मागण्या मान्य करून लोकांना न्याय मिळवून देणे असा या संघटनेचा विचार होता. दादाभाई नौरोजी यांनी इंग्लंड मध्ये 'ईस्ट इंडिया असोसिएशन' ही संघटना स्थापन केली. भारतातही शाखा निघाल्या. त्याच वैचारिक भूमिकेतून पुण्यामध्ये 'सार्वजनिक सभेची' सुरुवात झाली.

✳ सार्वजनिक सभेची स्थापना

सामाजिक, धार्मिक, शैक्षणिक अशा क्षेत्रातील सुधारणांसाठी महाराष्ट्रात विविध संघटनांची स्थापना झाली होती. या सर्व संघटना समाजामध्ये कार्यमग्न होत्या. अशा या सुधारणांच्या कार्यासाठी मुंबई-पुणे यासारख्या ठिकाणी सुशिक्षित तरुणांची एकत्र येण्याची एक शृंखला तयार झाली होती. समाजाचे प्रश्न सरकार- दरबारी मांडून लोकांच्या प्रश्नाची सोडवणूक करणे अशा प्रकारचे कार्य या संघटनेद्वारे केले जात होते. यामधूनच पुण्याला सार्वजनिक सभेची सुरुवात झाली. याचे कारणही महत्त्वाचे होते. पुण्यात पर्वती येथील संस्थानाच्या कारभारात मोठा भ्रष्टाचार माजला होता. तेव्हा हा भ्रष्टाचार थांबविण्यासाठी व संस्थानामधील गोंधळ दूर करण्यासाठी कायदेशीर कार्यवाहीची गरज पुणेकरांना वाटू लागली. या कार्यासाठी त्यांना राजकीय संघटनेची आवश्यकता भासली. याचप्रमाणे पुण्यात सार्वजनिक कार्यासाठीही सार्वजनिक एखादी संस्था असावी याची गरज वाटू लागली. या गरजेतूनच पुढे २ एप्रिल १८७० मध्ये सार्वजनिक सभेची स्थापना पुण्यात झाली. या बाबतीत वासुदेव गणेश जोशी यांनी विशेष पुढाकार घेतला. सार्वजनिक सभेचे अध्यक्ष म्हणून सातारा जिल्ह्यातील औंध संस्थानाचे राजेश्री निवासराव पंत-प्रतिनिधी अध्यक्ष झाले. अशा प्रकारे या सभेच्या कामकाजास सुरुवात झाली.

* सार्वजनिक काका

गणेश वासुदेव जोशी उर्फ सार्वजनिक काका यांनी पुण्यात सार्वजनिक सभेची स्थापना करण्यात पुढाकार घेतला. त्यांचा जन्म इ.स. १८२८ मध्ये सातारा येथे झाला. शिक्षण पूर्ण झाल्यावर ते नोकरीसाठी पुण्यात आले. तेथे नोकरी करीत असता त्यांच्यावर काही खोटे आरोप करण्यात आले. त्यामुळे त्यांनी नोकरी सोडून दिली. आणि वकिलीचा अभ्यास सुरू केला. पुढे ते वकिलीची परीक्षा पास झाले आणि त्यांनी पुण्यामध्ये वकिलीचा व्यवसाय सुरू केला. या व्यवसायाबरोबरच सार्वजनिक कार्यास त्यांनी हळूहळू सुरुवात केली. महाराष्ट्रीय जनतेला राजकीय हक्क आणि त्यांचे प्रश्न शासन दरबारी सोडविण्यासाठी पुण्यात इ.स. १८७० मध्ये सार्वजनिक सभेची स्थापना केली. या चळवळीमध्ये काकांना न्या. रानडे यांचे चांगले सहकार्य लाभले. ब्रिटिश शासनाकडून सनदशीर मार्गाने जनतेच्या मागण्या मान्य करून घेण्यासाठी चळवळ सुरू केली. देशाच्या औद्योगिक विकासासाठी प्रयत्न केले. छोटे मोठे उद्योगधंदे सुरू झाले. स्वदेशी कापडाचा स्वीकार केला. या कामासाठी काकांना पत्नी सरस्वतीबाई यांची खूप मदत झाली. त्यांनी सर्व स्त्रियांना एकत्र केले. त्यामुळे स्त्री जागृतीच्या कार्यास चालना मिळाली.

समाजातील अज्ञान, रूढी, परंपरा, वाईट चालीरीती घालवण्यासाठी जनजागृती केली. सार्वजनिक काकांनी वृत्तपत्रातून काही लेख, विचार व्यक्त केले. ब्रिटिश सरकारने वृत्तपत्रावर घातलेले निर्बंध चुकीचे आहेत. त्यासाठी मुंबई येथे एक वृत्तपत्र संमेलन भरवून वृत्तपत्राच्या स्वातंत्र्याचे महत्त्व पटवून दिले. काकांनी सामाजिक कार्यासाठी जीवनच झोकून दिले होते. इ.स. १८८० मध्ये त्यांचा मृत्यू झाला.

* सार्वजनिक सभेचे कार्य

१९ व्या शतकात ज्या काही थोड्या संस्था कार्य करीत होत्या त्यामध्ये सार्वजनिक सभा ही एक महत्त्वाची संस्था होय. या संस्थेच्या लोकजागृतीच्या कार्यामुळेच पुढे भारतात इ.स. १८८५ मध्ये राष्ट्रीय काँग्रेसची स्थापना होण्यास मदत झाली.

प्रथम या संस्थेचा उद्देश पर्वती संस्थानातील आर्थिक गोंधळ दूर करणे हा होता. परंतु पुढे काळाच्या गरजेप्रमाणे संस्थेला सार्वजनिक स्वरूप प्राप्त झाले. इ.स. १८७१ मध्ये न्या. रानडे यांनी या संस्थेस सर्वप्रकारचे मार्गदर्शन केले. त्यामुळे सार्वजनिक सभेच्या कार्याची व्याप्ती वाढली व संस्थेला एक राजकीय संघटना म्हणून वजन प्राप्त करून दिले. त्यामुळे इ.स. १८७३ मध्ये मुंबईच्या 'इंडियन स्टेट्समन' या वृत्तपत्राने सभेच्या कार्यास महत्त्व प्राप्त करून दिले. मुंबई व कलकत्ता येथील राजकीय

चळवळीप्रमाणे सार्वजनिक सभा पुण्यात कार्य करू लागली. त्यामुळे या चळवळीला भारतातील एक राजकीय चळवळ म्हणून संबोधले जाऊ लागले.

सार्वजनिक सभेचे महत्त्वाचे कार्य म्हणजे स्वदेशीचा प्रसार होय. देशाच्या औद्योगिक प्रगतीसाठी स्थानिक उद्योगधंदे वाढविणे अत्यंत गरजेचे होते. देशातील संपत्तीचे शोषण इंग्रज करीत आहेत ते बंद व्हायचे असेल तर स्वदेशीशिवाय दुसरा पर्याय नाही. सार्वजनिक काकांनी स्वदेशीचे व्रत आमरण चालू ठेवले. सार्वजनिक सभेने लोकांच्यात देशभक्तीची भावना निर्माण व्हावी म्हणून प्रयत्न केला. यासाठी दौरे, सभा, काही ठिकाणी प्रचारक पाठवून कार्य केले. या सभेने त्रैमासिक सुरू केले होते. त्यातून राजकीय, सामाजिक व आर्थिक प्रश्नांसंबंधी लिखाण करून जनजागृती करण्याचे महत्त्वाचे कार्य केले. प्रारंभी या सभेला सरकारची मान्यता नव्हती, त्यामुळे सर्व थरांतील लोक तिच्यात दाखल होत. या सभेने स्वातंत्र्य हे अंतिम ध्येय आहे याची जाणीव लोकांना करून दिली. या सभेने देशातील विविध संघटनांमध्ये समन्वय साधण्याचाही प्रयत्न केला. अशा विविध स्तरीय भारतीय स्वातंत्र्याच्या चळवळीच्या इतिहासात सार्वजनिक सभेला महत्त्वाचे स्थान आहे, असे असले तरी पुढे महाराष्ट्राच्या राजकारणात जहाल, मवाळ असे दोन पक्ष निर्माण झाले. जहाल पक्षाचे टिळक व मवाळ पक्षाचे गोखले यांच्यामधील राजकीय मतभेद विकोपास गेले. त्यामुळे सार्वजनिक सभेच्या कार्यावर या विचारवंतांनी अनेक मर्यादा घातल्या. तेव्हा सार्वजनिक कार्याचा राजकारणातील प्रभाव कमी कमी होत गेला. भारततही अनेक राजकीय संस्था व पक्ष उदयास आले. याशिवाय ब्रिटिश शासनाने सार्वजनिक सभेची मान्यता काढून घेतली. त्यामुळे सार्वजनिक सभेच्या कार्याचा प्रभाव संपुष्टात आला. भारतामध्ये राजकीय जनजागृती करून एक राजकीय ज्योत प्रज्वलित केली. आणि राजकीय क्रांती घडवून भारतीय स्वातंत्र्य लढ्याचा मार्ग मोकळा केला, हे सार्वजनिक सभेचे महत्त्वाचे कार्य विसरता येणार नाही.

* राष्ट्रीय सामाजिक परिषद

इ. स. १८८५ ला अनेक समाजसुधारक, स्वातंत्र्य लढ्याचे नेतेमंडळी व इतर चळवळीतील मंडळी एकत्र येऊन त्यांनी राष्ट्रीय काँग्रेस पक्षाची स्थापना केली होती. लढल्याशिवाय स्वातंत्र्य चळवळीला जोर येणार नाही. यासाठीच सर्वांनी मिळून स्थापन केली होती. पुढे काही दिवसांनी इ.स. १८८५ मध्ये मुंबई येथे काँग्रेसची बैठक झाली. या बैठकीतच राष्ट्रीय सामाजिक परिषदेचा पाया घातला गेला. न्या. महादेव गोविंद रानडे यांच्या प्रेरणेने महाराष्ट्रात सुरू झालेली एक सामाजिक चळवळ म्हणजेच सामाजिक

परिषद होय. न्या. रानडे, बी. रघुनाथ राव, काशिनाथ त्रिंबक तेलंग यांनी सामाजिक परिषदेला मोठा आधार दिला. इ.स. १८८९ मध्ये बी. रघुनाथ आणि न्या. रानडे यांनी सर्वत्र ठिकठिकाणी पत्रे लिहून समाजसुधारणेच्या संस्था काढण्यासाठी लोकांमध्ये उत्साह निर्माण केला. या परिषदेचे चिटणीस बी. रघुनाथराव असले तरी माधवरावांनाच सर्व काम पाहावे लागे. या चळवळीत न्या. रानडे यांच्या प्रेरणेने इनामदार, जहागिरदार, दक्षिणेचे संस्थानिक, बडोदा आणि इंदूरच्या महाराजांनी सदस्यत्व–आश्रयदाते पद स्वीकारले. मिरजेचे श्रीमंत बाळासाहेब पटवर्धन यांनी या संस्थेचे अध्यक्षपद स्वीकारले. हिंदूंप्रमाणे मुसलमान, ख्रिस्ती, पारशी ही मंडळी या परिषदेचे सभासद झाली होती. मुलांना शिक्षण देणे, हुंड्याची चाल मोडणे, विधवा विवाहाला मान्यता, बालविवाह प्रथेला विरोध, मद्यपान निषेध अशा अटींच्या शपथ पत्रावर सभासदांना सही करावी लागत असे आणि या तत्त्वाप्रमाणे वागावे लागत असे.

न्या. रानडे यांनी सुरुवातीपासूनच सामाजिक परिषदेच्या कार्याला गती दिली. देशाच्या वेगवेगळ्या भागातील प्रतिनिधी काँग्रेस अधिवेशनासाठी एकत्र येतात. त्यांचा फायदा उठवून काँग्रेसच्या मांडवातच सामाजिक परिषद घ्यावी आणि समाजसुधारणेची चर्चा करावी असा विचार रानडे यांचा होता. देशातील निरनिराळ्या भागातील येणारे सभासद परिषदेत भाग घेत आणि आपापल्या भागातील सामाजिक समस्यांची माहिती सांगत, त्यावर चर्चा होऊन उपाययोजना सुचविल्या जात त्यामुळे भारतातील सामाजिक सुधारणेच्या प्रयत्नांना चांगली गती मिळाली होती. तथापि सामाजिक परिषदेच्या या अधिवेशनाविषयी सर्व सभासदांमध्ये एकवाक्यता नव्हती. न्या. रानडे यांच्या सूचनेनुसार काँग्रेस अधिवेशन काळात व त्या मंडपातच सामाजिक परिषद घेण्याची प्रथा काही सभासदांना योग्य वाटत नव्हती. त्यामुळे सामाजिक परिषद हे काँग्रेसचेच एक अंग आहे. असा समज निर्माण होतो. सामाजिक परिषदेत समाजातील सामाजिक व धार्मिक परंपरा व आचारांवर होणाऱ्या प्रखर टीकेमुळे परंपरानिष्ठ मंडळींची मने दुखावली जातात व ते काँग्रेसपासून दुरावतात, असे मत मांडले गेले. राजकीय सुधारणेचा वेग वाढविण्यासाठी, समाजातील सर्व वर्गांचा पाठिंबा मिळविणे पक्षातील लो. टिळकांना आवश्यक वाटत होते. म्हणूनच सामाजिक परिषदेमुळे एका गटाचा पाठिंबा काँग्रेसने हरवून बसणे राष्ट्रहिताच्या दृष्टीने परवडणारे नाही. असे त्याचे मत होते. सामाजिक परिषदेला त्यांचा विरोध नसला तरी काँग्रेसच्या मंडपात ती भरवू नये असे वाटत होते.

* सामाजिक परिषदेचे कार्य

महाराष्ट्रात १८७० पासून प्रबोधनाच्या स्वरूपाविषयी भिन्न विचारप्रवाह होते. न्या. रानडे व त्यांच्या अनुयायांनी सर्वांगीण सुधारणेवर भर देणारा व नेमस्त राजकीय विचारांचा पुरस्कार करणारा विचारप्रवाह मांडला. प्रा. आगरकरांचा विचार हा प्रखर बुद्धिनिष्ठ व मूलगामी सुधारणावादाचा होता. तर समाजसुधारणेवर भारतीयांनी शक्ती खर्च न करता जहाल व क्रियाशील राष्ट्रवादाचा संदेश देणारा विष्णूशास्त्री चिपळूणकरांचा तिसरा विचारप्रवाह होता.

न्या. रानड्यांना या सामाजिक परिषदांद्वारे भारतीय सामाजिक व धार्मिक जीवनात निर्माण झालेल्या अंधश्रद्धा, अपप्रवृत्ती, अयोग्य चालीरीती व परंपरा दूर कराव्यात असे वाटत होते. त्यांनी हिंदू धर्मग्रंथाच्या आधारे बालविवाह, केशवपन, विधवाविवाहाची अमान्यता, इत्यादी परंपरा प्रारंभीच्या समाजात प्रचलित नव्हत्या. नंतरच्या काळातच त्यांचा समावेश केला गेला हे दाखविले. भारतात स्वातंत्र्यापेक्षाही सामाजिक सुधारणेच्या प्रश्नाला व त्या संदर्भात करावयाच्या कार्याला प्राधान्य द्यावे, असे न्या. रानड्यांचे मत होते. समाजात सुधारणा झाल्यास हा प्रगत समाज भारतीय स्वातंत्र्याचा योग्य उपभोग घेऊ शकेल, समानता निर्माण होईल असे त्यांना वाटत होते. परंतु समाज आणि राजकीय धुरिणांमध्ये याबाबत मतभेद होते.

* सामाजिक परिषदेतील मतभेद :

संमतीवयाच्या विधेयकाला सामाजिक परिषदेने पाठिंबा दिला. आरोग्याच्या दृष्टीनेही संमतीवय विवाहासाठी आवश्यक असल्याचे मत मांडले गेले. रानडे व आगरकरांनी या विधेयकाला पाठिंबा दिला. भारतीय समाजात सुधारणांना अर्थ उरणार नाही व आवश्यक त्या सुधारणा घडवून आणण्यास समाज प्रवृत्त होत नसेल तर परकीय राज्यकर्त्यांच्या मदतीने, कायद्याचा आधार घेऊन सुधारणा घडवून आणाव्यात असे रानडे गटाचे मत होते.

सामाजिक सुधारणेला अग्रक्रम देऊन राजकीय सुधारणेला गौण स्थान दिल्यास देशाची आर्थिक व राजकीय स्थिती खालावतच जाईल. एकदा राजकीय अधिकार भारतीयांच्या हाती आले की हव्या त्या समाजसुधारणा घडवून आणण्यास वेळ लागणार नाही असे लो. टिळकांचे मत होते. सरकारच्या मदतीने सामाजिक सुधारणा घडवून आणण्यास टिळकांचा तत्त्वत: विरोध होता. कारण त्यामुळे समाज पंगू व परावलंबी बनेल असे त्यांना वाटत होते. रानडे गट राजकीय बाबतीत लोकशिक्षणाचे क्षेत्र व्यापक करीत नाही, हे पाहून टिळकांनी सार्वजनिक सभेची सूत्रे आपल्या

गटाच्या हाती घेतली. रानड्यांनी यावेळी 'डेक्कन सभा' नावाची स्वतंत्र संस्था स्थापन केली. टिळकांच्या आक्षेपांना उत्तरे देण्यासाठी आगरकरांच्या सुधारकातून रानड्यांनी लेखन केले. सभासंमेलने भरविली व लोकमत सामाजिक सुधारणांच्या बाजूचे बनविण्यास प्रारंभ केला.

इ.स. १८९५ मध्ये काँग्रेसचे अधिवेशन पुण्यात भरले होते. या अधिवेशनात लो. टिळकांनी संमती विधेयकाला विरोध केला. काँग्रेस अधिवेशनाच्या मंडपात सामाजिक परिषद घेऊ नये असे त्यांनी मत व्यक्त केले. सामाजिक परिषदेच्या अधिवेशनाबाबत मतभेद वाढत गेल्याने न्या. रानडे यांनी प्रांतिक समित्यांची, महाराष्ट्रातील विविध संस्थांची मते मागविली. दोन तृतीयांश काँग्रेस समित्यांनी सामाजिक परिषदेला अनुकूल कौल दिला. तथापि हा वाद वाढतच गेला. वितंडवाद होऊ नये, तो न तुटेपर्यंत ताणू नये म्हणून रानडे यांनी मोठेपणा दाखवून माघार घेतली. सामाजिक परिषदेचे अधिवेशन काँग्रेसच्या मंडपात भरले जाणार नाही हे त्यांनी घोषित केले. पुढे लो. टिळकांनी सार्वजनिक सभा ताब्यात घेतली तर न्या. रानडे गटाने डेक्कन सभा स्थापन केली. पुढे जाऊन रानड्यांचे पट्टशिष्य गोखले पुढे सरसावले. त्यांनी मवाळ राजकारणांचा पुरस्कार केला तर टिळकांनी जहाल राजकारणाचा हिरिरीने पुरस्कार केला. या वैचारिक मतभिन्नतेमुळे काँग्रेसमध्ये मवाळ आणि जहाल यांच्यातील वैचारिक संघर्षाला सुरुवात झाली.

न्या. रानड्यांनी सामाजिक परिषदेच्या निर्मितीपासून अतिशय कष्ट घेतले. सामाजिक अन्याय, परंपरागत अनिष्ट रूढी व चालीरीती यांवर त्यांनी प्रखर टीका केली. या सामाजिक अपप्रवृत्तींना धार्मिक आधार नाहीत हे दाखविले. विधवा विवाह, बालविवाह बंदी, मद्यपान निषेध, शेतकऱ्यांची सुधारणा यांसारख्या विषयांवर भिन्नभिन्न सभा, बैठका व परिषदांमधून त्यांनी विचार मांडले. सुधारकातील लेखांच्याद्वारे या सामाजिक सुधारणेचे महत्त्व पटवून देण्याचा प्रयत्न केला. तसेच या सुधारणांच्या महत्त्वावर होणाऱ्या टीकेला उत्तरे दिली. लोकमत जागृत करण्याचे व या जागृतीच्या आधाराने समाजसुधारणा घडवून आणण्याचे त्यांनी कार्य केले. समाजाच्या परिवर्तनाच्या दृष्टीने ही महत्त्वपूर्ण कामगिरी होती. नंतरच्या काळात काँग्रेसच्या धोरणात सुधारणेच्या काही कार्यांचा समावेश केला गेल्याने सामाजिक परिषदेच्या स्वतंत्र अस्तित्वाची गरज राहिली नाही. १९०१ मध्ये न्या. महादेवराव रानडे मृत्यू पावले. त्यांच्या नंतरच्या काळात रानडे गटातील प्रमुखांनी सामाजिक परिषदेला गतिशील बनविण्याचे फारसे प्रयत्न केलेले दिसत नाहीत. सामाजिक सुधारणेच्या बाबतीत रानड्यांनी विविध विचार मांडले. मात्र प्रत्यक्ष कृती केली नाही, उलट विरुद्धच कृती केली. त्यामुळे

त्यांच्या कार्याला, महात्मा फुल्यांच्या कार्याप्रमाणे गती मिळाली नाही. असे असले तरी, सामाजिक सुधारणेच्या क्षेत्रात सामाजिक परिषदेने समाजातील अनिष्ट प्रथा व परंपरा दूर सारण्याचे केलेले कार्य भारतीय इतिहासात अनन्यसाधारण असे आहे. यात कसलाही संदेह नाही.

१९ व्या शतकात भारतीय इतिहासामध्ये महत्त्वपूर्ण चळवळी झाल्या. त्या चळवळींच्या इतिहासाला क्रांतिकारी गौरवशाली इतिहास म्हणावा लागेल. या शतकामध्ये इंग्रजी राजवट स्थिर स्थावर झाली. त्यांना त्यांच्या सोईसाठी बऱ्याच गोष्टी करावयाच्या होत्या परंतु त्या करत असतानाच आमच्या देशातील एक नवी पिढी शिक्षण घेऊन सुशिक्षित होऊन बाहेर पडली. त्यांनी आपल्या समाजाच्या कल्याणासाठी आणि देशाच्या स्वातंत्र्यासाठी विविध समाजांची, संघटनांची स्थापना केली आणि त्याद्वारे भारतीय समाजातील वाईट चालीरीती, अनिष्ट रूढी, परंपरा, अंधश्रद्धा, अज्ञानपणा, सतीची चाल, विधवा पुनर्विवाह, बालहत्या प्रतिबंध, स्त्री शिक्षण, अस्पृश्यांच्या प्रश्नासाठी झगडा अशा सुधारणा करण्यास सुरुवात केली. समाज जागृती करून जनकल्याणाच्या कार्यासाठी या सर्वच संघटनांनी कार्य केले आहे.

त्यामध्ये प्रामुख्याने म. ज्योतिबा फुले, राजा राममोहन रॉय, स्वामी दयानंद सरस्वती, न्या. महादेव रानडे, सार्वजनिक काका अशा कितीतरी महापुरुषांनी या संघटना चालवून सामाजिक, धार्मिक, शैक्षणिक, राजकीय अशा विविध प्रकारचे कार्य मोठ्या तळमळीने केले. त्यासाठीच महाराष्ट्र आणि महाराष्ट्राबाहेरही सार्वजनिक सत्यशोधक समाज, प्रार्थना समाज, ब्राह्मो समाज, आर्य समाज, सार्वजनिक सभा, राष्ट्रीय सामाजिक परिषद अशा अनेक संस्था स्थापन करून भारतीय समाजाला एक नवा चेहरा दिला. एक नवी दृष्टी दिली. एका नव्या युगाला जन्म दिला. असे महान समाजउद्धाराचे कार्य त्यांनी केले त्याला भारतीय इतिहासामध्ये तोड नाही. त्यांनी केलेल्या या महान कार्याचे महत्त्व अमूल्य असे आहे.

***

महाराष्ट्राच्या प्रबोधनातील प्रमुख समाजसुधारकांचे कार्य

महाराष्ट्राच्या इतिहासातील प्रबोधनाचा आणि नव्या उमेदीचा कालखंड म्हणजे एकोणिसाव्या शतकाचा उत्तरार्ध होय. एकोणिसाव्या शतकाच्या सुरुवातीला महाराष्ट्रातील समाजाची सर्वच क्षेत्रात अधोगती झालेली होती. राजकीय स्वातंत्र्य संपलेले होते. सामाजिक आणि धार्मिक क्षेत्रात अंधश्रद्धा, कर्मकांड, जातीभेद, बालविवाह, सती जाणे, अशा अनेक अनिष्ट प्रथा अस्तित्वात होत्या त्यामुळे समाजाचा विकासच खुंटला होता. उच्चशिक्षित वर्गातील लोकांचे शिक्षण परंपरावादी आणि निरुपयोगी ठरले होते. बुद्धिप्रामाण्यवाद आणि भौतिक प्रगती यांचा या शिक्षणाशी संबंधच नव्हता. समाज रसातळाला पोहोचला होता. इंग्रजांनी आपल्या सत्तेचे पाय या देशात रोवले. आणि येथील अराजक मोडून काढून लोकोपयोगी कार्याला त्यांनी चालना दिली. देशात सर्वत्र कायदा आणि सुव्यवस्था निर्माण झाली. इंग्रजांनी आपल्या शिक्षण व्यवस्थेच्याद्वारे सर्वांना शिक्षणाची संधी, समाजात विविध सुधारणा निर्माण केल्या. त्यामुळेच येथील नवशिक्षित तरुणांच्या दृष्टिकोनात बदल झाला. भारतीय समाजातील अनिष्ट रूढी, परंपरा दूर करून समाजात सुधारणा घडवून आणण्याची मानसिकता तयार झाली. या पार्श्वभूमीतूनच अनेक समाजसुधारक मंडळी समाजाचे प्रबोधन करण्यासाठी पुढे येऊ लागली. जगन्नाथ शंकरशेठ, बाळशास्त्री जांभेकर, दादोबा पांडुरंग तर्खडकर, म. जोतीबा फुले, लोकहितवादी गोपाळ हरी देशमुख, भाऊ दाजी लाड अशा कितीतरी समाजसुधारकांनी सामाजिक आणि धार्मिक जीवनात बदल करण्याचे, अनिष्ट प्रथांवर टीका करावयाचे कार्य केले. वृत्तपत्रे आणि ग्रंथ तसेच सभा- संमेलने याद्वारे त्यांनी आपले विचार समाजात पसरविले. त्यामुळे समाजामध्ये प्रबोधनाची एक चळवळच सुरू झाली. दर्पण, प्रभाकर, ज्ञानोदय, धूमकेतू इत्यादी नियतकालिके-वृत्तपत्रे महाराष्ट्रात सुरू झाली. त्यामुळे महाराष्ट्राचे सामाजिक जीवन ढवळून निघाले. महाराष्ट्रात सर्वत्र सामाजिक सुधारणेचे विचार मांडले जाऊ लागले. हळूहळू सामाजिक परिवर्तनाची चळवळ ही सर्वसामान्य माणसाच्या स्वातंत्र्याची,

न्याय हक्काची चळवळ होऊ लागलेली दिसून येते.

समाजसुधारकांच्या परिवर्तनाच्या कार्यामुळे सर्वसामान्य लोकांना आपले दोष आणि उणिवांची जाणीव होऊ लागली. समाजाच्या पुनर्रचनेची आवश्यकता वाटू लागली. उच्चवर्णीयांच्या गुलामगिरीतून, सामाजिक, सांस्कृतिक, मानसिक आर्थिक जाचातून मुक्तता झाली पाहिजे तरच बहुजन समाजाचा विकास होईल याची प्रकर्षाने जाणीव झाली. पाश्चिमात्य संस्कृती ही आपल्यापेक्षा श्रेष्ठ संस्कृती आहे, त्या संस्कृतीच्या अनुकरणातूनच आपल्या समाजाचा विकास होईल असा विचार मांडला जात होता. परंतु नवशिक्षित तरुणांनी चांगले शिक्षण घेऊन आणि येथील परिस्थितीचा बारकाईने अभ्यास करून महाराष्ट्रीय समाजाचे प्रबोधन केले. त्यामुळे महाराष्ट्रात या काळात प्रबोधनाचे युग सुरू झाले. समाजाचा स्वाभिमान, राष्ट्रीय स्वाभिमान जागृत होण्यास सुरुवात झाली. त्यामुळे आपल्या समाजाच्या उन्नतीसाठी दुसऱ्या संस्कृतीकडून काही शिकण्याची गरज नाही असा आत्मविश्वास समाजाच्या मनात निर्माण होऊ लागला. आपल्या समाजाच्या, देशाच्या सर्वांगीण प्रगतीसाठी इंग्रजी सत्ता येथून घालवून देणे आवश्यक असल्याची जाणीव तरुणांच्या मनात निर्माण होऊ लागली. त्यातूनच स्वभाषा, स्वधर्म आणि स्वदेश याविषयी स्वाभिमान असलेल्या तरुणांचा वर्ग उदयाला आला. त्या तरुण समाजसुधारकांनी महाराष्ट्राच्या प्रबोधनाला महत्त्वपूर्ण दिशा दिली.

इ.स. १८७७-७८ दरम्यान महाराष्ट्रात दुष्काळ पडला. परंतु हा दुष्काळ निवारणासाठी शासनाने कोणतीही उपाय योजना केली नाही. त्यामुळे शेतकऱ्यांचे भयानक हाल झाले. त्यांना जीवन जगणे मुश्कील झाले. सरकारच्या या उदासीन धोरणाबद्दल जनतेत त्यांच्याबद्दल असंतोष निर्माण होऊ लागला. ब्रिटिश अधिकाऱ्यांची वंशश्रेष्ठत्वाच्या जाणीवेतून भारतीयांना दिली जाणारी प्रवृत्ती, लॉर्ड लिंटनने जुलमी कायद्याच्याद्वारे वर्तमान पत्रावर घातलेली बंधने, अफगाण युद्धासाठी जनतेवर बसविलेला कर आणि ब्रिटिश व्यापार-उद्योगाला संरक्षण देण्याबरोबरच भारतीय उद्योगधंदे नष्ट करण्याचे ब्रिटिशांचे धोरण- यामुळे ब्रिटिश सरकारचे सत्य स्वरूप समाजासमोर येण्यास सुरुवात झाली. असंतुष्ट बनलेल्या या शिक्षित समाजात ब्रिटिश सरकार विरोधी वातावरण तयार होऊ लागले. भारतीय समाजाच्या सर्वांगीण प्रगतीसाठी ब्रिटिशांचे राजकीय आणि आर्थिक वर्चस्व नष्ट होण्याची आणि स्वातंत्र्य प्राप्तीची गरज समाजाला जाणवू लागली. महाराष्ट्रात या काळात प्रबोधनाला चांगली गती मिळाली. या काळातील समाजसुधारकांनी कशाचीही तमा न बाळगता मोठ्या धाडसाने समाजकल्याणासाठी केवळ कर्तव्यबुद्धीने कार्य केले. वाईट चालीरीती, परंपरा, रूढी, अंधश्रद्धा यावर त्यांनी घणाघाती प्रहार केले. स्त्री शिक्षण आणि स्त्रीमुक्ती, अस्पृश्योद्धारासाठी त्यांनी

सर्वस्व अर्पण केले. अनंतकाळ शिक्षणापासून वंचित राहिलेल्या समाजाला शिक्षणाची द्वारे मुक्त केली. त्यांच्यात जागृती करण्याचा प्रयत्न केला. राष्ट्रीय स्वातंत्र्य, राष्ट्रीय शिक्षणाला गती दिली. सामाजिक धार्मिक जीवनातील दोष दूर केले. तसेच समाजाला स्वातंत्र्य, न्याय्य हक्क, एकता, समता अशा अनमोल विचारांची जाणीव या काळातील समाजसुधारकांनी केली. अशा काही समाजसुधारकांचा परिचय पुढील प्रमाणे करून घेऊयात.

*** न्या. महादेव गोविंद रानडे (इ.स. १८४२–१९०१)**

महाराष्ट्रातील एक महत्त्वाचे समाजसुधारक, विचारवंत, व्यासंगी विद्वान, अर्थशास्त्रज्ञ म्हणून त्यांना ओळखले जाते. सरकारी नोकरी करीत असताना सुद्धा त्यांनी लोकसेवेचे कठीण सामाजिक कार्य अत्यंत तळमळीने केले. त्यांच्या विचारांचे कार्यक्षेत्र व्यापक होते. त्यांचा महाराष्ट्रातील सर्व सामाजिक चळवळींशी चांगला संबंध होता. त्यांनी सुचविलेल्या सुधारणा या लोकोपयोगी आणि लोककल्याणकारी होत्या. न्याय, दया व शास्त्राधार यावर आधारित होता. या थोर समाजसुधारकाचा जन्म नाशिक जिल्ह्यातील निफाड या गावी इ.स. १८४२ मध्ये भारद्वाज गोत्री चित्पावन ब्राह्मण घराण्यात झाला. त्यांचे वडील गोविंदराव कंपनी सरकारकडे कारकून होते. त्यांच्या मातोश्री गोपिकाबाई या कनवाळू, दयाळू होत्या. त्यांना एक बहीण होती. महादेवरावांचे मराठी आणि इंग्रजी शिक्षण कोल्हापूरात झाले. पुढील शिक्षण त्यांनी मुंबईच्या एल्फिस्टन महाविद्यालयात घेतले. एल्फिस्टन महाविद्यालयात शिकत असताना त्यांनी मराठीत लिहिलेल्या निबंधात इंग्रजी सत्तेवर कडक टीका केली. तसेच इंग्रजीमध्ये त्यांनी 'मराठी सत्तेचा उदय व उत्कर्ष' हा निबंध लिहिला. इंग्रजी, गणित, इतिहास, भूगोल, अर्थशास्त्र, तर्कशास्त्र हे त्यांच्या आवडीचे विषय होते. पुढे त्यांनी इतिहास, अर्थशास्त्र याविषयातील पदवी संपादन केली. इ.स. १८६० ला त्यांनी एम.ए. पूर्ण केले आणि त्यानंतर लगेचच त्यांनी कायद्याची पदवी मिळवली.

शिक्षण झाल्यानंतर त्यांनी ओरिएंटल ट्रान्सलेटर या पदावर काम केले. पुढे अक्कलकोट व कोल्हापूर येथे कारभारी आणि न्यायाधीश म्हणून काम केले. इ.स. १८६८ मध्ये एल्फिस्टन मध्ये प्राध्यापक म्हणून नियुक्ती झाली. पुढे ॲडव्होकेटची परीक्षा दिली. त्यानंतर पुणे येथे न्यायखात्यात नेमणूक झाली. इ.स. १८९३ मध्ये ते हायकोर्टात रुजू झाले. न्यायक्षेत्रात नोकरी करीत असताना त्यांचे सखोल विचार, अभ्यासू वृत्ती, नि:स्पृहपणा, न्यायीवृत्ती या गुणांचे प्रकर्षाने दर्शन झाले. पुढे मुंबई प्रांताच्या कायदेमंडळाचे सदस्य, वक्तृत्वोत्तेनक सभा, वसंत व्याख्यानमाला, औद्योगिक

परिषद, प्रार्थना समाज, सार्वजनिक सभा, डेक्कन सभा, नेटिव्ह लायब्ररी या संस्थांत त्यांचा प्रत्यक्ष-अप्रत्यक्ष सहभाग होता. राष्ट्रीय सभेच्या स्थापनेत त्यांची महत्त्वपूर्ण भूमिका होती. सामाजिक परिषदेचे ते संस्थापक होते. देशोद्धाराची तळमळ, सामान्यांविषयीची कळवळ, मोठा व्यासंग, इंग्रजी आणि मराठी भाषेवरील प्रभुत्व अशा कितीतरी गुणवैशिष्ट्यांनी त्यांचे व्यक्तिमत्त्व नटले होते. त्याची राहणी अत्यंत साधी होती. ते प्रेमळ आणि दयाळू होते. आपल्या शांत, संयमी आणि मनमिळावू वृत्तीमुळे त्यांनी महाराष्ट्राच्या सामाजिक सुधारणेच्या क्षेत्रात वेगळेच स्थान निर्माण केले होते. अशा या थोर समाजसेवकाचा मृत्यू इ.स. १९०१ मध्ये झाला.

*** न्या. रानडे यांची सामाजिक सुधारणाविषयक वैचारिक भूमिका**

सन १८७७ च्या दुष्काळाला इंग्रज सरकार जबाबदार आहे असे त्यांचे मत होते. इ.स. १८७० मध्ये मुंबई विद्यापीठातून मराठी विषय काढून टाकण्यात आला तेव्हा रानडे यांनी विरोध करून पुन्हा मराठी विषय विद्यापीठात सुरू करण्यासाठी २० वर्षे सतत प्रयत्न केले. न्या. रानडे यांच्या प्रयत्नानेच पुढे दयानंद सरस्वती यांनी आर्य समाजाची स्थापना केली. इ.स. १८८५ मध्ये सर ॲलन ह्यूम यांच्या अध्यक्षतेखाली राष्ट्रीय काँग्रेसची स्थापना केली. तेव्हा रानडे यांनी सभेच्या स्थापनेस मार्गदर्शन व सहकार्य केले. सरकारी नोकरीत राहून त्यांनी राष्ट्रीय काँग्रेसच्या कार्यात आस्थेने व उत्साहाने सहकार्य केले.

भारताच्या आर्थिक प्रगतीला योग्य दिशा मिळावी व योग्य प्रबोधन व्हावे यासाठी न्या. रानडे यांनी सन १८८० मध्ये औद्योगिक परिषदेचा उपक्रम सुरू केला. हिंदी राजकारणाला अर्थशास्त्रीय विचारांची महत्त्वपूर्ण जोड दिली. तसेच सार्वजनिक काकांच्या बरोबर स्वदेशीचा प्रसार केला. हिंदुस्थानच्या औद्योगिक विकासाला चालना देण्यासाठी त्यांनी सन १८८१ मध्ये 'इंडस्ट्रियल असोसिएशन ऑफ वेस्टर्न इंडिया' संस्थेची स्थापना केली. हिंदी अर्थकारणावर रानडे यांनी अनेक विद्वत्तापूर्ण व्याख्याने दिली. त्यांची व्याख्याने भारतीय अर्थशास्त्राचा पाया मानला जातो. अशाप्रकारे सामाजिक प्रश्नांचा पातळीवर विचार व्हावा म्हणून न्या. रानडे यांनी सन १८८७ मध्ये भारतीय सामाजिक परिषदेची स्थापना केली.

समाजाला लागलेले अनेक रोग आहेत. त्यात मूलभूत बदल केले पाहिजेत, जनतेचा दृष्टिकोन बदलल्याशिवाय नवसमाजाची निर्मिती करता येणार नाही, भारतीय समाजाची कूपमंडूकवृत्ती, बंधनांचे दास्य, उच्चनीचता, अप्रतिकारवृत्ती, ऐहिक जीवनाविषयी उदासीनता यामुळे पीछेहाट झाली आहे. दास्याची जागा व्यक्तिस्वातंत्र्याला,

शब्दप्रामाण्यऐवजी बुद्धिप्रामाण्य, जन्मनिष्ठेपेक्षा गुणनिष्ठा, मानवाची प्रतिष्ठा असे त्यावर त्यांनी उपाय सुचविले आहेत.

न्या. रानडे हे सर्वांगीण सुधारणेचे पुरस्कर्ते होते. राजकारण, अर्थकारण, धर्मकारण व समाजकारण ही समाजाची विविध अंगे आहेत. ती परस्परांशी संबद्ध व पूरक अशीच आहेत. म्हणून समाजजीवनाचा साकल्याने विचार केला पाहिजे असे त्यांचे तत्त्व होते. समाजाची राजकीय व आर्थिक क्षेत्रांत उन्नती व्हावयाची असेल तर सामाजिक सुधारणेकडे दुर्लक्ष करून चालणार नाही. सर्वांकडे सारखेच लक्ष असणे गरजेचे आहे. मानव हा सर्व सुधारणांचा केंद्रबिंदू असतो. मानवाची गेलेली प्रतिष्ठा पुन्हा प्राप्त करून देणे गरजेचे आहे.

सामाजिक सुधारणेच्या क्षेत्रात न्या. रानडे यांनी वेगवेगळ्या विचारांचा पुरस्कार आणि प्रचार केला. त्यांच्या विचारांचे क्षेत्र व्यापक होते. इ.स. १८६२ मध्ये निघालेल्या इंदुप्रकाश या वृत्तपत्राच्या इंग्रजी आवृत्तीतून त्यांनी समाज-सुधारणेविषयी लेख लिहिले. विधवाविवाहाचे समर्थन केले. काही सहकाऱ्यांच्या साहाय्याने इ.स. १८६५ मध्ये 'विधवा विवाहोत्तेजक मंडळाची' स्थापन केली. या मंडळातर्फे एक विवाहही घडवून आणला. त्यांच्या निमंत्रण पत्रिकेवर न्या. रानडे यांची सही होती. त्यामुळे सनातनी धर्मनिष्ठ लोक चिडले. त्यांनी शंकराचार्यांच्या अनुमतीने विधवाविवाह पुरस्कर्त्यांवर सामाजिक बहिष्कार टाकला. अनेकांनी प्रायश्चित्त घेतले. परंतु न्या. रानडे यांनी वेद, स्मृती, पुराण इत्यादींच्या आधारे विधवाविवाहास शास्त्राधार दाखवून दिला.

न्या. रानडे यांनी आपल्या तत्त्वज्ञानाला कृतीची जोड दिली नाही. त्यांची प्रथम पत्नी वारली, त्यावेळी त्यांना ही संधी मिळाली असता, त्यांनी आपल्या उपदेशाप्रमाणे विधवाविवाह अगर प्रौढविवाह केला नाही. पंचहौद मिशन प्रकरणी विवेकाविरुद्ध जाऊन त्यांनी प्रायश्चित्त घेतले. या त्यांच्या विसंगत वागण्यामुळे त्यांच्या समाजसुधारणेच्या तत्त्वज्ञानाला धक्का बसला.

* धार्मिक कार्य

मुंबईत स्थापन झालेल्या प्रार्थना समाजाचे न्या. रानडे हे प्रमुख आधारस्तंभ होते. या पंथाची तत्त्वे, उपासनापद्धती आणि विधी यांच्यासाठी त्यांनी 'एकेश्वर-निष्ठाची कैफियत' नावाचा निबंध लिहिला. हिंदू धर्माला शुद्ध स्वरूप प्राप्त करून द्यावे, त्यातील अनिष्ट रूढी दूर कराव्यात असे त्यांचे मत होते. भक्तीचा प्रचार करण्यासाठी प्रार्थना समाज आहे असे ते सांगत.

❋ सनदशीर राजकारण

सार्वजनिक सभेची स्थापना पुण्यात इ.स. १८७० मध्ये झाली. १८७१ मध्ये न्या. रानडे नोकरीनिमित्त पुण्याला आले. त्यांनी या सभेच्या कार्याला फार मोठे साहाय्य केले. सरकारी नोकरीत राहूनच सार्वजनिक काकांच्या सहकार्याने या सभेला त्यांनी राजकीय चळवळीचे स्वरूप दिले. भारतात प्रागतिक सनदशीर राजकारणाचा पाया न्या. रानडे यांनी घातला. त्यांच्या विचारात नेमस्तपणा होता. राजकीय चळवळीचा हेतू सांगताना सरकारला जागे करण्यापेक्षा आपल्या लोकांना सार्वजनिक कार्य करण्यास सवड व अनुभव मिळावा, अशी त्यांची इच्छा होती. इंग्रज कार्यकर्त्यांच्या न्यायबुद्धीवर त्यांचा विश्वास होता. त्यांच्या राज्यात राहूनच आपली प्रगती साधता येईल, त्यासाठी योग्य मार्गाने आपण आपल्या अडीअडचणी राज्यकर्त्यांच्या कानावर घालण्याचे प्रयत्न करावेत असे त्यांचे मत होते.

न्या. रानडे यांच्या बौद्धिक मार्गदर्शनाखाली सार्वजनिक सभेचे चिटणीस सार्वजनिक काका यांनी महत्त्वाचे कार्य केले. स्वदेशीचा पुरस्कार करून प्रसार केला. न्या. रानडे यांनी स्वदेशीला शास्त्रशुद्ध व व्यावहारिक रूप दिले. भारतीयांच्या आर्थिक मागासलेपणाची त्यांनी कारणमीमांसा केली. इंग्रज सरकार व व्यापारी, भारतीयांचे कसे शोषण करत आहेत हे त्यांनी दाखवून दिले. यावर उपाय म्हणजे देशी उद्योगधंद्याचा विकास असे त्यांनी सांगितले. देशाच्या औद्योगिक प्रगतीसाठी संरक्षक जकातीच्या धोरणाचा पुरस्कार केला. महाराष्ट्रातील भीषण दुष्काळाच्या वेळी सार्वजनिक सभेच्या मार्फत शेतकऱ्यांच्या परिस्थितीची पाहणी केली. त्यांनी त्यावर उपाय सुचविले. इ.स. १८७४ मध्ये सार्वजनिक सभेच्यावतीने त्यांनी जबाबदार राज्यपद्धतीची मागणी करणारा अर्ज इंग्लंडला पाठविला. हिंदुस्थानचे प्रतिनिधी विलायतच्या पार्लमेंटमध्ये असावेत आणि हिंदी राज्यकारभाराचे प्रश्न त्यांच्या संमतीने सोडवावेत असे त्या अर्जाचे स्वरूप होते. महाराष्ट्रात दुष्काळाच्या परिस्थितीत दंग्यांचे प्रमाण वाढले. सरकारने त्याचे खापर जनतेवर फोडले. न्या. रानडे यांनी या दंग्यांना सरकार जबाबदार आहे असे स्पष्टपणे सांगितले. इ.स. १८८५ साली स्थापन झालेल्या राष्ट्रीय सभेत न्या. रानडे यांचा मोठा सहभाग होता.

❋ ऐतिहासिक संशोधन

न्या. रानडे यांनी 'मराठी ग्रंथोत्तेजक मंडळ' नावाची एक संस्था स्थापन केली. इतिहास, शास्त्रे, थोर पुरुषांची चरित्रे, धर्म, देशाची सुधारणा इ. विषयांवर पुस्तके प्रसिद्ध करणे हा या संस्थेचा मुख्य हेतू होता. त्यांची इतिहासावर निष्ठा होती. 'मराठी

सत्तेचा उदय' हे पुस्तक लिहून मराठ्यांच्या इतिहासाबद्दल पाश्चात्त्य इतिहासकारांच्या विकृत मतांचे त्यांनी खंडन केले.

देशात शांतता व सुव्यवस्था स्थापण्यासाठीच परमेश्वराने इंग्रजांचे राज्य आणले होते. त्यास धक्का लागू नये याकडे त्यांचे लक्ष होते. ते प्रागतिक होते, तसेच नेमस्तही होते. वंशभेद किंवा धर्मभेद न मानता मनुष्या-मनुष्यात समानता व न्याय प्रस्थापित करणे म्हणजे प्रागतिकत्व आणि तडजोड व देवाण-घेवाण करून हळूहळू प्रगती करणे म्हणजे नेमस्तपणा असे त्यांचे मत होते.

'राजकारण, अर्थकारण, समाजकारण व धर्मकारण या क्षेत्रांत आपल्या विचाराने लोकांत जागृती निर्माण करून त्यांना सुजाण बनविण्याचे कार्य न्या. रानडे यांनी केले.'

एक थोर विचारवंत, विद्वान, कायदेपंडित, इतिहासकार, अर्थशास्त्रज्ञ, शिक्षणतज्ञ, देशभक्त म्हणून न्या. रानडे यांची योग्यता मोठी आहे. त्यांना अनेक मानाच्या जागा लाभल्या असतानाही सार्वजनिक समाजकार्यात उत्साहाने भाग घेऊन त्यांनी समाजाची मोठी सेवा केली आहे. न्या. रानडे यांचे हे योगदान अन्यन्यसाधारण असे आहे.

* प्राचार्य गोपाळ गणेश आगरकर (इ.स. १८५६-९५)

सातारा जिल्ह्यातील कराडजवळील टेंभू या गावी गोपाळरावांचा जन्म इ.स. १८५६ मध्ये एका ब्राह्मण कुटुंबात झाला. त्यांच्या वडिलांचे नाव गणेश आणि आईचे नाव सरस्वती होते. त्यांच्या घरात अत्यंत दारिद्र्य होते. घरची गरीब परिस्थिती असली तरी त्यांचे आई-वडील मनाने आणि आचरणाने स्वच्छ स्वाभिमानी आणि सरळ मनाचे होते. तसेच संस्कार त्यांनी आपल्या मुलांवर केले. घरची गरिबी असल्यामुळे गोपाळरावांना मामाच्या घरी कराड येथे शिक्षणासाठी ठेवले होते. प्राथमिक शिक्षण त्यांनी कराड येथेच घेतले. पुढील शिक्षणाची सोय कराड येथे नसल्यामुळे आणि घरची स्थिती बिकट असल्यामुळे गोपाळरावांनी मुन्सफ कोर्टात कारकुनी पत्करली. मात्र त्यांचे मन कारकुनीत रमत नव्हते. त्यांना विद्यार्जनाची ओढ लागली होती त्यांमुळे त्यांनी ही नोकरी सोडली आणि ते आपल्या दूरच्या नातेवाईकाकडे रत्नागिरीस गेले. परंतु तेथे त्यांना वाईट अनुभव आला. तेथील शिक्षणाचा प्रयत्न जमला नाही. तेव्हा ते पुन्हा कराडला आले. तेथे त्यांनी कंपौडरची नोकरी सुरू केली. पुढे ते अकोल्यास गेले. तेथून ते मॅट्रीक परीक्षा पास झाले. पुढील शिक्षणासाठी ते पुण्याला आले. तेथे मदत व स्कॉलरशिप मिळवून डेक्कन कॉलेजमधून त्यांनी इ.स. १८७८ साली पहिली पदवी संपादन केली. शिक्षणासाठी त्यांना खूप हालअपेष्टा सहन कराव्या लागल्या. याच वर्षी लो. टिळकांशी त्यांचा स्नेह जुळला. पुढे एम.ए.ला इतिहास व

तत्त्वज्ञान हे विषय घेऊन ते एम.ए. झाले. मोठ्या नोकरीची अपेक्षा न करता त्यांनी न्यू इंग्लिश स्कूल मध्ये शिक्षकाची नोकरी पत्करली. आपल्या आईला लिहिलेल्या पत्रावरून त्यांचे ध्येय स्पष्ट होते. ते लिहितात...''आई, माझा शिक्षणक्रम संपला. मला मोठ्या पगाराची नोकरी मिळेल. आपले दारिद्र्य संपेल असे तुला वाटले असेल. पण आई, मी तुला आताच सांगून टाकतो. मी सरकारी नोकरी करणार नाही. अधिक संपत्तीची हाव न धरता मी पोटापुरते पैसे मिळवून त्यावर संतोष मानणार आहे. सर्व वेळ परहितार्थ खर्चण्याचे ठरविले आहे.'' त्यांनी समाजसेवेचे व्रत धारण केले.

चिपळूणकर, टिळक, आगरकर यांनी इ.स. १८८० मध्ये पुण्यात न्यू इंग्लिश स्कूलची स्थापना केली. आगरकर-टिळक यांनी पुढील वर्षीच 'केसरी', 'मराठा' ही वृत्तपत्रे सुरू केली. त्यापैकी केसरीचे संपादन आगरकरांच्याकडे होते. कोल्हापूरच्या बर्वे प्रकरणात टिळक-आगरकर यांना १०१ दिवसांची कारावासाची शिक्षा झाली. पुढे या दोघात सामाजिक सुधारणा अगोदर की राजकीय सुधारणा अगोदर याबद्दल मतभेद झाले. त्यामुळे आगरकरांनी केसरीचा संबंध तोडला. त्यांनी 'सुधारक' हे नवे वृत्तपत्र सुरू केले. त्या वृत्तपत्रातून समाजातील अनिष्ट सामाजिक चालीरीतींविरुद्ध आवाज उठविला. समाजातील धर्ममार्तंडांनी त्यांना खूप त्रास दिला. जीवे मारण्याची धमकीही दिली. त्या त्रासाला आणि धमक्यांना भीक न घालता समाजसुधारणेचे कार्य त्यांनी चालूच ठेवले. त्यांची फर्ग्युसन कॉलेजमध्ये प्राध्यापक म्हणून नेमणूक झाली. पुढे ते आपल्या कार्य कुशलतेमुळे आणि परिश्रमाने त्याच कॉलेजचे प्राचार्य झाले.

प्रारंभापासून अत्यंत हालाखीच्या परिस्थितीत अत्यंत कष्ट घेऊन त्यांनी शिक्षण घेतले. समाजसेवेसाठी आपले सर्व आयुष्य खर्च केले. अति दगदगीमुळे त्यांना दम्याचा विकार सुरू झाला. तो वाढत जाऊन इ.स. १८९५ मध्ये त्यातच त्यांचा अंत झाला. या थोर समाजसुधारकाला फार आयुष्य लाभले नाही.

* आगरकरांची विचारधारा

बुद्धिप्रामाण्यवाद : आगरकरांनी बुद्धिवादाचा आधार घेऊन सामाजिक सुधारणेचा पुरस्कार केला. त्यांनी आपल्या लेखनातून तो अधिक स्पष्ट केला आहे. चांगल्या आणि समाजोपयोगी गोष्टींचाच त्यांनी पुरस्कार केला. तार्किक विचारसरणीवर आधारलेला बुद्धिप्रामाण्यवाद लोकांना समजावून देणे हे आगरकरांचे मुख्य ध्येय होते. ते पटवून देण्यासाठी त्यांनी खूप प्रयत्न केला. समाजातील वाईट चालीरीती, अनिष्ट प्रथा, अंधश्रद्धा, अज्ञानीपणा, धर्मिक कर्मकांडे, जातीयता दूर करण्यासाठी त्यांनी प्रयत्न केले. त्यासाठीच समाजामध्ये बुद्धिप्रामाण्यवाद रुजविण्याचा त्यांनी

प्रयत्न केला. प्रत्येक गोष्ट बुद्धीच्या कसोटीवर घासून बघण्यास समाजाला शिकविले. समाजातील वाईट गोष्टींवर टीका करून समाजाला जागे केले. वाईट गोष्टी टाकून देणे चांगले, जे आहे ते स्वीकारणे अशा गोष्टींची जाणीव लोकांना करून दिली. जो खरा विचारी आहे त्याला लोककल्याणाची तळमळ आहे. सत्य बोलणे, सत्य वागणे यातच ज्याचे समाधान आहे अशाने कोणाही सनातन्यांना, धर्ममार्तंडांना न घाबरता आपल्या मनास योग्य वाटेल ते लिहावे, बोलावे आणि सांगावे हेच उचित आहे अशी त्यांची शिकवण होती. कर्म, प्रारब्ध, भाग्य, श्रुती, किंवा शब्दप्रामाण्य, जातीयता ही बंधने झुगारून दिली पाहिजेत, अंधश्रद्धेने कोणतीही गोष्ट स्वीकारू नये, ती डोळसपणे स्वीकारावी अशी त्यांची विचारसरणी होती.

व्यक्तिस्वातंत्र्य :

व्यक्तिस्वातंत्र्य हे आगरकरांच्या विचारसरणीचे दुसरे महत्त्वाचे वैशिष्ट्य होय. समाजातील व्यक्तींचे परस्परांशी संबंध समतेच्या तत्त्वावर आधारले पाहिजेत असे त्यांना वाटे. जन्मसिद्ध चतुर्वर्ण पद्धती ही व्यक्तिस्वातंत्र्याच्या तत्त्वाच्या विरोधी असल्याने त्यांना मान्य नव्हती.

आगरकरांनी व्यक्ती हे एक स्वतंत्र्य मूल्य मानले आहे. व्यक्तीसाठी समाज असतो. समाजासाठी व्यक्ती नसते. व्यक्ती ही समाजाची घटक असली तरी ती जिवंत व स्वयंपूर्ण आहे. समाजाला मात्र व्यक्तीशिवाय स्वतंत्र अस्तित्व नाही. व्यक्तीच्या हितासाठीच सामाजिक नियम असतात. व्यक्तिविकास हेच उद्दिष्ट असले पाहिजे.

मानवाचे ऐहिक सुखसंवर्धन हे आगरकरांच्या सुधारणेचे तिसरे मूलतत्त्व होते. बदलत्या परिस्थितीनुसार समाजातील परिवर्तन झाले पाहिजे. समाजाची रचना भौतिकवादाच्या आणि बुद्धिवादाच्या निकषांवर झाली पाहिजे असे आगरकरांचे ठाम विचार होते.

शैक्षणिक कार्य :

शिक्षण पूर्ण झाल्यावर आगरकरांनी मुन्सफ म्हणून नोकरी सुरू केली. पुढे ते मराठी भाषांतरकार म्हणूनही काम करू लागले. सन १८८४ मध्ये त्यांनी डेक्कन एज्युकेशन सोसायटीची स्थापन केली. आणि सन १८८५ मध्ये पुण्यात फर्ग्युसन कॉलेज काढले. या कॉलेजात ते इतिहास व तर्कशास्त्र विषय शिकवीत.

शिक्षणाबाबत त्यांचे विचार पुरोगामी होते. मुलामुलींना एकत्र शिक्षण द्यावे, स्त्रियांना उच्च शिक्षण मिळाले पाहिजे यासाठी त्यांनी प्रयत्न केले.

केसरीचे संपादन :

लोकजागृतीसाठी आगरकरांनी 'मराठा' व 'केसरी' ही साप्ताहिके सन १८८१ मध्ये सुरू केली. केसरीच्या संपादकाचे काम आगरकरांनी हाती घेतले. मराठा वर्तमानपत्राचे संपादन टिळक करीत होते. आगरकरांनी केसरीमध्ये सामाजिक विषयांवर लिखाण सुरू केले. समाजहितासाठी ते भांडू लागले. त्यामुळे केसरीच्या वाचकांची संख्या दिवसेंदिवस वाढत गेली. काही दिवस ते केसरीचे संपादक होते. बालविवाहास विरोध व विधवा विवाहास त्यांनी प्रोत्साहन दिले.

कारावास :

सन १८८२ कोल्हापूरचे दिवाण बर्वे यांनी कोल्हापूरच्या छत्रपतींना छळण्यास सुरुवात केली. त्यामुळे कोल्हापूर येथे बर्वे प्रकरण उद्‌भवले. तेव्हा टिळक व आगरकरांनी केसरी व मराठा वर्तमानपत्रांतून अन्यायाला वाचा फोडण्याची कामगिरी केली. तेव्हा बर्वे यांनी टिळक व आगरकरांच्यावर अब्रूनुकसान दावा भरला. त्यात त्यांना चार महिन्यांची शिक्षा झाली. आगरकरांना मुंबई येथील डोंगरीच्या तुरुंगात टाकण्यात आले. तेव्हा या तुरुंगातच आगकरांनी 'आमचे १०१ दिवस' आणि 'विकार विलसित' ही पुस्तके लिहिली.

*** टिळक व आगरकर यांच्यामध्ये फूट**

'राजकीय सुधारणा' आधी की 'सामाजिक सुधारणा' आधी यातूनच टिळक व आगरकर यांच्या मतभेद सुरू झाले. बालविवाह प्रतिबंधक कायदा करावा की नाही यातून मतभेदाला सुरुवात झाली व हे मतभेद दिवसेंदिवस वाढत गेले. सामाजिक सुधारणा घडवून आणल्यानंतर लोकजागृती होईल आणि ब्रिटिशांना हिंदुस्थान सोडून जावे लागेल असे आगरकरांचे मत होते. शेवटी हे मतभेद वाढत गेले. पुढे आगकरांनी सन १८८७ मध्ये केसरीचे संपादकीय पद सोडून दिले. त्यानंतर त्यांनी सुधारक हे पत्र सुरू केले. 'इष्ट असेल ते बोलणार व शक्य असेल ते करणार' हे सुधारकाचे ब्रीदवाक्य होते. त्यांनी यातून सामाजिक सुधारणेचा पुरस्कार केला. या वादग्रस्त प्रश्नावरून आगरकर हे इंग्रजधार्जिणे होते अशी टीका केली जाते.

*** समाजसुधारणेचा आग्रह**

आगरकरांना समाजहिताची मोठी तळमळ होती. समाजजागृती झाल्याशिवाय समाजाचे हित होणार नाही असे त्यांचे मत होते. पाश्चात्त्यांप्रमाणे समाजाने बुद्धिवादाचा

व भौतिक तंत्रज्ञानाचा ध्यास धरल्याशिवाय आपली प्रगती होणार नाही. त्यासाठी अज्ञान, अंधश्रद्धा व दांभिकतेवर त्यांनी जोरदार हल्ला चढविला. ग्रंथाचे प्रामाण्य त्यांना मान्य नव्हते. त्यांची प्रज्ञा स्वतंत्र होती. त्यांच्या विचारांवर जॉन मिल, स्पेन्सर इ. विचारवंतांचा मोठा प्रभाव पडला होता. म्हणूनच आगरकरांनी आपले सामाजिक कार्य अखेरपर्यंत केले.

आगरकरांनी सतत समाजसुधारणेचा आग्रह धरला. समाजातील बालविवाह, जातिभेद, केशवपन यासारख्या अनिष्ट सामाजिक रूढींना सतत विरोध केला. बालविवाहाच्या प्रथेस जोरदार विरोध केला. त्यामुळे पुढे समाजातील बालविधवांचे प्रमाण कमी होत गेले. स्त्री-पुरुषांचे विवाह एकमेकांच्या पसंतीने करण्याचा आग्रह धरला. त्यामुळे प्रपंच सुखाचे होतील हे पटवून दिले. तसेच समंतीवयाचा कायदाही मंजूर केला. स्त्रियांच्या केशवपनाच्या पद्धतीस कायद्याने बंदी केली. हिंदू धर्मातील दुष्ट प्रथा कमी करण्याचा प्रयत्न केला. याबाबतीत सरकारने हस्तक्षेप करू नये असे मत प्रतिपादन केले. सामाजिक सुधारणा करण्यासाठी कायद्याचा आधार घेण्याची गरज सनातनी वृत्तीच्या मंडळींना पटवून दिली.

हिंदू समाजातील श्रेष्ठ, कनिष्ठ व जातिभेदांच्या धोरणास विरोध केला. जातिभेदांमुळे राष्ट्राला बळकटी येत नाही हे पटवून दिले. आपल्या धर्मांतील मूर्खपणाच्या चालीरीतींवर आगरकरांनी जोरदार हल्ला चढविला. हिंदू धर्माच्या नावाखाली समाजात चाललेल्या अनिष्ट प्रथा बंद करण्याचे त्यांनी समर्थन केले. शिमग्याच्या सणाप्रसंगी सुरू असलेले हीन प्रकार त्वरित बंद करण्याचे महत्त्व पटवून दिले. ऐहिक जीवनाला गौण समजून पारमार्थिक जीवनाला महत्त्व देणाऱ्या हिंदू प्रवृत्तीचा निषेध केला. स्वच्छ मनाने व निरोगी वृत्तीने जीवन घालविणे प्रत्येक हिंदूचे कर्तव्य आहे हे समाजावर बिंबविले. सामाजिक जनजागृतीचे कार्य त्यांनी अत्यंत तळमळीने आणि मोठ्या धाडसाने केले आहे.

*** वाङ्‌मयीन कार्य**

केसरीतील निवडक निबंध, विविध विषय ग्रंथ, निबंध संग्रह, डोंगरीच्या तुरुंगातील १०१ दिवस, विकार विलसित हे हॅम्लेटचे रूपांतर इ. त्यांचे वाङ्‌मय उपलब्ध आहे. विषयाची विविधता, लेखनाचा भारदस्तपणा, ध्येयवाद इ. गुण मराठी वर्तमानपत्रात केसरीनेच प्रथम आणले. विनोद, उपरोध, उपमा व पल्लेदारपणा आदी वाक्यांचा प्रयोग आगरकरांनी आपल्या लिखाणात प्रथम केला. त्यांची भाषाशैली उत्कृष्ट होती. विचारांतील सडेतोडपणामुळे त्यांच्या वाङ्‌मयाला जिवंतपणा प्राप्त

झाला. मराठी वाङ्मयावर त्यांच्या पुरोगामी विचारसरणीची छाप पडली आहे.

आगरकर कर्ते सुधारक होते. त्यांनी समाजसुधारणेसाठी आपले सर्व आयुष्य वेचले. त्यांनी केलेले कार्य त्या काळाला अनुसरून पाहिले असता त्यांचे कार्य अतिशय महत्त्वाचे होते. बुद्धिवाद, भौतिकतेचा, ऐहिकतेचा सुखसंवर्धनाचा, सामाजिक सर्वांगीण सुधारणांचा आगकरांचा विचार समाजहिताचा आणि कल्याणकारी होता. जातीयता, वर्णभेद, स्त्रियांना दिली जाणारी वागणूक यावर त्यांनी कठोर टीका केली आहे. आगरकरांचे हे कार्य अत्यंत मौलिक आणि महत्त्वपूर्ण असे आहे.

*** कर्मवीर विठ्ठल रामजी शिंदे**

कर्मवीर विठ्ठल रामजी शिंदे यांचा जन्म कर्नाटकातील जमखंडी येथे इ.स. १८७३ साली झाला. त्यांच्या आईचे नांव यमुनाबाई व वडिलांचे नाव रामजी होते. या दांपत्याला २० मुले झाली. परंतु त्यातील पाचच मुले जगली. घरातील धार्मिक वातावरणामुळे त्यांच्यामध्ये शील व सहिष्णुता, समभाव हे गुण होते. वयाच्या ६ व्या वर्षी त्यांना खाजगी शाळेत घालण्यात आले. इ.स. १८९१ मध्ये ते मॅट्रिकची परीक्षा पास झाले. वयाच्या ९ व्या वर्षी रूक्मिणी या त्यांच्या आतेबहिणीबरोबर त्यांचा विवाह झाला. मॅट्रिकची परीक्षा पास झाल्यावर जमखंडीच्या हायस्कूलमध्ये शिक्षकाची नोकरी स्वीकारली. परंतु पुढील शिक्षणासाठी इ.स. १८९३ साली ते पुण्यास गेले. पुण्यातील शिक्षणात त्यांना मराठा एज्युकेशन सोसायटीचे व बडोद्याच्या सयाजीराव गायकवाड महाराजांचे साहाय्य लाभले. फर्ग्युसन महाविद्यालयातून त्यांनी बी.ए.ची पदवी मिळवली. शिक्षण चालू असतानाच ते प्रार्थना समाजाचे सभासद झाले. आगरकर, आपटे, रानडे, भांडारकर इत्यादींच्या लेखनाचा त्यांच्यावर प्रभाव पडला. इ.स. १९०१ मध्ये कर्मवीर शिंदे इंग्लंडला गेले. युरोपातील अनेक देशांना भेटी देऊन त्यांनी जगातील अनेक धर्मांचा अभ्यास केला. इंग्लंडहून मायदेशी परत येताना ॲमस्टरडॅम येथील उदार धर्मपरिषदेमध्ये त्यांनी 'हिंदुस्थानातील उदार धर्म' हा प्रबंध वाचला.

प्रार्थना व ब्राह्मोसमाजाच्या कार्याबरोबरच त्यांनी संपूर्ण हिंदुस्थानचा प्रवास केला व भारतीय समाज समजावून घेतला. त्याचबरोबर शेतकऱ्यांच्या प्रश्नांकडेही लक्ष घातले. अशा या थोर समाजसेवकाचा मृत्यू इ.स. १९४४ साली झाला. भारतीय समाजाच्या अभ्यासाबरोबर त्यांचे प्रत्येक क्षेत्रातील कार्यही तितकेच मोलाचे ठरते.

*** कर्मवीर विठ्ठल रामजी शिंदे यांचे कार्य**

प्रार्थना समाजासाठी केलेले कार्य : परदेशातून आल्यावर त्यांनी प्रार्थना

समाजाच्या प्राचाराचे कार्य केले. अखिल भारतीय एकेश्वरी परिषदेच्या अधिवेशनाचे ते कार्यकारी चिटणीस होते. जगातील सर्व उदार व सहिष्णु धर्म सुधारक चळवळींची माहिती सांगणारा 'थिईस्टीक डिरेक्टरी' हा ग्रंथ संग्रहित केला. तरुणांचे वर्ग चालवून, व्याख्याने, उपदेश, लेख, दौर, उपासना याद्वारे धर्माचा प्रचार केला. इ.स. १९१० पर्यंत त्यांनी प्रार्थना समाजाच्या प्रचाराचे कार्य केले. मात्र ब्राह्मोसमाजाच्या प्रचाराचेही कार्य चालू ठेवले. ते पुढे या प्रचारासाठी ब्रह्मदेशातही गेले.

*** अस्पृश्यांसाठी केलेले कार्य**

जातीभेद, जातीद्वेष यामुळे निर्माण झालेली सामाजिक विषमता दूर व्हावी यासाठी कर्मवीर शिंदे यांनी प्रयत्न केले. प्रार्थना समाजाच्या व ब्राह्मोसमाजाच्या प्रचारासाठी हिंदुस्थानचा प्रवास करीत असताना त्यांना अस्पृश्यांची दयनीय अवस्था पाहावयास मिळाली. अस्पृश्यतेबाबत ते लिहितात, 'अस्पृश्यता ही पुरातन सामाजिक संस्था आहे. तिचा व्याप सर्व जगात भरून राहिला आहे.' अस्पृश्यांच्या प्रश्नांची सोडवणूक करण्यासाठी १८ ऑक्टोबर १९०६ रोजी मुंबई येथे 'डिप्रेसड् क्लासेस मिशन' (निराश्रित साहाय्यकारी मंडळी) ही संस्था स्थापन केली. अस्पृश्यता निवारणासाठी विठ्ठल रामजी शिंदे यांचे कुटुंबच प्रयत्नशील होते. डिप्रेसड् क्लासेस मिशन या संस्थामार्फत त्यांनी ठिकठिकाणी शाळा, दवाखाने, वसतिगृहे काढली. पुणे, मुंबई, हुबळी, सातारा, ठाणे, मद्रास, अकोला, अमरावती, कोल्हापूर या ठिकाणी शाळा सुरू केल्या. याशिवाय अस्पृश्यांसाठी परिषदा भरविल्या. इ.स. १९१७ मध्ये ॲनी बेझंट यांच्या अध्यक्षतेखाली कलकत्ता येथे भरलेल्या अधिवेशनात शिंदे यांच्या प्रयत्नामुळेच एकमुखाने अस्पृश्यता निवारणाचा ठराव मंजूर करण्यात आला. त्यांच्या या प्रयत्नामुळेच अस्पृश्यता निवारणाचा प्रश्न अखिल भारतीय पातळीवर जाऊन पोहोचला.

*** शेतकरी परिषदा**

कर्मवीर शिंदे यांनी शेतकऱ्यांच्या प्रश्नावरदेखील सखोल विचार केला होता. तत्कालीन सरकार शेतकऱ्यांच्या प्रश्नांकडे लक्ष देत नव्हते. शेतकरी सावकाराच्या कर्जाच्या जाळ्यात अडकला होता. अंधश्रद्धा, दारिद्र्य, अज्ञान यामुळे त्यांची स्थिती अत्यंत दयनीय झाली होती. अशा परिस्थितीमध्ये शेतकऱ्यांची स्थिती सुधारण्यासाठी व त्यांना संघटित करून जागृत करण्याचे कार्य कर्मवीर विठ्ठल रामजी शिंदे यांनी केले. यासाठी इ.स. १९२८ एक शेतकरी परिषद भरविली होती. शेतकऱ्यांच्या प्रश्नांवर व

महाराष्ट्राच्या प्रबोधनातील प्रमुख समाजसुधारकांचे कार्य । १३५

त्यांच्या अडचणीवर प्रकाश टाकण्याचा त्यांनी यात प्रयत्न केला. अशाच प्रकारच्या परिषदा मुंबई, तेरदळ, बोरगांव, चांदवड याठिकाणी भरविल्या. त्याद्वारे शेतकऱ्यांमध्ये हक्काची, कर्तव्याची व एकजुटीची जाणीव करून देण्याचे कार्य शिंदे यांनी केले.

❋ साहित्य व संशोधन कार्य :

कर्मवीर शिंदे चिकित्सक वृत्तीचे होते. त्यांची निरीक्षणशक्ती सूक्ष्म होती. 'भारतीय अस्पृश्यतेचा प्रश्न' हा त्यांचा महत्त्वाचा ग्रंथ होय. या ग्रंथात त्यांनी अस्पृश्यतेच्या प्रश्नाचा विचार मांडला आहे. त्यांच्या लेखनात व्यापक दृष्टी, मूलगामी अवलोकन, समतोल मूल्यमापन, विचारांचे गांभीर्य यांचे दर्शन होते. त्यांनी 'माझ्या आठवणी व अनुभव' हा आत्मचरित्रपर ग्रंथ लिहिला. याशिवाय त्यांच्या लेखांचा संग्रह 'शिंदे लेखनसंग्रह' या नावाचा ग.ल.ठोकळ यांनी प्रकाशित केला आहे. अध्यात्म, भाषाशास्त्र, समाजशास्त्र, तत्त्वज्ञान, इतिहास संशोधन इत्यादी बाबतीत कर्मवीर शिंदे यांनी लेखन केले आहे.

❋ इतर सुधारणा

महात्मा गांधींनी सुरू केलेल्या कायदेभंगात कर्मवीर शिंदे सक्रिय सहभागी झाले. तसेच या सत्याग्रहाला योग्य प्रतिसाद मिळण्यासाठी त्यांनी खेडोपाडी प्रचार केला. मद्यपान, देवदासी याला आळा घालण्यासाठी त्यांनी प्रयत्न केले. सहकार्याने पंढरपूर येथे अनाथाश्रम सुरू केला. सनातनी लोकांच्या वागण्यावर त्यांनी कडाडून टीका केली. भाषणे, खेळाचे सामने आयोजित करून संस्कृति-संवर्धनाचे कार्य केले.

कर्मवीर शिंदे यांच्या मते सामाजिक अथवा राजकीय सुधारणांचे मूळ आध्यात्मिक निष्ठा हेच आहे. सार्वत्रिक व समान शिक्षण हे सर्वांना जसे सारखेच मिळाले पाहिजे तसेच ते धर्मापासून वेगळे असू नये, अशी कर्मवीर शिंदे यांची धारणा होती. आयुष्यभर हालअपेष्टा सहन करून त्यांनी समाजसुधारणेचे कार्य केले.

❋ पंडिता रमाबाई

पंडिता रमाबाई म्हणजे मानवता, समता, प्रेम यांची एक आदर्श मूर्ती होय. आपल्या अभ्यासपूर्ण हुषारीने आणि पुरोगामी विचारांनी आपल्या कार्याच्या कल्याणकारी सेवेने त्यांनी अनेकांना आश्चर्यचकीत करून सोडले. महाराष्ट्रातील स्त्री शिक्षणाच्या क्षेत्रात त्यांनी मोलाची भरीव कामगिरी केली आहे. लोक त्यांना आवडीने पंडिता रमाबाई म्हणत. रमाबाईचे कार्य थोर आहे.

*** बालपण आणि शिक्षण**

कर्नाटकातील मंगळूर जिल्ह्यातील माळहेरणी येथील रहिवासी अनंत शास्त्री डोंगरे यांचे घराणे चित्पावन ब्राह्मण होते. आई अंबाबाई, यांच्या दोघांच्या पोटी पंडिता रमाबाई हिचा जन्म झाला. अनंतशास्त्री हे पुण्याच्या रामचंद्रपंत साठे यांच्याकडे संस्कृत भाषा शिकले. त्यांनी आपल्या पत्नीलाही संस्कृत शिकवले. एकदा अनंतशास्त्री सपत्नीक तीर्थयात्रेस काशीस निघाले तेव्हा त्यांच्या पहिल्या धर्मपत्नी पैठण येथे वारल्या. पुढे ते काशीस गेले व तेथे राहून संस्कृत भाषेचा आणि शास्त्राचा अभ्यास केला. नंतर ते पुन्हा पैठण या ठिकाणी आले तेथे त्यांची वाईचे माधवराव अभ्यंकर या विद्वान ब्राह्मणाशी भेट झाली. तेव्हा अभ्यंकरांनी डोंगऱ्यांची विद्वत्ता पाहून आपली ९ वर्षांची अंबाबाई ही मुलगी डोंगऱ्यांना दिली. ही डोंगरे यांची दुसरी पत्नी होय. यावेळी अनंतशास्त्री यांचे वय होते ४४ वर्षे- विवाहानंतर अनंतशास्त्री मंगळूर जवळील गंगामूळ अरण्यात येऊन सपत्नीक राहू लागले. समाजातील काही कर्मठ मंडळींनी अनंतशास्त्रींना त्रास दिला. परंतु सर्व त्रास त्यांनी सहन केला. अनंतशास्त्रींना अंबाबाई या दुसऱ्या पत्नीपासून ६ मुले झाली. त्यापैकी श्रीनिवास (मुलगा), कृष्णाबाई आणि पंडिता रमाबाई हीच जगली. रमाबाईचा जन्म २३ एप्रिल १८५८ मध्ये झाला. त्यांनी लहानपणीच मराठी आणि संस्कृतवर प्रभुत्व संपादन केले. इ.स. १८७४ मध्ये अनंतशास्त्री मृत्यू पावले. त्यानंतर थोड्याच दिवसात अंबाबाई याही निधन पावल्या. श्रीनिवास आणि पंडिता रमाबाई पोरके झाले. परंतु या विद्वान मुलांनी आपली उपजीविका करण्यासाठी आणि समाजाला जागृत करण्यासाठी देशभर प्रवास केला. तीर्थयात्रा करीत हे दोघे कलकत्ता येथे पोहचली. कलकत्त्यात मात्र पंडिता रमाबाईच्या बुद्धिमत्तेचा, विद्वत्तेचा उचित गौरव झाला. विद्वान पंडित, समाजसुधारक, इत्यादीच्या सिमेंट हॉलमधील सभेत त्यांना 'पंडिता' व 'सरस्वती' या पदव्या बहाल करण्यात आल्या. या सभेत त्यांच्या उत्स्फूर्त काव्यनिर्मितीचीही श्रोत्यांना जाणीव झाली. पंडिता म्हणून ओळखल्या जाणाऱ्या भारतातील त्या एकमेव महिला होत्या. पंडिता रगाबाई यांच्या विद्वतेची कीर्ती संपूर्ण देशभर पसरली.

कलकत्ता येथे असतानाच त्यांचा केशवचंद्र सेन यांच्याबरोबर परिचय झाला. कलकत्त्यात ठिकठिकाणी त्यांची व्याख्याने, सत्कार होत असतानाच त्यांचे बंधू श्रीनिवास यांचा मृत्यू झाला. पुन्हा त्या एकाकी आणि निराधार बनल्या. परंतु कोणत्याही अडचणी-समस्यांना सामोरी जाण्याचा त्यांचा धाडसी स्वभाव उपयोगी पडला. कलकत्त्यात असतानाच त्यांना बाबू बिपिन बिहारीदास मेघावी या शूद्र जातीतील पदवीधर आणि पुरोगामी विचाराच्या वकिलाने लग्नाची मागणी घातली. तेव्हा पंडिता

रमाबाईचा त्यांच्याबरोबर विवाह झाला. या विवाहामुळे रमाबाईविरूद्ध वादळ उठले. समाजातील कर्मठ सनातनी लोकांनी त्यांच्यावर बहिष्कार टाकावा असे आवाहन केले. या विवाहातून त्यांना एक कन्या झाली तिचे नाव 'मनोरमा' असे ठेवण्यात आले. परंतु रमाबाईला या वैवाहिक जीवनाचा फार काळ उपभोग घेता आला नाही. थोड्याच काळात अल्पशा आजाराने बिपिन बिहारीदास यांचे निधन झाले. रमाबाई पुन्हा एकाकी, निराधार झाल्या. परंतु यावेळी त्यांच्या सोबत छोटी मनोरमा होती.

*** आर्य महिला समाजाची स्थापना**

भारतातून निरनिराळ्या प्रांतांमधून जातीधर्माच्या, स्त्रियांच्या समस्या, त्यांचे दयनीय जीवन त्यांनी पाहिले होते. त्यामुळेच स्त्रियांच्या सर्वांगीण उन्नतीसाठी कार्य करण्याचे त्यांनी ठरविले. त्या 'मनोरमा' सह पुण्यात आल्या. तेथे त्यांचे वास्तव्य बरेच दिवस होते. पुण्यात त्यांच्या विद्वत्तेची, धाडसाची कीर्ती पसरली होतीच. त्यांच्या विद्वत्तेने न्या. महादेव गोविंद रानडे, डॉ. रामकृष्ण भांडारकर, वामन आबाजी मोडक यासारच्या महनीय व्यक्तींना प्रभावित केले होते. त्यांच्या सहकार्यानेच स्त्रियांच्या उद्धारासाठी पुणे येथे 'आर्य महिला समाजा'ची स्थापना केली. त्यानंतर अहमदनगर, सोलापूर, ठाणे, मुंबई, पंढरपूर, बार्शी इत्यादी ठिकाणी त्यांनी 'आर्य महिला समाजाची' स्थापना केली. बालविवाह, पुनर्विवाहाला बंदी, शिक्षण घेण्यास बंदी यासारख्या चालीरीती व अयोग्य रूढी व परंपरांमधून समाजाला 'प्रामुख्याने स्त्रियांना' मुक्त करण्याच्या दृष्टीने त्यांनी कार्य सुरू केले. भारतातील स्त्रियांची स्थिती व त्यातील बदलाच्या जाणिवेने त्यांनी 'स्त्रीधर्मनीती' हे पुस्तक लिहिले. सन १८८३ मध्ये ब्रिटिशांनी शिक्षणविषयक धोरणाविषयी नेमलेल्या हंटर आयोगासमोर त्यांनी साक्ष दिली. त्यांच्या विचारांनी प्रभावित झालेल्या हंटरने या साक्षीचे इंग्रजीत भाषांतर करून घेतले.

*** इंग्लंड आणि अमेरिकेचा प्रवास**

आपण स्वीकारलेले स्त्रीजीवन सुधारणेचे कार्य अतिशय प्रभावीपणे करता येण्यासाठी इंग्रजी व वैद्यक या विषयांचे परिपूर्ण ज्ञान असणे रमाबाईंना आवश्यक वाटू लागले. मद्रास येथील स्त्रियांसाठी असलेल्या वैद्यक महाविद्यालयात आपली ही गरज भागणार नाही हे लक्षात आल्यावर त्यांनी या शिक्षणासाठी इंग्लंडला जाण्याचा निर्णय घेतला. स्त्रीधर्मनीती या आपल्या पुस्तकाच्या विक्रीतून त्यांनी आपल्या व मनोरमाच्या प्रवासखर्चासाठी पैसे जमविले. इंग्लंडमध्ये बॉटिज गावच्या सेंट मेरी या मठात त्या

राहिल्या. शिक्षण घेतानाच्या या काळात येशू ख्रिस्ताच्या पतित स्त्रियांविषयीच्या दृष्टिकोनामुळे, भूतदया आणि प्रेमाच्या शिकवणीमुळे त्या ख्रिश्चन धर्माकडे आकर्षित झाल्या. अखेर २९ सप्टेंबर १८८३ रोजी बॉटिज येथील चर्चमध्ये त्यांनी ख्रिश्चन धर्माचा स्वीकार केला.

६ मार्च १८८६ रोजी भारतातून अमेरिकेत शिक्षणासाठी गेलेल्या आनंदीबाई जोशी यांच्या पदवीदान समारंभास उपस्थित राहण्यासाठी तेथील प्राचार्य व आनंदीबाईंच्या आग्रहावरून त्या अमेरिकेला गेल्या. अमेरिकेत असताना हिंदुस्थानातील बालविधवांना उपयुक्त ठरणारी 'बालोद्यान शिक्षणपद्धती' त्यांनी शिकून घेतली. अमेरिकेतील आपल्या वास्तव्यात हिंदू बालविधवांच्या प्रश्नांचा ऊहापोह करणारे 'द हायकास्ट हिंदू वुमन' हे इंग्रजी पुस्तक त्यांनी लिहिले. त्यांनी 'युनायटेड स्टेटसची लोकस्थिती व प्रवासवृत्त' हे पुस्तकही प्रसिद्ध केले. भारताप्रमाणे इंग्लंड व अमेरिकेतही त्यांच्या विद्वत्तेची कीर्ती पसरली.

*** शारदा सदनची स्थापना**

अमेरिकेच्या वास्तव्यात मिळालेल्या आर्थिक साहाय्य व रमाबाई असोसिएशनचे सहकार्याचे आश्वासन या आधारावर अमेरिकेतून भारतात परत येताच ११ मार्च १८८९ रोजी त्यांनी मुंबई तेथे बालविधवांसाठी 'शारदासदन'ची स्थापना केली. या सदनात निराश्रित विधवा व अनाथ स्त्रिया यांच्या राहण्या-जेवण्याची मोफत व्यवस्था करण्यात आली होती. तसेच त्यांच्या शिक्षणाचीही सोय केलेली होती. बालविवाह, केशवपन यासारख्या अनिष्ट रूढींविरुद्ध निरनिराळ्या व्याख्यानांतून विचार मांडण्यास त्यांनी सुरुवात केली. अखिल भारतीय राष्ट्रीय काँग्रेसच्या अधिवेशनात भाग घेण्यास त्यांनी सुरुवात केली. या अधिवेशनासाठी स्त्रीप्रतिनिधित्वाचा त्यांनी पुरस्कार केला. संमतिवयाच्या चळवळीला त्यांनी पाठिंबा दिला. १८९० मध्ये 'शारदा सदन' ही संस्था पुण्यात हलविण्यात आली.

पंडिता रमाबाई यांनी ख्रिश्चन धर्म स्वीकारला असला तरी, स्त्रियांविषयीच्या त्यांच्या असामान्य कार्यामुळे पुण्यात प्रारंभी अनेक हिंदू नेत्यांनी त्यांना पाठिंबा दिला. न्या. महादेव गोविंद रानडे, डॉ. भांडारकर, न्या. तेलंग यांसारख्या व्यक्तींचा शारदा सदनच्या सल्लागार मंडळात समावेश होता. शारदा सदनमध्ये येणाऱ्या स्त्रियांची संख्या वाढत होती. स्त्रियांना शिक्षण दिले जात असे. तसेच प्रत्येक मुलीला येथे धार्मिक स्वातंत्र्य होते. तथापि, थोड्याकाळात या संस्थेविषयी गैरसमज निर्माण झाले. ही ख्रिश्चन धर्मांची संस्था असून संस्थेतील मुलींना ख्रिश्चन धर्माचे शिक्षण दिले जात

होते अशी प्रसिद्धी होण्यास सुरुवात झाली. वृत्तपत्रांमधून टीका होऊ लागली. न्या. रानडे, डॉ. भांडारकर यांनी संस्थेबरोबरचे संबंध तोडून टाकले. पंडिता रमाबाईंनी या टीकेला समर्थपणे उत्तरे देण्याचाही प्रयत्न केला. अखेर त्यांनी 'शारदा सदन' ही संस्था पुण्याहून केडगाव येथे हलविली.

* मुक्तीसदन आणि दुष्काळातील कार्य

पुणे येथे गैरसमजुतीने झालेल्या टीकेला कंटाळून त्यांनी १८९८ मध्ये केडगाव (जि. पुणे) येथे मुक्तिसदनाची स्थापना केली. शारदासदनाप्रमाणे मुक्तीसदनातही अनाथ मुली व स्त्रिया यांच्या राहण्याची, जेवणाची व शिक्षणाची सोय केलेली होती. सन १८९९ व १९०० मध्ये गुजरात व महाराष्ट्रात पडलेल्या भीषण दुष्काळाच्यावेळी निरनिराळ्या ठिकाणी फिरून निराधार झालेल्या, उपासमारीने मरणासन्न झालेल्या स्त्रियांना त्यांनी आश्रय दिला. त्यानंतर पंडिता रमाबाई पुन्हा अमेरिकेत जाऊन आल्या. भारतात परत आल्यानंतर आपल्या मुक्तीसदनाचे क्षेत्र वाढविण्यास त्यांनी सुरुवात केली. 'मुक्तिसदनात' निराश्रित विधवा स्त्रियांसाठी 'कृपासदन' 'प्रीतीसदन' 'शारदासदन' इत्यादी सदनांमध्ये निरनिराळ्या गटांच्या स्त्रिया रहात असत. आश्रमात आलेल्या स्त्रियांना शारीरिक श्रमाचे महत्त्व पटावे, त्यांना स्वत:च्या पायावर उभा राहता यावे म्हणून या स्त्रियांना शेती, विणकाम, मुद्रणकाम इत्यादींचे शिक्षण दिले जात होते. मुक्तिसदनात स्त्रियांसाठी एक रुग्णालयही होते. वृद्ध व आजारी स्त्रियांची व्यवस्था 'सायं-घरकुल' मध्ये केलेली होती.

अनाथ स्त्रियांचा उद्धार हेच पंडिता रमाबाई यांनी आपले जीवित कार्य मानले होते. त्यासाठी निरनिराळ्या संस्थांच्या माध्यमातून त्यांनी कार्य केले. त्या कार्यावर होणाऱ्या टीकेलाही समर्थपणे तोंड दिले. पंडिता रमाबाई विद्वान असून त्यांना मराठी, कन्नड, गुजराती, बंगाली, हिंदी, संस्कृत, इंग्रजी, तुळू व हिब्रू एवढ्या भाषांचे ज्ञान असून त्यांनी निराधार स्त्रियांच्या जीवनावर विविध ग्रंथ लिहिले. बायबलचे मराठी भाषांतर केले. त्यांच्या विद्वततेची कीर्ती भारतातील सर्व प्रांताबरोबरच इंग्लंड व अमेरिकेतही पसरली होती. अत्यंत बुद्धिमान असलेल्या या स्त्रीचे अंत:करण उदार व दीनदुबळ्या, निराधार स्त्रियांविषयी तळमळणारे होते. त्यांनी ख्रिश्चन धर्म स्वीकारला पण हिंदू समाज व संस्कृती त्यांनी सोडली नाही. त्या शाकाहारी होत्या. सदैव खादीचा वापर करीत व आश्रमवासीय स्त्रियांनाही खादी वापरावयास लावीत.

अनाथ स्त्रियांकरिता अविरत कष्ट करणाऱ्या या समाजसेविकेचे व्यक्तिगत जीवन दु:खमय होते. शेवटच्या काळात त्यांची एकुलती एक कन्या मनोरमा मिरज येथे

मरण पावली व लवकरच केडगाव येथे पंडिता रमाबाईंचे निधन झाले. निराधार स्त्रियांची सेवा हे त्यांचे समर्पित जीवनाचे ध्येय होते. स्त्रियांच्या उन्नतीसाठी अविरत परिश्रम करणाऱ्या समाजसुधारकांच्या मालिकेत त्यांचे स्थान वरचे आहे.

* महर्षी धोंडो केशव कर्वे (१८५८ ते १९६२)

महर्षी धोंडो केशव कर्वे यांचे कार्य : स्त्री उद्धार आणि शैक्षणिक सुधारणा याबाबत ते अग्रगण्य होते. १९व्या शतकाच्या उत्तरार्धातील ते एक प्रमुख समाजसुधारक होते. त्यांच्या कार्याची सुरुवात विधवा विवाहापासून झाली. त्यांच्या या कार्याची परिणती स्त्रियांच्या शिक्षणासाठी स्वतंत्र विद्यापीठ काढण्यात आली. स्त्रियांच्या सर्वांगीण उन्नतीसाठी त्यांनी अविरत परिश्रम घेतले आहेत. स्त्रियांच्या उन्नतीचा एक स्वतंत्र स्वाभिमानी मार्ग त्यांनी दाखविला. पुरुषांच्या गुलामगिरीतून सुटका करून घेऊन स्त्रियांनी स्वतंत्र आणि स्वाभिमानाने जीवन जगावे हा विचार त्यांनी पेरला. स्त्रियांच्या सामाजिक, शैक्षणिक उन्नतीसाठी कर्वे यांनी अत्यंत खडतर परिश्रम केले आहेत.

* चरित्र

कर्वे यांचा जन्म १८ एप्रिल १८५८ साली मुरूडपासून १५ मैलांवरील शेरवली या गावी झाला. रत्नागिरी जिल्ह्यातील शेरवली हे गाव छोटे होते. त्यामुळे कर्वे यांना आपले प्राथमिक शिक्षण मुरूड या दूरच्या गावी घ्यावे लागले. घरची परिस्थिती गरिबीची होती. त्यांचे वडील अत्यंत निग्रही, शांत, सत्त्वशील व दीर्घोद्योगी होते. आईचा स्वभाव काहीसा रागीट किंवा तापट असला तरी त्याची झळ इतरांना पोहोचत नसे. त्यांचा संसार गरिबीचा व काटकसरीचा होता. तथापि दानासाठी कोणापुढे हात पसरावयाचा नाही असा त्यांचा बाणा होता. आई-वडील कष्टाळू व काटकसरीने उदरनिर्वाह करीत होते. त्यामुळे कर्वेसुद्धा कष्टाळू, प्रेमळ, निग्रही व स्वाभिमानी निघाले.

मुरूड गावी कर्वे यांचे प्राथमिक शिक्षण पूर्ण झाले. लहानपणापासून त्यांना शिक्षणाची आवड होती. कित्ते गिरवणे, भूपाळ्या म्हणणे, पाठांतर करणे असा शिक्षणक्रम त्यांनी पूर्ण केला. रामविजय, हरीविजय, इ. पौराणिक ग्रंथांचे वाचन केले. पुढील शिक्षणासाठी ते मुंबईस आले. इ.स. १८८० मध्ये ते मॅट्रिकची परीक्षा पास झाले. महाविद्यालयीन शिक्षणासाठी कर्वे, विल्सन महाविद्यालयात दाखल झाले. परंतु पुढे त्यांनी एल्फिन्स्टन महाविद्यालयात शिक्षण सुरू केले. १८८४ मध्ये गणित विषय घेऊन ते बी.ए.झाले. नंतर त्यांनी नोकरीस सुरुवात केली. प्रथम मुंबई येथील मुलींच्या

महाराष्ट्राच्या प्रबोधनातील प्रमुख समाजसुधारकांचे कार्य । १४१

विद्यालयात गणिताचे शिक्षक म्हणून प्रारंभ केला. इ.स. १८९१ मध्ये पुण्याच्या फर्ग्युनसन महाविद्यालयात गणिताचे प्राध्यापक म्हणून काम करू लागले. विषयाची आवड व कार्याची तळमळ पाहून डेक्कन एज्युकेशन सोसायटीने कर्वे यांना आजीव सदस्य केले. दिवसेंदिवस त्यांचा समाजाशी व नेते मंडळीशी संबंध वाढला. तेव्हा कर्वे यांनी पुणे हीच आपली कर्मभूमी निश्चित केली.

नोकरीबरोबर कर्वे यांचा समाजातील अनेक संस्थांशी संपर्क वाढला. विशेषत: समाजातील स्त्रियांची शोचनीय परिस्थिती पाहून त्यांनी स्त्रियांची स्थिती सुधारण्याचे ठरविले. त्यासाठी 'आधी केले आणि मग सांगितले' या उक्तीप्रमाणे प्रथम त्यांनी विधवेशी स्वत: विवाह केला. त्यामुळे समाजाचा विश्वास कर्वे यांच्या कार्यावर व त्यांच्याविषयी दिवसेंदिवस वाढत गेला. स्वत:च्या आदर्श कृतीने समाजसुधारणा करण्याचे कार्य हाती घेतले. सर्व आयुष्य त्यांनी सामाजिक व शैक्षणिक कार्यासाठी घालविले. त्यांचे सामाजिक कार्य आपण पाहू.

*** सामाजिक कार्य**

निरक्षर प्रौढांना वर्तमानपत्रे वाचून दाखवून समाजसेवा करण्याचा श्रीगणेशा कर्वे यांनी प्राथमिक शाळेत असतानाच गिरविला. येथेच समाजसुधारणेच्या अनेक कल्पना त्यांना सुचल्या.

कर्वे प्राथमिक शाळेत असताना त्यांना लाभलेले सोमण गुरुजी म्हणजे त्यांच्या मनाला सुयोग्य आकार देणारी एक व्यक्ती होय. समाजसेवेचा पहिला धडा कर्वे यांना सोमण गुरुजींकडूनच मिळाला.

'सहकार विना नहीं उद्धार' या तत्त्वानुसार त्यांनी व्यापारोत्तेजक सहकारी मंडळाची स्थापना केली. पुढे अनुभवातून कर्वे यांनी आपले जीवनाचे तत्त्वज्ञान बनविले. मनुष्य करतो काय आणि वागतो कसा यावर त्याची योग्यता ठरविली पाहिजे असे कर्वे यांचे जीवनविषयक तत्त्वज्ञान होते. "आकाशावर नेम धर म्हणजे तुझा बाण झाडापर्यंत तरी जाईल." या सुविचाराने ते प्रेरित झाले.

स्त्री जातीविषयी वाटणारी करुणाच, कर्वे यांच्या सामाजिक कार्याची चालना होय म्हणूनच सन १९१८ मध्ये फर्ग्युसन कॉलेजमधून निवृत्त झाल्यावर सर्व वेळ समाजसेवेसाठी वाहून घेण्याचा निर्णय त्यांनी घेतला. समाजातील स्त्रियांची परिस्थिती सुधारावी आणि त्यांच्या शिक्षणाची सोय व्हावी म्हणून महर्षि कर्वे यांनी अखंड परिश्रम घेतले. या कार्यासाठी त्यांनी अनेक संस्था, मंडळे स्थापन करून त्या यशस्वीपणे चालविल्या. कर्वे यांनी सामाजिक कार्य मोठ्या तळमळीने केले.

* विधवा विवाहोत्तेजक मंडळ (इ.स. १८९३)

महर्षि कर्वे विधवा विवाहाचे पुरस्कर्ते होते. स्वत: एका विधवेशी विवाह करून त्यांनी हे कार्य हाती घेतले. हिंदू समाजातील विधवा स्त्रियांची दु:खे पाहून त्यांना वाईट वाटले. हिंदू समाजातील स्त्रियांचे विवाह लहान वयातच होत असत. त्यामुळे त्या लवकरच बालविधवा होत. समाजात अशा विधवांची संख्या मोठी होती व अशा स्त्रियांना वाईट जीवन जगावे लागत असे. समाज अशा विधवांकडे विशिष्ट भावनेने पाहात असे. समाजाची अनेक बंधने विधवांना पाळावी लागत. त्यामुळे विधवांची स्थिती शोचनीय बनली होती. स्त्रियांचे कैवारी असलेल्या महर्षि कर्वे यांना स्त्री उद्धाराची तळमळ लागली होती. विधवा विवाहास प्रोत्साहन मिळावे म्हणून कर्वे यांनी इ.स. १८९३ मध्ये 'विधवा विवाहोत्तेजक मंडळी' नावाची संस्था स्थापन केली. या संस्थेमार्फत पुनर्विवाहाचे कुटुंब मेळावे भरविण्यास सुरुवात केली. पुरुषांच्या जुलुमाखाली, अन्यायाखाली दडपल्या गेलेल्या अनाथ स्त्रियांना सोडविण्याचे प्रयत्न त्यांनी सुरू केले.

महर्षी कर्वे यांनी पहिल्या पत्नीच्या मृत्यूनंतर आपल्या उक्तीप्रमाणे कृती केली. त्यांनी गोदावरी या विधवेशी इ.स. १८९३ मध्ये विवाह केला. त्यामुळे सनातनी धर्ममार्तंडांनी त्यांना खूप छळले. त्यांची निंदानालस्ती केली. मुरूडच्या ग्रामस्थांनी त्यांच्यावर बहिष्कार टाकला. अशा खडतर प्रसंगी कर्वे डगमगले नाहीत, उलट पुनर्विवाहाच्या प्रश्नासंबंधी जनमत जागृत करण्यासाठी त्यांनी महाराष्ट्रभर दौरे केले. लोकांच्या भावना न दुखविता ते आपले विचार तर्कशुद्ध युक्तिवादाने पटवून देत.

* अनाथ बालिकाश्रम

समाजातील विधवा स्त्रियांची दुखे दूर करण्याच्या निश्चयाने त्यांनी पुण्यात सदाशिव पेठेत इ.स. १८९९ मध्ये 'अनाथ बालिकाश्रम' नावाची संस्था काढली. या संस्थेच्या उभारणीसाठी त्यांनी अपार कष्ट घेतले. सनातनी लोकांची टीका आणि विरोध त्यांना सहन करावा लागला. त्यांनी हजारो स्त्रियांच्या दु:ख-विमोचनासाठी चालविलेली ही कठोर तपश्चर्या होती. या आश्रमाला विचारी आणि विवेकी लोकांकडून साहाय्य मिळाले. विधवा स्त्रियांची दु:खे हलकी करून त्यांच्या मनोवृत्ती आणि विचारात बदल करण्यात या आश्रमाच्या कार्यकर्त्यांना चांगलेच यश मिळाले. आपणही माणूस आहोत, आपणालाही स्वतंत्र विचार आणि व्यक्तिमत्त्व आहे हा विचार विधवांच्या मनात दृढ झाला. त्यामुळे त्यांच्या मनात आत्मविश्वास निर्माण झाला. या साऱ्याचे श्रेय कर्वे यांनाच द्यावे लागले.

❋ निष्काम कर्ममठ

आपल्या राष्ट्राच्या उद्धारासाठी स्वार्थत्यागाच्या तत्त्वावर काम करणाऱ्या स्त्री-पुरुषांची आवश्यकता आहे, या गोष्टीची कर्वे यांना जाणीव निर्माण झाली. या जाणीवेतूनच निष्काम कर्ममठाची स्थापना झाली. निष्काम कर्ममठ म्हणजे निःस्वार्थ बुद्धीने, श्रद्धामय अंतःकरणाने विशिष्ट जनसंघाने केलेली समाजसेवा होय.

निष्काम कर्ममठाचा मुख्य हेतू असा की, हिंदी स्त्री-समाजाची सेवा व शक्य असल्यास स्वतःच्या हिंमतीवर स्त्री समाजाच्या उपयोगी पडणाऱ्या संस्था चालविणे हा होय. ''समाजसेवा हा आमचा देव आणि सेवेच्या उपयुक्ततेविषयी खात्री ही आमची श्रद्धा.'' हा या संस्थेचा प्रमुख हेतू होता. स्वार्थत्यागमय व श्रद्धामय अंतःकरणाने समाजसेवेचे व्रत अंगीकारावे हा या संस्थेचा मुख्य हेतू होता. समाजदेवतेची आराधना करणे हीच परमात्मस्वरूपाची पूजाअर्चा होय. अशी श्रद्धा बाळगणे व इतरांत ती उत्पन्न करणे ही कल्पना या संस्थेच्या मुळाशी होती. पवित्र आचरण ठेवून व्यक्तिहित हे समाजहितात लुप्तप्राय झाले पाहिजे हे या संस्थेचे ध्येय होते. या समाजकार्याच्या दीक्षेतून ४ नोव्हेंबर १९०८ रोजी कर्वे यांनी 'निष्काम मठ' स्थापन केला. या मठात सामील होणाऱ्या प्रत्येक माणसाला प्रतिज्ञा घ्यावी लागे की, माझे स्वतःचे जे काही आहे, त्यावरील सर्व हक्क आणि अधिकार मी सोडून देत आहे. मी आजपासून या मठाचा सेवक आहे. माझ्यासाठी व माझ्या कुटुंबासाठी मठ जी तरतूद करील ती मी स्वेच्छेने मान्य करीन. लोकसेवेसाठी निष्काम बुद्धीने तन, मन, धन अर्पण करणारा संघ निर्माण करून त्याचा विस्तार करणे हे या संस्थेचे ब्रीद होते. परंतु असे कार्यकर्ते या संस्थेला फार थोडे मिळाले. त्यामुळे ही संस्था पुढे आश्रमात विलीन झाली.

❋ शैक्षणिक कार्य

सामाजिक परिवर्तन घडविण्याचे शिक्षण एक प्रभावी साधन आहे. मानवी संस्कृतीच्या संवर्धनाचे महत्त्वपूर्ण कार्य शिक्षणामुळेच होत असते.

समाजातील स्त्रियांचे स्थान व समाजाची प्रगती शिक्षणाने ठरविता येते. हिंदू समाजातील स्त्रियांची अज्ञानामुळे असलेली स्थिती, हीन प्रतिष्ठा यामुळे कौटुंबिक जीवनाची पातळी खालावली आहे हे कर्वे यांनी ओळखले. त्यामुळे व्यक्ती व सामाजिक चारित्र्य यावर वाईट परिणाम झाला. अर्थात त्या काळात स्त्रियांतही विधवांची परिस्थिती खेदजनक, दुर्दैवी होती. यासाठी कर्वे यांनी विधवांच्या शिक्षणात आणि त्यांच्या सार्वत्रिक उद्धाराच्या कार्यात प्रथम लक्ष घातले. व हिंदू विधवांच्या शिक्षणासाठी व उद्धारासाठी महत्त्वाचे व भरीव असे कार्य केले.

एका स्त्रीला शिक्षण देणे म्हणजे सर्व कुटुंबाला शिक्षण देणे होय या म. फुल्यांच्या विचाराने कर्वे स्त्री शिक्षणाच्या कार्याला लागले. महाराष्ट्रात स्त्री शिक्षणाचा प्रसार करण्याचे महत्त्वाचे कार्य केले. स्त्री शिक्षणासाठी त्यांनी विविध योजना आखल्या व त्या यशस्वी केल्या. अनेक खेड्यापाड्यांत मुलींच्या शाळा सुरू केल्या. बहुजन समाजातील स्त्री जोपर्यंत सुशिक्षित होत नाही तोपर्यंत जातिभेद, अंधश्रद्धा, व परंपरागत मतांचे परिवर्तन करणे सहज शक्य होणार नाही. यासाठीच स्त्री शिक्षणाचे केंद्र त्यांनी हिंगणे येथे सुरू केले व पुढे सातारा, वाई इ. ठिकाणी मुलींसाठी शाळा सुरू केल्या.

महर्षी कर्वे एक विवेकशील आणि सत्यप्रिय शिस्तीचे शिक्षक होते. म. फुले, न्या. रानडे, विष्णूशास्त्री पंडीत, अशा कितीतरी समाजसुधारकांचे लेख वाचून त्यांनी स्त्री शिक्षणाचे धोरण आणि तत्त्वे ठरविली. आपल्या देशातील स्त्रियांची उन्नती सर्व बाजूने झाली पाहिजे असे त्यांचे मत होते. यामधूनच स्त्री विषयक शिक्षणाचा आणि धोरणांचा जन्म झाला. कर्वे यांनी स्त्री शिक्षण आणि स्त्री मुक्तीचे महत्त्वपूर्ण कार्य केले.

✳ महिला विद्यालय (इ.स. १९०७)

महर्षी धोंडो केशव कर्वे यांनी स्त्री शिक्षणाचे महत्त्वाचे कार्य केले. त्यामुळे हजारो विधवांना व कुमारिकांना जीवनाचा सुमार्ग सापडला. आपल्या समाजातील पुरुषवर्गाच्या विचारांत व आचारांत क्रांती घडवून आणली. त्यामुळे स्त्रीचे जीवन पूर्वीपेक्षा सुखी व स्वतंत्र झाले. सुरुवातीस त्यांनी स्त्री शिक्षणाच्या संस्था प्रमुख शहरात सुरू केल्या व पुढे शिक्षण प्रसाराचे कार्य खेड्यापाड्यांतही सुरू केले. म्हणून सुमारे ९० वर्षांपूर्वी स्त्री समाजाच्या सर्वांगीण उन्नतीसाठी अहर्निश झटणारा कर्वे यांच्यासारखा दुसरा पुरुष महाराष्ट्रात नव्हता असेच म्हणावे लागेल. म्हणूनच 'स्त्रियांचे कैवारी' म्हणून त्यांचा उल्लेख होतो.

स्त्रियांना त्यांच्या नेहमीच्या जीवनात उपयोगी व उपयुक्त ठरेल आणि त्यांच्या स्त्री स्वभावाला रुचेल अशा प्रकारचे शिक्षण स्त्रियांना देण्याचे महर्षी कर्वे यांनी ठरविले. त्यासाठी इ.स. १९०७ मध्ये पुण्याजवळ हिंगणे येथे महर्षी कर्वे यांनी महिला विद्यालय सुरू केले. या विद्यालयातील अभ्यासक्रमात गृहजीवनशास्त्र, आरोग्यशास्त्र, पाकशास्त्र, शिशुसंगोपनशास्त्र, इ. विषय शिकविण्याची सोय केली.

✳ महिला विद्यापीठ

सन १९१५ साली कर्वे यांनी राष्ट्रीय सामाजिक परिषदेच्या अध्यक्षस्थाना-

वरून बोलताना स्त्री विद्यापीठाची कल्पना बोलून दाखविली. त्याप्रमाणे ३ जून १९१६ रोजी महिला विद्यापीठाची स्थापना करण्यात आली. या विद्यापीठाची ठळक वैशिष्ट्ये अशी होती.

अ) स्त्री विद्यापीठामध्ये मातृभाषेतून शिक्षण द्यावे.

ब) स्त्रियांच्या व्यक्तिविकासास अनुरूप व त्यांच्या भावी विकासास पोषक असे गृहजीवनशास्त्र, आरोग्यशास्त्र व वनस्पतीशास्त्र इ. विषय सक्तीचे करावेत.

क) स्त्रियांचे शारीरिक व मानसिक व्यक्तिभेद जाणून अध्ययन विषयांमध्ये विविधता आणावी.

ड) इंग्रजी भाषेचे महत्त्व ओळखून इंग्रजी अध्यापनाची सोय विद्यापीठात करण्यात आली.

याशिवाय ललित कलांना ऐच्छिक विषय म्हणून अभ्यासक्रमात स्थान देण्यात आले. तसेच परिचारिका पदवी, गृहविज्ञान पदवी इ. सारखे अभ्यासक्रम सुरू करण्यात आले. त्यामुळे शिकणाऱ्या स्त्रियांची संख्या वाढत गेली. अनेक कन्या महाविद्यालये निघाली. त्यामधून हजारो स्त्रिया शिक्षणाचा लाभ घेऊ लागल्या. इ.स. १९२० मध्ये शेठ विठ्ठलदास ठाकरसी यांनी या विद्यापीठाला मोठी देणगी दिली. त्यामुळे विद्यापीठाची प्रगती थोड्या अवधीत नेत्रदीपक झाली. पुढे महर्षी कर्वे यांनी इ.स. १९३६ मध्ये ग्रामीण भागात स्त्री शिक्षणाचा प्रसार करण्यासाठी महाराष्ट्र ग्राम प्राथमिक शिक्षण मंडळाची स्थापना केली. तसेच समाजातील अस्पृश्यता नष्ट करण्यासाठी समता संघ स्थापन केला.

महर्षी कर्वे यांनी स्त्री शिक्षणाच्या कार्याला मोठ्या तळमळीने सुरुवात केली. प्रसंगी समाजाविरोधात जाऊन हाल अपेष्टा सहन करीत त्यांनी स्त्रियांना समाजात पुरुषांसारखी प्रतिष्ठा प्राप्त करून दिली. त्यामुळेच महाराष्ट्रात पुढे स्त्री शिक्षणाची व स्त्री उन्नतीची चळवळ सुरू झाली. भारतीय स्त्रीचा दर्जा सुधारला. शिक्षणासारख्या बलवत्तर साधनाने स्त्री जीवनात आमूलाग्र क्रांती घडवून आणली हे कार्य गौरवास्पद आहे म्हणून श्री. कर्वे यांना पुणे विद्यापीठाने व बनारस विद्यापीठाने बहुमान दर्शक डी.लिट पदवी बहाल केली. भारत सरकारनेही सन १९५५ साली 'पद्मविभूषण' ही पदवी देऊन कर्वे यांच्या कार्याचा गौरव केला. खरे पाहता एक स्त्री शिक्षण महर्षि म्हणून श्री. कर्वे यांचे नाव शिक्षणाच्या इतिहासात अजरामर राहील. अशा प्रकारे राष्ट्र-सजीवतेची संजीवनी देणारा महर्षी धोंडो केशव कर्वे यांचा मृत्यू इ.स. १९६२ मध्ये झाला.

❋ सयाजीराव गायकवाड

स्वातंत्र्यापूर्वी भारतात अनेक संस्थाने अस्तित्वात होती. या संस्थानांवर संस्थानिक स्वतंत्रपणे कारभार पाहात असले तरी ते इंग्रजांचे मांडलिक होते. त्यांचा राज्यकारभार इंग्रजांच्या विचाराने चाले, परंतु काही संस्थानिकांचे विचार वेगळे होते. राज्यकारभार करताना त्यांनी स्वनीती अवलंबून देशात सामाजिक, राजकीय, आर्थिक व अस्पृश्यता निवारण इ. सुधारणा कार्य हाती घेऊन जनजागृती करण्याचे कार्य केले. महाराज सयाजीराव त्यापैकीच एक होते.

❋ शैक्षणिक सुधारणा

सयाजीराव महाराजांना शिक्षणाची संधी फार उशिरा मिळाली, पण शिक्षणाचे महत्त्व त्यांनी फार लवकर जाणले व जशी आपल्याला शिक्षणाची संधी मिळाली तशी ती इतरांनाही मिळावी अशी तळमळ त्यांच्या मनात निर्माण झाली. त्यांच्या काळात प्रारंभी संपूर्ण राज्यात फक्त सात-आठ प्रा. शाळा होत्या. त्याही खाजगी होत्या. सरकारी शाळा नव्हत्या. त्यांच्यावर देखरेख करणारी व्यवस्था नव्हती. मुलींच्या शिक्षणाचा प्रश्नच नव्हता. शाळेत जाणारी मुले ही वरिष्ठ जातीतीलच होती. बडोदे शहरात एक हायस्कूल होते. एवढीच शिक्षणाची प्रगती झाली. राज्यकारभार हाती घेतल्यानंतर महाराजांच्या पहिली गोष्ट लक्षात आली व ती म्हणजे दारिद्र्य व रोगराई या सर्वांचे मूळ अज्ञान; आणि शिक्षणप्रसार हा त्यावरील एकमेव उपाय आहे.

महाराष्ट्रातील म.फुले, न्या. रानडे, आगरकर या समाजसुधारकांचा त्यांच्या मनावर परिणाम होऊ लागला होता. आर्य समाज, प्रार्थनासमाज, ब्राह्मोसमाज यांच्या कार्याचा व इतर समाजसुधारकांच्या विचारांचा प्रभाव त्यांच्यावर पडला होता. शिक्षण सर्व सुधारणांचा कणा आहे असे त्यांना वाटू लागले. गाव तेथे शाळा उघडण्याचा त्यांनी निश्चय केला. समाजाच्या सर्व थरात शिक्षण पोहोचले पाहिजे. स्त्रीशिक्षणालाही सुरुवात झाली पाहिजे. प्रत्येक खेड्यात शाळा केली पाहिजे म्हणजे राष्ट्राचे अनेक प्रश्न सुटतील.

त्याचप्रमाणे काही वर्षांच्या कालावधीत बडोदा राज्यात ३५०० गावांपैकी २५०० गावांमध्ये शाळा सुरू झाल्या. समाजातील सर्व थरातील मुलांना त्यात प्रवेश होता. शेकडो हायस्कूल व त्याप्रमाणे महाविद्यालये उघडण्यात आली. अशा तऱ्हेने त्यांनी आधुनिक शिक्षणाचा झपाट्याने प्रसार केला.

शिक्षण खाते त्यांचे आवडते खाते असल्याने त्यांनी त्यात असंख्य सुधारणा घडवून आणल्या. त्यात महत्त्वाची सुधारणा म्हणजे सक्तीचे मोफत शिक्षण. (प्राथमिक)

त्यानुसार ८ ते १२ वर्षांच्या मुलामुलींचे त्यांनी शिक्षण सक्तीचे केले. गरीब लोकांची मुले शाळेत यावीत म्हणून त्यांनी धंदेवाईक शाळा काढल्या. त्या शाळातून ज्ञान व पैसा एकाच वेळी मिळू लागले. प्राथमिक शिक्षण सक्तीचे करणारे बडोदा हे पहिलेच राज्य आहे.

भारतीय समाज एकसंध होण्यासाठी सर्व समाजात शिक्षण देण्यावर त्यांचा भर होता. हरिजन मुलामुलींना शिक्षण मिळावे यासाठी त्यांनी शेकडो शाळा काढल्या. मुसलमानांच्या मुलांसाठी उर्दू शाळा. मुलींना शिक्षण दिल्यास पूर्ण कुटुंब सुसंस्कृत होईल म्हणून त्यांनी मुलींसाठी शाळा काढल्या. आदिवासी मुलांसाठी आश्रमशाळा काढल्या. हरिजन व इतर मुलांसाठी हळूहळू एकच शाळा सुरू करून त्यांनी अस्पृश्यतेची भावना कमी केली. अल्पवयीन, बिघडलेल्या मुलांना सुधारगृहात शिक्षणाची सोय केली. मूकबधिर व अंधांसाठी आश्रमशाळा सुरू केली. मुलांना शिस्त लागावी म्हणून १९०९ साली त्यांनी बालवीर संघटना भारतात प्रथमच सुरू केली. ग्रामीण भागातील परिस्थिती लक्षात घेऊन त्यांनी ग्रामीण भागात प्राथमिक शाळा तसेच उद्योगधंदे शिक्षण शाळा सुरू केल्या. गावातील पंचायतींना शाळेवर देखरेख करण्याची व्यवस्था केली. ग्रामीण विद्यार्थ्यांना अंगमेहनतीचे काम करून घेण्याचे शिक्षण त्यांनी सुरू केले. राष्ट्रीय भावना निर्माण व्हावी म्हणून त्यांनी एकाच लिपीत शिक्षणाची व्यवस्था केली. राज्यात हिंदीचे शिक्षण सक्तीचे केले.

शाळा, हायस्कूल बरोबरच कॉलेजची संख्याही वाढू लागली. बडोदा कॉलेजचे रूपांतर पर्यायाने 'महाराज सयाजी युनिव्हर्सिटी'मध्ये कालांतराने झाले. मुलींसाठी बडोद्यात स्वतंत्र कॉलेजे सुरू केली. स्त्रियांसाठी गृहजीवनशास्त्र, आरोग्यशास्त्र, बालमानसशास्त्र, समाजशास्त्र, इ. उपयोगी शिक्षण सुरू झाले. स्वतंत्र वाचनालय सुरू केले.

स्वदेशीबरोबर वेगवेगळे विदेशी शिक्षण घेण्यासाठी त्यांनी अनेक विद्यार्थ्यांना शिष्यवृत्ती देऊन त्यांना परदेशात पाठविले. संगीत शिक्षणासाठी संगीत पाठशाला सुरू केल्या. वाचनालयाचा प्रसार होण्यासाठी १८७७ साली बडोद्यात वाचनालय सुरू केले. १९१० मध्ये बडोदा येथे 'सेंट्रल लायब्ररी' स्थापन केली. त्याचबरोबर महाराजांनी शारीरिक शिक्षणाची सोय शाळेतून केली.

महाराजांनी अनेक गरीब व मागास विद्यार्थ्यांना शिक्षणासाठी परदेशी पाठविले. अनेक शिक्षणाचा प्रसार करणाऱ्या समाजसुधारकांना शिक्षण चालवण्या-साठी व शिक्षणाचा प्रसार करण्यासाठी देणग्या दिल्या. परदेशातील शिक्षण संस्थांनाही त्यांनी देणग्या दिल्या.

अशाप्रकारे महाराजांनी शिक्षणाचा अफाट प्रसार करून दुःख, दैन्य, रोगराई इ. नष्ट करण्याचा आटोकाट प्रयत्न केला.

* स्त्री शिक्षणाच्या सुधारणा

महाराज सयाजीराव गायकवाड यांनी केलेल्या स्त्रीशिक्षणाला त्यावेळी देशात तोड नव्हती. दारिद्र्य व रोगराई यांचे मूळ शिक्षणात आहे हे त्यांनी ओळखले होते. एका मुलाला शिकविल्यास एका व्यक्तीस सुशिक्षित करणे, परंतु एका मुलीला शिक्षण दिल्यास एका कुटुंबाला शिक्षण दिल्यासारखे होईल अशी महाराजांची विचारसरणी होती. म्हणून स्त्रीशिक्षणाला सुरुवात झाली पाहिजे अशा रीतीने शिक्षणप्रसार करण्यास सुरुवात केली.

सर्वप्रथम त्यांनी ८ ते १२ वर्षाच्या मुलींना प्राथमिक शिक्षण सक्तीचे केले. मुलींच्या शिक्षणास उत्तेजन मिळावे म्हणून त्यांनी मुलींसाठी स्वतंत्र शाळा काढल्या. हरिजन मुलींना शिक्षण मिळावे म्हणून त्यांनी मुलींसाठी स्वतंत्र शाळा काढल्या. मुस्लीम मुलींना पडदा पद्धत असल्याने वेगळ्या शाळा सुरू झाल्या. भारतातील सर्व स्त्रिया अशिक्षित राहिल्याने देशात नवविचारांची क्रांती होणे शक्य नाही हे ओळखून त्यांनी सनातनी लोकांच्या विरोधाला न जुमानता मुलींसाठी शेकडो शाळा काढल्या.

दूरवर रानात राहणाऱ्या आदिवासी मुलींसाठी आश्रमशाळा काढल्या. आश्रमशाळेला जोडून शेती, विणकाम व शिवणकलेसारखे जीवनोपयोगी शिक्षण शिकविण्याची व्यवस्था केली. कुटुंबवत्सल स्त्रियांना रिकाम्या वेळेत काहीतरी करता यावे व उपयुक्त कला यावी म्हणून त्यांनी 'चिमणबाई स्त्री उद्योग' संस्थेमार्फत अनेक उद्योग सुरू केले व त्याचा स्त्रियांना फायदा होऊ लागला. स्त्रियांसाठी वाचनालयात त्यांनी स्वतंत्र दालन सुरू केले. मित्रसंमेलने भरविण्यात आली.

अशा तऱ्हेने प्रौढशिक्षणाची सुरुवात त्यांनी कुटुंबात केली होती.

* स्त्री सुधारणा

स्त्रियांची उन्नती व्हावी म्हणून महाराज सयाजीराव गायकवाड यांनी खूप सुधारणा केल्या व जुन्या टाकाऊ परंपरा हळूहळू बंद केल्या. कन्या विक्रयबंदीचा कायदा केला. बालविधवांच्या विवाहास चालना दिली. स्वतः पुढाकार घेऊन विधवा विवाह घडवून आणला. बालविवाहाची चाल बंद केली. मुलामुलींच्या लग्नाचे वय निश्चित केले. त्याप्रमाणे कायदा करून काटेकोरपणे अंमलबजावणी केली.

घटस्फोटाचा कायदा पास करून सामाजिक क्षेत्रात महाराजांनी क्रांतिकारक

पाऊल टाकले. दत्तक विधानाबद्दल सुधारणा घडवून आपल्या विधवा स्त्रीला तिच्या मनाप्रमाणे जगता यावे म्हणून कायद्याने संरक्षण दिले.

स्त्री शिक्षणाचा महाराजांचा दृष्टिकोन व्यापक होता. स्त्रियांना शिक्षण मिळाले पाहिजे, तसेच त्यांना संसार शिक्षणही मिळाले पाहिजे म्हणून त्यांनी स्त्रीशिक्षणास चालना दिली. घरात स्त्री सुसंस्कृत असेल तर ती ज्ञानाचा व गृहसौख्याचा उज्ज्वल प्रकाश पाडण्यास समर्थ होईल, अशी त्यांची धारणा होती. ती त्यांनी स्त्रीशिक्षणातून सिद्ध करून दाखविली. स्त्रियांविषयी समाजात असलेल्या रूढी, परंपरा बंद केल्या. गोषापद्धती बंद केल्या. स्त्रियांना केवळ शिक्षणच नाही तर धंदेशिक्षणही त्यांनी दिले. बालमानसशास्त्र, आरोग्यशास्त्र, समाजशास्त्र, गृहशास्त्र इ. शिक्षण त्यांनी स्त्रियांना दिले व या विषयांचा शिक्षणात समावेश केला. हरिजन तसेच इतर सर्व स्त्रियांना शिक्षणाचा लाभ घेण्यासाठी त्यांनी स्त्रीशिक्षण प्राथमिक पातळीवर सक्तीचे केले.

अशाप्रकारे आर्थिक, सामाजिक, शैक्षणिक, सांस्कृतिक व कौटुंबिक विकास घडवून यावा यासाठी महाराजांनी सर्वतोपरी प्रयत्न केले.

*** समाजसुधारणा**

सर्व सुधारणांचे मूळ समाजसुधारणेतच आहे आणि समाजसुधारणेचे कार्य लोकमताचा पाठिंबा नसताना कायद्याच्या जोरावर करणे अशक्य आहे हे महाराजांनी ओळखले व प्रथम त्यांनी लोकमत जागृत करण्याचा व त्याद्वारे समाजसुधारणा घडवून आणण्याचा प्रयत्न केला. समाजाची राजकीय प्रगती ही त्यांच्या धार्मिक व सामाजिक आचरणावर अवलंबून असते. त्यासाठी प्रजेत एकी व ज्ञान असणे आवश्यक आहे हे त्यांनी जाणले. त्यासाठी शिक्षणाचा प्रसार करण्यासाठी त्यांनी शाळा, महाविद्यालये सुरू केली. सर्व थरातील मुलामुलींना सर्व प्रकारचे शिक्षण देण्यास त्यांनी सुरुवात केली.

शिक्षणाबरोबर समाजाने नवे विचार स्वीकारले पाहिजेत म्हणून जुन्या टाकाऊ परंपरा महाराजांनी हळूहळू बंद केल्या. कन्या विक्री बंदीचा कायदा केला व कन्या विक्री बंद केली. बालविधवा विवाहास चालना दिली. १९०१ साली 'धार्मिक स्वातंत्र्याच्या मर्यादा' कायदा करण्यात आला. त्यामुळे धर्मांतराला बंदी घातली गेली. ग्रामपंचायतींना न्यायदानाचे अधिकार देऊन ग्रामीण भागातील अन्यायकारक ग्रामपंचायती मोडून काढल्या. बालविवाहाची चाल बंद करून मुलामुलींचे लग्नाचे वय निश्चित केले. त्याचप्रमाणे कायदा पास करून अंमलबजावणी केली.

घटस्फोटाचा कायदा पास करून सुधारणा केल्या. दत्तक विधानाबद्दल कायदेशीर

सुधारणा केल्या. कायद्याने विधवा स्त्रियांना संरक्षण दिले. समाज- स्वास्थ्यासाठी उपयुक्त कायदे केले. अंधश्रद्धा व भोळेपणामुळे केला जाणारा लक्षावधी रुपयांचा धान्याचा दानधर्म महाराजांनी बंद केला व ऐतखाऊ लोकांची मिजास बंद केली. सरदार लोकांचे खास हक्क काढून कायद्याने सर्वांना समान केले. लहान मुलांना कारखान्यात काम लावणे हे कायद्याने गुन्हा ठरविले, विडी, तंबाखू विकणे कायद्याने गुन्हा ठरविण्यात आला. अफू विकणे कायद्याने गुन्हा ठरविण्यात आला व अफूची लागवड कमी करण्यात आली.

त्यांची आणखी एक सुधारणा म्हणजे वेड्यांसाठी आश्रमशाळा होय. त्यासाठी त्यांनी ही व्यवस्था मानसरोगतज्ज्ञ डॉक्टरकडे सोपविली. स्त्रीशिक्षणाची व्यवस्था केली. स्त्रियांना संसारविषयक संरक्षण दिले. गोषापद्धत बंद करण्यासाठी स्वतःच्या कुटुंबातील स्त्रियांपासून सुरुवात केली. मराठा समाजातील अधिक बायका पद्धतीस त्यांनी आळा घातला.

महाराजांनी हिंदू समाजाबरोबर जैन धर्मातही सुधारणा घडवून आणल्या. बालवयात मुलांना जबर शिक्षा देणे हा फौजदारी गुन्हा ठरविण्यात आला व त्याबद्दल दंड व शिक्षा देण्यात आली व अशा रीतीने त्यांनी जैन धर्मातील ढोंगीपणा दूर करून सुधारणा करण्याचा प्रयत्न केला.

जातीप्रथा त्यांना मान्य नव्हती त्यासाठी त्यांनी सर्वांसाठी एकत्रित शिक्षणाची सुरुवात केली. सर्व थरातील समाजातील लोकांनी एकत्र यावे यासाठी त्यांनी आटोकाट प्रयत्न केले. जातीनिर्बंध मोडण्यासाठी कायदे केले. सार्वजनिक कार्यक्रमात सर्वांना एकत्र जेवण्याची व्यवस्था करण्यास त्यांनी सुरुवात केली. जातीजातीत सहकार्याची व एकीची भावना वाढविण्याचा त्यांनी प्रयत्न केला. समाजातील वाईट चालीरीती कायदे करून बंद केल्या.

व्यक्ती आणि समाज यांचा एकमेकांशी संबंध आहे म्हणून त्यांनी व्यक्ती-विकासास प्राधान्य दिले व स्त्री-पुरुष यांचा सर्वांगीण विकास करण्यासाठी व त्यांना सुसंस्कृत करण्यासाठी निरनिराळ्या योजना आखल्यास समाज एकसंध राहावा ही त्यांची मनापासूनची तळमळ होती.

सर्व प्रकारच्या सामाजिक सुधारणात लोकशिक्षणाची आवश्यकता असते. त्यासाठी शिक्षणप्रसार आणि वाचनालयाचा प्रसार फार मोठ्या प्रमाणात महाराजांनी आपल्या राज्यात सुरू केला. अशा प्रकारच्या सुधारणा अजूनही आपण भारतात करू शकलो नाही. अशा सुधारणा करणारा राजा हा जगाच्या पाठीवर विरलाय. सामाजिक सुधारणात सयाजीरावांनी अतिशय चिकाटीने काम केले.

* दलितोद्धाराचे कार्य

भारतात सनातनी हिंदूंची पुराणप्रियता व रूढीप्रियता फार आंधळी व चिवट आहे. कालमानाने त्यात काहीच परिणाम झाला नाही. स्पृश्य–अस्पृश्य भेद फार पुरातन कालापासून आहेत. पूर्वी जैन, बौद्ध, हिंदू धर्मातील साधुसंतांनी अस्पृश्यांच्या उद्धारासाठी थोडेफार कार्य केले. पाश्चात्त्य संस्कृतीमुळे भारतात अस्पृश्योद्धारास चालना मिळाली. यासाठी म. फुले व महाराज सयाजीराव यांचे नाव प्रथम घ्यावे लागेल.

दलितोद्धाराची धुरा महाराजांनी आपल्या खांद्यावर घेतली. त्यांनी आपल्या राज्यात हरिजन विद्यार्थ्यांसाठी व आदिवासी विद्यार्थ्यांसाठी सुरुवातीला स्वतंत्र शाळा सुरू केल्या. कालांतराने सर्वांसाठी एकत्र शाळा सुरू झाल्याने हरिजनांच्या स्वतंत्र शाळा बंद केल्या. शिकलेल्या हरिजनांना योग्यतेप्रमाणे नोकऱ्या देण्यास महाराजांनी सुरुवात केली. दोनही जातीतील लोकांना नोकऱ्या देऊन त्यांना सुधारण्याची संधी दिली. दलितोद्धार घडवून आणण्यासाठी त्यांनी ठिकठिकाणी व्याख्याने आयोजित केली.

बडोद्यास अस्पृश्य मुलामुलींसाठी त्यांनी गुरुकुल पद्धतीवर खास वसतिगृह काढले. तेथे भोजन, निवास, व्यायाम, सुसंस्कृतपणा इ. व्यवस्था करण्यात आली. बडोदा राज्यातील खेड्यात सहकारी पतपेढ्या काढून अस्पृश्य सभासदांना थकलेल्या कर्जफेडीसाठी, शेतीची अवजारे घेण्यासाठी व हातमाग खरेदी करण्यासाठी रकमा बिनव्याजी कर्जाऊ देण्यात आल्या. बोर्डिंगमधील हरिजन व आदिवासी मुलींना शिवणकाम, काशिदा व स्वयंपाक शिकविण्याची सोय केली.

अस्पृश्यांसाठी दवाखाने व ग्रंथालये सुरू केली. आपले खंडेरावांचे मंदिर त्यांनी अस्पृश्यांना खुले करून दिले. अशा तऱ्हेने अस्पृश्यांना मंदिरप्रवेश बहाल केला. समाजसुधारणेसाठी अस्पृश्यता निवारण हे त्यांनी जाणले होते. आपला उत्कर्ष करून घेण्यासाठी दलितांनी प्रयत्न केला पाहिजे असे ते सांगत. अस्पृश्यता ही मानवनिर्मित आहे. देवनिर्मित नाही असे ते सांगत. अस्पृश्यता निवारणासाठी त्यांनी परिषदा भरविल्या. दलित उद्धाराचे फार मोठे कार्य महाराज सयाजीराजे गायकवाड यांनी केले. जगाच्या इतिहासात क्वचितच असे उदाहरण आपल्याला पाहायला मिळेल. त्यांचा आदर्श ठेऊन देशात नंतर हजारो अस्पृश्योद्धाराच्या संस्था अस्तित्वात आल्या.

***

राजर्षी छत्रपती शाहू महाराज

आधुनिक महाराष्ट्राच्या इतिहासात सामाजिक सुधारक म्हणून आणि रयतेचा खरा राजा म्हणून राजर्षी छ. शाहू महाराज यांचे स्थान श्रेष्ठ दर्जाचे आहे. बहुजन समाजाला जागृत करून, त्यांच्या मनात विश्वास निर्माण करून जनकल्याणाचा मार्ग दाखवणारा छ. शाहूंचा विचार म्हणजे एका युगाचा विचार आहे. छ. शाहू महाराज हे युगप्रवर्तक राजे होत. आधुनिक महाराष्ट्राच्या इतिहासात आपल्या शैक्षणिक, सामाजिक आणि धार्मिक, आर्थिक कार्याच्याद्वारे बहुजन समाजाची सर्वांगीण प्रगती करणारे प्रजाहित रक्षक सत्ताधीश म्हणजे राजर्षी छ. शाहू महाराज होत. विचारपूर्वक स्वीकारलेल्या सामाजिक किंवा राजकीय तत्त्वांच्या बाबतीत कोणतीही तडजोड न करता धाडसाने या तत्त्वाची अंमलबजावणी करून कार्य सिद्धीस नेणारे छ. शाहू महाराज म्हणजे मानसिक धैर्याचा शिलेदार होते. चिंतनशीलता, दूरदृष्टी, धाडसीपणा, निर्णयक्षमता, बहुजन समाज उद्धाराची तळमळ अशा विविध गुणवैशिष्ट्यांनी त्यांचे व्यक्तिमत्त्व नटले होते. त्यामुळेच ते केवळ महाराष्ट्रात नव्हे तर भारतदेशातही सर्वत्र लोकप्रिय झाले. एक आदर्श राजा, बहुजन समाजाचा नेता, रयतेचा कल्याणकारी प्रजापिता, समता, मानवता, बंधुभाव यांची शिकवण देऊन जनतेमध्ये विश्वास निर्माण करणारा एक समाजसुधारक, ही त्यांची असलेली लोकप्रियता शेवटपर्यंत टिकून राहिली.

या काळात महाराष्ट्रात उच्च मानल्या गेलेल्या जातीने आपले सर्वांगीण वर्चस्व निर्माण केले होते व हे वर्चस्व टिकविण्यासाठी बहुजन समाजावर निरनिराळी सामाजिक व धार्मिक बंधने लादलेली होती. या बंधनांतून बहुजन समाजाची सुटका करून, त्याला सुशिक्षित बनविण्याचे, जागृत करण्याचे व प्रगत बनविण्याचे कार्य छत्रपती शाहू महाराजांनी केले. आपल्या या कार्याविषयी होणारी प्रचंड टीका त्यांनी निर्भयपणे सहन केली, पण आपल्या ध्येयधोरणात व कार्यपद्धतीत बदल केला नाही. त्यांच्या या कार्यामुळेच असामान्य व्यक्तिमत्त्वाचा बहुजन समाजाचा लोकनेता म्हणून त्यांना लोकप्रियता मिळाली. आधुनिक महाराष्ट्राच्या इतिहासात समाजसुधारणेचे कार्य राजर्षी

छ. शाहू महाराज यांनी केले आहे ते कधीही विसरता येणार नाही.

❋ चरित्र

छत्रपती शाहू महाराज हे जन्मत: राजघराण्यातील नव्हते. ते कागलच्या घाटगे घराण्यातील होते. त्यांचा जन्म २६ जून १८७४ रोजी झाला. त्यांच्या पिता आणि मातेचे नाव अनुक्रमे श्रीमंत जयसिंगराव उर्फ आबासाहेब घाटगे, श्रीमंत राधाबाई साहेब असे होते. शाहू महाराजांचे मूळ नाव यशवंतराव होते. कागलचे हे घाटगे घराणे विजापूरकरांच्या दरबारात छ. शिवाजी महाराजांच्या कारकिर्दीत आणि पेशव्यांच्या काळात असामान्य पराक्रमाविषयी प्रसिद्ध होते.

कोल्हापूर संस्थानचे राजे चौथे शिवाजी महाराज इंग्रजांच्या असह्य छळामुळे इ.स. १८८३ साली निपुत्रिकच मरण पावले. त्यामुळे संस्थान चालविण्यासाठी दत्तक घेण्याची गरज निर्माण झाली. म्हणून छत्रपती चौथे शिवाजी महाराज यांच्या पत्नी आनंदीबाई यांनी कागल घराण्यात जन्माला आलेला यशवंत याला १७ मार्च १८८४ रोजी दत्तक घेतले. दत्तकविधान झाल्यानंतर यशवंतरावांचे नाव शाहू असे ठेवण्यात आले. दत्तक विधानाच्या आधीपासूनच शाहूंच्या शिक्षणाला सुरुवात झाली होती. श्री. कृष्णाजी भिकाजी गोखले व श्री. हरिपंत गोखले तसेच श्री. फिट्झिराल हे त्यांना शिक्षण देण्याचे काम करीत होते. इ.स. १८८५ मध्ये राजकोट येथे राजपुत्रांसाठी असलेल्या महाविद्यालयात शाहूंना पाठविण्यात आले. या काळात घोड्यावर बसणे, कुस्ती, शिकार यासारख्या कलाही त्यांनी अवगत केल्या. इ.स. १८८५ ते १८८९ या कालावधीत प्रिन्सिपॉल मॅकनॉटन यांच्या मार्गदर्शनाखाली शाहूंनी राजकोट येथे आपले शिक्षण पूर्ण केले. १८९० ते १८९४ मध्ये सर एस.एम. केजर यांच्या मार्गदर्शनाखाली धारवाड येथे इंग्रजी भाषा, राज्यकारभार, जगाचा इतिहास, इत्यादींचे शिक्षण मिळाले. १ एप्रिल १८९१ रोजी बडोद्यातील गुणाजीराव खानविलकर यांची कन्या लक्ष्मीबाई हिच्याशी शाहूंचा विवाह झाला. शिक्षण पूर्ण झाल्यावर वयाच्या २० व्या वर्षी २ एप्रिल १८९४ रोजी शाहू महाराजांनी राज्य कारभाराची सूत्रे हाती घेतली. आपल्याला प्राप्त झालेल्या अधिकाराचा उपयोग बहुजन समाजाच्या कल्याणासाठी करावा असे त्यांचे विचार होते.

❋ छत्रपती शाहू महाराजांच्या कार्याची सुरुवात

२ एप्रिल १८९४ रोजी अधिकार ग्रहण करताना छत्रपती शाहूंनी प्रजाजनांना जाहीर केले की, ''आमचे प्रजाजन सदा सुखी व संतुष्ट असावेत. त्यांच्या हिताची

एकसारखी अभिवृद्धी होत जावी व आमच्या संस्थानचा सर्व बाजूंनी अभ्युदय व्हावा, अशी आमची उत्कट इच्छा आहे. यासाठी सर्वांच्या उज्ज्वल राजनिष्ठेची व सहकार्याची आम्हाला आवश्यकता आहे.'' या घोषणेवरूनच महाराजांच्या मनात सर्वसामान्य जनतेविषयी तळमळ आणि कार्य करण्याविषयीची मनस्वी इच्छाशक्ती त्यांच्या ठायी होती हे कळते. समाज जीवनाचे त्यांनी बारकाईने निरीक्षण केले. आलेल्या अनुभवांचा उपयोग राजाने रयतेच्या हितासाठी केला. आपल्या राज्यात त्यांनी जनहिताचे अनेक कायदे केले. विविध कल्याणकारी योजना आखून प्रजेचे कल्याण केले. प्रजेच्या सुखातच राजाचे सुख आहे हे ओळखून त्यांनी हे धोरण अमलात आणले. तसेच तळागाळातल्या जनतेसाठी संगीत, वाद्य, शिकार, कुस्ती, अश्वारोहण, कलाफड यांना उत्तेजन दिले. त्यामुळे कोल्हापूर हे खऱ्या अर्थाने कलापूर झालेले आज आपणास दिसून येते. रयतेमधील अनेक गुणी कारागिरांना प्रोत्साहन दिले. त्यामुळे सामान्य जनतेमध्ये राजाविषयी जिव्हाळा आणि प्रेम निर्माण झाले. बहुजन समाजाच्या उद्धारासाठी समाजाच्या नेतृत्वाची धुरा त्यांनी समर्थपणे सांभाळली. महात्मा जोतीबा फुले यांचा खरा वारसा त्यांनी महाराष्ट्रात चालू ठेवला. ब्राह्मणेतर चळवळीला पुन्हा त्यांनी नवचैतन्य प्राप्त करून दिले. ब्राह्मणेत्तर चळवळीचे नेतृत्व त्यांनी खंबीरपणे केले. या चळवळीमागचा छत्रपती शाहू महाराजांचा प्रमुख हेतू सामाजिक न्याय प्रस्थापित करण्याचा होता. समाजातील सामाजिक विषमता नष्ट करून समाजात समता प्रस्थापित करण्यासाठी त्यांनी अखेरपर्यंत प्रयत्न केले. इ.स. १८९७ च्या दुष्काळात त्यांनी स्वस्त दराची दुकाने राज्यात उघडून जनतेला धान्य उपलब्ध करून दिले. जनावरांसाठी शासकीय कुरणे उपलब्ध करून दिली. बिगर ब्राह्मण वर्गासाठी नोकऱ्या उपलब्ध करून दिल्या. इ.स. १९०६ मध्ये शाहू मिल सुरू केली. जनतेच्या कल्याणासाठी सरकारी कायदा राज्यात सुरू केला. प्रजेने शिकून शहाणे व्हावे यासाठी राज्यात प्राथमिक शिक्षणाचा कायदा लागू केला. शिक्षण सक्तीचे आणि मोफत केले. यावरून शिक्षणाविषयी त्यांची दूरदृष्टी दिसून येते. सामाजिक विषमता दूर करून समाजातील दुर्बल घटकांना न्याय मिळवून देण्याच्या हेतूने त्यांनी बहुजन समाजाचे नेतृत्व स्वीकारले. स्वराज्य तर हवेच; त्या अगोदर सुराज्य निर्माण होणे, लोकशाही येण्यासाठी बहुजन समाजात जागृती येणे अतिशय आवश्यक आहे असे राजकीय चळवळीविषयी छत्रपती शाहू महाराजांचे मत होते. बहुजन समाजात जागृती न झाल्यास येणाऱ्या स्वराज्याचे फायदे जातिसंस्थेतील केवळ वरिष्ठ जातींनाच मिळण्याची व बहुजन समाज त्यापासून वंचित राहण्याची शक्यता महाराजांना जाणवत होती. कोल्हापूर संस्थानच्या प्रशासनात युरोपीय व भारतातील उच्च मानल्या गेलेल्या जातींच्या लोकांमधील अधिकाऱ्यांचाच समावेश

होता. बहुजन समाजातील अधिकारी अतिशय अल्प होते. ही स्थिती सुधारण्यासाठी बहुजन समाजात शिक्षणाचा मोठ्या प्रमाणात प्रसार होण्याची आवश्यकता त्यांना जाणवली. शिक्षणाच्या बाबतीत या समाजाला येणाऱ्या अडचणींचे निराकरण करणे त्यांना आवश्यक वाटू लागले. समाजात स्त्रियांची, विशेषत: विधवा स्त्रियांची, स्थिती दयनीय होती. अस्पृश्य जातींना अनेक बंधनांचे पालन करून आपले जीवन जगावे लागत होते. धार्मिक जीवनात कर्मकांड, अंधश्रद्धा व पुरोहितांच्या श्रेष्ठत्वाला विशेष प्राधान्य मिळाले होते. जन्मत: ब्राह्मण असणाऱ्यांनी ब्राह्मण्य प्रवृत्तीचा अतिरेक केला होता. आपले श्रेष्ठत्व टिकविण्यासाठी इतर अशिक्षित जातींवर अनेक बंधने लादली होती. त्या परिस्थितीमुळेच अधिकारग्रहण करताच छत्रपती शाहू महाराजांना बहुजन समाजाच्या प्रगतीसाठी धार्मिक, शैक्षणिक, सामाजिक व आर्थिक क्षेत्रात क्रांतिकारक बदल करण्याची गरज वाटू लागली. राजकीय स्वातंत्र्याला महाराजांचा विरोध नव्हता पण त्या स्वातंत्र्याअगोदर बहुजन समाजाला स्वातंत्र्याचा उपभोग घेण्यासाठी पात्र बनविणे त्यांना नितांत आवश्यक वाटू लागले. छत्रपती शाहू महाराजांनी या कार्यासाठी आपले संपूर्ण आयुष्य व्यतीत करण्याचा निश्चय केला. संस्थानातील समाजव्यवस्थेत बदल घडवून आणण्याचे त्यांनी मनस्वी प्रयत्न केले. या धोरणाला झालेला विरोधही मोठ्या धीरोदात्तपणे सहन केला. शेवटपर्यंत ते जनहिताच्या कल्याणासाठी झगडत राहिले. आपले संपूर्ण आयुष्य समाजाच्या कल्याणासाठी खर्च करण्याचा त्यांनी निश्चय केला.

✱ शैक्षणिक कार्य

बहुजन समाजाचा शैक्षणिक विकास घडवून आणण्यासाठी महाराजांनी योजनाबद्ध आखणी केलेली दिसून येते. प्राथमिक शिक्षणाचा पाया मजबूत केल्यानंतर उच्च शिक्षणापर्यंत वाटचाल करण्याचा त्यांचा महत्त्वाकांक्षी निश्चय होता.

छत्रपती शाहू महाराजांच्या एकूण कार्यात त्यांचे शैक्षणिक कार्य अतिशय महत्त्वाचे आहे. महात्मा फुले यांच्याप्रमाणेच सामाजिक सुधारणेच्या कार्यात त्यांनी शिक्षणाला प्रमुख स्थान दिले. शाहू महाराजांनी अधिकारग्रहण केले त्यावेळी बहुजन समाजात मॅट्रिक उत्तीर्ण झालेल्यांची संख्या अल्प होती. खेड्यांमधून प्राथमिक शाळा नव्हत्या. सर्वसामान्य बहुजन समाज अज्ञानाचे व अंधश्रद्धेचे जीवन जगत होता. शिक्षण घेणे हे ब्राह्मण किंवा श्रीमंत सावकारांचे काम आहे. आपले काम नाही अशी समाजाची समजूत होती. ज्ञानाच्या क्षेत्रात ब्राह्मण वर्गाची मक्तेदारी ब्रिटिशपूर्व काळापासून होती. इंग्रजांनी विद्येची प्रवेशद्वारे सर्व जातींसाठी खुली केली. छत्रपती शाहू महाराजांनीही

या अज्ञानी बहुजन समाजात ज्ञानाची ज्योत प्रज्वलित करण्याचा निश्चय केला.

बहुजन समाजाला, स्त्रियांना सुशिक्षित करण्यासाठी प्राथमिक शिक्षणापासून उच्च शिक्षणापर्यंत सोय उपलब्ध करण्याचे धोरण त्यांनी आखले. बहुजन समाजाच्या शैक्षणिक प्रगतीत येणाऱ्या सर्व अडचणींवर मात करण्याचे त्यांनी ठरविले. ''शिक्षण हाच आमचा तरणोपाय आहे असे माझे ठाम मत आहे. शिक्षणाशिवाय कोणत्याही देशाची उन्नती झाली नाही असे इतिहास सांगतो. अज्ञानात बुडून गेलेल्या देशात उत्तम मुत्सद्दी व लढवय्ये वीर कधीही निपजणार नाहीत, म्हणूनच सक्तीच्या व मोफत शिक्षणाची हिंदुस्थानला अत्यंत आवश्यकता आहे.'' अशी छत्रपती शाहू महाराजांची विचारसरणी होती.

✳ प्राथमिक शिक्षण

प्राथमिक शिक्षणाच्या प्रसाराद्वारे भरभक्कम पायावर उच्च शिक्षणाची इमारत उभी करण्याचा त्यांचा मानस होता. सन १९१३ मध्ये शाहू महाराजांनी प्रत्येक गावात निदान एक तरी शाळा असावी व ती शाळा गावात बहुसंख्येने राहणाऱ्या जातीच्या व्यक्तीने चालवावी असे त्यांचे मत होते. शिक्षकाचा गावकामगारांत समावेश करून वतनाने भाडेमुक्त जमीन देण्याचे त्यांनी ठरविले. शिक्षणाविषयी शिक्षकाच्या मनात आस्था निर्माण व्हावी व त्याने शिक्षणाविषयक चळवळीला गती द्यावी असे महाराजांना वाटत होते. तथापि, शिक्षकांच्या बाबतीत वतनदारी पद्धत उपयुक्त न ठरल्याने त्यांनी शिक्षकांची पगारावर नेमणूक सुरू केली. सन १९१३ च्या आदेशानुसार निरनिराळ्या खेड्यांमध्ये मंदिरे, चावडी, धर्मशाळा या इमारतींमधून प्राथमिक शाळा सुरू झाल्या. शाळेच्या इमारतीचे बांधकाम, दुरुस्ती व देखरेख ही कामे पाटील, कुलकर्णी व प्रजाजनांवर सोपविली. शिक्षणाच्या कार्यात समाजाचा सहभाग मिळविण्याची त्यांनी योजना केलेली दिसते. बहुजन समाजाच्या सर्वांगीण हितासाठी प्राथमिक शिक्षणाच्याद्वारे छत्रपती शाहू महाराज व्यापक बैठक तयार करीत होते. या दृष्टिकोनातून त्यांनी निरनिराळ्या शिक्षण संस्था आणि व्यक्तींना आर्थिक सहकार्य केले. त्यामुळेच कोल्हापूर संस्थानात प्राथमिक शिक्षणाचा मोठ्या प्रमाणावर विकास झाला.

✳ सक्तीचे शिक्षण

बहुजन समाजाचा शेती हा प्रमुख व्यवसाय होता. लहान मुलांपासून मोठ्या माणसांपर्यंत सर्वजण या शेतीत गुंतले जात. शिवाय अज्ञानामुळे बहुजन समाजाला शिक्षणाचे महत्त्व समजलेलेच नव्हते, म्हणूनच महाराजांनी सक्तीच्या शिक्षणाचे धोरण

आखले. त्या अगोदर पाचशे ते एकहजार लोकवस्तीच्या गावी कोठे शाळा सुरू करता येईल? कोणत्या सार्वजनिक इमारतीचा उपयोग करता येईल? याची माहिती त्यांनी संकलित केली. या गावांमधून ताबडतोब शाळा सुरू करण्याचे आदेश दिले. देवस्थानाच्या उत्पन्नातून नित्यनैमित्तिक खर्च वजा जाता उरलेले उत्पन्न शाळेला द्यावे असे ठरविले. २५ जुलै १९१७ च्या हुकुमानुसार महाराजांनी प्राथमिक शाळेत फी माफीची घोषणा केली. २१ नोव्हेंबर १९१७ रोजी काढलेल्या जाहिरनाम्यानुसार कोल्हापूर संस्थानात प्राथमिक शिक्षण सक्तीचे करण्यात आले. खेड्यातून या सक्तीच्या शिक्षण योजनेचा अंमल सुरू झाला. शिक्षणासाठी योग्य वय असलेल्या मुलामुलींना शाळेत पाठविण्याबद्दल पालक व गावकामगार यांच्यावर कडक बंधने लागू केली. या सक्तीच्या व मोफत शिक्षण योजनेमुळे शिक्षणाच्या प्रसाराला विस्तृत स्वरूप प्राप्त झाले.

छत्रपती शाहू महाराजांनी शिक्षणक्षेत्रातील या योजनांचा स्वीकार करताना त्यावर सर्वंकष विचार केलेला होता. प्राथमिक शिक्षण मोफत व सक्तीच्या योजनेत शाळांची निर्मिती, देखभाल, उत्पन्न, खर्च, शिक्षकांची नेमणूक इत्यादी व्यवस्थेच्या बाबतीत त्यांनी स्पष्ट नियम घालून दिलेले होते. प्राथमिक शाळांच्या वाढत्या संख्येबरोबरच शिक्षकही वाढणार याची जाणीव ठेवून जून १९१८ पासून शिक्षकांची परीक्षा घेण्यास त्यांनी सुरुवात केली. यासाठी शिक्षकी पेशास आवश्यक असलेला चांगल्या वर्तणुकीचा दाखला व पंचवीसच्या आतील वय ही अट घातली. परीक्षेत पास होऊन वर येणाऱ्याला अनुक्रमाने शिक्षक म्हणून घेतले जाईल असे त्यांनी ठरविले. केवळ गुणवत्तेवर आधारलेली ही यथार्थ पद्धत होती. या योजनेचा प्रचंड खर्च चालविण्यासाठी १९१८ मध्ये शिक्षणविषयक कराचा कायदा केला. दरमहा शंभर रुपयांपेक्षा अधिक उत्पन्न असलेल्या व्यक्तींवर हा शिक्षणकर बसविला तर लहान व मोठ्या गावांतून घरटी आठ आणे व एक रुपया शिक्षण कर वसूल करण्यास सुरुवात केली. शिक्षणावर शासनाच्या होणाऱ्या अमाप खर्चावरून महाराजांची प्रखर ध्येयनिष्ठा दिसते. सन १९१९ मध्ये त्यांनी अस्पृश्यांसाठी असलेल्या स्वतंत्र शाळा बंद पाडल्या व अस्पृश्यांच्या मुलांना सरकारी शाळेतून इतर जातींच्या मुलांप्रमाणेच दाखल करून घ्यावे असे धोरण जाहीर केले.

छत्रपती शाहू महाराजांचा केवळ शिक्षण देणे, सोयी करणे किंवा शिक्षणविस्तार करणे एवढा मर्यादितच हेतू या प्रयत्नामागे नव्हता, तर जनसामान्यांच्या मनात शिक्षणासंबंधीची अभूर्तपूर्व लालसा रुजविण्याचा त्यांचा प्रयत्न होता. उच्च शिक्षणात नादारी देतानाही प्रथम शेती व मोलमजुरी करणाऱ्या जातीच्या मुलांना, अस्पृश्य जातीतील मुलांना नादारी द्यावी व त्यानंतर व्यापारी, सावकारी, पुढारलेल्या ब्राह्मण

जातीतील मुलांना द्यावी असे त्यांचे धोरण होते. बहुजन समाजाला पत, प्रतिष्ठा व स्वतंत्र सामाजिक दर्जा मिळवून देण्याचा महाराजांनी प्रयत्न केला असे दिसते.

उच्च व व्यवसाय शिक्षण :

प्राथमिक शिक्षणाप्रमाणेच छत्रपती शाहू महाराजांनी माध्यमिक व उच्च शिक्षणालाही महत्त्व दिले. सन १८५१ मध्ये कोल्हापूर येथे सुरू झालेल्या एका इंग्रजी शाळेचे सन १८८१ साली राजाराम महाविद्यालयात रूपांतर झाले. जहागीरदार व सरकारांकडून मिळणाऱ्या वर्षासनातून या महाविद्यालयाचा खर्च चाले. वर्षासने बंद झाल्यानंतर दरबारातर्फे या महाविद्यालयाला दरवर्षी ५०,००० रुपये देण्यास सुरुवात झाली. या महाविद्यालयात शिक्षण घेणाऱ्या विद्यार्थी व विद्यार्थिनींची संख्या वाढत गेली. पुढील काळात आर्यसमाजाचे धोरण सामाजिक सुधारणेला अनुकूल असल्यामुळे ते या महाविद्यालाची व्यवस्थित प्रगती करतील या विश्वासाने छत्रपतींनी हे महाविद्यालय आर्यसमाजाकडे सोपविले. आर्यसमाजाच्या नियंत्रणाखाली या महाविद्यालयाची प्रगती झाली.

प्राथमिक, माध्यमिक व उच्च शिक्षणाप्रमाणेच शाहू महाराजांनी व्यावसायिक शिक्षणालाही महत्त्व दिले. ग्रामाचा कारभार व्यवस्थित चालविला जाण्यासाठी महाराजांनी 'पाटील स्कूल' व 'तलाठी स्कूल' सुरू केले. या शाळांमधून पाटील व तलाठ्यांना सर्वसाधारण जमाखर्च, कायदे; शांतता व सुव्यवस्था, महसूलविषयक दक्षता इत्यादी विषयांचे शिक्षण दिले जात असे. शैक्षणिक प्रगतीत शिक्षक हा महत्त्वाचा घटक असल्याने या शिक्षकांसाठी 'प्रशिक्षण केंद्र' सुरू केले. सहा महिन्यांच्या प्रशिक्षण काळात वीस शिक्षकांना अंकगणित, भाषा, शालेय व्यवस्था, अध्यापन पद्धती इत्यादी विषयांचे शिक्षण दिले जात होते. तांत्रिक शिक्षणाची समाजात आवड निर्माण व्हावी म्हणून 'जयसिंगराव घाटगे टेक्निकल इन्स्टिट्यूटची' स्थापना केली. या संस्थेत विद्यार्थ्यांना लोहारकाम, गवंडीकाम, सुतारकाम यांसारख्या विषयांचे शिक्षण दिले जाई. विद्यार्थ्यांना लष्करी जीवनाविषयी आवड निर्माण व्हावी म्हणून लष्करी शिक्षण देणारे 'इन्फंट्री स्कूल' सुरू केले. विद्यार्थ्यांमध्ये व्यायाम व लष्करी शिक्षणाची आवड निर्माण केली. या विविध शिक्षण संस्थांच्याद्वारे बहुजन समाजाला विविधांगी शिक्षण घेण्याची संधी उपलब्ध करून देण्याचे श्रेय छत्रपती शाहू महाराज यांनाच द्यावे लागते.

*** स्त्रीशिक्षण**

बहुजन समाजाप्रमाणेच स्त्रीजीवनाच्या मागासलेपणाची शाहू महाराजांना जाणीव

होती. राजाराम महाविद्यालयात शिक्षण घेणाऱ्या स्त्रियांना फी माफीची सवलत महाराजांनी जाहीर केलेली होती. आपल्या सूनबाई इंदुमती राणीसाहेब यांना वैधव्य प्राप्त झाल्यानंतर त्यांना शिक्षण देऊन कोल्हापूर संस्थानचे शिक्षण खाते त्यांच्याकडे सोपविण्याचा महाराजांचा विचार होता. तथापि, राणीसाहेबांच्या मृत्यूमुळे तो पूर्ण झाला नाही. संस्थानच्या शिक्षणाधिकारी म्हणून मिस लिट्लनंतर त्यांनी श्रीमंत रखमाबाई केळवकर यांची नेमणूक केली. यावरून महाराजांचा स्त्रीशिक्षणविषयक दृष्टिकोन स्पष्ट होतो. स्त्रीशिक्षणामुळे कुटुंबाचा, समाजाचा अप्रत्यक्षपणे विकास घडून येतो. स्त्रीला कुटुंबात व समाजात आदराचे व मानाचे स्थान मिळणे शक्य होते असा महाराजांचा विश्वास होता.

* विद्यार्थी वसतिगृहांची निर्मिती

माध्यमिक, तांत्रिक, किंवा उच्च शिक्षणाची संधी उपलब्ध असूनही खेड्यापाड्यांतील अनेक विद्यार्थ्यांना या संधीचा फायदा घेता येत नाही हे महाराजांना जाणवले. शहरात त्यांच्या राहण्या व जेवण्याची सोय होत नाही. शिवाय गरिबी व काही वेळा त्यांची जात या गोष्टींमुळे अडचणी निर्माण होतात हे त्यांच्या लक्षात आले. ही समस्या दूर करण्यासाठी कोल्हापूरात विद्यार्थी वसतिगृहांची निर्मिती करण्याचे धोरण त्यांनी आखले. सन १८९६ मध्ये कोल्हापूरात सर्व जातीजमातींच्या विद्यार्थ्यांसाठी त्यांनी एक वसतिगृह सुरू केले. विद्यार्थ्यांच्या राहण्याची व भोजनाची तेथे मोफत सोय केली. तथापि, या वसतिगृहात तीन वर्षांच्या काळात केवळ ब्राह्मण विद्यार्थ्यांनाच समाविष्ट केले गेले हे लक्षात आल्यानंतर शाहू महाराजांनी कोल्हापूरात निरनिराळ्या जातींच्या विद्यार्थ्यांसाठी स्वतंत्र वसतिगृहे काढण्याचा निर्णय घेतला. थोड्याच काळात कोल्हापूरमध्ये व्हिक्टोरिया मराठा बोर्डिंग, दिगंबर जैन बोर्डिंग, वीरशैव लिंगायत विद्यार्थी वसतिगृह, मुस्लीम बोर्डिंग, ढोर-चांभार बोर्डिंग, सुतार बोर्डिंग, नाभिक विद्यार्थी वसतिगृह, रावबहादूर सबनीस प्रभू बोर्डिंग इत्यादी निरनिराळ्या जातींची सुमारे वीस वसतिगृहे निर्माण झाली. या वसतिगृहांमधून विद्यार्थ्यांच्या राहण्याची व भोजनाची व्यवस्था केली जात असे.

या काळात महाराष्ट्रात जातीव्यवस्थेचा प्रभाव होता. त्यामुळे सर्व जातींसाठी एकत्र वसतिगृह सुरू केल्यास त्यास अल्प प्रतिसाद मिळेल याची जाणीव छ. शाहूंना होती. या शिवाय प्रत्येक जातीवादी विद्यार्थी वसतिगृहे चालविल्यास समाजाचा सहभाग मिळण्याची शक्यता होती. कारण प्रत्येकाला आपली जात प्रिय असून त्यासाठी झीज सोसण्यास व्यक्ती तयार असते. हे महाराजांनी ओळखले होते. त्यामुळे त्यांनी प्रत्येक

जातीतील प्रमुख कार्यकर्त्यांना एकत्र करून विद्यार्थी वसतिगृहाच्या स्थापनेसाठी प्रोत्साहित केले. या वसतिगृहांना त्यांनी इमारती आणि जागा दिल्या तसेच नियमित अनुदाने दिली. या प्रेरणेमुळेच अवघ्या २५ वर्षांच्या काळात कोल्हापूरात स्वतंत्रपणे २० विद्यार्थीगृहांची स्थापना झाली. महाराजांच्या प्रदीर्घ परिश्रमाचे हे फळ होते. कोल्हापूरात निरनिराळ्या जातींची वसतिगृहे स्थापन करून शाहू महाराजांनी जातीविशिष्ट प्रयत्नांना मदत केली अशी टीका केली जाते. परंतु त्यांच्या या प्रयत्नामागील दृष्टिकोनाचे सूक्ष्म परीक्षण केल्यास त्यांच्या राष्ट्रीय दृष्टीची जाणीव होते.

कुटुंबातील मुलांच्या काळजीबरोबरच ज्या समाजात आपण राहतो, त्या समाजाच्या उन्नतीची काळजी आपण घेतली पाहिजे व या समाजाबाहेर असलेल्या मोठ्या समाजाची आपण सेवा केली पाहिजे याची प्रत्येकाने जाणीव ठेवावी असे मत त्यांनी मांडलेले आहे. निरनिराळ्या जातींच्या प्रमुखांनी केवळ आपल्यापुरते पाहू नये. जातिभेद मोडणे इष्ट आहे. देशोन्नतीच्या मार्गातील हा अडथळा दूर करण्याचे प्रयत्न जोराने केले पाहिजेत याची पक्की जाणीव ठेवून व त्या दिशेने प्रयत्न म्हणून जातीपरिषदा भरवाव्यात असे स्पष्ट मत छत्रपती शाहू महाराजांनी मांडलेले दिसते. शैक्षणिक प्रसाराच्या किंवा समाजसुधारणेच्या प्रयत्नांची पहिली अवस्था म्हणून विशिष्ट जातीची विद्यार्थी वसतिगृहे काढणे आवश्यक वाटत असले तरी त्याचे पर्यवसान जातिभेद नष्ट होण्यात, विविध जातींमध्ये समभाव प्रस्थापित होण्यात व राष्ट्रीयता निर्माण होण्यात व्हावे असा महाराजांचा उद्देश होता.

व्हिक्टोरिया मराठा बोर्डिंगमध्ये सुरुवातीपासूनच त्यांनी मुसलमान व अस्पृश्यांच्या मुलांना प्रवेश देऊन इतरांसमोर आदर्श मांडला. त्यामुळेच पुढील काळात या वसतिगृहांतून सर्व जातीच्या विद्यार्थ्यांना प्रवेश देण्यास सुरुवात झालेली दिसते.

या विविध वसतिगृहांमध्ये विद्यार्थ्यांसाठी निरनिराळ्या सोयी केलेल्या असून त्यांना घरापेक्षा वसतिगृहात शांततेने व एकाग्रतेने अभ्यास करता यावा असे वातावरण निर्माण केलेले होते.

✱✱✱

१९ व्या शतकाच्या उत्तरार्धातील नवसुधारणा आणि नवी जागृती

*** १९ व्या शतकाच्या उत्तरार्धातील महाराष्ट्राची स्थिती**

हिंदू समाज पुराणप्रिय होता. या देशातील राजकीय अस्थैर्यामुळे समाजाची व धर्माची अवस्था शोचनीय झाली होती. समाजाची वैचारिक पातळी खालावली होती. दारिद्र्य, दुष्काळ, साथीचे रोग, परकीयांचे हल्ले इ. गोष्टींमुळे समाजाची सर्वच दृष्टीने मोठ्या प्रमाणात वाताहत झाली होती. समाजातील अज्ञानपणा, वाईट चालीरीती, अमानुष प्रक्रियांमुळे समाज, अंधारात खितपत पडलेला होता. शिक्षणापासून समाज वंचित होता. विशिष्ट लोकांना शिक्षणाचा अधिकार होता बाकीच्या समूहाची त्यामुळे मुस्कटदाबी झाली होती. गुलामी, लाचारी, दारिद्र्य, दुःख आणि वेदना यातच हा समाज अडकून पडला होता. त्यामुळे गेली अनेक शतके या समाजाचा विकासच झालेला नव्हता. महाराष्ट्रातील समाजाच्या जीवनात अनेक विकृती होत्या त्यामुळे समाज अधोगतीला पोहोचला होता.

१९ व्या शतकाच्या पूर्वार्धात महाराष्ट्रात ब्रिटिश सत्ता स्थापन झाली होती. महाराष्ट्रात आणि भारतात इंग्रजी सत्ता स्थिर होण्यासाठी आणि तिला बळकटी प्राप्त होण्यासाठी सरकारने विविध सुधारणा हाती घेतल्या. या सुधारणांपाठीमागे ब्रिटिश सरकारला येथील जनतेबाबत प्रेम होते अशातला भाग नाही. तर शासनाला बळकटी यावी आणि सरकारचा फायदा व्हावा हा त्या पाठीमागील हेतू होता. त्या दृष्टीने मुंबई ईलाख्यातील एल्फिस्टन गव्हर्नर यांनी विविध सुधारणा करण्याचे ठरविले. त्यामुळे महाराष्ट्रीय जनतेला ब्रिटिश शासनाबद्दल प्रेमच वाटू लागले. गव्हर्नर एल्फिस्टन यांनी महाराष्ट्रातील अस्थिरता आणि अराजकता नष्ट करून कायदा आणि सुव्यवस्था निर्माण केली. त्यामुळे भारतीय जनतेत सुरक्षितेची भावना निर्माण झाली. त्याचप्रमाणे हळूहळू इंग्रज सरकारने महाराष्ट्रीय जनतेला शिक्षण उपलब्ध करून देण्यासाठी शाळा, विद्यायले, महाविद्यालये काढून शिक्षणाच्या सोयी सुविधा उपलब्ध करून दिल्या.

इंग्रजी शिक्षणाच्या सुविधांमुळे येथील जनतेच्या आचार, विचारांत सावकाश

बदल होत गेला. समाजातील भोळसट व खुळ्या कल्पना कमी होऊ लागल्या. पाश्चिमात्य पद्धतीने आपणही बदलले पाहिजे, अन्यथा आपल्या राष्ट्राचा विकास होणार नाही हे जनतेला पटू लागले. समाजसुधारणेच्या प्रेरणेने भारावलेले महाराष्ट्रातील प्रारंभीचे समाजसुधारक म्हणून महात्मा फुले, जांभेकर, लाड, जगन्नाथ शेट, तर्खडकर, लोकहितवादी इ. समाजसुधारक पुढे आले. त्यांनी विविध समाजसुधारणा व धर्मसुधारणांच्या चळवळी केल्या. त्यामुळे सामाजिक परिवर्तन होण्यास मदत झाली. पाश्चिमात्य देशाप्रमाणे आपणही औद्योगिक, वैज्ञानिक आणि शैक्षणिक प्रगती करावी, तरच समाजसुधारणेच्या प्रगतीला चालना मिळेल हे त्यांना वाटले.

समाजाची मानसिक, सामाजिक, सांस्कृतिक आणि आर्थिक गुलामगिरीतून मुक्तता केली पाहिजे असे समाजपरिवर्तनाच्या कार्यास लागलेल्या सुधारकांना वाटू लागले. समाजाची पुनर्रचना करण्याची गरज समाजसुधारकांना वाटू लागली. यामध्ये न्या. रानडे, आगरकर, लो. टिळक, गोखले यांचा पुढाकार होता. त्यांनी इंग्रजांनी चालविलेल्या आर्थिक शोषणाची कल्पना समाजास देण्यास सुरुवात केली. हे शोषण थांबवयाचे असेल तर इंग्रजांची गुलामगिरी आपण फेकून दिली पाहिजे. संघटित आणि एकत्र येऊन त्यासाठी प्रतिकार केला पाहिजे.

राष्ट्राभिमानाने प्रेरित झालेले अनेक तरुण पुढे आले. त्यामुळे राष्ट्राभिमानी तरुणांच्या युगाला व चळवळीला सुरुवात झाली. त्यामुळे मवाळ आणि जहाल राजकारणाला महाराष्ट्रात सुरुवात झाली. पुढे महाराष्ट्रातील तरुणांच्या मध्ये आत्मविश्वास, धाडस, राष्ट्राभिमान वाढत गेला. राष्ट्रीय चळवळीला जोर चढला. या चळवळींचे नेतृत्व जहाल पक्षाच्या टिळकांनी केले. टिळकांच्या नेतृत्वाखाली सभा, संमेलने, अधिवेशने, चर्चा, अग्रलेखांद्वारे समाजात जागृती व संघटना निर्माण केली. इ.स.१८८५ मध्ये राष्ट्रीय कॉंग्रेसची स्थापना झाली. या राजकीय संघटनेने व अनेक राजकीय नेत्यांनी ब्रिटिशांच्या अन्यायाला व प्रतिकाराला जोराने तोंड दिले. त्यामुळे ब्रिटिश सरकारला वेळावेळी सुधारणा ब काही हक्क भारतीयांना द्यावे लागले. भारतीयांच्या ठिकाणी ऐक्य व संघटनेचे महत्त्व लक्षात येऊ लागले. याशिवाय मवाळ पक्षाचे गोखले, विष्णुशास्त्री चिपळूणकर यांनी निबंधांद्वारे ब्रिटिश राजवटीविषयी जनमत तयार केले. त्यामुळे महाराष्ट्रात स्वभाषा, स्वधर्म, स्वदेश, स्वाभिमान इ. गुणांची वाढ होत गेली. महाराष्ट्रात विविध चळवळींद्वारे राष्ट्रवादाचा पाया घातला गेला. नवसुधारणा आणि नवजागृतीला खऱ्या अर्थाने सुरुवात झाली. या नवजागृतीची अनेक कारणे कोणती आहेत ती पुढे पाहू या. महाराष्ट्रातील नवजागृतीची कारणे बरीच वर्षे समाजात रुजत होती. परंतु इ.स.१८७५ पासून खऱ्या अर्थाने डोळ्यांत भरेल अशा दृष्टीने

समाजात जागृती झालेली दिसून येते.

१) नवयुगाची सुरुवात :

ब्रिटिशांच्या अगोदर या देशात वेगवेगळ्या सत्ता राज्य करीत होत्या. ब्रिटिशांनी या सत्तांवर ताबा मिळविला. त्यामुळे भारतात ब्रिटिशांचा एकछत्री अंमल सुरू झाला. यामुळे अनेक भाषा बोलणारे, विविध धर्मांचे व वंशांचे लोक एकत्र आले. परंतु राजभाषा म्हणून इंग्रजीचा वापर सुरू झाला. ब्रिटिशांनी राज्याच्या सोयीसाठी दळणवळणाच्या साधनांत सुधारणा केल्या. त्यामुळे सर्व लोक विचाराने व भावनेने एकत्र येण्यास मदत झाली. राष्ट्रीय ऐक्य निर्माण होण्यास मदत झाली आणि नवजागृतीस सुरुवात झाली.

२) ज्ञान आणि विद्येची नवी सुविधा :

सन १८२१ मध्ये पुण्यास संस्कृत पाठशाळा सुरु झाली. संस्कृत, धर्मशास्त्र, गणित इत्यादी विषयांचे पद्धतशीर अध्ययन सुरू झाले. पुढे इ.स. १८५१ मध्ये या पाठशाळेस इंग्रजीचा वर्ग जोडला जाऊन 'पूना कॉलेज' ची निर्मिती झाली. सरकारी शाळाखाते निर्माण झाल्यावर हेच कॉलेज पुढे वानवडींच्या माळावर 'डेक्कन कॉलेज' या नावाने विख्यात झाले. सन १८५७ साली मुंबई, मद्रास, कलकत्ता येथे विद्यापीठे स्थापन होऊन उच्च शिक्षणाची सोय प्रथमच सुरू झाली. मुंबईस सन १८२० मध्येच विद्याप्रसारासाठी हैंदशाला पुस्तकमंडळी स्थापन झाली होती. स्वतः एल्फिन्स्टनच या बाँबे नेटिव्ह स्कूलबुक अँड स्कूल सोसायटीचा अध्यक्ष होता. शालेय पुस्तकांची व योग्य शिक्षकांची अडचण पहिल्यापासूनच होती. शिक्षण प्रसारास खिस्ती मिशनऱ्यांनी हातभार लावलेला होता. त्यामुळे सुशिक्षित तरुणांना राष्ट्रीय चळवळीचे महत्त्व व स्वातंत्र्याची गरज तरुणांना पटू लागली. स्वातंत्र्य, समता व विश्वबंधुत्वाच्या कल्पना येथील तरुणांना पटू लागल्या. साहजिकच हे नवे विचार महाराष्ट्रात रुजू लागले. या विचारांच्या प्रभावाने महाराष्ट्रात राजकीय चळवळींना जोर चढत गेला. विष्णुशास्त्री चिपळूणकर, आगरकर, टिळक इ. विचारवंतांनी पुण्यात शाळा, कॉलेजेस सुरू करून तरुण सुशिक्षित पिढी राष्ट्रीय भावनेने भारावून टाकली. शाहू महाराजांनी कोल्हापूर येथे शिक्षणाला चालना दिली. समाजाच्या प्रगतीला शिक्षणाची नितांत गरज आहे हे समाजाला कळू लागले.

लोकांना कोश, व्याकरण, गणित, भूगोल, विज्ञान, ज्योतिष, रसायन, शरीरशास्त्र, इतिहास इत्यादी विषयांचे ज्ञान मिळून त्यांचा धर्मभोळेपणा दूर व्हावा

अशी राज्यकर्त्यांची कल्पना होती. बालविवाह, बालहत्या, सतीची चाल, जातिभेद इत्यादी सामाजिक दोषांविरुद्ध मत बनण्यासाठी उदारमतवादी शिक्षणाची निकड फार असल्याने राज्यकर्त्यांनी शिक्षणप्रसाराकडे खास लक्ष दिले.

३) वृत्तपत्रे व नियतकालिके :

वृत्तपत्रे व नियतकालिके समाज उत्थानाची महत्त्वाची साधने आहेत. म्हणूनच मुंबई येथे प्रथम इंग्रजी व नंतर मराठी वर्तमानपत्रे व नियतकालिके सुरू झाली. या वृत्तपत्रांनी व नियतकालिकांनी लोकशिक्षण व लोकजागृतीचे महत्त्वाचे व भरीव असे कार्य केले. या वृत्तपत्रांद्वारे व नियतकालिकांमधून समाज जागृती करण्याचे महत्त्वाचे कार्य घडून आले. त्यामुळे समाजात राष्ट्रीय वृत्ती व स्वदेशभावना वाढीस लागली.

मराठी पहिले वृत्तपत्र पाक्षिकाच्या स्वरूपात 'दर्पण' या नावाने सन १८३२ साली बाळशास्त्री जांभेकर यांच्या संपादकत्वाखाली प्रसिद्ध होऊ लागले, यात निम्मा मजकूर इंग्रजी असे. यानंतर 'मुंबई अखबार', 'प्रभाकर', 'ज्ञानदर्शन', 'उपदेशचंद्रिका', इ. नियतकालिकांचा उल्लेख करण्यासारखा आहे. गोविंद विठ्ठल कुंटे ऊर्फ भाऊ महाजन हे मोठे धडाडीचे पत्रकार होते. 'ज्ञानसिंधू', 'चंद्रोदय', 'धूमकेतू', 'ज्ञानोदय' इ. नियतकालिकांची नावे ध्यानात घेण्यासारखी आहेत. १२ फेब्रुवारी १८४९ रोजी मराठीतील पहिले दैनिक 'ज्ञानप्रकाश' पुण्याहून प्रसिद्ध होऊ लागले. यानंतर १८६२ सालापासून मुंबईचा 'इंदूप्रकाश' झळकू लागला. पुढे जिल्ह्याच्या गावीही वृत्तपत्रांना अथवा नियतकालिकांना अवसर सापडला. काही अल्पजीवी ठरली. काही समाजाच्या उद्बोधनास प्रवृत्त झाली. मुद्रणकला व वृत्तपत्रे यांच्या साहाय्याने बाळशास्त्री जांभेकर, दादोबा पांडुरंग तर्खडकर, लोकहितवादी इत्यादींनी जी नवी जागृती केली तिला इतिहासामध्ये महत्त्वपूर्ण स्थान आहे.

४) दळणवळणांच्या साधनांची वाढ :

इंग्रजी विद्येच्या सहवासाने जे सुधारणायुग सुरू झाले, त्याची पार्श्वभूमी आणखी एका महत्त्वाच्या सुधारणेमुळे निर्माण झाली. वाहतुकीच्या आधुनिक साधनांचा प्रसार करून राज्यकर्त्यांनी पक्के रस्ते व लोखंडी रूळ यांनी सारा देश एकत्र साधण्याचा मोठाच उद्योग केला. सर्व देशात शांतता राखता यावी, लष्कराची हालचाल सुलभ व्हावी, दुष्काळनिवारणाचे कार्य सुकर व्हावे, लोकांनी दळणवळण वाढवावे, व्यापाराची वृद्धी व्हावी अशा विविध हेतूंनी सरकारने रेल्वे बांधण्यास सुरुवात केली. भारतातील पहिली रेल्वे गाडी अथवा आगगाडी मुंबई ते ठाणे अशी सन १८५३ मध्ये सुरू झाली.

१९ व्या शतकाच्या उत्तरार्धातील नवसुधारणा आणि नवी जागृती । १६५

पुढच्या इंजिनमधून धुराचे लोट ओकणाऱ्या व बिनघोड्यांच्या या सजीव वाहनास 'चाक्या म्हसोबा' समजून प्रथम हजारो लोक आगगाडी पाहण्यासाठी जमत. सन १८६२ मध्ये खंडाळ्याच्या घाटापर्यंत आगगाडी सुखरूपपणे येऊ लागली. तसेच पक्के रस्ते व सडका बांधण्यात आल्या. सन १९०० पर्यंत महाराष्ट्रात मुंबई, नागपूर, बेळगाव ही शहरे रेल्वेने जोडण्यात आली. पोष्ट, तारायंत्र यामुळेही लोक एकत्र येऊ लागले.

पुढच्या काळात लवकरच सर्व भारतात लोखंडी रुळांचे जाळे निर्माण झाले आणि विविध प्रकारची देवाण-घेवाण सुकर झाली. उद्योगधंदे व व्यापार यांची वाढ होत राहिली. परंतु सर्वात महत्त्वाची गोष्ट घडली ती अशी की, आगगाडीतून विविध जातींचे, धर्मांचे लोक प्रवास करीत राहिले. शिवताशिवत, खाण्यापिण्याचे नैवेद्य, जातिभेद यांना आपोआपच खीळ बसली. खांद्याला खांदा भिडवून नाना जातींचे, नाना धर्मांचे लोक आगगाडीतून प्रवास करीत राहिल्यामुळे सनातन धर्मकल्पना कोलमडून गेल्या, जातिभेद शिथिल झाले. ब्रिटिशांनी अनेक सामाजिक सुधारणांचे कायदे केले. त्यामुळे येथील सामाजिक विषमता कमी होण्यास मदत झाली. राज्यकारभाराच्या सोयीसाठी ब्रिटिशांनी दळणवळण व संदेशवहनात सुधारणा केल्या. त्यामुळे त्यांचा येथील सामाजिक जागृती होण्यास उपयोग झाला.

५) धार्मिक सुधारणांच्या चळवळी :

१९ व्या शतकाच्या पूर्वार्धात सुधारणांच्या अनेक चळवळी झाल्या. सर्व धर्मसुधारणा करण्याचा, आपआपल्या समाजाच्या तत्त्वानुसार प्रगती करण्याचा प्रयत्न त्यांनी केला आहे. ब्राह्मोसमाज, आर्यसमाज, प्रार्थना समाज, सत्यशोधक समाज, फिजिसॉफिकल सोसायटी इत्यादी समाजांनी हिंदू धर्मातील वाईट चालीरीती, रूढी, परंपरा यामध्ये महत्त्वाचे बदल घडवून आणले. समाजाला खऱ्या धर्माचे स्वरूप समजावून देण्याचे महत्त्वाचे कार्य कले. त्यामुळे महाराष्ट्रीय समाजाला धर्माच्या बाबतीत आधुनिक दृष्टिकोन प्राप्त झाला. हळूहळू या धर्माचे समाजावरील वर्चस्व कमी झाले आणि समाजात नवजागृती घडून आली. त्यामुळे राष्ट्रीय वृत्ती वाढीस लागली.

६) सांस्कृतिक प्रबोधन :

महाराष्ट्राच्या इतिहासात सांस्कृतिक प्रबोधनाच्या दृष्टीने इ.स.१८७० ते १८९५ चा कालखंड महत्त्वाचा ठरतो. या कालखंडात जनतेचा पाश्चिमात्य संस्कृतीशी परिचय झाला. त्यामुळे भारतीय संस्कृतीमधील पोकळ अभिमानाच्या व फाजील डामडौलाच्या

वृथा कल्पना नष्ट झाल्या. तसेच भारतीय संस्कृतीमधील त्याग, सेवा, संस्कार इ. श्रेष्ठ गोष्टींची जाणीव समाजाला पुन्हा झाली. याबाबतीत आर्य समाजाने भारताचे मोठेपण कशात आहे हे कृतीने दाखवून दिले. त्यामुळे नवजागृतीस मदत झाली.

७) आर्थिक शोषण :

महाराष्ट्रात व पर्यायाने भारतात आर्थिक अवस्था शोचनीय होती. पुढे ब्रिटिश राजवटीत राज्यकर्त्यांनी येथील जनतेचे सर्व मार्गाने आर्थिक शोषण चालू ठेवले. तेव्हा येथील जनतेची परिस्थिती सुधारल्याशिवाय सामाजिक सुधारणा होणे अशक्य आहे याची जाणीव न्या. रानडे, गोपाळ कृष्ण गोखले, दादाभाई नौरोजी इ. नेत्यांना झाली. आपल्या आर्थिक दुरवस्थेस ब्रिटिश शासन जबाबदार आहे. तेव्हा हे शोषण थांबवायचे असेल तर आपण शासनाला प्रतिकार केला पाहिजे. ब्रिटिश शासनाला हे दोष दाखवून दिले पाहिजेत, म्हणूनच गोपाळ कृष्ण गोखले, न्या. रानडे, यांनी वर्तमानपत्रांतून व 'सुधारक' साप्ताहिकामधून अभ्यासपूर्ण विचार मांडले. अंदाजपत्रकांतील ब्रिटिशांचे दोष गोखल्यांनी चाणाक्षपणाने दाखवून दिले. त्यामुळे महाराष्ट्रीयन जनतेत संघटना, ऐक्य, राष्ट्रहित इ. क्षेत्रांत नवजागृती होण्यास मदत झाली.

८) स्त्री दास्याचे निर्मूलन :

नव्या इंग्रजी राजवटीने अशा आणखी सुधारणा करून प्रजेचे रक्षण केले. सन १८२९ मध्ये कायदा करून सती जाण्याची चाल बंद केली. १८४६ साली इंग्रज सरकारने ठगांचा बंदोबस्त केला. सन १८४१ साली गुलामगिरी बंदीचा कायदा करून फार जुना कलंक साफ करण्याचे श्रेय घेतले. हिंदू धर्माचे मूळ स्वरूप कितीही उज्ज्वल असले तरी कालान्तराने त्यावर कर्मकांडाची पुटे चढून त्याचे अगदी ओंगळ रूप जनतेपुढे होते. धर्मांच्या नावाखाली अनेक भयानक व जुलमी रूढींना महत्त्व येत राहिले होते. जातिजातींमधील उच्चनीचता धर्माधिष्ठित होती. बालविवाह धर्मास अनुसरून होई. विधवाविवाहाला बंदी असे. कन्या संततीस नष्ट करण्याची चाल कुठेकुठे होती. मूर्तिपूजेच्या अवडंबरापुढे खऱ्या ईश्वरी तत्त्वाची ज्योत झाकाळून गेली होती. या विपरीत रूढींत सती जाण्याची चाल ही एक भयानक पद्धतीची होती. निस्सीम प्रेमाच्या पोटी काही स्त्रिया पतिनिधनानंतर पतीबरोबर ज्वालांत सुखाने व आनंदाने प्रवेश करीत असतीलही. परंतु या प्रथेस बळजबरीचे राक्षसी स्वरूप येत राहिले. इच्छा असो वा नसो, पत्नीने पतीच्या शवाबरोबर स्वतःस जाळून घेतलेच पाहिजे अशी सक्ती काही ठिकाणी होत राहिली.

बंगालमधील प्रसिद्ध समाजसुधारक व नवधर्मप्रवर्तक राजा राममोहन रॉय यांनी या अनिष्ट व घातक चालीविरुद्ध लढा देण्यास सन १८१७-१८ पासूनच प्रारंभ केला होता. सतीच्या अमानुष चालीबद्दल सरकारने विचार करावा म्हणून सुधारकांनी जो अर्ज पाठविला त्यात म्हटले होते की, 'आपल्या मृत पतीबरोबर सती जाण्याचा निश्चय दुःखाच्या पहिल्या आवेगात अविवेकाने केलेल्या इतर अनेक स्त्रिया आयत्या वेळी भीतीने तो निश्चय बदलतात. पण अशांना दोऱ्यांनी बांधून चितेवर अग्नीने जाळून त्यांची राख होईपर्यंत सक्तीने हिरव्या बांबूंनी ढोसून डांबून ठेवण्यात येते. इतर काही स्त्रिया चितेवरून पळूनही जात असत. पण त्यांचे भाऊबंद त्यांना पुनः उचलून आणून जाळून मारत. कोणत्याही शास्त्राच्या दृष्टीने जगातील कोणत्याही लोकांच्या सारासार विचाराने पाहिले तरी हे सर्व खूनच आहेत.' धर्माच्या नावाखाली हे खून करण्यामागे आप्तस्वकीयांचा एक हेतू काही ठिकाणी होता. सती गेलेल्या स्त्रियांची संपत्ती निकटवर्ती आप्तांना सहजासहजी मिळणे मग सुलभ होई.

स्त्रीच्या दास्याचे हे भयानक प्रतीक सतीच्या रूपाने भारतात अनेक ठिकाणी थैमान घालीत होते. राजा राममोहन रॉय यांच्या प्रयत्नांना यश येऊन सती जाण्याची चाल लॉर्ड बेंटिंग यांनी कायद्याने बंद केली. या कायद्याचे मानवी दृष्टिकोनातून समर्थन करताना बेंटिंग एका पत्रात लिहितो, 'माझ्या अंतःकरणातील पहिला व मूलभूत हेतू हिंदूंचे कल्याण व्हावे हाच आहे. त्यांची श्रद्धा कशीही असली तरी त्यांच्यांत अधिक शुद्ध नीतिमत्ता स्थापन व्हावी आणि परमेश्वरी इच्छेसंबंधीचे त्यांचे विचार अधिक न्याय्य व्हावेत, याच्याइतके त्यांच्या भावी सुधारणेच्या दृष्टीने दुसऱ्या कशासही महत्त्व नाही, असे मला वाटते. हे ज्ञान, त्यांना होण्याच्या दृष्टीने पहिली पायरी म्हणजे खून आणि रक्तपात यांच्यापासून त्यांचे धार्मिक आचारविचार अलिप्त होतील अशी व्यवस्था करणे हीच होय. अशा पाशवी उन्मादापासून ते मुक्त होतील तेव्हाच ते सर्वमान्य सत्य तत्त्वांचे अधिक शांतपणे आकलन करू शकतील... आपल्या अत्याचारी रूढींपैकी अग्रगण्य रूढींचा हा प्रमाद त्यांच्या लक्षात आल्यानंतर आपल्या उन्नतीच्या आड येणाऱ्या इतर रूढींचाही ते त्याग करतील.'

✳ बालविवाह–विधवाविवाह

धर्माधिष्ठित समाजाने नव्या काळाची पावले न ओळखल्याने ज्या रूढिरूप जळवा रक्त शोषित राहिल्या त्यांपैकी बालविवाह व विधवाविवाहाचा प्रश्न या दोन महत्त्वाच्या आहेत. बालविवाहाची रूढी सार्वत्रिक असल्यामुळे ऐन वयातच अथवा बालपणीच मुलींच्यावर वैधव्याची कुऱ्हाड कोसळत असे. आणि हिंदूधर्मशास्त्राच्या

रूढीप्रमाणे या बालविधवांना पुनः लग्न करण्यास परवानगी नसे. इतकेच नव्हे तर सती न जाता त्या जिवंत राहिल्या तर त्यांना न्हाव्याकडून विद्रूप करून जिवंतपणीच मरणाच्या यातना भोगण्याची सोय हिंदू धर्माने केली होती. अशा बालविधवांची दुःखे पाहून नव्या विचारांचे पुढारी व्यथित झालेले दिसतात. बालविधवेच्या पुनर्विवाहाच्या बाजूने मते जाहीर करण्यात, त्यानुसार काही चळवळ हाती घेण्यात, वादविवाद करण्यात कित्येक सुधारकांनी पुढाकार घेतला. याच सुमारास इंदूप्रकाशात विष्णुशास्त्री पंडितांनी विधवाविवाहाच्या मंडनार्थ एक लेख लिहून या प्रकरणास सुरुवात केली. विधवाविवाहोत्तेजक मंडळही स्थापन झाले. जमखिंडीचे अधिपती या मंडळाचे अध्यक्ष व माधवराव विंचूरकर हे उपाध्यक्ष बनले. विष्णुशास्त्री पंडित चिटणीस झाले. माधवराव रानडे सभासद असून त्यांचा या नव्या चळवळीला भरपूर पाठिंबा होताच.

९) राज्यकर्त्यांची उदासीनता :

भारताप्रमाणेच महाराष्ट्रातही ब्रिटिशांची सत्ता, हे राज्यकर्ते मायभूमीच्या आणि स्वतःच्या कायद्याकडे लक्ष देत होते. येथील जनतेच्या हिताकडे दुर्लक्ष करीत होते. त्यामुळे समाजाची वाईट अवस्था झाली होती. त्यामुळे या राज्यकर्त्यांवर सुशिक्षित तरुण वर्ग चिडून होता. त्याच दरम्यान दुष्काळ पडलेला होता. त्यामुळे जनतेचे भयंकर हाल झाले. त्याकाळी राज्यकर्ते दुर्लक्ष करीत होते. शेतकऱ्यांना आर्थिक मान नाही त्यामुळे सर्व सुशिक्षित आणि तरुण राज्यकर्त्यांविरुद्ध नाराज झाला. त्यामुळे सर्व समाजात त्यांनी जनजागृती घडवून आणली. याशिवाय राज्यकर्त्यांनी भारतीयांना हीन वागणूक देण्यास सुरुवात केली. काळा, गोरा भेद करून समाजातील सुशिक्षित तरुणांनाही नागविण्यास सुरुवात केली. त्यामुळे तरुण वर्ग राज्यकर्त्यांवर चिडला. याशिवाय सुशिक्षित तरुणांना नोकरीत भरती करताना क्षुल्लक कारणांवरून निवडले जात नव्हते. नोकरीतील वरच्या व मानाच्या जागा गोऱ्यांनाच दिल्या जात होत्या. त्यामुळे या राज्यकर्त्यांविषयी समाजात तीव्र असंतोष निर्माण झाला.

अशा प्रकारे महाराष्ट्रात नवजागृती होण्यास सुरुवात झाली. परंतु ही नवजागृती महाराष्ट्रापुरतीच मर्यादित राहिली नाही, तर तिचे पडसाद सर्व भारतभर पसरले. महाराष्ट्राप्रमाणे भारतातही राष्ट्रवादी नवजागृतीची चळवळ सुरू झाली. नवजागृतीची चळवळ महाराष्ट्राप्रमाणे बंगाल, पंजाब आदी राज्यांतही वेगाने सुरू झाली. इतर राज्यांनीही नवजागृतीच्या चळवळीचे अनुकरण केले. भारतात नव्या जागृतीला सुरुवात झाली.

१०) **ख्रिस्ती मिशनऱ्यांमुळे विचारजागृती :**

अव्वल इंग्रजीच्या काळात धार्मिक वेडगळ समजुतींविरुद्ध प्रखर प्रचार केला तो ख्रिस्ती मिशनऱ्यांनी. या लोकांनी आपल्या उपदेशप्रसाराची असंख्य केंद्रे भारतभर निर्माण केली. दुष्काळ, अज्ञान, रोगराई, घातकी रूढी यांच्यांत पिचल्या जाणाऱ्या हिंदू लोकांना मिशनऱ्यांनी दिलासा दिला. मोफत औषधे, प्राथमिक शाळा, व्याख्याने, छापील पत्रके इत्यादींच्या साह्याने त्यांनी हिंदू धर्मावर आघात करून त्यांतील दुष्ट व समाजघातक रूढींना धक्का देण्याचा प्रयत्न केला. कधी मर्यादेबाहेर जाऊनही मिशनऱ्यांनी हिंदू धर्माची नालस्ती केली. याचीच प्रतिक्रिया म्हणून शास्त्रीपंडितांनी, विशेषतः विष्णुबोवा ब्रह्मचारी यांनी ख्रिस्ती धर्मावर व मिशनऱ्यांवरही कडक शब्दांत टीका केली. तरी प्रचलित कर्मठ हिंदूधर्माची समीक्षा करावी, त्याचे अंतरंग तपासून पाहावे, त्याच्यावरील कर्मकांडाची व रूढींची धूळ झटकावी, असा विचार करणारे अनेक विचारवंत याच काळात सरसावले.

*** नवजागृतीचे स्वरूप**

नव्या जागृतीमुळे महाराष्ट्रात नव्या व स्वाभिमानी कालखंडाला सुरुवात झाली. महाराष्ट्रात या कालखंडाची सुरुवात सन १८५० पासून झाली. महाराष्ट्रात मवाळ व जहाल पक्षाच्या राजकारणाला सुरुवात झाली. जहाल पक्षाच्या राजकीय चळवळीतून आपणाला नवजागृतीचे स्वरूप व दृष्टिकोन लक्षात येतो. या बदलत्या राजकीय चळवळीत आपणाला नवजागृतीचे प्रतिबिंब पाहावयास मिळते. जहाल पक्षातील नेत्यांचे विचार, आधुनिक व परिस्थितीनुरूप बदललेले दिसून येतात.

१) **स्वातंत्र्याची तळमळ –** नवतरुणांना व राष्ट्रप्रेमी युवकांना राजकीय स्वातंत्र्याची तळमळ लागून राहिली होती. या चळवळीतील सुशिक्षित तरुणांना देश स्वतंत्र झाला पाहिजे असे प्रामाणिकपणे वाटत होते. देशाच्या गुलामगिरीस ब्रिटिश शासन जबाबदार आहे. तेव्हा हे शासन आपण घालवून दिल्याशिवाय देशाला खरे स्वातंत्र्य मिळणार नाही आणि देश स्वतंत्र झाल्याशिवाय आपली प्रगती होणे शक्य नाही अशी नेते मंडळींची ठाम समजूत होती. आपल्या अज्ञानामुळे व नाकर्तेपणामुळे हे परकीय भारताचे मालक झाले आहेत. आपण खरे या देशाचे मालक आहोत. या देशावर परकीयांना राज्य करण्याचा बिलकुल अधिकार नाही. तेव्हा आपण जुने विचार व कल्पना टाकून देऊन देश स्वतंत्र केला पाहिजे, त्यासाठी आपण चळवळ केली पाहिजे, देशासाठी किंमत मोजली पाहिजे असे विचार गोखले, न्या. रानडे, टिळक, आगरकर इ. विचारवंतांनी मांडले आणि देशाचे दास्यत्व नष्ट

करण्यासाठी महाराष्ट्रातील विचारवंतांनी अखेरपर्यंत प्रयत्न केले.

२) **न्यूनगंडाची भावना** : ब्रिटिशांनी मराठ्यांची सत्ता नष्ट केली व महाराष्ट्रीय जनतेला आपले गुलाम बनविले. पुढे इंग्रजी शिक्षणामुळे सुशिक्षित झालेली येथील तरुण जनताही नकळत इंग्रजांची गुलामच झाली. या सुशिक्षित तरुणांत इंग्रजी राज्यकर्त्यांविषयी न्यूनगंडाची भावना निर्माण झाली. परंतु पुढे जहाल पक्षाचे अध्वर्यू लोकमान्य टिळकांनी सुशिक्षितांमध्येही इंग्रजी सत्तेविषयी जागृती निर्माण केली.

३) **नियम व कायद्यासंबंधी** : महाराष्ट्रातील जनतेत व विचारवंतांमध्ये शासनाचे नियम व कायद्याबाबतीत भिन्न दृष्टिकोन होते. जुनी पिढी गतानुगतिक होती. नियम, संकेत पालन करण्याकडे या पिढीचा दृष्टिकोन होता. नवी पिढी परिवर्तनशील व नव्याचा स्वीकार करणारी होती. कारण कायदे मनुष्याने मनुष्याच्या हितासाठी केले आहेत, ते परिस्थितीप्रमाणे बदलले पाहिजेत. शिवाय निरुपयोगी कायदे टाकून दिले पाहिजेत. तेव्हा कायदे पाळण्यासही काही मर्यादा असतात. कायद्याने समाजाचे हित झाले पाहिजे व जुलमी कायदे टाकाऊ म्हणून रद्द झाले पाहिजेत. अशा जुलमी कायद्यांविरुद्ध तरुणांनी व जिज्ञासूंनी प्रतिकार केला पाहिजे.

४) **असहकाराची भावना** : महाराष्ट्रातील जुनी पिढी इंग्रजधार्जिणी होती. परमेश्वराने इंग्रजांना आपल्या देशाच्या हितासाठी पाठवून दिले आहे असे त्यांचे मत होते. म्हणून ही पिढी ब्रिटिशांशी संबंध ठेवून सहकार्य करण्यास तयार होती.

परंतु समाजातील नवी पिढी, नव्या कल्पना व नवविचार यांनी प्रेरित झाली होती. इंग्रजांच्या कुटिल नीतीविषयी नवी पिढी साशंक होती, म्हणून नवी पिढी ब्रिटिश शासनाशी संबंध ठेवू इच्छित नव्हती. इंग्रज आपणाला काही देणार नाहीत, ते या देशाचे मालक नाहीत, तेव्हा आपण या देशाचे मालक! मग इंग्रज आपणाला देश देणारे कोण? इ. विचार नव्या पिढीच्या ठिकाणी रुजत होते. संघर्षाशिवाय व किंमत मोजल्याशिवाय कोणत्याही देशाला स्वातंत्र्य मिळाले नाही. भारतही त्याला अपवाद असू शकणार नाही. तेव्हा भारतीय स्वातंत्र्यासाठी संघर्ष अटळ आहे. इंग्रजांशी संबंध ठेवून आपला काहीही फायदा होणार नाही. या नव्या पिढीच्या धोरणामुळे त्यांनी ब्रिटिश शासनाशी सख्य ठेवले नाही.

न्यूनगंड दूर केला. उलट आपण इंग्रजांपेक्षा कोणत्याही बाबतीत कमी नाही हे कृतीने त्यांनी दाखवून दिले. तेव्हा अपली व देशाची प्रगती व हित व्हावयाचे असेल तर अगोदर ब्रिटिशांची परकीय सत्ता घालवून दिली पहिजे.

५) **सशस्त्र उठावाचे आकर्षण** : १९ व्या शतकाच्या उत्तरार्धात महाराष्ट्राच्या

सामाजिक, राजकीय व आर्थिक चळवळीमुळे नवजागृती होण्यास हातभार लागला. परंतु पूर्वार्धापेक्षा उत्तरार्धातील नवजागृतीचे स्वरूप व मार्ग अधिक उग्र व क्रांतिकारक झालेले दिसून येते. समाजात सनदशीर मार्गाने उठाव करणाऱ्यांचा एक वर्ग होता. त्याचे प्रमुख गोखले होते. दुसरा वर्ग जहाल मतवाद्यांचा. त्यांचा मार्ग प्रतिकाराचा व शासनाला अडविण्याचा होता. परंतु तिसरा वर्ग सुशिक्षित तरुणांचा वर्ग. हा दहशतवाद्यांचा होता. या वर्गाचे नेतृत्व वासुदेव बळवंत फडके, चाफेकरबंधू, मदनलाल धिंग्रा इ. नेते करीत होते. या दहशतवादी नेत्यांनी इंग्रजी सत्ता भारतातून घालवून देण्यासाठी सशस्त्र क्रांतीचा उठाव केला. ही सशस्त्र क्रांती दडपून टाकण्याठी ब्रिटिशांना फार किंमत द्यावी लागली. दहशतवादी आपल्या मार्गात अयशस्वी झाले. परंतु भारतावर राज्य करणे येथून पुढे कठीण आहे. ही गोष्ट ब्रिटिश शासनाच्या लक्षात आल्यावाचून राहिली नाही.

*** सामाजिक चळवळी**

इ.स.१८५० ते १९०० या कालखंडात महाराष्ट्रातील सामाजिक चळवळींना बराच जोर चढला. ५० वर्षांच्या कालखंडात महाराष्ट्रात नवजागृती मोठ्या प्रमाणात घडून आली. नवजागृतीचा परिणाम येथील राष्ट्रवादी शक्तींना बळकटी प्राप्त होण्यास झाला. तेव्हा येथे आपणाला सामाजिक चळवळीविषयी माहिती करून घ्यावयाची आहे.

रामकृष्ण मिशन, ब्राह्मो समाज, थिऑसॉफिकल सोसायटी यासारख्या धार्मिक संस्था महाराष्ट्राबाहेर सामाजिक प्रबोधनाचे कार्य करीत होत्या. या समाजाद्वारे समाजातील प्रथा, परंपरा, अंधश्रद्धा, रूढी इ. वर जोरदार हल्ले चढविले गेले. त्यामुळे महाराष्ट्राच्या सामाजिक जीवनात महत्त्वाच्या सुधारणा घडून आल्या.

या कालखंडात सामाजिक चळवळींचा विचार करताना रानडे यांचा सामाजिक सुधारणांविषयीचा व्यापक दृष्टिकोन, फुल्यांचे सामाजिक जागृतीचे कार्य, आगरकर व टिळक यांच्यामधील अगोदर सामाजिक सुधारणा की, अगोदर राजकीय सुधारणा इ. बाबींचा आपणाला विचार करावा लागतो. वरील विचारांचा येथील सामाजिक चळवळींवर मोठा प्रभाव पडलेला दिसून येतो.

हिंदू धर्माचा सर्वसामान्य समाजावर मोठा प्रभाव होता. अंधश्रद्धा, परंपरा, वर्ण व्यवस्था, जातीयता यामुळे समाजाचे जीवन चाकोरीबद्ध झाले होते. समानतेचे तत्त्व अस्तित्वात नव्हते. या समाजाच्या प्रगतीसाठी जांभेकर, लोकहितवादी, फुले यांनी खूप प्रयत्न केले. त्यांनी शिक्षणाद्वारे लोकजागृती व लोकशिक्षण दिले. त्यामुळे

सुधारक व सनातनी यांच्यात मोठा संघर्ष निर्माण झाला. परंतु समाजसुधारकांनी सनातन्यांना वैचारिक पातळीवर जिंकून सामाजिक सुधारणांचे महत्त्व त्यांना पटवून दिले. समता, स्वातंत्र्य, स्वदेश यांचे महत्त्व समाजाला पटवून देण्यासाठी महाराष्ट्रात विविध सामाजिक सुधारणा सुरू झाल्या.

* सामाजिक सुधारणेला म. जोतीबा फुले यांची प्रेरणा

महात्मा फुल्यांचे समाजकार्य

अव्वल इंग्रजीच्या काळात चोहोंकडून अशा प्रकारे सुधारणांचा नवा प्रवाह सुरू असताना लोकही सावध झाले. आपल्या दुर्गुणांकडे त्यांचे त्यांचे लक्ष गेले. शिक्षणाची महती त्यांना पटली. वेडगळ रूढी सोडून द्याव्यात हे त्यांना पटू लागले. पाश्चात्त्य शिक्षण, इंग्रजी कायदे, मिशनऱ्यांचा प्रचार यांनी समाजमनावर अल्पसा का होईना पण परिणाम केला. काही विचारवंतांनी अंधश्रद्धेविरुद्ध प्रचाराची झोड उठविली. अस्पृश्यांच्या उद्धाराचे कार्य अवलंबिले. जोतिबा फुले, लोकहितवादी इत्यादींची नावे या संदर्भात महत्वाची आहेत. या काळात महात्मा जोतिबा फुले हे फार मोठे कर्ते सुधारक असून, त्यांनीच सन १८४८ साली पुण्यात मुलींसाठी प्रथमच शाळा सुरू केली. या कामी त्यांना आणि त्यांच्या पत्नी सावित्रीबाई यांना फारच हाल सहन करावे लागले. सन १८५४ मध्ये सनातनी पुण्यात फुले यांनी महारामांगांसाठी एक शाळा सुरू करून समाजसुधारणेचा नवाच अध्याय सुरू केला. 'बालहत्या प्रतिबंधगृह' यासारखी एक घरगुती संस्थाही त्यांनी सन १८६३ साली काढून सहानुभूतीचा नवा मार्ग खुला केला. महात्मा फुले यांनीच विधवाविवाहाची तरफदारी करून सन १८६४ मध्ये शेणवी जातीमधील एक पुनर्विवाह घडवूनही आणला. 'सार्वजनिक सत्यधर्म' व 'गुलामगिरी' या आपल्या दोन पुस्तकांतून त्यांनी ब्राह्मण वर्गावर टीका करून एका नव्या धर्मपंथाची सत्यशोधक समाजाची स्थापना केली. याच प्रचारासाठी त्यांनी 'दीनबंधू' नावाचे एक वृतपत्रही काढले.

बहुजन समाजाला धर्माचे खरे स्वरूप दाखवून दिले. उपेक्षित समाज सुसंघटित केला. सामाजिक रचनेत बदल केला. बहुजन समाजात नवचैतन्य निर्माण केले. त्यासाठी सत्यशोधक समाजाची शिकवण बहुजन समाजाला दिली.

* जातिभेदाविरुद्ध चळवळ

ज्या धर्माने सती जाण्यास उत्सुक केले, ज्या धर्माने इंग्रजी भाषा शिकण्यास बंदी केली, ज्या धर्माने परदेशगमन निषिद्ध मानले त्या धर्माचीच समीक्षा विचारवंतांनी कशी केली हे आपण पुढल्या प्रकरणात पाहणार आहोत. येथे आणखी काही धर्माच्या

आधारावर आरूढ होऊन समाजघात करणाऱ्या रूढी पाहून नवसुधारकांनी काय काय प्रयत्न केले यांचा आणखी थोडा तपशील पाहू. गुणकर्मावर उभारलेली जातिसंस्था पुढे जन्मावर पक्की झाली आणि खालच्या जातींतील लोकांच्या कष्टाला सीमा उरली नाही. अस्पृश्यांचे व्यवसाय हीन बनले तरी समाजाच्या स्वास्थ्याच्या दृष्टीने तेही आवश्यक होते. समाजाचा गाडा चालण्यासाठी कामांची वाटणी जातितत्त्वावर झालेली होती, परंतु या जाती व उपजाती जन्मावर पक्क्या झाल्या आणि अस्पृश्यांच्या हक्कांवर अनेक बंधने आली. साधे माणुसकीचे जिणे जगणेही त्यांना अशक्य झाले. अर्धपोटी राहून, गुलामासारखे राबून समाजाची सेवा करावी व सतत दुरुत्तरांचाच स्वीकार करावा हेच त्यांच्या नशिबी होते. अस्पृश्यतानिवारणाची चळवळ फार पुढे निर्माण झाली.

✸ अस्पृश्यांची सुधारणा

जातिभेदाचा तात्त्विक वा धार्मिक आधार काढून घेण्याचाही प्रयत्न याच सुमारास झाला. कारण सन १८२७ साली बुद्धधर्माचा अनुयायी पंडित मृत्युंजयाचार्य याच्या 'वज्रसूची' या संस्कृत ग्रंथाचे मराठी भाषांतरही प्रसिद्ध करून जातिभेद नष्ट करण्यासाठी प्राचीन संस्कृत ग्रंथाचा आधार पुढे ठेविला. प्राचीन काळच्या काही मोजक्या पंडितांनी व मध्ययुगीन काळच्या साधुसंतांनी जे समतेचे तत्त्व स्पष्ट करून सांगितले, त्याचा ओघ व्यावहारिक जीवनाकडे वळणे अगत्याचे होते. प्रत्यक्ष आचरणाने जातिभेदाचा दाह कमी करणे अत्यावश्यक होते. अस्पृश्यतेचा विचार आता या नव्या काळात भौतिकशास्त्रांच्या आधारेही करणे जरूर होते. जोतिबा फुले यांनी अस्पृश्यांसाठी शाळा उघडून व आपल्या घरचा पाण्याचा हौद त्यांच्यासाठी खुला करून एक दिशा दाखविल्याचे आपण पाहिलेच आहे. केवळ सहानुभूती, दया, धर्मबुद्धी यांच्या ऐवजी आर्थिक विकासास समान संधी, शिक्षणाचा प्रसार, स्वच्छता, टापटीप, सद्विचार यांची संस्कृती इत्यादींचीही ओळख अस्पृश्यांना होणे अत्यावश्क होते. पुढील काळात विठ्ठल रामजी शिंदे, डॉ. आंबेडकर, श्री. म. माटे, महात्मा गांधी, साने गुरुजी, इत्यादी कर्त्या विचारवंतांनी या बाबतीत पुढाकार घेऊन फार मोठी कामगिरी केली.

✸ धर्मजागृती व देशाभिमान

सन १८८० च्या नंतर खऱ्या अर्थाने राजकीय जागृतीस सुरुवात झाली. आधीच्या काळात धर्मजागृती कशी झाली व नाना धर्मपंथ कोणत्या अवस्थेत निर्माण झाले व त्यांच्या कार्यामधून देशाभिमानाची प्रेरणा कशी मिळत गेली हे आपण पाहिले.

१७४ । आधुनिक महाराष्ट्रातील समाजसुधारणेचा इतिहास

१८७४ सालापासून विष्णुशास्त्री चिपळूणकरांनी आपल्या निबंधमालेतून स्वधर्म, स्वभाषा व स्वदेश यांच्याविषयी अभिमान निर्माण करण्यास आरंभ केला. ब्रिटिश राज्यकर्त्यांविरुद्ध प्रचारही निबंधमालेत येऊ लागला. निबंध मालेच्या प्रेरणेनेच पुढे १८८०-८१ च्या सुमारास टिळक व आगरकर यांनी शिक्षण व वृत्तपत्रे यांच्या साह्याने देशजागृतीचे कार्य मोठ्या जोमाने सुरू केले. राजा राममोहन रॉय, लोकहितवादी, रानडे-भांडारकर, जोतिबा फुले, वि. रा. शिंदे, दयानंद सरस्वती इत्यादी विचारी सुधारकांनी धर्मसुधारणेचे जे कार्य केले त्यातूनच देशाभिमानाची बीजे रोवली गेली. लो. टिळकांनी पुढे विसाव्या शतकाच्या प्रारंभीच्या काळात 'गीतारहस्य' लिहून त्यांनी प्राप्त परिस्थितीत कर्मयोगरहस्य विशद केले. टिळकांच्या बरोबरीने सुरुवात करून आगरकर पुढे समाजसुधारणेकडे वळले. समाजसुधारणा धर्मसुधारणेशी निगडित असल्याने या प्रखर बुद्धिवादी संपादकाने आपल्या 'सुधारक' नावाच्या पत्रातून हिंदू धर्मातील वेडगळ चालीरीती आणि अनिष्ट रूढी यांवर उपरोधिक भाषेने हल्ला केला.

✳ आगरकरांची धर्मजागृती

तर्ककठोर विचारसरणी, विवेकनिष्ठा, बुद्धिप्रामाण्य या धारदार शब्दांनी आगरकरांची वाणी व लेखणी तळपत राहिली. पूर्वजन्म, पुनर्जन्म या कल्पना त्यांना अर्थातच मान्य नव्हत्या. मनुष्याचा ऐहिक सुखवर्धन करणारा धर्म त्यांना हवा होता. 'मनुष्यतेचे ऐहिक सुखवर्धन या भावी सार्वत्रिक धर्माची ज्यांनी दीक्षा घेतली असेल, त्यांनी कोणास न भिता जे शुद्ध, प्रशस्त, कल्याणप्रद वाटत असेल ते दुसऱ्यास सांगावे आणि तदनुसार होईल ते आचरण करावे हेच त्यास उचित आहे' अशी त्यांची विचारसरणी होती. परोपकार, सदाचार, सत्यनिष्ठा व आत्मसंयम या गुणांच्या द्वारे मनुष्याचे ऐहिक सुखवर्धन होईल असे त्यांना वाटे. परलोक, देवदानव, स्वर्ग-नरक, सोवळे-ओवळे, भूतपिशाच्च इत्यादी भ्रामक कल्पना सोडून देऊन खऱ्या धर्माकडे वळले पाहिजे असे ते म्हणत. 'आमच्या व अस्मत्सम धर्मी लोकांच्या परिश्रमांमुळे पुढल्या पिढीत आमच्या विचारांचे अनेक तरुण निघाले म्हणजे आणि त्यांनी तोंडाने व हातांनी या विषयांची सारखी टाकी चालविली तर थोड्याच वर्षात तुमचे देव मनुष्यांपासून व पिशाच्चांपासून निघाले आहेत अशी बहुतेकांची खात्री होऊन जाईल. इतकेच नाही तर तुमच्या धर्मविचारांतही प्रचंड क्रांती होऊन तुमचे वर्तन पराकाष्ठेचे साधे व फक्त नीतिनियमांनी चालणारे असे होईल. संध्या, ब्रह्मयज्ञ, श्रावण्या, साधे यज्ञ, श्राद्धे वगैरे चालू धर्माचार पूर्णपणे लयास जाऊन त्यांचे जागी अधिक उपयुक्त व समंजसपणाचे आचार प्रचारात येतील आणि सत्यपरायणता, न्यायरती, परोपकृती

१९ व्या शतकाच्या उत्तरार्धातील नवसुधारणा आणि नवी जागृती । १७५

आणि शहाणपण इत्यादी सद्‌गुणांची वृद्धी होऊन लोकांना आतापेक्षा शतपट अधिक सुख मिळू लागेल' अशी त्यांची खात्री होती.

कर्मकांड, व्रतवैकल्ये, जपजाप्य, पूजाअर्चा, पठणपारायण, जारणमारण इत्यादींत सापडलेला हिंदू धर्म अशा रीतीने एकोणिसाव्या शतकाच्या अखेरीस मुक्त होत होता. राजा राममोहनांपासून आगरकरांपर्यंतच्या धर्मसुधारणेची दिशा ही अशी होती. धर्मसुधारणेच्या चळवळीतूनच पुढे राजकीय जागृती होऊन भारतीय स्वातंत्र्याची यात्रा पुढला मार्ग आक्रमण करू लागली.

* लोकहितवादींची तळमळ

समाजसुधारणेस आपल्या प्रखर लेखणीने चालना देणारे पहिल्या पिढीतील अग्रगण्य नेते म्हणजे गोपाळ हरी देशमुख अथवा लोकहितवादी. नावाप्रमाणेच लोकांचे हित साधण्यासाठी यांनी 'प्रभाकर' पत्रातून शेकडो पत्रे लिहून हिंदूंच्या चालीरीतींवर कोरडे ओढले. ब्राह्मण अथवा पुरोहित वर्गाने गरीब जनतेस किती हीनदीन करून सोडले आहे, या संबधी त्यांनी पोटतिडकीने लिहिले आहे. 'अरे, अरे, का हे दुष्ट, चांडाळ ब्राह्मण आहेत! आणि कोण त्यांचे पुढारी पंडित शास्त्री आहेत! या जातीचे पुढारी कुणी दुसरे होतील तर बरे.. गरीब, तरुण, दुर्भाग्य स्त्रिया यांचे हाल पाहून या चांडाळांस दया येत नाही. पुनर्विवाहाची गोष्ट कोणी बोलला तर त्यांस वाटते की, हा कोणी राक्षस धर्म बुडविणारा आहे,'

धर्माच्या नावाखाली चाललेल्या अघोर रूढीविरुद्धच लोकहितवादी तक्रार करतात असे नाही. या देशात त्यांना कोठेच ज्ञानलालसा दिसत नाही. जिज्ञासा दिसत नाही. कष्ट करून शोध घेण्याची प्रवृत्ती दिसत नाही. कसलीही सुधारणा येथील लोकांच्या मनात कशी येत नाही? या विचाराने ते अस्वस्थ होऊन जात. समाजाच्या या अनास्थेविषयी त्यांना खूप तळमळ होती.

* सामाजिक सुधारणेला न्या. रानडे यांचे प्रोत्साहन

सन १८६२ पासून न्या. रानडे यांनी सामाजिक सुधारणांचे महत्त्व ओळखून सुधारणेच्या चळवळीकडे लक्ष दिले. सामाजिक दर्जा, बुद्धिमत्ता, वैचारक श्रेष्ठत्व यामुळे रानडे यांच्या कृतीला महत्त्वाचे स्थान प्राप्त झाले. रानडे यांनी समाजकारण, राजकारण, अर्थकारण, धर्मकारण ही समाजाची विविध अंगे आहेत असे पटवून दिले. समाजाची सर्वांगीण उन्नती होणे गरजेचे आहे हे पटवून दिले. सर्व सुधारकांना एकत्र घेऊन भारतीय स्वरूपाची संघटना प्रथम तयार केली. हिंदुस्थान गुलामगिरीत आहे.

पण यापेक्षा आपल्या समाजातील प्रथा, अंधश्रद्धा, रूढी आपणास गुलाम करीत आहेत. आपणच या प्रथेची आपल्या समाजावर गुलामगिरी लादत आहोत. तेव्हा समाजातील बालविवाह, सती चाल, जातिभेद, अस्पृश्यता इ. अनिष्ट प्रथा नष्ट केल्या पाहिजेत. समाजाची या समाजिक बंधनातून सुटका केली पहिजे. त्यासाठी त्यांनी समाजाला नवा धर्म, परमेश्वराचे खरे स्वरूप स्पष्ट केले. संघटित समाजसेवा करण्याची शिकवण समाजाला दिली.

'सुधारक'कार आगरकरांची प्रेरणा :

'इष्ट असेल ते बोलणार व शक्य असेल ते करणार' हे सुधारक या आगरकरांच्या वृत्तपत्राचे घोषवाक्य होते. बुद्धिवाद हा त्यांच्या विचारांतील कणा होता. समाजाच्या उद्धारासाठी तळमळीने कार्य केले. समाजातील अनिष्ट रूढींवर कठोर टीका केली. समाजातील सती चाल, बालविवाह, केशवपन, देवदेवतांविषयी असलेल्या अनिष्ट प्रथांविषयी बुद्धिवादी विचार मांडले. आत्मसंयम, सदाचार, परोपकार अशी धर्माविषयी त्यांची कल्पना होती.

चिपळूणकरांची प्रतिगामी चळवळ :

विष्णुशास्त्री चिपळूणकरांनी 'निबंधमाला' सुरू केली. या वर्तमानपत्राद्वारे त्यांनी समाजसुधारकांवर टीकेची झोड उठविली. आपल्या ओजस्वी वाणीने व तेजस्वी लेखणीने महाराष्ट्रातील उच्चवर्णीय तरुणांना आकर्षित करून घेतले. अब्राह्मणांनी ब्राह्मणांबरोबर असू नये असे विचार व्यक्त केले. त्यामुळे महाराष्ट्रात पुढे ब्राह्मण-ब्राह्मणेत्तर वाद वाढीस लागला. चिपळूणकरांच्या विचारसरणीत काही दोष होते. परंतु देशाबद्दल त्यांना स्वाभिमान होता. भारतीय संस्कृती श्रेष्ठ आहे असे त्यांचे म्हणणे होते. भारतीय संस्कृतीमधील दोष दाखविणाऱ्यांवर ते तुटून पडले. तेव्हा चिपळूणकर बुद्धिमान होते. परंतु भावनाविवश व हळव्या अंतकरणाने त्यांनी आपले विचार व्यक्त केले. त्यामुळे चिपळूणकरांविषयी समाजात गैरसमज निर्माण झाले. तरीसुद्धा सामाजिक सुधारणेच्या बाबतीत त्यांनी मांडलेले विचार महत्त्वाचे होते.

ब्राह्मणेतर चळवळ :

म. फुले यांनी सत्यशोधक समाजाची स्थापना केली. या चळवळीमुळे महाराष्ट्रात अनेक समाजसुधारक सामाजिक कार्याने प्रेरित झाले. विविध समाज व सामाजिक सुधारक पुढे उदयास आले. त्यापैकीच ब्राह्मणेतर चळवळ होय. या चळवळीचा उद्देश

ब्राह्मणांच्या वर्चस्वातून ब्राह्मणेतर समाजाची सुटका करणे होय. त्यासाठी चळवळीने ब्राह्मणांच्या वर्णश्रेष्ठत्वाच्या व जातिश्रेष्ठत्वाच्या कल्पनेला आव्हान दिले. सर्व मानव परमेश्वराची लेकरे आहेत. मनुष्य व परमेश्वर यांच्यामध्ये ब्राह्मणासारख्या एजंटाची गरज नाही. तेव्हा समाजात भटाभिक्षुकांचे स्तोम माजले होते, त्यास ब्राह्मणेतर चळवळीने जोराची धडक दिली. म. फुले यांच्यानंतर छत्रपती शाहू महाराज, कर्मवीर भाऊराव पाटील, डॉ. बापूजी साळुंखे, इत्यादी सुधारकांनी या चळवळीचे नेतृत्व केले. त्यामुळे महाराष्ट्रात व ब्राह्मणेतर समाजात स्वत्वाची जाणीव वाढीस लागली. सामाजिक बदल घडून येण्यास मदत झाली. खेड्यापाड्यांपर्यंत या चळवळीने समाज परिवर्तनाचे कार्य केले. अब्राह्मणांच्या संघटनेची समाजाला गरज भासू लागली. त्यामधूनच समाजाचे नेतृत्व अब्राह्मण वर्गाकडे आले. बहुजन समाजाने संघटित होऊन ब्राह्मणांच्या वर्चस्वाविरुद्ध लढा दिला पाहिजे. संघर्षाच्या मार्गाने आपले हक्क मिळविले पाहिजेत. कारण ब्राह्मणवर्ग सहजासहजी आपले अधिकार सोडणार नाही असे ब्राह्मणेतर चळवळीने समाजाला प्रतिपादन केले. महाराष्ट्राच्या सामाजिक जीवनात जे परिवर्तन घडून आले त्याचे बहुतांशी श्रेय ब्राह्मणेतर चळवळीस द्यावे लागेल.

*** सामाजिक सुधारणांसाठी विविध समाजांचे महत्त्वपूर्ण योगदान**

प्रार्थना समाज : इ.स. १८६७ मध्ये मुंबई येथे प्रार्थना समाजाची स्थापना न्या. रानडे, डॉ. भांडारकर, दादोबा तर्खडकर यांनी केली. या समाजाद्वारे हिंदू धर्मातील अनिष्ट रूढी व प्रथा बदलण्याचे प्रयत्न केले. या समाजाचे नेते धर्माच्या सुधारणेचे पुरस्कर्ते होते. या धर्माला हिंदू धर्मात सुधारणा घडवून आणावयाची होती. त्यासाठी सुधारकांनी समाजसुधारणा व लोकोपयोगी कार्यावर अधिक भर दिला. हिंदू धर्मातील चांगल्या गोष्टींबरोबरच इतर धर्मांतील चांगल्या गोष्टींचाही स्वीकार केला पाहिजे असे त्यांचे मत होते. परंतु महाराष्ट्रात या समाजाचे कार्य व्यापक बनले नव्हते. त्यामुळे या समाजाची चळवळ मर्यादितच राहिली.

*** प्रार्थना समाजाचे कामकाज**

अशा रीतीने प्रार्थनासमाजाने माणसांच्या आंतरिक विकासाकडे लक्ष दिले. सत्य, न्याय, दया, प्रेम यांचा मागोवा घेत मानसिक सुखवृद्धीसाठी प्रार्थना करावी अशी भूमिका या समाजाची होती. दैवी गुण अंगी बाणवून घेण्याची इच्छा, प्रार्थनेविषयी तळमळ, आत्मपरीक्षण, भावना व तीनुसार कृती या अवस्थांतून प्रार्थना साकार व्हावी. प्रार्थनासमाजात देवाच्या मूर्तीपेक्षा त्याच्या गुणांवर जास्त लक्ष होते. भजन,

मनन, प्रार्थना व तीननुसार आचार असे या समाजाचे सूत्र असे. रा. गो. भांडारकर, न्या. रानडे, डॉ. आत्माराम पांडुरंग, मामा परमानंद, वासुदेव बापूजी नवरंगे, रामचंद्र विष्णू माडगावकर, बाळ मंगेश वागळे, भास्कर हरी भागवत, वामन आबाजी मोडक, शंकर पांडुरंग पंडित इ. प्रतिष्ठित मंडळी प्रार्थना समाजात असल्यामुळे त्याला जोर चढला. सन १८७३ पासून 'सुबोध पत्रिका' नावाचे साप्ताहिकही सुरू झाले. प्रार्थनासमाजाचे काम कसे चालते याविषयी भांडारकरांचा खालील उतारा मार्गदर्शक होण्यासारखा आहे.

'त्या वेळच्या उपासनांमध्ये उद्‌बोधन, स्तवन, प्रार्थना, व उपदेश असे आज जे भाग आहेत तसे नव्हते. प्रार्थना करावयाची व एक निबंध वाचावयाचा हा प्रघात असे. हे निबंधही बहुत करून थिओडर पारकर व दुसऱ्या अशा प्रकारच्या लेखांचे तर्जुमे असत. हल्ली जे प्रार्थनासंगीत आहे तसे त्या वेळी नव्हते. त्या वेळी पाळंदे यांचे 'रत्नमाला' नामक पुस्तक होते. त्यातील पद्ये म्हणण्याचा प्रघात असे. पूर्वी उपदेशाचा भाग लिहून आणून वाचावा असा प्रकार होता असे म्हटले आहे, पण नंतर वाचण्यापेक्षा बोलणे बरे असे वाटून तो क्रम सुरू झाला.. एका वर्षी आम्ही तुकारामांचे काही अभंग घेतले व ते सर्व मंडळींना फार आवडले... आजपर्यंत उपदेशांची जी पुस्तके प्रसिद्ध झाली आहेत ती पाहिली असता असे आढळून येईल की, आपल्या सिद्धान्तास जुळतील असे विचार, उपनिषदे, अर्वाचीन साधुसंत, पाश्चात्त्य ग्रंथकार यांच्याही आधारे सादर करण्यात येत असतात.'

* जोतिबांचा 'सार्वजनिक सत्यधर्म'

मुंबईस अशा प्रकारे धर्मजागृतीची चळवळ होत असताना इकडे पुण्यास बहुजन समाजाच्या उद्धारासाठी झटणारा व तथाकथित ब्राह्मणी कर्मकांडास विरोध करणारा एक थोर महात्मा पुढे आला. त्याचे नाव जोतिबा फुले. जोतिबा फुले यांच्या समाजसुधारणेची ओळख आपण करून घेतली आहे. येथे त्यांच्या धर्मसुधारणेचा परिचय करून घेऊ. ब्राह्मणांनी स्वार्थासाठी धर्मग्रंथ रचून बहुजन समाजास गुलामगिरीत खितपत पाडले अशी त्यांची समजूत होती. 'ब्राह्मण ग्रंथकारांनी अनेक स्मृत्या, संहिता, शास्त्रे, पुराणे वगैरे भारेचे भारे नवीन ग्रंथ बनवून त्या सर्वांत शूद्रावर ब्राह्मण लोकांचे वर्चस्व स्थापून त्यांनी आपल्या वडिलोपार्जित शिपाईगिरीच्या मार्गात काठी ठोकून राहणे हा मोठा धार्मिकपणा आहे असा डौल घातला.. हे सर्व ब्राह्मणकपट पुढे कधी शूद्रांच्या ध्यानात येऊ नये याकरिता, अथवा त्या ग्रंथात पाहिजे तसे फेरफार पुढे करता यावेत म्हणून शूद्र वगैरे पाताळी घातलेल्या लोकांस मुळीच कोणी ज्ञान देऊ नये

असे फारच मजबूत लेख मनुसंहितेसारख्या अपवित्र ग्रंथात करून ठेविले आहेत.' असे जोतिबांनी म्हटले आहे. 'सार्वजनिक सत्यधर्म' व 'गुलामगिरी' या दोन पुस्तकांमध्ये त्यांनी आपली धर्ममते विशद केली आहेत.

* आर्यसमाजाचे कार्य

दयानंद सरस्वती यांनी इ.स. १८७५ मध्ये आर्य समाज स्थापन केला. वेदांचा नवा अर्थ सांगणारा 'सत्यार्थ-प्रकाश' नावाचा ग्रंथ पंथीयांना मार्गदर्शक असा आहे. वेदांच्या अध्ययनाचा अधिकार सर्वांना आहे. वेद सर्व आर्यांचा धर्मग्रंथ असल्याने तो प्रमाण धर्मग्रंथ मानावा. वेदकालात मानवी संस्कृती पूर्णावस्थेला पोचली होती. चातुर्वर्ण हे जन्मसिद्ध नसून गुणकर्मावर अवलंबून आहेत. शुद्धीकरणाच्या मार्गाने इतर धर्मीयांनाही या पंथाने आर्यसमाजात येण्यास अनुज्ञा द्यावी, अशी यांची विचारसरणी होती. ख्रिस्ती व मुसलमानी धर्मप्रमुखांना तोंड देण्यासाठी थोडी आक्रमकताही आर्यसमाजात आली. मूर्तिपूजा, बालविवाह, स्त्रीदास्य, जन्मसिद्ध अस्पृश्यता इत्यादींविरुद्ध प्रचार आर्यसमाजी करीत राहिले. त्यागपूर्ण अशी संन्यासी वृत्ती, लोकसेवेचे व्रत आणि धर्मनिष्ठा यांमुळे या समाजातील पुढाऱ्यांचा प्रभाव पडू लागला. यांच्या प्रखर धर्माभिमानामुळे राजकीय प्रभुत्वाला धक्का लागतो की काय, अशीही भीती त्यावेळी ब्रिटिश राज्यकर्त्यांना वाटत होती. आर्यसमाजातूनच पुढे काही क्रांतिकारकांचा जन्म झाला, राजकीय क्रांती व राष्ट्रीयत्व यांविषयी जागृती निर्माण होण्यास आर्यसमाजाची पुष्कळच मदत झाली.

आर्य समाजाने हिंदू धर्माचे पुनरुज्जीवन केले. तरुणांमध्ये राष्ट्राभिमान व स्वदेश प्रेम निर्माण करण्याचे महत्त्वाचे कार्य केले. महाराष्ट्रात या समाजाचा प्रसार कमी झाला. परंतु उत्तर प्रदेशात, पंजाबात या धर्माचा प्रसार अधिक झाला. परंत या समाजाची शिकवण हिंदी भाषेतून दिल्यामुळे व महाराष्ट्रातील बहुजन समाजाची भाषा मराठी असल्यामुळे महराष्ट्रात या समाजाचा प्रसार विशेष असा झाला नाही.

* थिऑसॉफिकल सोसायटी

या सोसायटीची स्थापना मॅडम ब्लॅव्हाटस्की व कर्नल ऑलकॉट यांनी अमेरिकेत न्यूयॉर्क शहरी सन १८७५ मध्ये केली. सन १८७९ मध्ये या धर्म संप्रदायाची शाखा मुंबई येथे सुरू झाली. थिऑसॉफिकल सोसायटीचे कार्य लोकहितवादी व इतर नेत्यांनी मुंबईत सुरू केले. या सोसायटीने विश्वबंधुत्वाची शिकवण समाजाला दिली. व्यापक धर्मश्रद्धेचा पुरस्कार केला. ॲनी बेझंटबाईने मुंबईस येऊन थिऑसॉफी सोसायटीद्वारे

हिंदू संस्कृतीबद्दल समाजात स्वाभिमान निर्माण करण्याचे कार्य केले. परंतु महाराष्ट्रात या सोसायटीच्या कार्याचा विशेष असा प्रसार झाला नाही.

याच बरोबर परमहंस सभा, ब्राह्मोसमाज, सार्वजनिक सभा अशा कितीतरी समाज संघटनांनी समाजाच्या कल्याणासाठी, प्रबोधनासाठी अत्यंत तळमळीने कार्य केले आहे. या सर्वच समाज संघटनांचे समाजसुधारणांमधील योगदान महत्त्वपूर्ण आहे. हे विसरता येणार नाही.

❋ लो. टिळक आणि आगरकरांच्या मध्ये मतभेद

लो. टिळक हे सनातनी विचारांचे होते. आगरकर हे परिवर्तनवादी विचारांचे होते. आगरकरांना वाटे, अगोदर समाजसुधारणा करावी म्हणजे आपोआप लोक जागृती होऊन स्वातंत्र्याचा मार्ग मोकळा होईल. परंतु लो. टिळकांचा विचार वेगळा होता. त्यामुळे त्यांच्यात वाद निर्माण झाला.

टिळकांनी सनातनी विचारांचा बारकाईने अभ्यास केला व सनातनी विचार समाजाला पटवून देण्यास सुरुवात केली. त्यामुळे महाराष्ट्रात सुधारणा घडवून आणणारा व त्याला विरोध करणारा असे दोन गट निर्माण झाले.

राजकीय क्षेत्रात टिळकांनी जहाल राष्ट्रवादाला उचलून धरले. आपली राजकीय गुलामगिरी नष्ट करण्याला प्राधान्य दिले व समाजसुधारणेच्या कार्याला दुय्यम स्थान दिले. इंग्रजी राज्य हे आपल्या राष्ट्राच्या विकासाच्या मार्गातील मुख्य अडसर आहे. तेव्हा प्रथम आपली राजकीय उद्दिष्टे साध्य करू यानंतर आपणाला सामाजिक सुधारणा सहज करता येतील. तेव्हा टिळकांनी राजकीय कार्याला प्राधान्य दिले.

त्यामुळे महाराष्ट्रात राजकीय सुधारणा अगोदर की, सामाजिक सुधारणा अगोदर असा वाद सुरू झाला. तेव्हा टिळकांनी राजकीय सुधारणांना अग्रक्रम दिला. या उलट आगरकर, रानडे इ. विचारवंतांनी सामाजिक सुधारणा अगोदर आणून सामाजिक सुधारणा करण्यास अग्रक्रम दिला. दोन्ही चळवळकर्त्यांचे हेतू भारताला स्वातंत्र्य मिळवून देण्याचे होते. परंतु दोघांचे मार्ग भिन्न होते. म्हणूनच टिळकांनी समाजसुधारणेच्या चळवळीस विरोध केला. सामाजिक सुधारणेकडे दुर्लक्ष केल्यास राजकीय स्वातंत्र्याचे फायदे आपणास मिळणार नाहीत याची जाणीव टिळकांसारख्या नेत्याला राहिली नाही. उलट टिळकांनी सनातन्यांचीच बाजू उचलून धरली. सामाजिक सुधारणेबाबत टिळकांनी पूर्वग्रहदूषित व एकांगी विचार केला. त्यामुळे समाजाचे काही प्रमाणात अहित झाले.

✳ क्रांतिकारकांचे बंड

सनदशीर मार्गाने न्याय मिळणे अशक्य आहे. त्यासाठी क्रांतीच्या मार्गाचा अवलंब केला पाहिजे. ब्रिटिश सरकार विरुद्ध बंड करून सशस्त्र क्रांती घडवून आणली पाहिजे असे विचार देशात आणि महाराष्ट्रात सुरू झाले. वासुदेव बळवंत फडके या क्रांतिकारकाच्या मार्गदर्शनाखाली महाराष्ट्रात सशस्त्र बंडाचा उठाव, राष्ट्रवादी विचारांचा प्रभाव वाढू लागला. समाजातील अनेक क्रांतिकारक ब्रिटिश सत्तेला विरोध करण्यासाठी जिवाचे बलिदान करण्यास तयार झाले. विशेषतः कोळी, रामोशी, भिल्ल, कुणबी इत्यादी समाजातील अनेक तरुण ब्रिटिश सत्ते विरुद्धच्या बंडात सामील झाले. त्यांनी ब्रिटिश सरकारी कचेऱ्यांची नासधूस, अधिकाऱ्यांचे खून अशी दहशतवादी कृत्ये केली. सशस्त्र क्रांतीचा जोर वाढतच गेला. तेव्हा इंग्रज सरकारने या कृत्यास सर्वस्वी वासुदेव बळवंत फडके हेच जबाबदार आहेत असे मानले. त्याचबरोबर सार्वजनिक काका आणि आगरकर यांचा सार्वजनिक घटकांशी संबंध आहे अशी कल्पना करून घेतली.

याचा परिणाम म्हणून न्या. रानडे यांची बदली करण्यात आली. तसेच वासुदेव बळवंत फडके यांना पकडून हद्दपार करण्यात आले. पुढे त्यांची सुटका झाली परंतु या क्रांतिकारकाचा मृत्यू इ.स.१८८३ मध्ये झाला. आणि त्याच बरोबर क्रांतिकारी बंडही थंड झाले.

✳ राजकीय चळवळी :

१९ व्या शतकाच्या पूर्वार्धात भारताच्या विविध प्रांतात लहान मोठ्या राजकीय संघटना कार्य करीत होत्या. परंतु त्यांचे कार्यक्षेत्र मर्यादित होते. १९ व्या शतकाच्या उत्तरार्धात महाराष्ट्रात राजकीय चळवळींना खरा जोर चढला. खऱ्या अर्थाने राजकीय स्वरूपाची क्रांती याच काळात झाली. सार्वजनिक सभा, राष्ट्रीय सभा या प्रमुख राजकीय संघटना होत्या.

परंतु १९ व्या शतकाच्या मध्यान्हीच्या काळात इ.स.१८४३ मध्ये बंगाल ब्रिटिश इंडियन सोसायटी, इ.स.१८५२ मध्ये मुंबई येथे बॉम्बे असोसिएशन, मद्रास येथे मद्रास नेटिव्ह असोसिएशन, इ.स. १८६६ मध्ये लंडन येथे दादाभाई नौरोजी यांची ईस्ट इंडिया असोसिएशन इत्यादी राजकीय संस्था स्थापन झाल्या होत्या. या राजकीय संघटनांनी भारतात राजकीय चळवळीची पार्श्वभूमी तयार करण्यास खूपच महत्त्वपूर्ण भूमिका बजावल्या आहेत.

सार्वजनिक सभेच्या स्थापनेपासून महाराष्ट्रात राजकीय जीवनाला प्रारंभ झाला.

न्या. रानडे यांनी आपली नोकरी सांभाळून सार्वजनिक सभेच्या कार्याला राजकीय चळवळीचे स्वरूप दिले. सार्वजनिक सभेद्वारे पुण्यात राजकीय चळवळीस सुरुवात केली. न्या. रानडे यांनी या काळात सार्वजनिक कार्याला मार्गदर्शन करण्याचे महत्त्वपूर्ण योगदान दिले. पुढे हेच कार्य विष्णुशास्त्री चिपळूणकरांनी निबंधमाला या वैचारिक निबंधमालेद्वारे केले. तसेच लो. टिळक-आगरकर यांनी राष्ट्रीय शिक्षण आणि राजकारण यशस्वी करण्याठी न्यू इंग्लीश स्कूल ही संस्था पुण्यास सुरू करून तसेच मराठा-केसरी या वृत्तपत्राद्वारे समाजजागृती करण्याची महत्त्वपूर्ण कामगिरी केली. त्यामुळे राजकीय चळवळीस चांगलाच हातभार लागला.

इ.स.१८७४ मध्ये इंग्लंड मध्ये टोरी पक्षाची राजवट सुरू झाली. साम्राज्यवादी डिझरेली हा इंग्लंडचा पंतप्रधान झाला. त्याच्याच ताठर धोरणांचा स्वीकार करणारा लॉर्ड लिटन हा भारताचा गव्हर्नर जनरल झाला. त्याने भारतात दडपशाहीचे अनेक कायदे केले. त्याचे धोरण ब्रिटिशधार्जिणे होते. परंतु त्यामुळे भारतातील कापड उद्योगधंदे बंद पडले. येथील लोकांचे, समाजाचे खूपच नुकसान झाले.

ब्रिटिशांच्या साम्राज्यपिपासू धोरणामुळे त्यांनी अफगाणिस्तानबरोबर युद्ध केले. आणि खर्चाचा बोजा मात्र भारतीयांवर लादला. त्यामुळे ब्रिटिशांच्या विरोधात जास्तच असंतोष देशातील जनतेच्या मनात भडकला. याच वेळेस दक्षिण भारतात मोठा दुष्काळ पडला होता. अशा स्थितीतही लॉर्ड लिटन गव्हर्नर यांनी दिल्ली येथे दरबार भरवून राणी व्हिक्टोरियाचा मोठा समारंभ केला. त्यासाठी प्रचंड पैसा खर्च करण्यात आला. ही आर्थिक तूट भरून काढण्यासाठी जनतेवर कर बसवण्याशिवाय दुसरा मार्ग नव्हता. त्यामुळे ब्रिटिश राजवटीविरुद्ध असंतोषाचा भडका अधिकच पेटत गेला. त्यातूनच पुढे काही राजकीय चळवळींचा उदय झाला.

सार्वजनिक सभा :

सार्वजनिक काकांनी इ.स. १८७० मध्ये पुण्यात सार्वजनिक सभेची स्थापना केली. महाराष्ट्रातील ही पहिली राजकीय संघटना होय. या राजकीय संघटनेने सामाजिक व राजकीय प्रश्न सोडविण्याची महान कामगिरी केली. या सभेला न्या. रानडे यांनी राजकीय चळवळीचे स्वरूप प्राप्त करून दिले. या संस्थेच्या स्थापनेने महाराष्ट्रात राजकीय चळवळींचा पाया घातला गेला. इ.स.१८७७-७८ मध्ये महाराष्ट्रात मोठा दुष्काळ पडला. सरकारने दुष्काळी कामे सुरू केली. परंतु अधिकाऱ्यांनी मजुरांच्या प्रश्नांकडे दुर्लक्ष केले. त्यामुळे मजुरांचे हाल झाले. तेव्हा मजुरांवरील अन्याय दूर करण्यासाठी दादाभाई नौरोजी यांनी सरकारचे लक्ष जनतेच्या दारिद्र्याकडे वेधून घेतले.

सार्वजनिक सभेने या मजुरांना संघटित केले. तसेच या मजुरांच्या कामाचा व वेतनाचा प्रश्न सोडविण्यासाठी सनदशीर चळवळीचा उपयोग केला. सार्वजनिक काका सरकार दरबारी जनतेची दुःखे मांडण्याचे प्रयत्न करीत होतेच. या त्यांच्या कार्यामुळे महाराष्ट्रात राजकीय चळवळ उभी राहिली.

महाराष्ट्रात १९ व्या शतकाच्या उत्तरार्धात राजकीय चळवळीला नवे स्वरूप प्राप्त झाले. विचारवंतांत राष्ट्रवादी भावनेचा जोर वाढत गेला. स्वराष्ट्र, स्वाभिमानी कल्पनांनी जोर धरला. गोखले, आगरकर, टिळक इ. राजकीय नेत्यांनी जनतेत नवजागृती करण्याच्या कार्यावर भर दिला. त्यामुळे महाराष्ट्रात राजकीय क्षेत्रात नवचैतन्य निर्माण होऊ लागले.

विष्णुशास्त्री चिपळूणकरांनी निबंधमाला सुरू करून सुशिक्षित तरुणांत स्वदेश, स्वधर्म, स्वभाषा इ. विषयी लोकजागृती केली. याच पार्श्वभूमीवर टिळक व आगरकरांनी राजकीय चळवळीस सहकार्य केले. त्यासाठी दोघांनी पुण्यात इ.स.१८८१ मध्ये न्यू इंग्लिश स्कूल स्थापन केली. तसेच लोकजागृतीसाठी मराठा व केसरी दैनिके सुरू केली. इ.स.१८७६ मध्ये बंगालमध्ये इंडियन असोसिएशनची स्थापना झाली. मद्रास मध्ये मद्रास असोसिएशनची स्थापना झाली. त्यामुळे देशात राष्ट्रीय जागृतीचे कार्य जोरात सुरू झाले. या राजकीय चळवळींनी ब्रिटिशांच्या प्रशासनातील अनेक दोष उघडकीस आणले. ब्रिटिश शासन भारताचे सर्व दृष्टीने शोषण करीत आहे. त्यामुळे हिंदुस्थानला दारिद्र्य व हालअपेष्टा सहन करावी लागत आहे. तेव्हा या शोषणातून व गुलामगिरीतून आपल्या देशाची सुटका करावयाची असेल तर अखिल भारतीय पातळीवर सर्वव्यापी एखादी राजकीय संघटनेची गरज सर्वांना भासू लागली. या गरजेतूनच भारतात राष्ट्रीय सभेची स्थापना इ.स. १८८५ मध्ये झाली.

*** राष्ट्रीय सभेची स्थापना (इ.स.१८८५)**

३१ डिसेंबर १८८५ मध्ये राष्ट्रीय सभेची स्थापना झाली. ब्रिटिश राजवटीला सनदशीर मार्गाने प्रतिकार करण्यासाठी या राजकीय संघटनेची स्थापना झाली. परंतु राष्ट्रीय सभेची स्थापना होण्यासाठी अनेकविध कारणे घडली. ब्रिटिश शासनाने येथील जनतेवर विविध प्रकारचे अन्यायी कर लादले होते. अन्याय आणि शोषण तर चोहोबाजूंनी चालेले होते. या अन्यायाला वाचा फोडण्याचे कार्य अनेक राजकीय संस्था करीत होत्या. कलकत्ता येथे ब्रिटिश इंडिया असोसिएशन, मद्रास येथे मद्रास नेटिव्ह ॲसेंबली, मुंबई येथे बॉम्बे असोसिएशन यासारख्या संघटना राजकीय जागृतीचे कार्य करीत होत्या.

पुढे महाराष्ट्रात टिळक, आगरकर, गोखले यांचे राजकीय व सामाजिक चळवळीचे कार्य सुरू झाले. टिळक व आगरकरांनी 'मराठा', 'केसरी' वर्तमानपत्रांद्वारे जनजागृतीचे कार्य केले. त्याचबरोबर वर्तमानपत्रांतील अग्रलेखांद्वारे ब्रिटिश शासनाचे दोष दाखवून येथील समाजात काही सुधारणा करण्यास इंग्रजी सत्तेला भाग पडले. तेव्हा इंग्रजी अधिकाऱ्याची इंग्रजी शासनाबद्दल काही मते कलुषित झाली. इंग्रजी मुत्सद्यांनाही अखिल भारतीय स्वरूपाच्या राजकीय संघटनेची गरज वाटू लागली. या पार्श्वभूमीवरच राष्ट्रीय सभेची स्थापना झाली.

राष्ट्रीय सभेच्या स्थापनेत मुख्यत्वे करून ॲलन ह्यूम नावाच्या निवृत्त आय.सी.एस. इंग्रजी अधिकाऱ्याने पुढाकार घेतला. इ.स.१८८४ मध्ये त्यांनी इंडियन नॅशनल युनियन नावाची संस्था स्थापन केली. या संस्थेच्या वतीने इ.स.१८८५ मध्ये पुण्यात एक परिषद भरविण्यात आली. पण साथीच्या रोगामुळे ही परिषद पुण्यात न होता मुंबईस झाली. इ.स. १८८५ मध्ये राष्ट्रीय सभेची स्थापना मुंबईस झाली. या सभेचे पहिले अध्यक्ष उमेशचंद्र बॅनर्जी झाले. या सभेस ७२ प्रतिनिधी हजर होते. त्यामध्ये दादाभाई नौराजी, फिरोजशहा मेहता, तेलंग, रानडे, आगरकर, टिळक इ. प्रमुख होत. सभेत विविध विषयांचे ठराव घेण्यात आले.

*** जहाल-मवाळ विचारप्रवाह**

न्या. रानडे यांनी सार्वजनिक सभेद्वारे महाराष्ट्रात राजकारणाचा पाया घातला. पुढे टिळक, आगरकर, रानडे यांच्या राजकीय चळवळीस सुरुवात झाली. परंतु सामाजिक सुधारणेवरून या विचारवंतांत दोन गट पडले. त्यापैकी रानडे, गोखले, आगरकर हे मवाळ पक्षाचे नेते होते. तर टिळक यांनी जहाल पक्षाचे नेतेपद सांभाळले.

मवाळ गटाने समाजसुधारणेवर भर दिला कारण त्यांना ब्रिटिश सत्तेची ताकद माहीत होती. या सत्तेला विरोध करणारी शक्ती सध्या आपल्याजवळ नाही हे त्यांनी ओळखले होते. त्यामुळे ब्रिटिशांच्या मदतीने जोरदार समाजसुधारणा करावयास त्यांनी सुरुवात केली.

लो. टिळक जहाल पक्षाचे नेते होते. परकीय सत्ता उखडून टाकण्याचा टिळकांचा मार्ग क्रांतिकारक होता. अन्यायाला वाचा फोडण्यासाठी संघटित क्रांतीचा अवलंब करण्याचे टिळकांनी ठरविले. समाजात संघटना, नवजागृती, राष्ट्रप्रेम वाढावे म्हणून टिळकांनी गणेशोत्सव, शिवजयंतीसारखे उत्सव सुरू केले. त्यामुळे जनमत राष्ट्रीय भावनेने प्रेरित होईल, जनतेत उत्साह व सहकार्य वाढेल असा टिळकांचा विश्वास होता.

* **स्वदेशी चळवळ**

अन्यायाचा प्रतिकार करण्यासाठी कायद्याच्या चाकोरीत राहून सुधारणा घडवून आणण्यासाठी लोकमान्य टिळकांनी स्वदेशी चळवळ सुरू केली. इ.स. १८९६ ते १८९७ या काळात टिळकांनी ही संघटना मजबूत करण्याचा प्रयत्न केला. सुशिक्षित तरुण वर्गांना सरकारच्या अन्यायी कायद्याविरुद्ध प्रतिकार करण्यासाठी संघटित करावयाचे हा चळवळीचा हेतू होता. सरकारने सुती कापडांवरील आयात जकात कमी केली. याचा परिणाम देशी कापड धंद्यावर झाला. देशातील मजुरांचे कापड धंदे बसले व परदेशांतून येणारे कापड येथील जनतेला महाग पडू लागले. त्यामुळे परकीयांचाच फायदा होणार होता. तेव्हा देशी धंद्याला प्रोत्साहन देण्यासाठी टिळकांनी स्वदेशीचा पुरस्कार केला. परदेशी मालांवर बहिष्कार टाकावा. सर्वांनी स्वदेशी कापड व वस्तूंचा वापर करावा. असे टिळकांनी ठासून सांगितले. त्यांनी जाणीवपूर्वक स्वदेशीची चळवळ सुरू केली. ज्या चळवळीमुळे देशातील तरुण पिढीत राष्ट्रप्रेमाविषयी जागृती होईल आणि ब्रिटिश सत्तेविरुद्ध वातावरण तयार होईल. कारण त्यांना राजकीय दृष्ट्या नवमहाराष्ट्र घडवावयाचा होता म्हणून स्वदेशीची चळवळ सर्वत्र जोरदार सुरू झाली. ही चळवळ म्हणजे भारतीय स्वातंत्र्य संग्रामातील एक प्रेरणादायी आणि महत्त्वपूर्ण चळवळ मानली जाते.

***

भारतरत्न डॉ. बाबासाहेब उर्फ भीमराव रामजी आंबेडकर आणि निवडक समाजसुधारकांचे कार्य

१९व्या शतकाच्या उत्तरार्धात आणि विसाव्या शतकाच्या पूर्वार्धात महाराष्ट्राच्या प्रबोधनाला सुरुवात झाली. ब्रिटिश शासनाचे स्वरूप अनुभवलेल्या समाजात राष्ट्रीयत्वाची भावना निर्माण झाली. ब्रिटिशांची परकीय सत्ता दूर करून सर्वांगीण प्रगतीसाठी राजकीय स्वातंत्र्याची आवश्यकता वाटणारा एक ब्रिटिश सत्तेला धक्का देण्याचा प्रयत्न केला तर कांही जणांनी सनदशीर मार्गाने ब्रिटिशांकडून स्वराज्य मिळवण्यासाठी संघटनात्मक मार्गाचा अवलंब केला. विसाव्या शतकात सुधारणेची चळवळ अधिक गतिमान झाली.

या काळात काही समाजसुधारकांना राजकीय स्वातंत्र्यापेक्षा सामाजिक सुधारणेचे महत्त्व अधिक वाटत होते. त्यांच्यामते बहुजन समाजात अज्ञान, अंधश्रद्धा, सामाजिक व धार्मिक जीवनातील अनिष्ट परंपरा इत्यादींचे अस्तित्व असताना, राजकीय स्वातंत्र्याचा सर्व समाजाला उपयोग होऊ शकणार नाही. त्यासाठी शिक्षणाला प्राधान्य देणे आवश्यक आहे. प्रामुख्याने स्त्रिया व अस्पृश्यांना शिक्षण देण्याची त्यांना गरज वाटत होती. शिक्षणामुळे बहुजनसमाज प्रगत होईल व तो स्वातंत्र्याचा उपभोग घेऊ शकेल असा त्यांचा विश्वास होता. याकाळातही समाजात अस्पृश्यता, बालविवाह, स्त्रीशिक्षणविरोध, विधवांचे केशवपन व त्यांच्यावरील बंधने, त्यांच्या पुनर्विवाहाला विरोध, जातीसंस्थेची अयोग्य बंधने, अनिष्ट रुढी व परंपरांमुळे व्यक्तिस्वातंत्र्याला विरोध व ग्रंथप्रामाण्य व शब्दप्रामाण्य यांना महत्त्व इत्यादींचे अस्तित्व होते. या अनिष्ट परंपरा दूर करून समाजाची प्रगती घडवून आणणे काही सुधारकांना महत्त्वाचे वाटत होते. या काळातील काही समाजसुधारक केवळ विचार मांडणारे नव्हते. त्यांनी प्रत्यक्ष कृतीच्याद्वारे समाजसुधारणेचे हे कार्य केले. स्त्रीशिक्षण, बहुजन समाजाचे शिक्षण, अस्पृश्यांचे शिक्षण व त्यांचा आत्मविश्वास वाढविण्याचे कार्य या गोष्टींना सुधारकांनी खूप महत्त्व दिले. या काळात राजकीय सुधारणेपेक्षा सामाजिक आणि शैक्षणिक सुधारणेला, स्त्री शिक्षण, अस्पृश्यता निवारण इत्यादीला विशेष महत्त्व दिले. असे असामान्य कार्य

करणाऱ्या सुधारकांमध्ये डॉ. बाबासाहेब आंबेडकर, कर्मवीर भाऊराव पाटील, डॉ. पंजाबराव देशमुख, दादासाहेब गायकवाड, अण्णाभाऊ साठे, डॉ. बापूजी साळुंखे, संत गाडगे महाराज यांच्या कार्याची माहिती या प्रकरणात पाहणार आहोत.

✳ भारतरत्न डॉ. बाबासाहेब उर्फ भीमराव रामजी आंबेडकर

१९व्या शतकाच्या उत्तरार्धात सामाजिक सुधारणाविषयक चळवळ आणि त्याचबरोबर राजकीय चळवळ यांनी जोर धरला होता. परंतु या चळवळी शहरापुरत्या मर्यादित राहिल्या होत्या. खेड्यापाड्यापर्यंत, गोरगरिबांच्या दारापर्यंत त्या पोहोचल्या नव्हत्या. महाराष्ट्रातील खेडोपाडी राहणारी जनता अनेक समस्यांनी त्रस्त झाली होती. त्यांच्या जीवनात अजून परिवर्तनाचा प्रकाश पोहोचला नव्हता. अजूनही येथील समाज अज्ञान, अंधश्रद्धेच्या, धार्मिक कर्मकांडांच्या, जातीयता आणि वर्णाश्रमाच्या बंधनातच गुरफटला होता. शतकाच्या पूर्वार्धात भारतरत्न डॉ. बाबासाहेब आंबेडकर यांचा उदय झाला. त्यांनी दीन-दलित, वंचित उपेक्षित समाजाला न्याय हक्क स्वातंत्र्य मिळवून देण्याचा प्रयत्न केला. त्यांच्या सामाजिक, धार्मिक, आर्थिक, शैक्षणिक उन्नतीसाठी त्यांनी इथल्या व्यवस्थेशी संघर्ष केला. इथल्या व्यवस्थेने दुबळ्या ठरविलेल्या लोकांमध्ये आत्मविश्वास जागृत करून त्यांना जगण्याचे बळ दिले. त्याचे स्वत्व जागे करून त्यांना त्यांच्या हक्काची, न्यायाची जाणीव करून दिली. त्यांचा स्वाभिमान जागा केला त्यामुळे अशा उपेक्षित, वंचित. दीनदुबळ्या लोकांची एक चळवळ उभी राहिली, त्याचे नेतृत्व डॉ. बाबासाहेब आंबेडकरांनी केले आणि त्यांना न्याय मिळवून दिला. त्यांना माणूस म्हणून जगण्याचे अधिकार मिळवून दिले, हे महत्त्वपूर्ण कार्य २० व्या शतकामध्येच झाले. त्याला इतिहासामध्ये तोड नाही.

भारतीय समाजाला कलंक असलेल्या अस्पृश्यतेच्या निवारणाचे कार्य निरनिराळ्या समाजसुधारकांनी केले होते. तथापि, या सर्वांपेक्षा अतिशय निष्ठेने, स्वानुभवाच्या आधारावर, अस्पृश्यांना गुलामगिरीच्या बंधनातून मुक्त होण्यासाठी जागृत व संघटित करण्याचे, शिक्षणाच्याद्वारे त्यांच्यात नवविचारांचा प्रसार करण्याचे व आत्मसन्मानाचा नवीन मार्ग दाखविण्याचे कार्य डॉ. बाबासाहेब आंबेडकर यांनी केले. उच्च विद्याविभूषित झाल्यानंतरही वैयक्तिक स्वार्थाच्या भूमिकेतून आर्थिक प्रलोभनाचा स्वीकार न करता बाबासाहेबांनी आपले सर्व जीवन दलित बांधवांच्या उन्नतीसाठी समर्पित केले. आपल्या अस्पृश्य बांधवांना अत्याचार व गुलामगिरीतून मुक्त करून भारतीय घटनेनुसार त्यांना आपल्या आर्थिक विकासाची संधी उपलब्ध करून देण्याचे अलौकिक कार्य डॉ. बाबासाहेब आंबेडकरांनी केले. अन्यायाविरुद्ध समर्थपणे

लढण्यासाठी सज्ज करणारे बंडखोर नेते, अलौकिक बुद्धिमत्ता लाभलेले व सदैव विद्याव्यासंग व ग्रंथलेखन यात रममाण होणारे प्रगाढ विद्वान व प्रजासत्ताक भारताच्या घटनेचे शिल्पकार म्हणूनच डॉ. बाबासाहेब आंबेडकरांचे कार्य वेगळे व असामान्य आहे.

*** जीवन चरित्र**

डॉ. आंबेडकरांचा जन्म १४ एप्रिल १८९१ रोजी मध्यप्रदेशातील महू या गावी झाला. रत्नागिरी जिल्ह्यातील दापोली पासून आठ कि.मी. असलेले आंबावडे हे त्यांचे मूळ गाव. त्यांची आई भीमाबाई, लहानपणीच वारल्याने वडील रामजी यांनी त्यांचे पालनपोषण केले. रामजी हे सैन्यात नोकरीला असून ते आपल्या कर्तबगारीने सुभेदार मेजर पदापर्यंत पोहचले होते. सैन्यातून निवृत्त झाल्यानंतर त्यांना सातारा येथे दुसरी सरकारी नोकरी मिळाली. बाबासाहेबांचे प्राथमिक शिक्षण सातारा येथे झाले. साताऱ्याला शिकत असतानाच आपल्या प्रेमळ गुरूबद्दल आदर व्यक्त करण्यासाठी भीमरावांनी आंबावडेकर हे पूर्वीचे नाव सोडून आंबेडकर नाव धारण केले. त्यांच्या वडिलांनी मुलांच्या शिक्षणासाठी मुंबईला स्थलांतर केले. तेथील एल्फिस्टन हायस्कूल मधून भीमराव मॅट्रीक परीक्षा उत्तीर्ण झाले. या काळातच प्रचंड वाचन आणि वडिलांच्या प्रोत्साहनामुळे त्यांचा इंग्रजी भाषेचा पाया भक्कम झाला. पुढील शिक्षणासाठी त्यांनी एल्फिस्टन कॉलेजमध्ये प्रवेश घेतला. परंतु मिळणाऱ्या अल्प पेन्शनमध्ये बाबासाहेबांचे शिक्षण पुढे चालविणे आणि कुटुंबाचा चरितार्थ चालविणे रामजींना अवघड होऊ लागले. परंतु बडोदा संस्थानाचे राजे सयाजीराव गायकवाड यांनी भीमरावांना दरमहा पंचवीस रुपयांची शिष्यवृत्ती दिल्याने ही समस्या दूर करणे शक्य झाले. इ.स. १९१२ मध्ये भीमराव एल्फिस्टन कॉलेज मधून बी.ए.ची परीक्षा पास झाले. सातारा व मुंबई येथे शिक्षण घेतानाच त्यांना अस्पृश्य म्हणून मिळणाऱ्या अपमानास्पद वागणुकीचे चटके सहन करावे लागले. त्याकाळातील परंपरेनुसार भीमरावांचा विवाह १४ व्या वर्षीच संपन्न झाला. १० डिसेंबर १९१२ रोजी त्यांना एक मुलगा झाला. पदवीपर्यंतचे शिक्षण झाल्यावर ते जानेवारी १९१३ मध्ये बडोद्याला गेले. परंतु तेथे मिळणारी अपमानास्पद वागणूक आणि वडील आजारी असल्याचे समजल्याने ते मुंबईला परत आले. २ फेब्रुवारी १९१३ ला रामजींचे निधन झाले. उच्च शिक्षण घेण्याची त्यांची जिज्ञासा होतीच. मुंबई येथे सयाजीराव गायकवाडांनी त्यांना उच्च शिक्षण अमेरिकेत घेण्यासाठी तीन वर्षांसाठी शिष्यवृत्ती मंजूर केली. बाबासाहेबांना अमेरिकेतील कोलंबिया विद्यापीठात प्रवेश मिळाला. या काळात अखंड–अविश्रांत परिश्रम करून भीमरावांनी

विविध विषयांचे ज्ञान आत्मसात केले. त्यांनी अर्थशास्त्र, समाजशास्त्र आणि राज्यशास्त्र इत्यादी विषयांचे अध्ययन केले. १९१५ मध्ये प्राचीन भारतातील व्यापार या विषयावर प्रबंध लिहून त्यांनी कोलंबिया विद्यापीठाची एम.ए. पदवी संपादन केली. १९१६ मध्ये त्यांच्या नॅशनल डिव्हीडंड ऑफ इंडिया ए हिस्टॉरिकल अ‍ॅन्ड अ‍ॅनॉलिटिकल स्टडी या प्रबंधाबद्दल कोलंबिया विद्यापीठाने त्यांना पीएच.डी. ही पदवी प्रदान केली. या प्रबंधाची मांडणी, संशोधन आणि चिकित्सक दृष्टीची, अर्थशास्त्रातील विद्वानांनी मुक्त कंठाने प्रशंसा केली.

पुढे डॉ. आंबेडकर भारतात आले आणि बडोदा संस्थानात लष्करी सचिव म्हणून कार्य करू लागले. परंतु अस्पृश्य असल्याने त्यांना इतरांकडून अत्यंत मानहानीची वागणूक मिळाली. अवहेलना आणि अपमान सहन करावा लागला. डॉ. आंबेडकरांनी सयाजीराव महाराजांच्या निदर्शनास या गोष्टी आणून दिल्या तरी त्यात बदल न झाल्याने त्यांनी ही नोकरी सोडली. काही काळ त्यांनी मूकनायक आणि बहिष्कृत भारत ही वृत्तपत्रे चालविली. पुढे त्यांनी मुंबई येथील सिडनेहॅम कॉलेजात प्राध्यापक म्हणूनही काम केले.

नोकरी करून जमविलेला पैसा व शाहू महाराजांचे आर्थिक सहकार्य व काही मित्रांची आर्थिक मदत मिळवून उच्च शिक्षणासाठी ते १९२० मध्ये इंग्लंडला गेले. इंग्लंडमध्ये भरपूर कष्ट करून प्रथम बी.एस्सी. व नंतर एम.एस्सी. पदवी संपादन केली. इ.स. १९२१ 'रुपयांचा प्रश्न' हा प्रबंध लिहून लंडन विद्यापीठाची डी.एस्सी. ही अर्थशास्त्रातील सर्वोच्च पदवी मिळविली. १९२३ मध्ये बॅरिस्टर (कायद्याची परीक्षा) उत्तीर्ण झाले. भारतात परत आल्यावर मुंबई येथे वकिली सुरू केली. वकिली व्यवसायाबरोबर त्यांनी सार्वजनिक कार्याला प्रारंभ केला. तो १९२४ मध्ये, तसेच त्यांनी 'बहिष्कृत हितकारिणी सभा' या संस्थेची इ.स. १९२७ मध्ये स्थापना केली. याचवेळी आंबेडकरांची मुंबई विधीमंडळाचे सदस्य म्हणून नियुक्ती झाली. अस्पृश्यांवर होणारा कोकणातील अन्याय दूर करण्यासाठी त्यांनी महाड येथील चवदार तळ्याचा सत्याग्रह केला. नाशिकच्या काळाराम मंदिरात अस्पृश्यांना प्रवेश नव्हता. तो मिळावा म्हणून सत्याग्रह केला. इंग्लंडमधील गोलमेज परिषदेस स्वत: हजर राहून अस्पृश्यांना प्रतिनिधित्व मिळावे म्हणून प्रयत्न केले. मजुरांचे प्रश्न सोडविण्यासाठी इ.स. १९३७ मध्ये स्वतंत्र मजूर पक्षाची स्थापना केली. इ.स. १९४२ मध्ये शेड्यूल्ड कास्ट फेडरेशन या पक्षाची स्थापना केली. भारताच्या केंद्रीय मंत्रीमंडळात ते काही वर्षे कायदामंत्री होते. भारताच्या घटना समितीच्या मसुदा समितीचे ते अध्यक्ष होते. जातीच्या बंधनास कंटाळून त्यांनी बौद्ध धर्माचा स्वीकार

केला. ६ डिसेंबर १९५६ रोजी त्यांचा मृत्यू झाला. त्यांचे कार्य पुढीलप्रमाणे-

* डॉ. बाबासाहेब आंबेडकरांचे कार्य

अस्पृश्यांना कोणत्याही प्रकारचे अधिकार नव्हते. त्यांना शतको वर्ष उपेक्षित आणि वंचित जीवन जगावे लागत होते. जातीसंस्था आणि जातीयता ही अस्पृश्य समाजाला लागलेली कीड होती. त्यामुळे अस्पृश्यांना अत्यंत दयनीय आणि मानहानीचे जीवन जगावे लागत होते. महात्मा जोतीबा फुले, कोल्हापूरचे राजर्षी छत्रपती शाहू महाराज, महाराज सयाजीराव गायकवाड, विठ्ठल रामजी शिंदे यांनी अस्पृश्यता निवारणाचे कार्य सुरू केलेले होते. परंतु वरिष्ठ जातीच्या मनोभूमिकेत काहीही बदल झाला नाही. डॉ. बाबासाहेबांना शिक्षण घेताना आणि नोकरी करताना या मानहानीची व अपमानास्पद वागणुकीची जाणीव झाली होती. त्यामुळे आपल्या सार्वजनिक जीवनाची सुरुवात करताना त्यांनी अस्पृश्यांना त्यांचे न्याय हक्क मिळवून देण्याच्या कार्याला प्राधान्य दिले. आपल्या बांधवांना अन्यायाचा प्रतिकार करण्यास व आपल्या हक्कासाठी संघर्ष करण्यास त्यांनी शिकविले. अस्पृश्यांमधील स्वाभिमान आणि आत्मविश्वास जागृत केला. अस्पृश्य हेही याच देशाचे नागरिक असून त्यांना या देशात समानतेचे सर्व हक्क आहेत. याची जाणीव आपल्या बांधवाना त्यांनी करून दिली. न्याय हक्कासाठी कोणाच्या सहानुभूतीची गरज नसून अन्यायाविरुद्ध संघर्ष करून आपले हक्क आपण मिळविण्याची जाणीव त्यांनी समाजात निर्माण केली. त्यादृष्टीने त्यांनी आपले कार्य मोठ्या हिंमतीने केले.

* सामाजिक चळवळ

माणगावची महार परिषद - महार, मांग व चांभार या दलितांना अस्पृश्य संबोधण्यात आले होते. या अस्पृश्यांना अपमानास्पद वागणूक दिली जात होती. त्यामुळे डॉ. बाबासाहेब आंबेडकरांनी आणि इतर काही समाजसुधारकांनी अस्पृश्यता निवारण परिषद आयोजित केली. २० मार्च १९२० रोजी कागल जहागिरीतील माणगाव येथे गावकामगार आप्पासाहेब दादागौडा पाटील यांच्या सहकार्याने दत्तोबा पवार, तुकाराम, गणेशाचार्य व गंगाराम कांबळे या कोल्हापूरातील अस्पृश्य पुढाऱ्यांनी भरविले. त्या परिषदेचे अध्यक्ष डॉ. बाबासाहेब आंबेडकर होते. या परिषदेतच शाहू महाराजांनी अस्पृश्य चळवळीचे नेतृत्व डॉ. आंबेडकरांनी करावे अशी अपेक्षा व्यक्त केली होती. या परिषदेत पुढील ठराव पास झाले.

१) अस्पृश्यांना प्राथमिक शिक्षण सक्तीचे व मोफत करावे.

भारतरत्न डॉ. बाबासाहेब उर्फ भीमराव रामजी आंबेडकर आणि.... । १९१

२)	बहिष्कृत वर्गातील विद्यार्थ्यांना शिष्यवृत्ती द्याव्यात.
३)	स्पृश्य व अस्पृश्यांसाठी एकच शाळा असावी.
४)	महार वतन पद्धतीत सुधारणा करावी.
५)	बहिष्कृत वर्गातील लोकांची नेमणूक तलाठी पदावर करावी.
६)	मृत जनावरांचे मांस खाणे हा गुन्हा ठरवावा.

या परिषदेनंतर मात्र माणगावातील स्पृश्यांनी अस्पृश्यांवर बहिष्कार टाकला.

*** बहिष्कृत हितकारिणी सभा (१९२४)**

सन १९२३ साली बॅरिस्टर पदवी घेऊन मुंबईत आल्यावर डॉ. बाबासाहेब आंबेडकरांनी वकिली सुरू केली. खरे तर त्यांना आपले जीवन ऐषआरामात घालविता आले असते. परंतु आपल्या समाजात जागृती निर्माण करण्याचे व्रत त्यांनी स्वीकारले.

डॉ. बाबासाहेब आंबेडकरांनी सर्वप्रथम दलितांमध्ये जागृती करण्याचे आणि त्यांना संघटित करण्याचे काम हाती घेतले. दलितांच्या सामाजिक व राजकीय अडचणी सरकारपुढे सादर करण्यासाठी एक मध्यवर्ती मंडळ असावे असे बाबासाहेबांना वाटत होते. त्यासाठी ९ मार्च १९२४ रोजी दामोदर ठाकरसी सभागृह, परळ, मुंबई येथे त्यांनी एक सभा बोलाविली. या सभेत दलित नेते एकत्र जमले. या सभेतील ठरावानुसार २० जुलै १९२४ रोजी 'बहिष्कृत हितकारिणी सभा' स्थापन झाली. या सभेची उद्दिष्टे पुढीलप्रमाणे होती.

१)	बहिष्कृत समाजात शिक्षणाचा प्रसार करणे.
२)	बहिष्कृत समाजात उच्च संस्कृतीची वाढ करण्यासाठी वाचनालये, शैक्षणिक वर्ग व स्वाध्याय संघ स्थापन करणे.
३)	या बहिष्कृत समाजाची आर्थिक स्थिती सुधारण्यासाठी औद्योगिक व शेतकी विषयक शाळा चालविणे.

या बहिष्कृत हितकारिणी सभेचे अध्यक्ष सर चिमणलाल हरिलाल सेटलवाड, उपाध्यक्ष मेयर निसिम, जे. पी. रुस्तमजी जिनवाला, सॉलीसिटर सी. के. नरीमन, डॉ. वि. पा. चव्हाण, डॉ. र. पु. परांजपे व बा. ग. खेर होते तर कार्यकारी मंडळाचे अध्यक्ष स्वत: बाबासाहेब आंबेडकर होते. कार्यवाह सिमाराम नामदेव सवितरकर व कोषाध्यक्ष निवृत्ती तुळशीदास जाधव होते. बहिष्कृत हितकारिणी सभेची स्थापना म्हणजे देशातील दलितांना स्वावलंबन, स्वाभिमान व आत्मोद्धार यांची शिकवण देऊन देशात महापरिवर्तन घडवून आणणाऱ्या युगाचा प्रारंभ होय.

✽ अस्पृश्यांना संघटित आणि संघर्षासाठी जागृत करण्याचे कार्य

अस्पृश्यांच्या बाबतीत उच्चवर्णीयांकडून अपमानास्पद वागणूक, मानहानीजनक कार्य करवून घेतले जात होते, त्यांच्या आचार विचारात कसलाही बदल होत नव्हता. त्यामुळे सामाजिक समतेच्या न्याय्य हक्कासाठी अस्पृश्यांना संघटित करणे तसेच अहिंसक मार्गाने संघर्ष करण्यासाठी त्यांना जागृत करणे, त्यांचा आत्मविश्वास वाढविणे डॉ. बाबासाहेबांना हे महत्त्वाचे वाटत होते. त्यामुळेच त्यांनी महाडच्या तळ्यावरील सत्याग्रह आणि मंदिर प्रवेशाची चळवळ हाती घेतली.

✽ महाडचा सत्याग्रह

महाडच्या चवदार तळ्यावरील सत्याग्रह म्हणजे मानवी मुक्तीचा लढा होता. क्रांतीची सुरुवात होती. या लढ्याद्वारे मानवमुक्तीच्या लढ्याचे निशाण रोवले गेले. आपल्या सर्व बांधवांमध्ये आत्मविश्वास आणि एकोपा निर्माण व्हावा यासाठी त्यांनी प्रयत्न केले. ४ ऑगस्ट १९२३ रोजी विधिमंडळात झालेल्या कायदेवजा ठरावानुसार महाडच्या म्युनिसिपालटीने सार्वजनिक पाणवठे, विद्यालये, धर्मशाळा इत्यादी ठिकाणी मुक्त संचाराला मान्यता देणारा ठराव पास केला. तथापि अस्पृश्यांनी स्पृश्यांच्या भीतीने या तळ्यावर जाऊन पाणी भरण्याचे धाडस केले नव्हते. त्यामुळेच हे साहस करून अस्पृश्यांमध्ये आत्मविश्वास निर्माण करण्याचे त्यांनी ठरविले. डॉ. आंबेडकरांनी आपल्या बहुसंख्य अनुयायांसह चवदार तळ्याचे पाणी प्राशन केले. नुसते पाणी प्राशन करणे इतकेच हे कार्य नव्हते तर अन्यायी समाज व्यवस्थेविरुद्ध केलेले हे बंड होते. आपण माणूस असून माणसाप्रमाणे जगण्याचा आपणालाही अधिकार आहे, हे देशाला सांगणारी एक प्रतीकात्मक कृती होती. अस्पृश्यांच्या मनात आत्मविश्वास निर्माण करणारी ही व्यापक प्रेरणा होती, सर्वांनी यावेळी केलेल्या टीकेला त्यांनी 'बहिष्कृत भारत' या पाक्षिकातून उत्तरे दिली. भीक मागून किंवा रडून न्याय मिळत नाही. त्यासाठी आपल्यातील तेजाचेच साहाय्य घेतले पाहिजे. या जाणिवेचा या सत्याग्रहामुळे उदय झाला. महाडच्या या सत्याग्रहाने सामाजातील अस्पृश्य एकत्र येऊन आपल्या हक्कासाठी लढू शकतात हे सिद्ध झाले. डॉ. बाबासाहेब आंबेडकरांचे नेतृत्व समाजाने स्वीकारले. मनुस्मृतीचे दहन करून यापुढे हिन्दू धर्माने दिलेली अन्यायी वागणूक सहन करणार नाही हे अस्पृश्यांच्या एकजुटीने सिद्ध झाले. अस्पृश्यांमध्ये निर्माण झालेल्या जाणीवजागृतीची ही पहिली ठिणगी होती. या चळवळीने अस्पृश्यांचा आत्मविश्वास वाढविला.

* काळाराम मंदिर सत्याग्रह

अमरावती येथील माधोराव मेश्राम यांनी अंबादेवीच्या देवळात प्रवेश मिळावा म्हणून सत्याग्रह सुरू केला होता. परंतु पुण्यात १९२९ मध्ये पर्वती मंदिर प्रवेशासाठी पहिला सत्याग्रह करण्यात आला, त्यावेळी मारहाण होऊन वातावरण तप्त बनले होते. महाराष्ट्रात काळाराम मंदिराचा नाशिक येथील प्रश्न बराच गाजला. १९३१ साली नाशिकच्या काळाराम मंदिरात प्रवेश मिळविण्यासाठी हजारोंच्या संख्येने लोक सत्याग्रहात सामील झाले. तथापि, पुजाऱ्याने मंदिराचे दरवाजे बंद करून घेतले. १९३४ पर्यंत हा सत्याग्रह लांबला होता. मंदिर प्रवेशासाठी डॉ. आंबेडकरांचे विचार मूलगामी होते. ते म्हणत, 'या मंदिरप्रवेशाने आमचे प्रश्न सुटणार नाहीत, पण मानाने, अब्रूने राहावयास मिळणार आहे की नाही हे पाहावयाचे आहे.' सत्याग्रहात सहभागी झालेल्यांनी दगडफेक, लाठीमार वगैरेंना तोंड दिले. काहींनी कारावासही भोगला. या चळवळीत स्त्रियांनीही भाग घेतला, स्त्रिया तुरुंगातही गेल्या. पण तरीही सत्याग्रह चालूच ठेवला. अखेर इ.स. १९३४ साली डॉ. आंबेडकरांच्याच सूचनेवरुन तो मागे घेण्यात आला.

* मनुस्मृती ग्रंथाचे दहन

डॉ. बाबासाहेब आंबेडकरांनी ठरविल्यानुसार २५ व २६ डिसेंबर १९२७ रोजी महाड येथे सत्याग्रह परिषद आयोजित केली. या परिषदेत हिंदू समाजाचा धर्मग्रंथ असलेल्या मनुस्मृतीचे दहन करण्याचा निर्णय घेण्यात आला. हा ग्रंथ जाती व्यवस्था, अस्पृश्यता व विषमतेचा पुरस्कर्ता असून या ग्रंथातील वाचनामुळेच जातीव्यवस्था, अस्पृश्यता व जातीबंधनाला बळकटी प्राप्त झाली. शूद्रांची राजकीय, सामाजिक आणि आर्थिक गुलामगिरी कायम करणारी वचने या धर्मग्रंथात होती. त्यामुळेच २५ डिसेंबर १९२७ रोजी मनुस्मृती या ग्रंथाचे दहन केले. जातीव्यवस्था व उच्चनीच भेदभाव या विरुद्ध केलेली ही बंडात्मक कृती दलितांचे मनोबल वाढविणारी घटना ठरली.

* राजकीय चळवळ

कोणतीही सामाजिक चळवळ राजकीय आश्रयाशिवाय यशस्वी होऊ शकत नाही व म्हणून समाजाच्या विकासाची गुरुकिल्ली राजकीय सत्ता मानली आहे. म्हणूनच डॉ. बाबासाहेब आंबेडकर दलित समाजाला राज्यकर्ती जमात होण्याचा संदेश देतात. राजकीय सत्तेत जाण्यासाठी डॉ. आंबेडकरांनी तीन संघटना निर्माण

केल्या त्या खालीलप्रमाणे आहेत.

१) **स्वतंत्र मजूर पक्ष –** दलितांच्या हक्कांचा लढा राजकीय पातळीवरुन लढविण्यासाठी बाबासाहेबांनी राजकीय पक्षाची स्थापना केली होती. सन १९३६ च्या ऑगस्ट महिन्यात त्यांनी स्वतंत्र मजूर पक्ष स्थापन केला. मात्र या पक्षाचा जाहीरनामा पाहिला तर त्यामध्ये फक्त दलितांच्या हिताला प्राधान्य दिले होते असे म्हणता येणार नाही. औद्योगिक कामगार, भूमिहीन शेतमजूर, छोटे शेतकरी, जमीनदारांच्या शेतावर राबणारी कुळे, शहरांतील कनिष्ठ मध्यमवर्ग अशा सामाजिक सर्व गरीब व शोषित घटकांच्या हिताचा आग्रह स्वतंत्र मजूर पक्षाच्या जाहीरनाम्यात धरण्यात आला होता. आपल्या पक्षाने शोषित व दलित वर्गाचे प्रतिनिधित्व करावे असाच बाबासाहेबांचा उद्देश व दृष्टिकोन होता. सनातनी व प्रतिगामी स्वरूपाच्या सर्व शक्तींना आळा घालण्याची अत्यंत आवश्यकता आहे, असेही या पक्षाच्या जाहीरनाम्यात म्हटले होते.

२) **ऑल इंडिया शेड्युल्ड कास्ट फेडरेशन–** इ.स. १९४२ साली सर स्टॅफर्ड क्रिप्स भारतात आले. त्यांनी क्रिप्स योजना जाहीर करण्यापूर्वी डॉ. बाबासाहेब आंबेडकरांनी क्रिप्सची भेट घेऊन त्यांच्यापुढे दलितांची बाजू मांडली तेव्हा, 'तुम्ही मजुरांचे पुढारी असल्याने दलितांचे प्रतिनिधित्व करण्याचा तुम्हाला कसा काय हक्क पोहोचतो?' अशी क्रिप्सने विचारणा केली. म्हणून डॉ. बाबासाहेबांनी १९ जुलै १९४२ रोजी नागपूर अधिवेशनात शेड्युल्ड कास्ट फेडरेशन हा केवळ दलितांच्या हितसंबंधाचे रक्षण करण्यासाठी कटिबद्ध असलेला राजकीय पक्ष स्थापन केला.

३) **रिपब्लिकन पार्टी ऑफ इंडिया –** लोकशाहीत संकुचित विचाराला स्थान असू नये. त्यामुळे जातवार पक्षही त्यांना अमान्य होता. म्हणून डॉ. बाबासाहबांना सर्व जाती-धर्मांच्या लोकांना सामावून घेणारा एखादा नवा पक्ष असावा असे वाटू लागले. त्यामुळे ते शेड्युल्ड कास्ट फेडरेशनचे रुपांतर रिपब्लिकन पार्टी ऑफ इंडिया या राजकीय पक्षात करण्याचा विचार करीत होते. परंतु दुर्दैवाने तत्पूर्वीच त्यांचे निर्वाण झाले. मात्र त्यांचे अपूर्ण स्वप्न त्यांच्या अनुयायांनी पूर्ण केले. इ.स. १९५७ साली रिपब्लिकन पक्षाची स्थापना झाली.

*** पुणे करार**

भारतातील राजकीय समस्या सोडविण्यासाठी ब्रिटिश सरकारने लंडन येथे १० ऑक्टोबर १९३० रोजी पहिली गोलमेज परिषद बोलाविली. त्यात अस्पृश्यांचे

भारतरत्न डॉ. बाबासाहेब उर्फ भीमराव रामजी आंबेडकर आणि.... । १९५

नेते म्हणून बाबासाहेबांनाही निमंत्रण होते. त्यांनी या परिषदेत अस्पृश्यांवर होणाऱ्या अन्याय-अत्याचारांची करुण कहाणी वास्तव शब्दात मांडली, तेव्हा इंग्रजही थरारून गेले. दलितसमाज हा हिंदू लोकांपासून वेगळा आहे म्हणून शीख, मुसलमानांना ज्याप्रमाणे सवलती दिल्या जातील, त्याप्रमाणे दलितांनाही मिळाव्यात. डॉ. आंबेडकरांनी स्वतंत्र मतदारसंघाची मागणीच केली.

सांप्रदायिक प्रश्नावर भारतीय प्रतिनिधीत ब्रिटिश सरकारला हस्तक्षेप करण्याची संधी मिळाली. ब्रिटिश पंतप्रधान रॅम्से मॅकडोनाल्ड यांनी १६ ऑगस्ट १९३२ रोजी सांप्रदायिक प्रश्नांच्या संदर्भात आपला निर्णय जाहीर केला. तो जातीय निवाडा या नावाने इतिहासात प्रसिद्ध आहे व डॉ. आंबेडकरांची स्वतंत्र मतदारसंघाची मागणी मंजूर झाली. गांधीजी यावेळी येरवडा तुरुंगात होते. अस्पृश्यांना हिंदूपासून फोडण्याचा इंग्रजांचा डाव आहे असे मत देऊन तुरुंगात त्यांनी प्राणांतिक उपोषणाला सुरुवात केली. डॉ. आंबेडकरांनी गांधीजींचा राजकीय स्टंट समजून दुर्लक्ष केले. परंतु गांधीजींच्या प्राणाला धोका निर्माण झाला. त्यांची प्रकृती ढासळू लागली तेव्हा यातून मार्ग काढण्यासाठी पंडित मदनमोहन मालवीय यांनी डॉ. राजेंद्रप्रसाद, राजगोपालाचारी, घनश्याम बिर्ला व डॉ. जयकर यांच्या सहकार्याने मुंबई येथे हिंदू नेत्यांचे एक अधिवेशन बोलाविले. या अधिवेशनात एक योजना तयार केली गेली. डॉ. बाबासाहेब आंबेडकरांनी डॉ. जयकर, घनश्याम बिर्ला, चुन्नीलाल मेहता आणि राजगोपालाचारी यांच्यासमवेत २१ सप्टेंबर १९३२ रोजी गांधीजींची भेट घेतली. या भेटीत बाबासाहेब व गांधीजींनी मुंबई योजनेस मान्यता दिली.

२३ सप्टेंबर १९३२ रोजी त्यांच्यात समेट घडून आला. यालाच 'पुणे करार' या नावाने ओळखले जाते. या करारातील कलमे पुढीलप्रमाणे.

१) डॉ. बाबासाहेब आंबेडकरांनी अस्पृश्यांसाठी स्वतंत्र मतदारसंघाचा त्याग करावा व संयुक्त मतदारसंघाचा स्वीकार करावा.

२) हरिजनांसाठी १४४ जागा राखीव ठेवण्यात आल्या. केंद्रात १८ टक्के जागा राखीव ठेवण्यात आल्या.

३) हरिजन हा हिंदू समाजाचा एक अविभाज्य घटक असल्याचे डॉ. बाबासाहेब आंबेडकरांनी मान्य केले.

४) अस्पृश्यांच्या उद्धारासाठी महात्मा गांधींनी प्रयत्न करण्याचे मान्य केले.

डॉ. आंबेडकरांनी राष्ट्रहितासाठी स्वतंत्र मतदार-संघाचा त्याग केला आणि पुणे करारावर सही केली. परंतु हा पुणे करार दलितांचे राजकीय अस्तित्व संपुष्टात आणणारा ठरला हे विसरता येणार नाही.

✳ डॉ. आंबेडकरांनी सुरू केलेली वर्तमानपत्रे

डॉ. बाबासाहेब आंबेडकरांनी दलित समाजाला अन्यायाचा प्रतिकार करण्यासाठी सज्ज बनविले. दलितांच्या हक्कांसाठी आणि त्यांना न्याय मिळवून देण्यासाठी बाबासाहेबांनी व्यापक चळवळ उभी केली. समाजजागृतीचे अतिशय प्रभावी साधन म्हणून डॉ. आंबेडकर वृत्तपत्रांकडे पहात होते. अस्पृश्यांवर होणाऱ्या अन्याय व अत्याचाराला जगापुढे उजागर करणे आणि दलित चळवळीची भूमिका, ध्येय, धोरण व उद्दिष्ट स्पष्ट करणे, तसेच चळवळीला विरोध करणाऱ्या प्रतिपक्षाला सडेतोड उत्तर देणे या बाबींसाठी डॉ. बाबासाहेब आंबेडकरांना वृत्तपत्राची गरज वाटत होती. म्हणूनच त्यांनी वेगवेगळी वृत्तपत्रे काढली आणि चालविली.

१) **मूकनायक** – अस्पृश्यांच्या व्यथा, वेदना बोलक्या कराव्यात, त्यांची दुःखे वेशीवर टांगावीत आणि त्यांच्यात जागृती घडवून आणावी या उद्देशाने डॉ. आंबेडकरांनी ३१ जानेवारी १९२० रोजी मूकनायक या नावाचे पाक्षिक सुरू केले. दलितांचे कैवारी म्हणून ओळखल्या गेलेल्या राजर्षी शाहू महाराजांनी हे वृत्तपत्र सुरू करण्यासाठी डॉ. आंबेडकरांना आर्थिक साहाय्य दिले होते. डॉ. आंबेडकरांनी दलितांच्या उद्धारासाठी सुरू केलेल्या चळवळीचे मूकनायक हे मुखपत्र बनले.

२) **बहिष्कृत भारत** – ३ एप्रिल १९२७ रोजी हे पत्र सुरू करण्यात आले. यावेळी टीकेला उत्तर देण्यासाठी हे वृत्तपत्र सुरू झाले, पण पैशाच्या अडचणीमुळे ते १९२९ साली बंद पडले. दोन वर्षात ३४ अंक काढण्यात आले. त्यापैकी ३३ अंकात अग्रलेख होते. दलित चळवळीचे हे मुखपत्र बनले होते.

३) **समता** – २९ जुलै १९२८ रोजी समता चा पहिला अंक प्रकाशित झाला. डॉ. बाबासाहेबांच्या अध्यक्षतेखाली चालविल्या जाणाऱ्या 'समाज-समता-संघा' चे मुखपत्र होते. या वृत्तपत्राचे संपादक देवराव नाईक हे होते.

४) **जनता** – २४ नोव्हेंबर १९३० रोजी हे वृत्तपत्र सुरू झाले. ते अगोदर पाक्षिक होते. १९३२ पासून ते साप्ताहिक चालू राहिले. हे पत्र म्हणजे खरेखुरे डॉ. आंबेडकरांचे जीवनचरित्र होय.

५) **प्रबुद्ध भारत** – १९५६ मध्ये धर्मांतरानंतर या वृत्तपत्राची सुरुवात झाली. सदरील पत्राच्या नावावरूनच त्याचा बोध होतो. खरे तर जनता वृत्तपत्राचेच परिवर्तन प्रबुद्ध भारतात झाले होते.

* भारतीय राज्यघटनेचे शिल्पकार

भारत स्वतंत्र झाल्यावर नेहरू मंत्रीमंडळात डॉ. बाबासाहेब आंबेडकर कायदामंत्री झाले. २९ ऑगस्ट १९४७ रोजी घटना मसुदा समितीचे अध्यक्षपद डॉ. आंबेडकर यांच्यावर सोपविण्यात आले. प्रकृतीची पर्वा न करता ते रात्रंदिवस घटनेचे काम करीत राहिले आणि विविध धर्म, जाती, भाषा, आचार असलेल्या या देशाला एका सूत्रात बांधणारे, समता, बंधुत्वावर आधारित संविधान बहाल केले.

धर्मांतर

डॉ. बाबासाहेब आंबेडकरांनी अस्पृश्यांच्या उद्धारासाठी आणि त्यांच्या न्याय्य हक्कांसाठी आयुष्यभर लढा दिला. हिंदू धर्मात अस्पृश्यांना माणुसकीचे अधिकार मिळणार नाहीत अशी त्यांचा खात्री पटल्यावर हिंदू धर्माचा त्याग केल्याशिवाय गत्यंतर नाही असे त्यांना वाटू लागले. येवला येथे १९३५ साली धर्मांतराची केलेली घोषणा, 'मी हिंदू धर्मात जन्माला आलो, पण हिंदू धर्मात मरणार नाही. हिंदूचे हृदय परिवर्तन करू शकलो नाही,'– म्हणून २१ वर्षांनंतर १४ ऑक्टोबर १९५६ रोजी पाच लाख अनुयायांसह डॉ. आंबेडकरांनी बौद्ध धर्माचा स्वीकार केला. धर्मव्यवस्थेने नाकारलेले दलितांचे अधिकार आणि माणूसपण मिळविण्यासाठी हे धर्मांतर होते.

* डॉ. आंबेडकरांचे शैक्षणिक कार्य

बहिष्कृत हितकारिणी सभा, भारतीय बहिष्कृत समाज सेवा समिती, भारतीय शिक्षण प्रसारक मंडळ.

आपला समाज शिक्षणात मागासलेला असल्यामुळे शिक्षण ही त्याची गरज आहे हे लक्षात घेऊन डॉ. आंबेडकर यांनी आपल्या समाजात शिक्षण प्रसार करण्यासाठी सर्व साधनांचा अवलंब केला. बहिष्कृत हितकारिणी सभेच्या कार्यकारी मंडळाद्वारा १४ जून १९२८ रोजी बहिष्कृत हितकारिणी सभा विसर्जित करून बहिष्कृत वर्गात शिक्षणाचा प्रसार करण्यासाठी भारतीय बहिष्कृत समाज शिक्षण प्रसारक मंडळ काढण्याचे ठरविले व धार्मिक, सामाजिक आणि राजकीय चळवळ करण्यासाठी भारती बहिष्कृत समाज सेवा समिती ही संस्था काढण्याचे ठरवून, दलितांच्या शिक्षणाची व्यवस्था करण्यासाठी भारतीय बहिष्कृत शिक्षण प्रसारक मंडळाची स्थापना केली.

अस्पृश्य समाजातील लोकांना आपल्या मुलांच्या दुय्यम (माध्यमिक) शिक्षणावर होणारा खर्च परवडणारा नसल्यामुळे त्यांच्या शिक्षणाची सोय व्हावी म्हणून दलितवर्गीय शिक्षण संस्थांनी छात्रालये सुरू करण्याचे कार्य हाती घेतले होते.

त्या कार्याला सरकारने साह्य करावे म्हणून डॉ. आंबेडकरांनी आवाहन केले होते. त्या काळात १९२८ मध्ये सरकारने एक योजना संमत केली. त्यानुसार दुय्यम शिक्षण घेणाऱ्या अस्पृश्य विद्यार्थ्यांसाठी पाच छात्रालये सुरू करण्याची योजना जाहीर केली. डॉ. आंबेडकरांनी आपल्या शिक्षणसंस्था रजिस्टर करून सरकारमान्य केल्या होत्या. त्या संस्थांचे कार्य विश्वस्त मंडळावर सोपविले होते. या संस्थांचे डॉ. आंबेडकर यांच्यासह १९ सभासदांचे सल्लागार मंडळ होते. सरकारने दलित वर्गाच्या संस्थांना वार्षिक ९ हजार रुपयांच्या अनुदानाची तरतूद केली होती. तसेच सरकारने जाहीर केलेल्या पाच संकल्पित छात्रालयांची व्यवस्था पाहण्याची जबाबदारी सरकारने डॉ. आंबेडकर यांच्या शिक्षण संस्थेवर सोपविली होती.

छात्रालयांसाठी सरकारकडून मिळणारी अनुदानाची रक्कम कमी पडत असे म्हणून डॉ. आंबेडकर स्वत: अनेक लोकांकडून देणग्या गोळा करीत. काही जिल्हा लोकल बोर्डाच्या व नगरपालिकांच्या अध्यक्षांनी डॉ. आंबेडकरांच्या शैक्षणिक कार्याची तळमळ पाहून शाळेतील अस्पृश्य विद्यार्थ्यांच्या फीमध्ये सूट दिली होती. तसेच त्यांनी छात्रालयाच्या इमारती बांधण्यासाठी मोफत जागाही दिल्या होत्या.

डॉ. आंबेडकर व त्यांच्या सहकाऱ्यांनी चालविलेल्या शिक्षण संस्थेने जमविलेल्या निधीतून विद्यार्थ्यांच्या जेवणखाण्याची व राहण्याची सोय करून त्यांच्या शालेय अन्य गरजा भागविण्याची सोय केली होती. स्पृश्य हिंदूंच्या संस्थाना डॉ. आंबेडकरांच्या संस्थांविषयी आपुलकी नसल्यामुळे प्रसंगी त्यांनी मुसलमानांचीही मदत घेतली. काही गावातील छात्रालयासाठी सवर्ण हिंदू घर भाड्याने देत नसत. दिले तर त्याचे भाडे जास्त द्यावे लागे. शैक्षणिक कार्य करताना डॉ. आंबेडकरांना अनेक अडचणींना तोंड द्यावे लागले होते. तरीही ते मागे सरले नव्हते. त्यांनी आपले प्रयत्न चालू ठेवले होते. दास्यात खितपत पडलेल्या अस्पृश्य समाजाच्या उद्धारासाठी त्यांच्या बौद्धिक, आर्थिक व मानसिक विकासासाठी शिक्षण प्रसाराचे कार्य करीत होते. शिक्षणप्रसाराचे कार्य करीत असताना सतत अडचणी येत. दलित वर्गातील मुलांना शाळेत प्रवेश देण्यासंबंधी सरकार आदेश देत असे, पण शाळाचालक त्या आदेशाकडे दुर्लक्ष करीत आणि अस्पृश्यांच्या मुलांना या ना त्या कारणांने प्रवेश नाकारत. यासाठी डॉ. आंबेडकरांना झगडावे लागले होते. या दृष्टीने महाराष्ट्रात दलित वर्गातील मुलांना स्पृश्य मुलांबरोबर शाळेत बसता यावे यासाठी त्यांनी प्रयत्न केले.

डॉ. आंबेडकरांनी स्थापन केलेल्या भारतीय बहिष्कृत समाज सेवा समिती ही संस्था आणि भारतीय शिक्षण प्रसारक मंडळ या दोन्ही संस्थांच्या माध्यमातून

समाजावर होणारे अन्याय दूर करण्याचे कार्य आणि शिक्षण प्रसाराचे कार्य केले.

*** पीपल्स एज्युकेशन सोसायटी**

डॉ. बाबासाहेब आंबेडकरांनी १९२४ साली स्थापन केलेल्या बहिष्कृत हितकारिणी या संस्थेद्वारा मागासवर्गीय विद्यार्थ्यांची शिक्षणाची व राहण्याची सोय केली. या संस्थेद्वारा त्यांनी बेळगाव, जळगाव, सोलापूर, पनवेल, ठाणे, पुणे, नाशिक, धारवाड इत्यादी ठिकाणी मागासवर्गीय विद्यार्थ्यांसाठी वसतिगृहे सुरू केली. यामुळे प्राथमिक व माध्यमिक शिक्षणाची सोय झाली, पण एवढ्यानेच मागासवर्गीय विद्यार्थ्यांची शैक्षणिक प्रगती होणार नाही याची डॉ. आंबेडकरांना कल्पना होती. त्यासाठी विश्वविद्यालयीन शिक्षणाचा प्रसार झाला पाहिजे म्हणून महाविद्यालयाची स्थापना करण्याची गरज ओळखून डॉ. आंबेडकरांनी आपल्या सहकाऱ्यांच्या साहाय्याने मुंबईत दि.८ जुलै १९४५ रोजी 'पीपल्स एज्युकेशन सोसायटी' या नावाची शैक्षणिक संस्था स्थापन केली. या संस्थेचे स्वत: डॉ. आंबेडकर हे अध्यक्ष होते.

पीपल्स एज्युकेशन सोसायटीची स्थापना केल्यानंतर प्रत्यक्ष शैक्षणिक कार्याला सुरुवात करताना संस्थेने भारत सरकारकडून तीन लाख रुपयाची देणगी व तीन लाख रुपये बिनव्याजी घेऊन २० जून १९४६ रोजी सिद्धार्थ महाविद्यालयाची स्थापना केली. तेव्हा हे महाविद्यालय मरिन लाईन्सला मिलिटरी बॅरॅकच्या बैठ्या इमारतीत भरत असे. पहिल्याच वर्षी या महाविद्यालयात बी.ए. व बी.एस्सी. पर्यंतचे वर्ग सुरू केले. त्या वर्षी महाविद्यालयात सुमारे १४०० विद्यार्थी शिकत होते. विद्यार्थ्यांसाठी सुरुवातीलाच ग्रंथालय व प्रयोगशाळा सुसज्ज केली. तसेच संस्थेने विद्वान व अनुभवी प्राध्यापकांची नियुक्ती केली. तीन वर्षे हे महाविद्यालय मरीनलाईन्सच्या मिलिटरी बॅरॅकच्या इमारतीत चालविल्यानंतर वाढत्या विद्यार्थ्यांच्या सोयीसाठी १९४९ मध्ये पी.ए.सोसायटीने फोर्टमधील आल्बर्ट बिल्डिंग व मन्क्का बिल्डिंग या दोन इमारती विकत घेतल्या. त्या नव्या इमारतीत वर्ग सुरू झाले. साहित्य व विज्ञान शाखेचे शेकडो विद्यार्थी पदवीधर होऊ लागले. गरजेनुसार १९५३ साली संस्थेने वाणिज्य महाविद्यालयाही सुरू केले. वाणिज्य महाविद्यालयाप्रमाणे १९५६ साली संस्थेने कायदा व न्यायशास्त्राच्या अभ्यासासाठी विधी महाविद्यालयची स्थापना केली. पी.ए.सोसायटीच्या कला, विज्ञान, वाणिज्य व विधी महाविद्यालयात शिकणाऱ्या हजारो विद्यार्थ्यांपैकी ज्यांची मुंबईत राहण्याची गैरसोय होती अशा विद्यार्थ्यांच्या राहण्याची सोय करण्याच्या उद्देशाने सोसायटीने वडाळ्याला १९४५ साली मुंबई महानगरपालिकेकडून घेतलेल्या जागेवर १९६४ साली वसतिगृह बांधले.

डॉ. बाबासाहेब आंबेडकरांनी मुंबईत सिद्धार्थ महाविद्यालयाची स्थापना करून आपल्या शैक्षणिक कार्याचे स्वप्न साकार केले. शिक्षणाच्या दृष्टीने मागासलेल्या मराठवाड्यात शिक्षणाची सोय करण्याच्या हेतूने पी.ए. सोसायटीच्या वतीने औरंगाबाद येथील लष्करी छावणीच्या परिसरात जागा घेऊन १९५० साली मिलिंद महाविद्यालय स्थापन केले. त्यात साहित्य, विज्ञान, वाणिज्य विषयाची शिकविण्याची सोय केली. सुसज्ज ग्रंथालय व प्रयोगशाळा निर्माण केली.

महाविद्यालयात शिकण्यासाठी बाहेरगावाहून आलेल्या मुलामुलींसाठी स्वतंत्र वसतिगृहे बांधली. तसेच मराठवाड्यात कायदा व न्यायशास्त्राच्या अभ्यासाची सोय व्हावी यासाठी सोसायटी विधी महाविद्यालय सुरू केले. अशाप्रकारे डॉ. आंबेडकरांनी मुंबई व मराठवाड्यात मोठे शैक्षणिक कार्य केले. त्यांच्या महापरिनिर्वाणानंतर त्यांचे स्वप्न साकारण्यासाठी पी.ए. सोसायटीने मुक्ती संग्रामभूमी महाड येथे १९६१ साली साहित्य, विज्ञान, वाणिज्य शाखा असलेले डॉ. बाबासाहेब आंबेडकर महाविद्यालय सुरू केले. पी.ए. सोसायटीच्या व सिद्धार्थ महाविद्यालयाच्या रौप्यमहोत्सव वर्षानिमित्त वडाळा येथे डॉ. बाबासाहेब आंबेडकर वाणिज्य महाविद्यालय सुरू केले. तसेच पी.ए. सोसायटीने नऊ महाविद्यालये, अनेक माध्यमिक शाळा, रिसर्च सेंटर, बुद्धिस्ट सेंटर इत्यादी शैक्षणिक संस्था सुरू करून डॉ. आंबेडकरांच्या शैक्षणिक कार्याचा उत्कर्ष केला, त्यांचे स्वप्न साकार झाले. हजारो मागासवर्गीय विद्यार्थी या शैक्षणिक संस्थांतून पदवीधर झाले. ही डॉ. आंबेडकरांच्या शैक्षणिक कार्याची खरी फलश्रुती होय.

वरीलप्रमाणे डॉ. आंबेडकरांचे कार्य हेच दलित चळवळीचे कार्य होय. बाबासाहेबांच्या कार्यकाळात दलित चळवळीला जोम आला. त्यापूर्वी अस्पृश्य समाजाचे सर्व नेते प्रांतिक होते. देशपातळीवरचे नेतृत्व डॉ. आंबेडकरांच्या रूपात दलित जनतेला मिळाले, म्हणून देशभरातील दलित चळवळ ही डॉ. बाबासाहेब आंबेडकरांभोवतीच फिरते. त्यामुळे त्यांचे कार्य आणि चरित्र हेच दलित चळवळीचे कार्य आणि चरित्र आहे. डॉ. आंबेडकरांचे हे महत्त्वपूर्ण कार्य त्यांच्या अनुयायांना पुढे नीटपणे चालवता आलेले दिसत नाही.

❋ कर्मवीर भाऊराव पाटील

कर्मवीर भाऊराव पाटील यांना अण्णा या नावाने संबोधले जाते. अण्णा एक आदर्श व्यक्ती होते. कर्मवीर भाऊरावांनी शैक्षणिक क्षेत्रात आपल्या जिद्द, कष्ट साधनेने एक महत्त्वपूर्ण क्रांती घडवून आणली. सामान्यातील सामान्य माणसापर्यंत

शिक्षण पोहोचले पाहिजे यासाठी त्यांनी अविश्रांत प्रयत्न केले. शिक्षणाचे ते भोक्ते होते. शिक्षण कार्यासाठीच त्यांनी आपले संपूर्ण जीवन वाहिले आहे. बहुजन समाजाला ज्ञानाची संजीवनी देणारे ते महापुरुष होते. गोरगरीब कष्टकऱ्यांच्या, कामगार, श्रमिक शेतकऱ्यांच्या मुलांना शिक्षण मिळाले पाहिजे, त्यांची मुले शिकून सकळ शहाणी झाली पाहिजेत. त्याशिवाय सामाजिक प्रबोधन होणार नाही यांची जाणीव त्यांना होती. अशा तळमळीतून कर्मवीर अण्णांनी शिक्षणाची चळवळ सुरू केली होती. श्रम, स्वावलंबन आणि समता ही महान तत्त्वे त्यांनी अंगीकारली होती. जातीयतेच्या विषमतेच्या खाईत खितपत पडलेल्या समाजाला मुक्त करण्याचे काम त्यांनी केले. त्यांच्या कार्यामागे, ध्येयवाद, निष्ठा, सामाजिक तळमळ होती. तन, मन, धन अर्पून त्यांनी समाजाच्या उद्धाराचे हे कार्य केले आहे. अशा या थोर महापुरुषाच्या जीवनचरित्राची माहिती घेणे आवश्यक आहे.

❊ जीवन चरित्र

कर्मवीर भाऊराव पाटील यांचा जन्म २२ सप्टेंबर १८८७ रोजी कोल्हापूर जिल्ह्यातील कुंभोज या गावी झाला. त्यांचे ते आजोळ होते. त्यांचे गाव ऐतवडे हे होय. त्यांच्या वडिलांचे नाव पायगोंडा आणि मातेचे नाव गंगामाई असे होते. त्यांचे वडील सरकारी नोकरीत होते. नोकरीनिमित्त त्यांना तासगाव, दहीवडी, विटा इत्यादी ठिकाणी फिरावे लागले. त्यामुळे भाऊरावांचे बालपण अशा विविध गावांमध्ये गेले आहे.

लहानपणी भाऊराव खोडकर व खेळकर होते. याच सुमारास त्यांची सत्याप्पा नावाच्या एका बंडखोर पुरुषाशी गाठ पडली. त्यांच्या सान्निध्यात ते लहानाचे मोठे झाले. त्यांच्याकडून त्यांनी बंडखोरीचे बाळकडू प्राप्त केले. पुढील जीवनात या स्वभावाचा त्यांना फार उपयोग झाला. प्राथमिक शिक्षण पूर्ण झाल्यावर वडीलांनी भाऊरावांना इंग्रजी शिक्षण घेण्यासाठी कोल्हापूरला पाठविण्याचे ठरविले. त्यांना कोल्हापूर येथे जैन कम्युनिटीने चालविलेल्या जैन वसतिगृहात ठेवण्यात आले. भाऊराव हे अभ्यासात कच्चे होते. मात्र ते खेळ व कुस्तीमध्ये निपुण होते. याच सुमारास त्यांच्यावर महात्मा फुल्यांनी स्थापन केलेल्या सत्यशोधक समाजाचा प्रभाव पडला. पुढे त्यांनी सत्यशोधक समाजाच्या कार्यास वाहून घेतले. छत्रपती शाहू महाराजांच्या मार्गदर्शनाचाही लाभ भाऊरावांना पुढील आयुष्यात झाला. सामाजिक प्रश्नांविषयीचा विशिष्ट दृष्टिकोन तयार झाला. भावी जीवनातील कार्याची वैचारिक पार्श्वभूमी त्यांना प्राप्त झाली. कर्मवीर भाऊराव पाटलांनी आपले शिक्षण अर्धवट

सोडून दिले. कारण उपजीविकेसाठी त्यांना व्यवसाय करणे भाग पडले. सुरुवातीस काही दिवस शिकवण्या करून पैसे मिळविले. पुढे जवाहिऱ्यांच्या दुकानातही काही दिवस राहिले. यानंतर त्यांनी किर्लोस्कर आणि ओगले या कारखानदारांचे फिरते विक्रेते म्हणून काम पाहिले. या काळात ते सर्व महाराष्ट्रभर फिरले. त्यामुळे बहुजन समाजाची दु:खे त्यांना समजून आली. शिक्षणाशिवाय बहुजन समाजाची उन्नती कठीण आहे हे त्यांच्या लक्षात आले. आणि 'बहुजन हिताय, बहुजन सुखाय' हे स्वप्न साकार करण्यासाठी शिक्षणकार्याला वाहून घेतले. कार्यावर निष्ठा, बहुजन समाज उद्धाराची तळमळ, सेवाभाव यामुळे त्यांचे शैक्षणिक कार्य झपाट्याने विस्तारत गेले.

१९१९ साली कराड तालुक्यातील काले या गावी रयत शिक्षण संस्थेची स्थापना केली. १९२४ मध्ये सातारा येथे छत्रपती शाहू बोर्डिंग हाऊस काढले. काले येथे स्थापना झालेल्या संस्थेचे स्थलांतर सातारा येथे करण्यात आले. त्यांनी आपल्या संस्थेचे बोधचिन्ह वटवृक्ष निवडले. आज त्याचा सर्व महाराष्ट्रभर विस्तार झाल्याचे आपणास दिसून येते. त्यांच्या शैक्षणिक कार्यात लक्ष्मीबाईंचा हातभार फार मोठा होता. या दांपत्याने हाल-अपेष्टा सहन करून शिक्षणाचे मौलिक कार्य केले. लक्ष्मीबाईंनी एके प्रसंगी बोर्डिंगमधील मुलांना खाण्यासाठी काही नव्हते म्हणून मंगळसूत्र मोडले. या गोष्टीवरुन त्यांच्या मनात असलेल्या निस्सीम त्यागाची कल्पना येते. रयतेच्या शिक्षणासाठी ते अहोरात्र झगडले. स्वावलंबी शिक्षणाची कल्पना त्यांनी प्रत्यक्षात राबविली. स्वावलंबन, स्वाभिमान, स्वाध्याय व स्वातंत्र्य ही त्यांच्या शिक्षणाची चतु:सूत्री होती. रयत शिक्षण संस्थेमार्फत वसतिगृहे, प्राथमिक शाळा, माध्यमिक शाळा, महाविद्यालये सुरू केली. त्यासाठी लागणारा पैसा त्यांनी सामान्य लोकांकडून जमा केला. जिद्द आणि चिकाटीने त्यांनी ह्या संस्था चालविल्या.

महाराष्ट्र शिक्षण प्रसाराचा वटवृक्ष फोफावला. शैक्षणिक प्रसाराच्या अल्पावधीतील कामगिरीने समाजाने त्यांना कर्मवीर पदवी बहाल केली. रयत शिक्षणसंस्थेद्वारे कर्मवीर अण्णांनी तळागाळातल्या समाजातील हुशार व बुद्धिमान मुले नावारूपास आणली. तेव्हा समाजाने अण्णांच्या शैक्षणिक कार्याचा गौरव करण्यासाठी अनेक मानपत्रे अर्पण केली. भारत सरकारने त्यांना पद्मभूषण हा किताब दिला. अनेकांनी त्यांना 'शिक्षण भगीरथ' म्हणून गौरविले. डॉक्टरेट ही पदवी देऊन पुणे विद्यापीठाने त्यांचा गौरव केला. अशा या थोर शिक्षणकर्त्याची प्राणज्योत ९ मे १९५९ रोजी मालवली.

* विचारधारा

कर्मवीरांनी कोणत्याही विद्यापीठाची पदवी घेतलेली नव्हती. शिक्षणशास्त्रातील ग्रंथांचे मंथन केले नव्हते. मात्र त्यांनी बहुजन समाजाची आर्थिक, धार्मिक, सांस्कृतिक व शैक्षणिक परिस्थिती जवळून पाहिली होती. समाजात बदल व्हावयाचे असतील तर समाजशिक्षण गरजेचे आहे हे त्यांनी ओळखले होते. कर्मवीरांनी बहुजन समाजाला ज्ञानाची संजीवनी देण्याचे ठरविले. गरिबांच्या झोपडीपर्यंत ज्ञानगंगा नेण्याचा निर्णय घेतला. स्वावलंबन, स्वाभिमान, स्वाध्याय व स्वातंत्र्य या चतु:सूत्रीवर त्यांच्या शैक्षणिक तत्त्वज्ञानाची उभारणी झालेली होती. 'स्वावलंबी शिक्षण हेच आमचे ब्रीद.' या कर्मवीरांच्या रयत शिक्षण संस्थेच्या ब्रीद वाक्यातच त्याच्या तत्त्वज्ञानाचे सार आहे.

कर्मवीर भाऊराव पाटील यांनी लोकांना आपल्या हक्कांची जाणीव करून देण्यासाठी शिक्षणाची गंगोत्री त्यांनी खेड्यापर्यंत पोहोचविली. लोकभ्रम व अज्ञान यांच्या तावडीतून मानवाला सोडवून समाजोद्धार करावयाचा असेल तर शिक्षणावाचून दुसरे साधन नाही हे त्यांनी ओळखले होते.

महात्मा फुले, शाहू महाराज, विठ्ठल रामजी शिंदे, संत गाडगे महाराज यांच्या विचारसरणीचा प्रभाव कर्मवीरांच्यावर पडलेला होता. समाजपरिवर्तन हा शिक्षणाचा प्रमुख हेतू त्यांनी ठेवलेला होता. बहुजन समाजाच्या सर्वांगीण उन्नतीसाठी शिक्षणाखेरीज दुसरा मार्ग नाही हे त्यांनी ओळखले होते. म्हणूनच त्यांनी आपले संपूर्ण आयुष्य शैक्षणिक कार्यात खर्च केले. श्रमाची प्रतिष्ठा, त्यातून निर्माण होणारे स्वावलंबी जीवन, जातिभेदातीत समाजरचना आणि ज्ञानलालसेची तीव्र आवड निर्माण करणे ही त्यांच्या कार्याची ठळक वैशिष्ट्ये आहेत.

* भाऊरावांचे शैक्षणिक कार्य

कर्मवीरांनी आपल्या शैक्षणिक कार्याला सांगली जिल्ह्यातील दुधगाव येथे प्रारंभ केला. इ.स. १९१० मध्ये त्यांनी तेथे दुधगाव शिक्षण प्रसारक मंडळ नावाची संस्था स्थापन केली. तेथील आश्रम या वसतिगृहात सर्व जातीधर्मांचे विद्यार्थी होते. पुढे अशीच वसतिगृहे नेर्ले व काले या ठिकाणी सुरू केली. याच सुमारास इ.स. १९१९ मध्ये काले येथे सत्यशोधक समाजाची परिषद भरली होती. त्या परिषदेत भाऊरावांनी खेड्यापाड्यांतील विद्यार्थ्यांच्या शिक्षणासाठी शिक्षणसंस्थेची गरज आहे हे पटवून दिले व काले येथे रयत शिक्षणसंस्थेची सुरुवात झाली. परंतु पुढे मध्यवर्ती ठिकाण म्हणून या संस्थेचे कार्यालय सातारा येथे हलविण्यात आले.

सातारा येथे भाऊरावांनी छत्रपती शाहू बोर्डिंग हाऊस हे वसतिगृह उघडले. सामाजिक कार्याची प्रेरणा भाऊरावांना छत्रपती शाहू महाराजांकडून मिळाली. ते त्यांना आपले गुरू मानीत. म्हणूनच या वसतिगृहाला शाहू महाराजांचे नाव देण्यात आले. वसतिगृहात सर्व जातीजमातींच्या मुलांना प्रवेश होता. त्यामुळे शैक्षणिक कार्याबरोबर भाऊरावांनी समाजातील विषमता नष्ट करण्याचे कार्यही केले.

जातीजातीत भेद नष्ट करून लोकांना मानवता शिकवणे, देव-भक्त यांच्यामधील दलालगिरी काढून टाकणे, अस्पृश्यांना न्याय हक्क मिळवून देणे, सामाजिक समता प्रस्थापित करणे हे सत्यशोधक समाजाचे ध्येय होते. सत्यशोधक समाजाचे कर्मवीर भाऊराव पाटील हे पुरस्कर्ते होते. म्हणूनच त्यांनी महाराष्ट्रातील खेड्यापाड्यांतून हुशार, होतकरू, शिक्षणाची आवड असलेले अनेक विद्यार्थी गोळा करून छ. शाहू बोर्डिंगात दाखल केले. कर्मवीर अण्णा हे जोतीबा फुले, छत्रपती राजर्षी शाहू महाराज आणि डॉ. आंबेडकर यांच्या विचारांचे कार्यच मोठ्या निष्ठेने आणि ध्येयाने करीत होते. हीच त्यांची खरी प्रेरणा होती.

भाऊरावांनी वेगवेगळी महाविद्यालये, ट्रेनिंग कॉलेज, इंजिनियरिंग कॉलेज इ. विविध शैक्षणिक केंद्रे सुरू केली. सर्व शैक्षणिक केंद्रांची संख्या सुमारे ३५० आहे. यावरून संस्थेच्या कार्याचा व्याप लक्षात येतो. त्यांची वैद्यकीय महाविद्यालय काढण्याची अपुरी कल्पना पूर्ण करण्याचे कार्य अण्णाप्रेमी मंडळींनी पूर्ण करावी. म्हणजे कर्मवीरांची कल्पना अपूर्ण राहिली. जीवनाच्या अखेरच्या क्षणापर्यंत कर्मवीरांनी संस्थेचे कार्य केले.

स्वावलंबन, स्वाभिमान, स्वाध्याय व स्वातंत्र्य ही भाऊरावांच्या शैक्षणिक तत्त्वज्ञानाची चतु:सूत्री होती. विद्यार्थ्यांसाठी त्यांनी कमवा आणि शिका ही योजना सुरू केली. त्यांनी कर्मकांडास विरोध केला. जातीयवादाला थारा दिला नाही. त्यांची मते पुरोगामी होती. अस्पृश्यता नष्ट करण्याचा त्यांनी प्रयत्न केला. सर्वांची जात एकच व ती म्हणजे मानवता, मानव धर्म हाच एकमेव धर्म याचे उत्तम उदाहरण म्हणजे रयत शिक्षणसंस्था व वसतिगृहे होत. कर्मवीर भाऊरावांनी या शिक्षणसंस्था, वसतिगृहे वाढविण्यासाठी खूप कष्ट केले. अपार कष्टातून आणि जिद्द, चिकाटीतून रयत शिक्षण संस्थेसारखीच संस्था उभी राहिली आहे. या सर्वांचे श्रेय कर्मवीर अण्णांनाच द्यावे लागते.

*** डॉ. पंजाबराव देशमुख**

डॉ. पंजाबराव देशमुख यांचा जन्म एका शेतकरी कुटुंबात १७ डिसेंबर

१८९८ रोजी झाला. महाराष्ट्रातील ते एक तळमळीचे समाजसेवक होते. अस्पृश्य व गरीब शेतकऱ्यांच्या उन्नतीसाठी झटणारे ते प्रभावी नेते होते. महाराष्ट्रातील एक धाडसी शिक्षणप्रेमी होते. त्यांचे मूळ आडनाव देशमुख. हेच रूढ झाले. लोक त्यांना डॉ. पंजाबराव देशमुख या नावानेच ओळखत असत. अमरावती जिल्ह्यातील पापळ हे पंजाबरावांचे जन्मगाव होते. राधाबाई व शामराव त्यांचे आईवडील होत. पंजाबरावांचे प्राथमिक शिक्षण पापळ येथेच झाले. पुढील शिक्षणाची सोय तेथे नसल्याने ते अमरावतीच्या हिंदू हायस्कूलमध्ये दाखल झाले. त्या विद्यालयातूनच ते मॅट्रिकची परीक्षा उत्तीर्ण झाले. पुढील शिक्षण घेण्यासाठी ते पुणे येथील फर्ग्युसन महाविद्यालयात दाखल झाले. तथापि, पदवी घेण्यापूर्वीच त्यांना शिक्षण घेण्यासाठी इंग्लंडला जाण्याची संधी मिळाली. तेथे त्यांनी एडिंबरो विद्यापीठात एम.ए. व ऑक्सफर्ड विद्यापीठात डी.फिल्. ची पदवी मिळविली. त्यांनी लिहिलेल्या 'वैदिक वाङ्मयातील धर्माचा उद्‌गम व विकास' या प्रबंधाबद्दल त्यांना पीएच.डी. पदवी मिळाली. इंग्लंडमध्ये त्यांनी बार-ॲट-लॉची पदवीही संपादन केली. आपले शिक्षण पूर्ण करून १९२६ मध्ये ते भारतात परत आले. भारतात परत आल्यावर अमरावती येथे त्यांनी वकिली सुरू केली.

१९२७ मध्ये मुंबईच्या सोनार जातीतील विमलाबाई वैद्य यांच्याबरोबर त्यांचा विवाह झाला. त्यामुळे विदर्भात, विशेषत: मराठा समाजात मोठी खळबळ निर्माण झाली. तथापि पंजाबराव या विरोधाला डगमगले नाहीत. विवाहानंतर विमलाबाईंनी बी.ए.एल.एल.बी या पदव्या मिळविल्या. अनेक स्त्रीसंघटनांशी त्यांचा निकटचा संबंध होता. पंजाबरावांच्या सर्व सामाजिक कार्यात त्या सहभागी असत. अमरावतीला वकिली सुरू करतानाच पंजाबरावांनी सार्वजनिक कार्य करण्यास सुरुवात केली. १९२८ मध्ये ते अमरावती जिल्हा कौन्सिलचे अध्यक्ष बनले. १९३० मध्ये प्रांतिक कायदेमंडळात ते शिक्षण, कृषी, सहकार व लोककर्म या खात्याचे मंत्री होते. अमरावती मध्यवर्ती बँकेचेही ते अध्यक्ष होते.

स्वातंत्र्योत्तर काळात घटनासमितीचे सभासद म्हणून त्यांनी कार्य केले. १९५२, १९५७, १९६२ या तीनवेळा ते भारतीय लोकसभेवर निवडून आले होते. याकाळात ते केंद्रीय मंत्रीमंडळात कृषी मंत्री होते. या काळात त्यांनी विविध योजना राबविल्या. निरनिराळ्या समित्यांचे ते सदस्य होते. विविध देशांना त्यांनी भेटी दिल्या होत्या. समाजाच्या प्रगतीसाठी तसेच शेतकऱ्यांच्या विकासासाठी त्यांनी विविध योजना राबविल्या. सामाजिक व शैक्षणिक कार्याबरोबरच शेतकऱ्यांच्या प्रगतीसाठी केलेल्या कार्यामुळेच त्यांना समाजसुधारकांमध्ये महत्त्वाचे स्थान दिले. १० एप्रिल १९६५

रोजी त्यांचे निधन झाले.

* डॉ. पंजाबरावांचे शैक्षणिक कार्य

सार्वजनिक कार्य करीत असताना डॉ. पंजाबराव देशमुख यांना खूपच भ्रमंती करावी लागली आहे. या भ्रमंती प्रसंगी त्यांना शिक्षणाचे महत्त्व कळून चुकले होते. समाजाच्या उद्धारासाठी शिक्षणाची नितांत गरज आहे याची जाणीव त्यांना झाली होती. महात्मा जोतीराव फुले, राजर्षी छत्रपती शाहू महाराज यांचा शैक्षणिक वारसा त्यांची प्रेरणा होती. म्हणूनच डॉ. पंजाबराव देशमुख शैक्षणिक कार्याकडे वळले. शिक्षणाच्या कार्यात असलेली मक्तेदारी मोडून शिक्षण बहुजन समाजापर्यंत पोहचविण्याचे कार्य त्यांनी केले. यासाठी त्यांनी इ.स. १९३२ मध्ये श्री शिवाजी शिक्षण संस्था स्थापन केली. या संस्थेद्वारे गरीब, होतकरू, गरजू विद्यार्थ्यांना शिक्षणात मदत करून त्यांची शैक्षणिक गरज भागविली. या संस्थेद्वारे विदर्भात अनेक शाळा, महाविद्यालये आणि वसतिगृहांची स्थापना केली. ग्रामीण भागातील गोरगरीब शेतकऱ्यांच्या मुलांना सुखसोयी उपलब्ध करून दिल्या. तळागळातील विद्यार्थ्यांची सोय करून दिली. त्यांच्यासाठी सोयीसुविधा उपलब्ध करून दिल्या हे डॉ. पंजाबराव देशमुखांचे कार्य अन्यन्यसाधारण असे आहे.

अमरावती, यवतमाळ, बुलढाणा जिल्ह्यांत त्यांनी अनेक महाविद्यालये सुरू केली. इ.स. १९५० मध्ये श्री शिवाजी विद्यापीठाची अभिनव योजना तयार केली. या विद्यापीठातर्फे गांधी ग्रामोद्योग मंदिर, शिवाजी पत्रिका इ. संस्था स्थापन करून शिक्षण लोकाभिमुख करण्याचा प्रयत्न केला.

स्त्री शिक्षणाची गरज ओळखून इ.स. १९५० मध्ये त्यांनी कस्तुरबा कन्या शाळा अमरावती येथे सुरू केली. तसेच बहुजन समाजातील विद्यार्थ्यांना शिक्षण माफक खर्चात पूर्ण करता यावे म्हणून श्रद्धानंद छात्रालय स्थापन केले. शिक्षण घेताना विद्यार्थ्यांना श्रमाचे महत्त्व पटावे म्हणून 'कमवा व शिका' या योजनेचा पुरस्कार केला. पंजाबराव देशमुख हे डोळस आणि द्रष्टे कार्यकर्ते होते.

* अस्पृश्यता निवारण

डॉ. पंजाबराव देशमुख यांनी सामाजिक आणि शैक्षणिक सुधारणेला फार महत्त्व दिले आहे. त्यांनी आपले राजकीय कार्य करीत असतानाच दुसऱ्या बाजूला समाजाच्या मूलभूत प्रश्नांकडे लक्ष दिले आहे. समाजातील वाईट चालीरीती, परंपरा यांना विरोध करून समाजाच्या सर्वांगीण विकासासाठी त्यांनी प्रयत्न केले आहेत.

विषमतेच्या तत्त्वावर आधारलेल्या अस्पृश्यतेला विरोध करण्याचे त्यांचे धोरण होते. अस्पृश्यता निवारणासाठी अमरावती जिल्हा काँग्रेसचे अध्यक्ष असताना त्यांनी सार्वजनिक विहिरी अस्पृश्यांसाठी खुल्या केल्या. काँग्रेसने महाराष्ट्रात मंदिरप्रवेशाची चळवळ सुरू करण्याअगोदर डॉ. पंजाबरावांनी हा सत्याग्रह केला होता. त्यांनी स्थापन केलेल्या श्रद्धानंद छात्रालयात सर्व जातीजमातींच्या विद्यार्थ्यांना प्रवेश दिला जात असून सामाजिक एकतेचे वातावरण निर्माण केले होते. मागासलेल्या जातींच्या उन्नतीसाठी त्यांनी अखिल भारतीय मागास जातीसंघाची स्थापना केली होती. यावरून अस्पृश्यता निवारणाविषयी व समाजातील सर्व घटकांना समान हक्क मिळावे याविषयी त्यांना किती तळमळ होती हे स्पष्ट होते.

❋ शेतकऱ्यांच्या विकासासाठी प्रयत्न

डॉ. पंजाबराव देशमुख हे शेतकरी कुटुंबातील होते त्यामुळे त्यांना शेतकऱ्यांच्या प्रश्नांची, दैन्य दु:खाची जवळून माहिती होती. त्यामुळे शेतकऱ्यांच्या विकासासाठी डॉ. पंजाबरावांनी शासनाच्या विविध योजना यशस्वीपणे राबवून शेतकऱ्यांच्या विकासाचे कार्य केले. इ.स. १९२७ मध्ये त्यांनी शेतकरी संघाची स्थापना केली. शेतकऱ्यांची सावकार, मालक, व्यापारी, दलाल यांच्या तावडीतून सुटका व्हावी; त्यांच्या मालांना चांगला भाव मिळावा यासाठी त्यांनी खूप प्रयत्न केले. शेतकऱ्यांमध्ये नवी जागृती निर्माण होण्यासाठी त्यांनी महाराष्ट्र केसरी हे वृत्तपत्र सुरू केले.

केंद्रीय मंत्रीमंडळात कृषीमंत्री म्हणून कार्य करताना त्यांनी शेतकऱ्यांच्या हिताच्या विविध योजनांची आखणी केली आणि त्या योजना यशस्वीपणे राबविल्या. या काळात त्यांनी निरनिराळ्या समित्यांची स्थापना केली. कापूस, बाजार व शेती या क्षेत्रात आमूलाग्र सुधारणा घडवून आणल्या. भारतातील शेतकऱ्यांच्या विविध समस्यांच्या विचाराबरोबरच त्यांना निरनिराळ्या बाबतीत योग्य मार्गदर्शन करण्यासाठी १९५५ मध्ये डॉ. देशमुखांनी भारत कृषक समाज या संस्थेची स्थापना केली. याशिवाय कृषी उत्पादकांच्या आंतरराष्ट्रीय संघटनांचा संघ, आफ्रो आशियाई ग्रामीण पुनर्रचना संघटना इत्यादी संस्थांच्याद्वारे शेतकऱ्यांना मदत केली. भारत कृषक समाजाच्या वतीने राष्ट्रीय कृषी सहकारी खरेदी–विक्री संघ व कृषक सहकारी भारतीय अधिकोश याची स्थापना केली. या विविध संघटनांच्या द्वारे डॉ. देशमुख यांनी भारतीय शेतकऱ्यांना आधुनिक प्रगत ज्ञान करून देण्याचे व शेतकऱ्यांच्या अडीअडचणी सोडविण्याचे कार्य केले. त्यांनी केलेल्या असामान्य कार्याचे स्मरण म्हणून आकोल्यात डॉ. पंजाबराव कृषी विद्यापीठाची स्थापना करण्यात आली.

डॉ. पंजाबराव देशमुख यांनी शेतकरी, कष्टकरी, श्रमकरी समाजाला जागृत करून योग्य मार्ग दाखविला. विदर्भातील बहुजन समाजाचे ते प्रमुख नेते होते. बहुजन समाजाच्या प्रामुख्याने शेतकऱ्यांच्या, अर्थिक उन्नतीसाठी त्यांनी महत्त्वपूर्ण कार्य केले. अस्पृश्यांना समान मानवी हक्क मिळावेत म्हणून त्यांनी निरनिराळी उपाययोजना केली. महाराष्ट्रातील बहुजन समाजाच्या सामाजिक, शैक्षणिक व आर्थिक विकासासाठी महात्मा फुले, छ. शाहू महाराज यांनी चालविलेल्या कार्याचाच वारसा डॉ. पंजाबराव देशमुख यांनी पुढे चालविला. त्यांनी केलेले कार्य असामान्य असे आहे.

* गाडगे महाराज

गाडगे महाराज यांचे मूळ नाव डेबूजी झिंगराजी जानोरकर असे होते. त्यांचा जन्म अमरावती जिल्ह्यातील शेणगाव या ठिकाणी इ.स. १८७६ मध्ये एका एका सामान्य परीट जातीच्या कुटुंबात झाला. त्यांच्या वडिलांचे नाव झिंगराजी व आईचे नाव सखुबाई असे होते. डेबूजींच्या वडिलांचा दारूच्या व्यसनापायी मृत्यू झाला. सर्व शेतजमीन, संपत्ती दारूच्या व्यसनामुळे सावकाराकडे गेली. त्यानंतर पुढे सखुबाईंनी डेबूला त्यांच्या मामाकडे नेले. तेथे असतानाच डेबूजीचा विवाह धनाजी खल्लारकर यांची कन्या कुंताबाई हिच्याशी झाला. परंतु अधिक काळ संसारात ते रमले नाहीत. पुढे महाराष्ट्र, कर्नाटक, आंध्रप्रदेश या प्रदेशातील निरनिराळ्या गावी त्यांनी भटकंती केली. त्यांच्या अंगावर फाटकी गोधडी आणि अन्न व पाणी घेण्यासाठी हातात गाडगे असे, म्हणून लोक त्यांना गोधडी महाराज किंवा गाडगे महाराज असे म्हणत असत. कीर्तनात ते खूप तल्लीन व्हायचे. त्यांचे कीर्तन ऐकण्यासाठी लोक दूरदूरवरुन येत असत. त्यांच्या किर्तनातून ते समाजाचे प्रबोधन करायचे, त्यामुळे त्यांचे कीर्तन लोकांना आवडत होते. गाडगे महाराजांचे कीर्तन आणि सामाजिक प्रबोधनाचे कार्य पाहून विचारवंत लेखक आचार्य अत्रे म्हणतात, "सिंहाला पहावे वनात, हत्तीला पहावे रानात, तसे गाडगेबाबांना पहावे कीर्तनात." गाडगे बाबा हे महाराष्ट्रातील समाजवादाचे एक प्रचंड व्यासपीठ होते. असे महान संत आणि थोर समाजसेवक २० डिसेंबर १९५६ रोजी निवर्तले.

* सामाजिक कार्य

आपल्या समाजातील अज्ञान, खोट्या समजुती, अनिष्ट रूढी-परंपरा इत्यादी दोषांवर गाडगे महाराज यांनी प्रखरपणे प्रहार केले आहेत. त्यासाठी त्यांनी कीर्तनाद्वारे लोकजागृतीचा मार्ग अवलंबिला. गावोगावी त्यांनी कीर्तन करून आणि ग्रामस्वच्छता

करून लोकांमध्ये समान मानवता बंधुभाव रुजविला. लोकांना चांगल्या विचाराची आणि आचाराची शिकवण दिली. एक चांगला मानवतावादी समाज निर्माण करण्याचे त्यांचे स्वप्न होते. गाडगेबाबा कुठल्याही शाळा-कॉलेजात गेले नव्हते. पण संत तुकारामांचे अभंग त्यांना तोंडपाठ होते. समाजातील अज्ञान, अंधश्रद्धा, वाईट परंपरा दूर करण्यासाठी त्यांनी आयुष्यभर लोकशिक्षणाचा वसा घेतला होता. आपल्या कीर्तनाच्या आधारे त्यांनी अज्ञानी आणि देवभोळ्या जनतेला जगण्याचा नवा विचार दिला. गाडगे महाराज आपल्या कीर्तनातून अतिशय सोप्या व सुबोध भाषेत उपदेश देत. माणसाने लबाडी करू नये. व्यसने करू नये. देवाच्या नावाने पशुपक्षी यांचे बळी देऊ नयेत, जातपात मानू नये, कुणी आजारी पडले तर अंगारे धुपारे न करता डॉक्टरकडे जावे. खरे बोलावे, चोरी करू नये, कर्ज काढून सण करू नये. असा उपदेश त्यांनी लोकांना केला. 'गोपाला गोपाला देवकी नंदन गोपाला' हे गाडगेबाबांचे आवडते भजन होय. गाडगे महाराजांनी मोठ्या तळमळीने समाजातील वाईट परंपरा, चालीरीती, अंधश्रद्धा, अज्ञानपणा नाहीसे करण्याचा प्रयत्न केला. गाडगे महाराज महाराष्ट्रातील एक महान समाजसुधारक होते.

*** धर्मशाळा आणि मंदिरांची निर्मिती**

गाडगे महाराजांनी आपल्या सामाजिक कार्याबरोबर गावोगावी, तीर्थक्षेत्री धर्मशाळांची निर्मिती केली. पंढरपूर, आळंदी, नाशिक, त्र्यंबकेश्वर अशा तीर्थक्षेत्री यात्रेकरूंसाठी गाडगेबाबांनी बांधलेल्या प्रशस्त धर्मशाळा आहेत. या धर्मशाळा सर्वसामान्य यात्रेकरुंसाठी बाबांनी बांधल्या, बाबा यात्रेच्या ठिकाणी जात परंतु देवदर्शन न घेता मंदिराच्या बाहेर थांबून यात्रेकरूंची सेवा करत, तसेच येथील परिसर स्वत:च्या हाताने स्वच्छ करीत असत, ही कामे करीत असतानाच त्यांच्या लक्षात आले की यात्रेला येणाऱ्या गोरगरिबांचे फार हाल होतात. त्याला उन्हा-पावसात, उघड्यावर रहावे लागते. त्यांच्या सोयीसाठी गाडगेबाबा यांनी या धर्मशाळा बांधल्या आहेत. विदर्भातील ऋणमोचन येथे लक्ष्मीनारायणाचे मंदिर बांधले. तसेच पूर्णा नदीवर घाट बांधला. गोरगरिबांच्या सोयीसाठी गाडगेबाबांनी ही कामे केली आहेत. स्वत:जवळ पैसा नसताना लोकवर्गणीतून पैसा उभा केला. जागा मिळविल्या आणि लोकसेवेचे हे महान कार्य त्यांनी केले. ते असामान्य असे आहे.

संत गाडगे महाराजांनी कशाचीही पर्वा न करता आपले कार्य अखंडपणे केले. आपले सारे जीवनच त्यांनी या कार्यासाठी अर्पण केले होते. गाडगे बाबांचे कार्य आणि त्यांचे विचार सजग आहेत.

*** अण्णाभाऊ साठे**

अण्णाभाऊ या टोपण नावाने ते लेखन करीत होते परंतु, त्यांचे खरे नाव तुकाराम होते. तुकाराम उर्फ अण्णाभाऊ साठे यांचा जन्म १ ऑगस्ट १९२० साली वाटेगाव ता. वाळवा जि. सांगली येथे झाला होता. घरची परिस्थिती अत्यंत गरिबीची होती. घरच्या गरिबी परिस्थितीमुळे आणि ग्रामीण भागातील स्पृश्य–अस्पृश्य कल्पना भयानक पाळल्या जात असल्या कारणामुळे मातंग समाजात जन्माला आलेल्या अण्णाभाऊंना आपल्या शालेय शिक्षणावर पाणी सोडावे लागले. याची खंत त्यांच्या मनात सतत सलत होती.

वयाच्या अकराव्या वर्षी अण्णाभाऊ साठे आपल्या वडिलांबरोबर २२७ मैल पायी प्रवास करीत मुंबईत आले. प्रथम ठाणे जिल्ह्यात कल्याण येथे आल्यानंतर त्यांनी हमालीचे काम केले. मोलमजुरी करून त्यांनी आपल्या उदर निर्वाहास सुरुवात केली. पुढे कल्याण मधून मुंबई मधील भायखळ्याच्या कामगार वस्तीत स्थलांतराने अण्णाभाऊंच्या जीवनाला एकदम वेगळे वळण मिळाले. कामगार वर्गाच्या संपर्कामुळे ते वयाच्या पंधरा–सोळाव्या वर्षीच कामगार चळवळीत सहभागी झाले. त्याचा परिणाम म्हणून ते कम्युनिस्ट विचारप्रणालीकडे झुकले. त्यामुळे ते कम्युनिस्ट पक्षात सामील होऊन पक्ष कार्यात भाग घेऊ लागले.

इ.स.१९४४ मध्ये अण्णाभाऊ साठे, शाहीर अमर शेख आणि शाहीर गवाणकर यांनी लाल बावटा या कलापथकाची स्थापना केली. त्याद्वारे वगनाट्ये, लावण्या, पोवाडे यांचे प्रबोधनात्मक कार्यक्रम महाराष्ट्र आणि महाराष्ट्राबाहेरही सुरू ठेवले. तसेच राष्ट्रीय स्वातंत्र्य चळवळ, संयुक्त महाराष्ट्राची चळवळ आणि गोवा मुक्ती आंदोलनात जनजागृती करण्यासाठी त्यांनी आणि त्यांच्या सहकाऱ्यांनी संपूर्ण महाराष्ट्र ढवळून काढला. इ.स. १९५० पासून अण्णाभाऊंनी साहित्याच्या क्षेत्राकडे आपले लक्ष वळविले. त्यांनी अनेक ग्रंथांचे लेखन केलेले आहे. कादंबऱ्या, कथा आणि इतरही प्रकारात त्यांनी लेखन केलेले आहे. आपले सर्व आयुष्य श्रमकरी, कष्टकरी दीनदलित लोकांच्या भल्यासाठी त्यांनी घालविले. समाजातील दारिद्र्य आणि जातीयता नाहीशी होऊन समाजामध्ये समता, बंधुभाव, एकोपा राहिला पाहिजे अशी त्यांची विचारधारा होती. यासाठीच त्यांनी आपले जीवन वेचले. अशा या महान पुरुषाचे निधन १८ जुलै १९६९ रोजी झाले.

*** राष्ट्रीय स्वातंत्र्य आंदोलन**

राष्ट्रीय स्वातंत्र्याला अण्णाभाऊंनी महत्त्व दिले. ब्रिटिशांच्या जाचातून सुटका

भारतरत्न डॉ. बाबासाहेब उर्फ भीमराव रामजी आंबेडकर आणि.... । २११

होऊन आपले स्वत:चे स्वतंत्र स्वराज्य निर्माण झाले पाहिजे त्यासाठी त्यांनी आपल्या काव्याद्वारे, पोवाड्यांद्वारे आणि वगनाट्यांद्वारे समाजाला जागृत करण्याचे काम केले. अनेक सत्याग्रह आणि आंदोलनांमध्ये सहभाग नोंदवून त्यांनी लोकांना प्रेरणा दिली. लोकांच्या समस्या, तक्रारींना न्याय मिळवून देण्याचा त्यांचा प्रयत्न महत्त्वपूर्ण होता.

*** संयुक्त महाराष्ट्राची चळवळ**

अण्णाभाऊंनी पुढे संयुक्त महाराष्ट्राच्या राज्याच्या निर्मितीस प्रेरणा दिली. वेगवेगळ्या ठिकाणी त्यांनी आपल्या सहकाऱ्यांना घेऊन जनजागृतीचे कार्यक्रम केले. लोकांच्या आणि सरकारच्या मनात महाराष्ट्र राज्याच्या निर्मितीची चेतना भरली. बेळगाव, कारवार, मुंबईसह महाराष्ट्र राज्याची निर्मिती व्हावी अशी त्यांची इच्छा होती. येथील माणसांच्या मनातील भावना अचूकपणे टिपण्यासाठी अण्णाभाऊंनी संयुक्त महाराष्ट्राच्या निर्मितीवर एक हृदयस्पर्शी गाणे रचले 'माझी मैना गावावर राहिली. माझ्या जीवाची होतीया काहिली' हे गाणे संपूर्ण महाराष्ट्रभर कार्यक्रम रूपाने सादर करून त्यांनी येथील माणसांच्या अंतरंगातील भावनाच व्यक्त केल्या. त्यांनी ही चळवळ मोठ्या तळमळीने केली. अण्णाभाऊंना संयुक्त महाराष्ट्राची निर्मिती व्हावी- ती बेळगाव, कारवार, मुंबईसह- असे मनापासून वाटत होते त्याचसाठी त्यांनी हा संघर्ष मोठ्या तळमळीने केला.

*** गोवा मुक्ती आंदोलन**

गोवा मुक्ती आंदोलनात अण्णाभाऊंनी आपल्या सर्व सहकाऱ्यांसह भाग घेतला. त्यासाठीच्या आंदोलनात त्यांनी सहभाग घेतला. आपल्या अनेक कवितांनी, पोवाडे, लावण्या, वगनाट्यांनी समाजामध्ये जनजागृती घडवून आणली. सामाजिक प्रबोधन करून लोकांना गोवा मुक्तीसाठी प्रेरणा दिली. अण्णाभाऊंचे हे कार्य अत्यंत महत्त्वपूर्ण आहे. अण्णाभाऊ साठे केवळ लेखक नव्हते तर एक अस्सल समाजसुधारक होते. एक कलावंत होते. एक लेखक होते, एक चांगले कवी होते आणि एक चांगला माणूस होते. अण्णाभाऊंच्या ठायी अशा अनेक चांगल्या गुणांचा संगम झाला होता. त्यामुळेच ते अनेक सामाजिक, सांस्कृतिक, आणि साहित्यिक चळवळींमध्ये मोठ्या हिरिरीने सहभागी झाले आणि या चळवळींचे बळ त्यांनी वाढविले. हे त्यांचे कार्य महत्त्वपूर्ण आहे.

✳ अण्णाभाऊंचे साहित्य

अण्णाभाऊ साठे यांनी इ.स. १९५० पासून साहित्याकडे आपले लक्ष वळविले. त्यांनी आपल्या उभ्या आयुष्यात उपेक्षित माणसाचे आणि श्रमाचे मूल्य राखूनच लिखाण केलेले आहे. अण्णाभाऊंचे लिखाण मानवी जीवनाला नवा विचार देणारे ठरले. अण्णाभाऊंच्या साहित्यातील विषय आणि आशयाची मांडणी ही अतिशय मर्मभेदी होती. त्यामध्ये जीवनमूल्यांविषयीचा दुर्दम्य आत्मविश्वास आपणास अगदी स्पष्टपणे जाणवतो. फकिरा आणि इतर कादंबऱ्यांतून अण्णाभाऊंनी वारणेच्या खोऱ्यातील ग्रामीण जीवनाला उजाळा दिला. अन्याय-अत्याचारावर मात करणाऱ्या नायकाचे चित्र भाऊंच्या लेखनात ठासून भरलेले दिसते.

१) फकिरा २) वारणेचा वाघ ३) चित्रा ४) माकडीचा माळ ५) अलगुज आवडी इत्यादी **कादंबऱ्या**.

कथासंग्रह – ढासलेल्या बंदुका, गजाआड, कृष्णाकाठच्या कथा, बरबाद्या, कंजारी इत्यादी.

इतर ग्रंथ – अकलेची गोष्ट, खापऱ्या चोर, माझी मुंबई, स्टॅलिन गाड्या पोवाडा, पेंग्याचं लगीन इत्यादी.

फकिरा या त्यांच्या कादंबरीला महाराष्ट्र शासनाचा पुरस्कार प्राप्त झाला.

अशा प्रकारे अण्णाभाऊंनी सामाजिक आणि साहित्यिक मोठे कार्य केले आहे. विविध चळवळींमधील त्यांचा सहभाग हा अन्यन्यसाधारण असा आहे. अण्णाभाऊ म्हणजे महाराष्ट्राला लाभलेले मनस्वी बोलके आणि वास्तवदर्शी व्यक्तिमत्त्व होते हे कोणीच विसरू शकत नाही.

✳✳✳

लोकमान्य टिळक, गोपाळ कृष्ण गोखले आणि महात्मा गांधीजी यांचे कार्य

✽ लोकमान्य बाळ गंगाधर टिळक यांचे कार्य

जन्म २३ जुलै १८५६ रत्नागिरी जिल्ह्यातील 'चिखलगाव' येथे झाला. वडील गंगाधरपंत, प्राथमिक शिक्षक होते. ते अत्यंत शिस्तप्रिय होते. त्यांनी इंग्लंडचा इतिहास, अंकगणित, मराठी व्याकरण इ. पुस्तके लिहिली. त्यामुळे ते असिस्टंट डेप्युटी इन्स्पेक्टर झाले.

वयाच्या पाचव्या वर्षी टिळक शाळेत दाखल झाले. प्राथमिक शिक्षण पूर्ण झाल्यानंतर टिळकांनी पूना हायस्कूलमध्ये पाचवीच्या वर्गात प्रवेश घेतला. बालविवाहाच्या चालीप्रमाणे सत्यभामाबाईंशी वयाच्या १५ व्या वर्षीच ते विवाहबद्ध झाले. त्यांचे वडील त्यांच्या वयाच्या १६ व्या वर्षी वारले. तर आई तत्पूर्वीच वयाच्या १० व्या वर्षी वारल्या. त्यानंतर चुलत्यांनी त्यांचा सांभाळ केला. वडील वारले त्याचवर्षी ते मॅट्रीकची परिक्षा उत्तीर्ण झाले. त्यांनी डेक्कन कॉलेजात प्रवेश घेतला. त्यांना व्यायामाचा फार शौक होता. त्यासाठी त्यांना कॉलेजच्या पहिल्या वर्षात नापास व्हावे लागले. १८७७ साली टिळक बी.ए. पास झाले. १८७४ मध्ये चिपळूणकरांनी प्रकाशित केलेल्या निबंधमालेने ते प्रभावित झाले. १८७७ मध्ये ते एल.एल.बी. झाले. त्यावेळेस आगरकर एम.ए. करीत होते. त्याचवेळी दोघांचा स्नेह वाढला. दोघेही चिपळूणकरांच्या निबंधमालेतील लेखामुळे राष्ट्रीय कार्यास स्वतःस वाहून घेण्यासाठी प्रेरित झाले होते. त्यातच १७ डिसें.१८७९ रोजी पुण्यात आपण शाळा सुरू करीत असल्याचे चिपळूणकरांनी जाहीर केले. टिळक, आगरकर, चिपळूणकरांना भेटले व आपण शाळेसाठी सर्व काही करण्यास तयार असल्याचे चिपळूणकरांना सांगितले. टिळक, आगरकरांनी चिपळूणकरांसोबत २ जाने. १८८० रोजी 'न्यू इंग्लिश स्कूलची' स्थापना केली. या शाळेचा दर्जा भारतातील सर्व शाळांपेक्षा श्रेष्ठ होता. शाळा सुरू झाल्यानंतर या तिघांनी एक वर्षांनी १ जाने १८८१ रोजी मराठी भाषेत 'केसरी' आणि ३ जाने. स इंग्रजी भाषेत 'मराठा' ही वृत्तपत्रे सुरू

केली. केसरीच्या संपादकपदाची जबाबदारी आगरकरांनी व मराठाच्या संपादकपदाची जबाबदारी टिळकांनी स्वीकारली व २४ ऑक्टो. १८८४ रोजी 'डेक्कन एज्युकेशन सोसायटीची' स्थापना करण्यात आली. त्यानंतर दोन महिन्यातच फर्ग्युसन कॉलेज अस्तित्वात आले. दोन जाने. १८८५ ला कॉलेजचे कामकाज सुरू झाले.

न्यू इंग्लिश स्कूल, डेक्कन एज्युकेशन सोसायटी, फर्ग्युसन कॉलेज, केसरी, मराठा या संस्थांचा विकास झपाट्याने चालू होता. पण ते पहाण्याचे भाग्य चिपळूणकरांना लाभले नाही. वयाच्या ३२ व्या वर्षी त्यांचे निधन झाले.

कोल्हापूरचे दत्तक राजे शाहू महाराज याचा संस्थानाचे दिवाण रावबहादूर माधवराव बर्वे यांनी छळ चालविला. याबद्दल त्यांनी केसरी व मराठात लेख लिहिले. रावबहादूर यांनी त्यांच्यावर अब्रूनुकसानीचा दावा केला. त्यात त्यांना व आगरकांना १०१ दिवसाचा तुरुंगवास झाला. आगरकरांनी तुरुंगात 'तुरुंगातील आमचे १०१ दिवस' आणि शेक्सपीअरच्या 'हॅम्लेट' या नाटकाचे मराठी भाषांतर 'विकार विलसित' ही दोन पुस्तके लिहिली.

१८८७ मध्ये केसरी व डेक्कन एज्युकेशन सोसायटी यांचा संबंध तोडण्यात आला. त्याचवेळी आगरकरांनी 'केसरी' संपादकाचा राजीनामा दिला. टिळकांनी काही सहकाऱ्यांसोबत 'केसरीची' संयुक्त मालकी आपल्याकडे घेतली. टिळक व आगरकर यांच्यातील मतभेद, ही संस्था चालविताना अनुदान घ्यायचे की नाही व सामाजिक सुधारणा घडवून आणण्यासाठी कायद्याचे साह्य घ्यायचे की नाही यावरून निर्माण झाले होते. त्याचाच परिणाम म्हणून टिळकांनी संस्थेचा राजीनामा दिला व आगरकरांनी 'केसरी'च्या संपादकपदाचा राजीनामा दिला.

९ जानेवारी १८९१ रोजी संमतीवयासंबंधीचे विधेयक वरिष्ठ कायदेमंडळात दाखल करण्यात आले. टिळकांनी त्यास विरोध केला. परंतु सुधारकांनी त्यास पाठिंबा दिला. मतभेद निर्माण झाले. १९ मार्च १८९१ ला सरकारने हे विधेयक मंजूर करून घेतले. टिळकांनी असंघटित लोकांना संघटित करण्याचे काम हाती घेतले. त्यासाठी गणपती उत्सव व शिवाजी उत्सव हे दोन उत्सव त्यांनी महाराष्ट्रभर सुरू केले. लोकांच्या मनात राष्ट्रीय भावना निर्माण करण्यासाठी टिळकांनी या दोन उत्सवांना सार्वजनिक स्वरूप प्राप्त करून दिले. १८९३ पासून गणपती उत्सवाची सुरुवात झाली. ३० मे १८९५ मध्ये एक सभा आयोजित करून शिवाजी स्मारक समितीची स्थापना करण्यात आली. १८९६ मध्ये रायगड येथे शिवाजी उत्सव टिळकांच्या उपस्थितीत पार पाडला.

१८८९ मध्ये लोकमान्य टिळकांची काँग्रेसच्या विषय समितीवर निवड करण्यात

लोकमान्य टिळक, गोपाळ कृष्ण गोखले आणि महात्मा गांधीजी... । २१५

आली. काँग्रेसचा कार्यक्रम गतिमान होण्यासाठी त्यांनी सूचना केल्या. शेतकरी, कामकरी सर्व काँग्रेसमध्ये सहभागी करून घ्यावेत. अशी त्यांची इच्छा होती. काँग्रेस ही सार्वजनिक संघटना व्हावी अशी त्यांनी कल्पना मांडली.

१८९६ मध्ये देशव्यापी दुष्काळ आणि प्लेगची साथ यांना साहाय्य करण्यासाठी टिळकांनी सरकारला आवाहन केले. दुष्काळामुळे मनुष्यहानी होऊ नये, जनावरांना जंगले चरण्यासाठी खुली करण्यात यावीत व लोकांना रोजगार उपलब्ध व्हावा इ. मागण्या त्यांनी सरकारला सादर केल्या. प्लेगच्या साथीत त्यांनी केसरीतून माहिती देण्यास सुरुवात केली. ४ फेब्रु. १८९७ ला सरकारने या रोगावर आळा घालण्यासाठी कायदा संमत करून घेतला. या रोगास आळा बसण्यासाठी प्रयत्न करण्यासाठी टिळक स्वत: फिरू लागले. त्यांनी हॉस्पिटल काढले. खाजगी दवाखान्यात दररोज पाहणी करत लोकांची जेवणाची व्यवस्था करीत.

२२ जून १८९७ रोजी इंग्लंडच्या राणीच्या स्मरणार्थ एक समारंभ आयोजित करण्यात आला होता. समारंभाहून परतताना ब्रिटिश अधिकारी रँड यांचा गोळ्या घालून खून झाला. साऱ्या देशात हाहाकार उडाला. पोलिसांनी क्रूर सत्र सुरू केले. केसरीवर राजद्रोहाचा आरोप करण्यात आला. वातावरण तापू लागले. पुणे शहरच काय परंतु पुणे प्रांतही तोफांचा मारा करून ओसाड करता येईल अशी भाषा सरकारी पातळीवर बोलली जात होती. तेव्हा 'सरकारचे डोके ठिकाणावर आहे काय?' अशा मथळ्याखाली टिळकांनी अग्रलेख लिहिला- राज्य करणे म्हणजे सूड उगवणे नव्हे असे लिहून त्यांनी सरकारी यंत्रणेचा समाचार घेतला.

वरील घटनेमुळे आय.पी.सी.च्या १२४ ए या कलमाने ७ जुलैला टिळकांना अटक झाली. त्यांना १८ महिन्यांची सक्त मजुरीची शिक्षा देण्यात आली. पुण्याचे चापेकर व त्यांचे दोन बंधू आणि रानडे नावाच्या व्यक्तींनी रँडचा खून केल्याचा तपास लागला. या तिघांना फाशी झाली. तोपर्यंत टिळकांचे शिक्षेचे एक वर्ष पूर्ण झाले होते. पुढील शिक्षा रद्द झाली. ६ सप्टें.१८९८ ला त्यांची सुटका झाली. भारतातील राजद्रोहाचा हा पहिलाच खटला होता.

तुरुंगातून आल्यानंतर त्यांनी 'पुनश्च हरिॐ' या ४ जुलै १८९९ च्या लेखाने लिखाणास सुरुवात केली.

सनदशीर मार्गाने व ब्रिटिश सरकारला विश्वासात घेऊन आपले हक्क मिळावेत असे ना.गोखले, फिरोजशहा मेहता यांना वाटे, तर टिळक व लाला लजपतराय यांचा त्यास विरोध होता. त्यामुळे काँगेसमध्ये जहाल व मवाळ असे दोन गट पडले. टिळक व लाला लजपतराय हे जहाल होते. १९०६ च्या कलकत्ता काँग्रेस अधिवेशनात

स्वराज्य, स्वदेशी, बहिष्कार व राष्ट्रीय शिक्षण या मार्गांचा पुरस्कार होऊन जहालांचा विजय झाला.

१९०७ च्या काँग्रेसमध्ये फूट झाली. रासबिहारी बोस यांच्या जागी लाला लजपतराय यांना अध्यक्ष करावे असा आग्रह धरला त्यामुळे पहिल्या दिवशी कामकाज गोंधळात संपले. दुसऱ्या दिवशी अध्यक्षस्थानी बसताच टिळकांनी व्यासपीठाचा ताबा घेतला. गोंधळ झाला व त्यातच सुरत काँग्रेस समाप्त झाले.

२४ जून १९०८ मध्ये टिळकांना राजद्रोहाखाली अटक झाली. ही अटक केसरीतील लेखामुळे झाली. खटला हायकोर्टात दाखल करण्यात आला. टिळकांचे बचावाचे भाषण आठ दिवस चालले. टिळकांना दोषी ठरविण्यात येऊन त्यांना सहा वर्ष काळ्या पाण्याची शिक्षा झाली व एक हजार रुपये दंड झाला. त्यांना ब्रह्मदेशातील मंडाले येथील तुरुंगात ठेवण्यात आले. जून १९१२ मध्ये पत्नीचे निधन झाले. त्यावेळी टिळकांना खूप दुःख झाले. टिळकांनी तुरुंगात गीतारहस्य हा ग्रंथ लिहिला. ६ जून १९१४ ला टिळकांची सुटका झाली. तुरुंगातून येताच गीतारहस्याचे छपाईचे काम त्यांनी हाती घेतले. पुस्तक छपाईचे काम चित्रशाळेत पूर्ण झाले.

८ ऑगस्ट १९१४ ला युरोपमध्ये पहिले महायुद्ध सुरू झाले. युद्धात जर ब्रिटिशांचा पराभव झाला तर नवीन विजेता भारतास लुटण्यास सुरुवात करील, म्हणून टिळकांनी पहिल्या महायुद्धात ब्रिटिशांना पाठिंबा जाहीर केला.

पहिल्या महायुद्धाच्या पार्श्वभूमीवर टिळकांनी होमरूल लीग या संस्थेची स्थापना केली. बेझंटबाईंनी ही संघटना मद्रासमध्ये स्थापन केली होती. होमरूल लीग तर्फे जबाबदार राज्यपद्धतीची मागणी करण्यात आली. जबाबदार राज्यपद्धती म्हणजे लोकप्रतिनिधींचा समावेश असलेल्या कायदेमंडळाच्या तंत्राने चालणारे सरकार. होमरूल लीगची चळवळ दिवसेंदिवस वाढू लागली.

१९१६ नंतर त्यांनी काँग्रेसवर पुन्हा आपले प्रभुत्व निर्माण केले. १९०७-१९२० असा त्यांचा काँग्रेसमधील प्रभावी कालखंड होता.

२३ जुलै १९१६ रोजी त्यांना ६० वर्ष पूर्ण झाली. त्यानिमित त्यांचा षष्ट्यब्दिपूर्ती समारंभ आयोजित करण्यात आला. षष्ट्यब्दिपूर्ती समारंभाची तेव्हापासून महाराष्ट्रात प्रथा रुढ झाली.

१९१६ च्या लखनौ काँग्रेस अधिवेशनात त्यांचे अभूतपूर्व स्वागत झाले. टिळकांच्या प्रयत्नामुळे काँग्रेस व मुस्लीम लीग यांच्यात समझोता होऊन स्वराज्यासंबंधी एकमताने ठराव करण्यात आला. हा करार लखनौ करार या नावाने प्रसिद्ध आहे.

लोकमान्य टिळक मंडालेच्या तुरुंगात असताना लंडन टाइम्सच्या परराष्ट्र

लोकमान्य टिळक, गोपाळ कृष्ण गोखले आणि महात्मा गांधीजी... । २१७

विभागाचे डायरेक्टर व्हलेंटाईन चिरोल यांनी भारतीय राजकीय परिस्थितीवर एक लेखमाला लिहून नंतर ती 'भारतीय असंतोष' या नावाने पुस्तक रूपाने प्रसिद्ध केली. वेगवेगळ्या सरकारी माहितीवरून, वृत्तपत्रांच्या उताऱ्यातून व कागदपत्राच्या पुराव्यावरून त्यांनी हे पुस्तक लिहिले. त्यात त्यांनी टिळकांना 'भारतीय असंतोषाचे जनक' म्हटले.

नाशिकचे कलेक्टर जॅक्सनचा खून करण्यास अनंत कान्हेरे हा टिळकांच्या लेखामुळे प्रवृत्त झाला. पर्यायाने टिळकच यास कारणीभूत आहेत असा त्यांनी निष्कर्ष काढला. टिळकांनी चिरोलविरुद्ध कोर्टात खटला भरण्याचा निर्णय घेतला. या दाव्याची सुनावणी होऊन २१ फेब्रु.१९१९ ला निकाल देण्यात आला.

*** गोपाळ कृष्ण गोखले यांचे कार्य**

गो.कृ.गोखले यांचा जन्म ९ मे १८६६ साली चिपळूण तालुक्यातील कोतबुक या गावी झाला. वयाच्या १५व्या वर्षी १० वी उत्तीर्ण झाले. पुढील शिक्षण त्यांनी मुंबईच्या एलफिस्टन कॉलेजमध्ये बी.ए.ची पदवी घेतली. १८८५ मध्ये त्यांनी न्यू इंग्लीश स्कूलमध्ये नोकरीस सुरुवात केली.

१८८६ मध्ये त्यांना डेक्कन एज्युकेशन सोसायटीचे सदस्यत्व मिळाले. आबासाहेब साठे यांनी न्या. रानडेंची गोपाळरावांशी ओळख करून दिली. न्या रानडेंना त्यांनी आपले राजकीय गुरू मानले.

सार्वजनिक सभेच्या वतीने गोपाळरावांनी आपल्या खऱ्या सार्वजनिक कार्यास सुरुवात केली. १८९५ मध्ये ते मुंबई विद्यापीठाच्या नियामक मंडळात निवडून आले. ते नियामक मंडळाचे सभासद असताना इतिहास हा विषय शिक्षणक्रमातून वगळून टाकावा असा सरकारचा प्रयत्न होता. गोपाळरावांनी तो प्रयत्न हाणून पाडला. १८९७ च्या पुणे येथील प्लेगच्या साथीत स्वयंसेवकाची पथके उभारून त्यांनी लोकांची सेवा केली व जनतेला लसटोचणीचे महत्त्व समजावून सांगितले. १९०४ साली गोपाळराव डेक्कन एज्युकेशन सोसायटीतून निवृत्त झाले. १९०५ साली त्यांनी भारत सेवक समाजाची स्थापना केली. सनदशीर मार्गानी चळवळ करून देशाची प्रगती साधून स्वातंत्र्य मिळवायचे हा रानडेंचा कित्ता गिरवला. भारत सेवक समाजातर्फे हे काम सुरू झाले. त्यासाठी लोकांना तयार करणे आवश्यक होते. देशसेवा हाच धर्म, हे तत्त्व उराशी बाळगून तरुणांनी कार्य केले पाहिजे, कोणत्याही संकटात देशकार्य खंबीरपणे करणारा तरुण वर्ग निर्माण झाला पाहिजे, असा तरुण वर्ग निर्माण झाल्यास देशाची सर्वांगीण प्रगती होईल असे त्यांना वाटे.

अशाप्रकारे भारत सेवक समाजाची स्थापना करून गोखल्यांनी लोकसेवक बनण्याची तीव्र इच्छा बाळगण्यासाठी मार्गदर्शन केले. टिळक व गोखले यांच्यात अखेरपर्यंत समेट झाला नाही. २७ डिसेंबर १९०७ मध्ये सुरत काँग्रेसमध्ये जहाल व मवाळ अशी फाटाफूट झाली. डॉ. रासबिहारी घोष यांच्याऐवजी लाला लजपतराय यांना अध्यक्ष करावे असे टिळकांचे म्हणणे होते. शेवटी टिळकांनी व्यासपीठाचा ताबा घेतला व अधिवेशन संपले.

१९१२ मध्ये म. गांधींच्या व भारत सरकारच्या विनंतीवरून गोखले द.आफ्रिकेस गेले. तेथील भारतीय नागरिकांवरील अन्यायास वाचा फोडण्यासाठी त्यांनी चळवळ केली. सरकारी दरबारात भेट घेऊन भारतीय नागरिकांना चांगली वागणूक देण्यात येईल असे आश्वासन मिळवून ते भारतात आले.

ना. गोखले लोकसेवा आयोगाचे सदस्य म्हणून नियुक्त झाले. मृत्यूपूर्वी त्यांनी आपले मृत्युपत्र २ दिवस अगोदर तयार केले. १७ फेब्रु.१९१५ रोजी त्यांचे निधन झाले. मृत्यूसमयी त्यांच्याजवळ हरिभाऊ होते. ''हरिभाऊ, येतो आता.'' हे त्यांचे अखेरचे शब्द.

एक विद्वान प्राध्यापक, अभ्यासू, दक्ष संसदपटू आणि हळव्या मनाचा मानवतावादी असे ते एक थोर सत्पुरुष होते.

* महात्मा गांधीजींची चळवळ

भारतीय स्वातंत्र्यचळवळीतील १९२०-१९४७ या कालखंडाला गांधीयुग असे म्हटले जाते. लोकमान्य टिळकांच्या मृत्यूनंतर राष्ट्रीय काँग्रेस चळवळीचे नेतृत्व महात्मा गांधीजींकडे आले. १५० वर्षे पारतंत्र्यात राहणाऱ्या भारताला मुक्त करण्यासाठी अहिंसा, सत्याग्रह व तत्त्वज्ञानाच्या आधारे त्यांनी मार्ग दाखविला.

* महात्मा गांधी (१८६९-१९४८)

बालपण - महात्मा गांधींचा जन्म २ ऑक्टोंबर १८६९ रोजी पोरबंदर या ठिकाणी झाला. वयाच्या १२ वर्षी त्यांचा विवाह कस्तुरबांशी झाला. १८८८ ला कायद्याची पदवी मिळविण्यासाठी ते इंग्लंडला गेले. १८९१ ला बॅरिस्टर पदवी घेऊन आल्यानंतर राजकोट येथे त्यांनी वकिली सुरू केली. या काळात रामचंद्र रावजीभाई यांच्या विचारांचा त्यांच्यावर प्रभाव पडला.

१८९३ ला वकिली व्यावसायानिमित्त ते दक्षिण अफ्रिकेत गेले. तेथे मजूर व व्यापारी म्हणून स्थायिक झालेल्या भारतीयांवर अन्याय होत असे. या अन्यायाला

वाचा फोडण्यासाठी गांधीजींनी अहिंसा व सत्याग्रह या तत्त्वांच्या आधारे जनतेत जागृती निर्माण केली. तेथे त्यांना यश मिळाले.

१९१५ साली नामदार गोपाळ कृष्ण गोखले यांच्या सांगण्यावरून ते भारतात परतले. १९१५ साली त्यांनी साबरमती आश्रम स्थापन केला. ना.गोखले यांना गांधीजी आपले राजकीय गुरू मानत. त्यांच्या आध्यात्मिक राजकारणाचा गांधीजींवर प्रभाव होता. तसेच रस्किनच्या अन टू दि लास्ट व टॉलस्टायचाही त्यांच्यावर चांगला प्रभाव होता.

गांधीजी भारतात आले त्यावेळी पाहिले महायुद्ध चालू होते. या महायुद्धात ब्रिटिश सरकारला आपण साहाय्य करणार असल्याचे गांधीजींनी जाहीर केले व त्याचप्रमाणे मदतही केली होती. त्यासाठी सरकारने त्यांना कैसर-ए-हिंद हा किताब बहाल केला.

*** गांधीजींचे तत्त्वज्ञान**

महात्मा गांधींनी आपल्या व्यक्तिगत व राजकीय जीवनात सत्य, अहिंसा, सत्याग्रह, नि:शस्त्र प्रतिकार या तत्त्वांना अतिशय महत्त्व दिले. अनेक धर्म, पंथ व संप्रदायांचा अभ्यास त्यांनी केलेला होता. यातून चांगल्या तत्त्वांचा त्यांनी स्वीकार केलेला होता.

सत्य - गांधी तत्त्वज्ञानाचा पाया सत्यावर आधारित होता. या तत्त्वज्ञानात गांधीजींवर टॉलस्टॉयचा प्रभाव होता. आपल्या लेखनाची जी नायिका आहे व जी नितांतसुंदर असून आपले जिच्यावर प्रेम आहे तिचे नाव सत्य आहे असे टॉलस्टॉय म्हणत असे. सत्य व अहिंसा एकमेकांपासून अविभाज्य आहेत असे गांधीजी मानत. तरीही अहिंसा हे साधन व सत्य हे साध्य आहे असे स्पष्टीकरण ते देतात. टॉलस्टॉयच्या किंगडम ऑफ गॉड या ग्रंथामधील ईश्वराचे साम्राज्य तुमच्यात आहे या संदेशाने गांधीजी भारावले होते. म्हणूनच सत्याच्या ठिकाणी परमेश्वराचे अधिष्ठान असते असा त्यांचा गाढ विश्वास होता.

अहिंसा - पृथ्वीच्या पाठीवरील कोणत्याही वस्तुमात्राला व प्राणिमात्राला विचाराने, शब्दाने किंवा कृत्याने संभावणारी दुखापत टाळणे म्हणजे अहिंसा असे हरिजन मधील एका लेखात गांधीजींनी म्हटले आहे. रागाने, स्वार्थाने, हेतुपुरस्सर कुणाला इजा करणे किंवा ठार मारणे ही हिंसा आहेच, परंतु कुणाविषयी दुष्ट भावना बाळगणे ही सुद्धा हिंसाच आहे. कारण संधी न मिळाल्याने ती भावना प्रत्यक्षात आणली जात नसते. कोणत्याही प्रकारे अहिंसेला आपल्या मनात थारा देऊ नये.

शत्रूसमोर शरणागती पत्करणे म्हणजे अहिंसा नव्हे, तर शत्रूच्या मनोदयाचा विरोध करण्यासाठी आपल्या संपूर्ण आत्मबलाचा उपयोग करणे म्हणजे अहिंसा असे ते म्हणतात.

अहिंसेला ते आत्मिक शक्ती मानतात. या शक्तीद्वारेच दुष्ट शक्तींचा प्रतिकार करता येतो अशी त्यांची धारणा होती. अहिंसेचे कार्य केवळ नकारात्मक नसून सकारात्मकही आहे. या तत्त्वावर आधारित समाजाची उभारणी हे सकारात्मक कार्य आहे. असा समाज एका कुटुंबासारखा असतो. सत्ता हे एकमेव साध्य न मानता अहिंसात्मक समाजाची उभारणी हे साध्य आहे. हे पूर्ण करण्यासाठी राजकीय सत्ता साधन आहे असे ते मानत.

अहिंसा दुर्बल असू शकत नाही. न मारता मरण्यासाठी लागणारे शौर्य हिंसेमध्ये नसते. तरीही हिंसाचार व भित्रेपणा यामध्ये निवड ते मान्य करतात. हिंसाचार व भित्रेपणा यामध्ये निवड करावयाची तर ते हिंसाचाराची निवड करतात. परंतु अहिंसा आणि हिंसाचारामध्ये निवड करायची तर ते अहिंसेची निवड करतात.

सत्याग्रह– सत्याग्रह हा प्रत्यक्ष कृतीचा सर्वात प्रभावी मार्ग आहे असे गांधीजी मानतात. सत्याग्रह हे आत्मिक सामर्थ्य असून येशू ख्रिस्त, डॅनियल व सॉक्रेटिस हे त्यांचे मूर्तिमंत आविष्कार आहेत. सत्याग्रहाचे पहिले तत्त्व हेच की, 'सत्याचा शोध घेताना, शत्रूशी वागताना हिंसेचा अवलंब करू नये, तर सहानुभूतीपूर्वक त्याला चुकांपासून परावृत्त करावे. एखादी गोष्ट एकाला व दुसऱ्याला असत्य वाटू शकते. धीर धरणे म्हणजे आत्मक्लेश सहन करणे.' सत्य व अहिंसा या दोन्ही तत्त्वांचा मिलाफ म्हणजे सत्याग्रह, या तत्त्वज्ञानाची त्यांची मूळ भूमिका आहे.

*** सत्याग्रहाचे मार्ग**

१) **असहकार** – सर्व प्रकारच्या वाईट गोष्टींचा प्रतिकार असहकाराने केला जाऊ शकतो. असे गांधीजींना वाटते. म्हणून असहकाराला ते सत्याग्रहाने सर्वात प्रभावी शस्त्र मानतात. ही केवळ नकारात्मक संकल्पना नसून त्याची रचनात्मक बाजूही महत्त्वाची आहे. उदा. असहकार चळवळीत सरकारी शिक्षणसंस्थांशी असहकार करीत असताना दुसरीकडे राष्ट्रीय शैक्षणिक संस्था उभारणे महत्त्वाचे मानले. गांधीप्रणीत असहकार तत्त्वज्ञानात अहिंसेला परम महत्त्व आहे. जनतेच्या सहकार्याशिवाय ब्रिटिश शासन चालणार नाही. म्हणून असहकार हेच प्रभावी साधन आहे. यातूनच शासनास त्यांच्या चुकांची जाणीव होऊ शकेल असे ते म्हणतात.

लोकमान्य टिळक, गोपाळ कृष्ण गोखले आणि महात्मा गांधीजी... । २२१

२) **कायदेभंग** – कायदेभंग हा असहकाराचाच प्रकार असून त्याचे सूत्रही असहकाराचेच आहे. प्रत्येक व्यक्ती शासनाच्या आज्ञा, कायदे, नियम पाळते; म्हणजेच शासनाला सहकार्य करते. सहकार्य आहे म्हणूनच शासन आहे. ते सहकार्य काढून घेणे म्हणजे कायदे, नियम, आज्ञा न पाळणे. यालाच कायदेभंग म्हणायचे. या कायद्याचे पालन करणे नाकारून त्यासाठी दिलेली शिक्षा न डगमगता भोगणे म्हणजेच सविनय कायदेभंग करणे. कायदेभंग करणाऱ्या व्यक्तींकडून नैतिक शिस्त व आत्मसंयमनाची त्यांची अपेक्षा आहे.

३) **स्वदेशी** – ग्रामोद्योग हे चळवळीचे महत्त्वाचे अंग त्यांनी मानले. स्वराज्य हे सामान्य जनतेच्या आर्थिक उन्नतीचे साधन आहे. आर्थिक व औद्योगिक घटनेवर संस्कृतीचा पाया अवलंबून असतो. त्यासाठी स्वदेशीला त्यांनी महत्त्व दिले. ब्रिटिशांच्या आर्थिक शोषणाविरुद्ध स्वयंरोजगारास त्यांनी चालना दिली.

४) **बहिष्कार** – स्वदेशीचीच दुसरी बाजू बहिष्कार. ब्रिटिशांना सहकार्य न करता त्यांच्या मालावर बहिष्कार, सरकारी नोकऱ्या, शैक्षणिक संस्था, न्यायालये, कायदेमंडळ, स्थानिक स्वराज्य संस्था या सर्वांवर बहिष्कार इत्यादी कार्यक्रमांचा यात समावेश गांधीजींनी केला.

✷ गांधीजींच्या राजकीय जीवनाचा प्रारंभ व लढे

१९१५ साली भारतात आल्यानंतर त्यांनी संपूर्ण भारताचा दौरा करून भारतातील परिस्थितीचा अंदाज घेतला. भारत हा खऱ्या अर्थाने ग्रामीण समाजाचा आहे हे त्यांच्या लक्षात आले. त्यासाठी राष्ट्रीय चळवळीच्या प्रवाहात ग्रामीण समाजात आल्याशिवाय या चळवळीला जोर येणार नाही याची कल्पना त्यांना आली. महात्मा गांधींचा भारतातील राजकारणात प्रत्यक्ष प्रवेश चंपारण्य येथील सत्याग्रहापासून झाला.

✷ चंपारण्य सत्याग्रह (१९१७)

१९१६ च्या लखनौ काँग्रेसमध्ये बिहारमधील काही प्रतिनिधींनी गांधीजींचे लक्ष तेथील निळीच्या शेतकऱ्यांकडे वेधले. बिहारमध्ये वेधले. बिहारमध्ये नीळ पिकविणाऱ्या शेतकऱ्यांवर ब्रिटिश मळेवाले जुलूम करतात याची माहिती दिली. १९१७च्या एप्रिलमध्ये चंपारण्यातील मोतीहारी या गावी तेथील शेतकऱ्यांची चौकशी करण्यासाठी गांधीजी तेथे पोहोचले. त्यावेळी तेथील मॅजिस्ट्रेटने क्रि. पो. कोडच्या १४४ कलमाखाली शांततेला धोका निर्माण होत असल्यामुळे महात्मा गांधींनी

जिल्हा सोडून जावे असा आदेश दिला. गांधीजींनी आदेश मोडला व सरकारने त्यांना दिलेला 'कैसर-इ-हिंद' किताब परत केला. गुन्हा कबूल केला व शिक्षेची तयारीही दाखविली. शेवटी ब्रिटिश शासनाने माघार घेतली. या प्रश्नाची चौकशी करण्यासाठी सरकारने एक समिती नेमली. त्यात महात्मा गांधींची नेमणूक करण्यात आली. समितीच्या रिपोर्टनुसार शेतकऱ्यांवरील अन्याय दूर करणारा कायदा पास करण्यात आला. शंभर वर्षांपासून असलेली शेतकऱ्यांची गाऱ्हाणी दूर झाली.

*** खेडा सत्याग्रह (१९१८)**

गुजरातमधील खेडा जिल्ह्यात १९१८ साली दुष्काळ पडला होता. तरीही शेतकऱ्यांवर जमीन महसूलीची सक्ती करण्यात आलेली होती. दुष्काळी कायद्याप्रमाणे शेतकऱ्यांनी साऱ्याची सूट अथवा तहकूबीची मागणी केली. पण सरकारने दुर्लक्ष केले. म्हणून गांधीजींनी तेथे साराबंदीची चळवळ सुरू केली. यातही त्यांना यश आले. वल्लभाई पटेलही त्यांच्याबरोबर होते.

*** अहमदाबाद संप (१९१८)**

अहमदाबाद येथे कापड गिरणी मालकांना प्रचंड नफा मिळूनसुद्धा कामगारांना कमी वेतन दिले जात असे. यावेळीही गांधीजींच्या सांगण्यावरुन कामगारांनी संप पुकारला. गांधीजीही उपोषणास बसले. चार दिवसांच्या उपोषणानंतर गिरणीमालक व कामगार यांच्यात तडजोड होऊन कामगारांचा पगार ३५ टक्क्यांनी वाढविण्यात आला.

गांधीजींचे हे तीनही यशस्वी सत्याग्रह पुढील राष्ट्रीय चळवळीचा मार्ग निश्चित करण्यासाठी उपयुक्त ठरले व गांधीजींचे नेतृत्वही सर्वमान्य झाले.

*** असहकार चळवळ**

भारतात आल्यानंतर सुरुवातीच्या काळात गांधीजींचा ब्रिटिशांच्या न्यायबुद्धीवर विश्वास होता. ब्रिटिशांना सहकार्य करून भारताची प्रगती साध्य करता येईल म्हणून सनदशीर मार्ग योग्य आहे असे त्यांचे मत होते. १९१९ च्या मॉंटफोर्ड सुधारणा कायद्यालाही त्यांची मान्यता होती. परंतु १९२० सालीच त्यांनी असहकार चळवळीची घोषणा केली.

रौलट समितीच्या अहवालानुसार १९१९ च्या फेब्रुवारीमध्ये 'अनार्कीकल अँड रिव्होल्युशनरी क्राईम अ‍ॅक्ट' पास करण्यात आला. यालाच रौलट अ‍ॅक्ट

लोकमान्य टिळक, गोपाळ कृष्ण गोखले आणि महात्मा गांधीजी... । २२३

म्हणतात. यानुसार कोणत्याही राजद्रोहाविरोधात खटला चालविण्यासाठी तीन न्यायाधीशांचे एक न्यायपीठ स्थापन करण्याचे ठरविण्यात आले. कोणत्याही व्यक्तीला संशयावरुन अटक करता येत असे, परंतु गुन्हेगाराला अपील करता येत नव्हते.

हा कायदा पास झाल्यास अखिल भारतीय सत्याग्रह सुरू करण्यात येईल असा इशारा गांधीजींनी दिला. तरीही हा कायदा पास करण्यात आला. या कायद्यास काळा कायदा असेही म्हटले जाते. या कायद्याच्या विरोधात ३० मार्च १९१९ रोजी गांधीजींनी देशव्यापी हरताळ करण्याचे ठरविले.

५) **जालियनवाला बाग हत्याकांड** – रौलट ॲक्टविरोधात पंजाबमध्ये असंतोष निर्माण झाला. पंजाबचे नेते डॉ. सत्यपाल व डॉ. किचलु यांना अटक केली. त्यांची मुक्तता करा या मागणीसाठी जनतेने मोर्चा काढला, सभा घेतल्या. पण इंग्रजांनी त्यावरही गोळीबार केला. त्यात १० लोक मृत्युमुखी पडले. १२ एप्रिल १९१९ ला पंजाबच्या गव्हर्नर ओडवायरने सार्वजनिक मोर्चा व सभा यांना बंदी घालणारा हुकूम काढला. सरकारच्या या अत्याचाराचा विरोध करण्यासाठी १३ एप्रिल १९१९ रोजी अमृतसर येथील जालियनवाला बाग येथे सभा आयोजित करण्यात आली होती. १० हजार लोक सभेसाठी उपस्थित होते. जालियनवाला बागेची रचना चारही बाजूला भिंती व एकच प्रवेशद्वार अशी होती. सभाबंदी असूनही सभा भरविली त्यामुळे लष्करी अधिकारी जनरल डायर संतप्त झाला. ५० ब्रिटिश व १०० भारतीय गुरखा शिपायांच्या मदतीने त्याने सभेवर बेफाम गोळीबार करण्यास सुरुवात केली. यामध्ये ४०० लोक मरण पावले अशी सरकारी नोंद आहे. वस्तुत: यात १००० लोक मरण पावल्याचे लाला गिरीधारी यांनी आपल्या साक्षीत म्हटले आहे. ब्रिटिशांच्या या जुलुमाने भारतीय जनता संतप्त झाली.

६) **हंटर कमिशन** – जालियनवाला बाग हत्याकांडानंतर संपूर्ण भारतात स्फोटक परिस्थिती निर्माण झाली. महात्मा गांधींचा ब्रिटिशांच्या न्यायबुद्धीवरील विश्वास पूर्णपणे उडाला.

१३ एप्रिल १९१९ पासून ११ जून १९१९ पर्यंत पंजाबमध्ये लष्करी कायदा जारी केला होता. या लष्करी कायद्याच्या नावाखाली अनेक जुलूम भारतीयांवर केले जाऊ लागले. या हत्याकांडाची चौकशी केली जावी अशी मागणी सर्वत्र होऊ लागली. यातच शंकरन् नायर यांनी गव्हर्नर जनरलच्या एक्झिक्युटिव्ह कौन्सिलच्या सभासदत्वाचा राजीनामा दिला. रविन्द्रनाथ टागोर यांनी 'सर' या

पदवीचा त्याग केला. हा असंतोष थांबविण्यासाठी ऑक्टोबर १९१९ मध्ये लॉर्ड हंटर याच्या नेतृत्वाखाली कमिशन नेमण्यात आले. त्यात सहा सदस्यांपैकी तीन भारतीय होते. राष्ट्रीय काँग्रेसनेही एक समिती नेमली. त्यात मोतीलाल नेहरू, चित्तरंजन दास, बॅ. जयकर, फजलूल हक, गांधीजी, अब्बास तय्यबजी हे सदस्य होते. काँग्रेसने व हंटर कमिशनने अहवाल सादर केले. काँग्रेसने या हत्याकांडास जनरल डायरला जबाबदार धरले. परंतु हंटर कमिशनचा अहवाल ब्रिटिश शासनाने ग्राह्य मानला. पंजाबचा ले.ग.ओडवायरला कोणतीही शिक्षा दिली गेली नाही. जनरल डायरला तर भारतातील युरोपीयनांनी 'इंग्रजी साम्राज्याचा त्राता' म्हणून गौरविले. आता ब्रिटिश सरकारविरोधात असहकार पुकारण्याची नितांत गरज भासू लागली होती.

७) **खिलाफत चळवळ** – अमृतसर येथे घडणाऱ्या या घटनेबरोबरच भारतात खिलाफत चळवळ सुरू झालेली होती. जगातील सर्व मुस्लीम लोकांचे तुर्कस्तान हे प्रमुख श्रद्धास्थान होते. सर्व मुस्लीम त्यास खलिफा मानत. पहिल्या महायुद्धात तुर्कस्तान जर्मनीच्या बाजूने इंग्लंडविरोधात उभे होते. भारतीय मुस्लिमांना तुर्कस्तानविरुद्ध लढण्याची वेळ आली, तेव्हा तुर्कस्तानच्या सुलतानाच्या सत्तेला धोका पोहोचणार नाही, तुर्की साम्राज्य हिरावले जाणार नाही असे आश्वासन ब्रिटिशांनी भारतीयांना दिले. म्हणून भारतीय मुस्लिमांनी ब्रिटिशांना महायुद्धात सहकार्य दिले. परंतु युद्ध समाप्तीनंतर ब्रिटिशांनी हे आश्वासन पाळले नाही. तुर्की सत्तेला धोका निर्माण झाला, तेव्हा भारतातील मुस्लिमांनी खिलाफत चळवळ सुरू केली. यानुसार तुर्की सुलनाची सत्ता टिकवावी या मागणीसाठी सुरू झालेल्या चळवळीस राष्ट्रीय काँग्रेसने म. गांधींच्या नेतृत्वाखाली पूर्ण पाठिंबा दिला. दिल्ली येथे नोव्हेंबर १९१९ मध्ये भरलेल्या अखिल भारतीय खिलाफत परिषदेचे अध्यक्ष म्हणून गांधीजींची निवड करण्यात आली. तुर्कस्तानचा प्रश्न सोडविला नाही तर असहकाराचा मार्ग अवलंबिण्यात येईल असा इशारा या परिषदेत देण्यात आला. पुढे डिसेंबर १९१९ मध्ये अमृतसरला राष्ट्रीय काँग्रेसचे अधिवेशन भरले. त्यात राष्ट्रीय काँग्रेस व खिलाफत यांनी एकत्रितपणे ब्रिटिश शासनाशी असहकार पुकारण्याचे ठरविण्यात आले. ही चळवळ पुढे चालली नाही. कारण १९२२ साली तुर्कस्तानमध्ये केमालपाशा याच्या नेतृत्वाखाली उठाव झाला. सुलतानाची सत्ता संपून लोकशाही प्रस्थापित झाली. परंतु असहकार हे तत्त्व पुढे आले व ब्रिटिशविरोधात या अस्त्राचा वापर करण्याचे ठरले.

✳ असहकाराचा जाहीरनामा

१० मार्च १९२० रोजी महात्मा गांधींनी असहकाराचा पहिला जाहीरनामा प्रसिद्ध केला. ''आता ब्रिटिशविरोधात हा एकच मार्ग आपणास उपलब्ध आहे. जेव्हा सरकारकडून अध:पात व अपमान होत असतो किंवा आपल्या धार्मिक भावनांना धक्का बसतो, तेव्हा असहकार हे आपले कर्तव्य बनते. स्वयंप्रेरित असहकार हीच जनतेच्या भावनेची व असंतोषाची कसोटी आहे. असहकाराच्या मार्गावरील प्रत्येक पाऊल अत्यंत विचारपूर्वक टाकावे लागेल. अत्यंत प्रखर वातावरणातही आपला आत्मसंयम कायम राहावा यासाठी आपण सावकाश प्रगती केली पाहिजे.'' असे आव्हान करून त्यांनी असहकाराच्या संपूर्ण कार्यक्रमाला सुरुवात केलेली दिसून येते.

✳ कलकत्ता अधिवेशन

राष्ट्रीय काँग्रेसचे खास अधिवेशन ४ सप्टेंबर १९२० ला लाला लजपतराय यांच्या अध्यक्षतेखाली भरले. यामध्ये असहकार चळवळीला संमती मिळवून घेतली. पंजाबमधील अत्याचार थांबविण्यास व तुर्कस्तानवरील अन्याय दूर करण्यास ब्रिटिश शासन असमर्थ ठरले असून स्वराज्य मिळविण्यासाठी असहकाराचा मार्ग चळवळीच्या रूपाने वापरावा असे ठरविण्यात आले.

✳ नागपूर अधिवेशन (डिसेंबर १९२०)

डिसेंबर १९२० मध्ये राष्ट्रीय काँग्रेसचे नियमित अधिवेशन नागपूर येथे भरले. चक्रवर्ती विजय राघवाचार्य हे होते. १४००० प्रतिनिधी उपस्थित होते. असहकार चळवळ सुरू करण्याबाबतचा ठराव पास झाला. या अधिवेशनात मान्य झालेला असहकाराचा कार्यक्रम पुढीलप्रमाणे होता.

१) सन्मानदर्शक पदव्या व अधिकार यांचा त्याग.

२) सरकारी समारंभांशी असहकार.

३) सरकारी शाळांवर बहिष्कार व खाजगी पंचायतीची स्थापना.

४) न्यायालयांवर बहिष्कार व खाजगी पंचायतीची स्थापना.

५) मेसापोटेमियात पाठविण्यासाठी भरती करण्यात येणाऱ्या लष्करी व मुलकी नोकऱ्यांवर बहिष्कार.

६) कायदेमंडळावर व मतदानावर बहिष्कार.

७) परकीय मालावर बहिष्कार.

२२६ । आधुनिक महाराष्ट्रातील समाजसुधारणेचा इतिहास

असहकाराच्या मार्गाने एका वर्षात स्वराज्य मिळवून देऊ अशी घोषणा गांधीजींनी केली.

* असहकाराच्या आंदोलनाचे स्वरूप

असहकाराच्या चळवळीचे विधायक व नकारात्मक असे स्वरूप होते. विधायक कार्यक्रमात स्वदेशी उद्योगधंद्यांना उत्तेजन, सूतकताई, खादी सुरू करणे, अस्पृश्यता नष्ट करणे, हिंदू-मुस्लिम ऐक्य निर्माण करणे, दारुबंदी करणे, पंचायतींची स्थापना करणे इत्यादींचा समावेश होता. नकारात्मक कार्यक्रमात परदेशी मालावर बहिष्कार; कायदेमंडळ, शैक्षणिक संस्था, न्यायालये, सरकारी नोकऱ्या, पदव्या यांचा त्याग करणे इत्यादींचा समावेश होता.

* असहकार आंदोलनाची वाटचाल

नागपूर येथे भरलेल्या राष्ट्रीय काँग्रेस अधिवेशनात डिसेंबर १९२० ला असहकार चळवळ सुरू करायची असे ठरले. गांधीजींनी 'कैसर-इ-हिंद' किताब परत केला. रविंद्रनाथ टागोरांनी 'सर' या पदवीचा त्याग केला. सुभाषचंद्र बोस यांनी आय.सी.एस. चा त्याग करून राजीनामा दिला. पंडित मोतीलाल नेहरू, जवाहरलाल नेहरू, वल्लभभाई पटेल, राजेंद्र प्रसाद यांनी वकिली सोडून दिली. कायदेमंडळाच्या निवडणुकांवर बहिष्कार टाकला. प्रिन्स ऑफ वेल्सच्या भारतातील आगमनाचा निषेध केला, निदर्शने केली. परदेशी मालाच्या होळ्या करण्यात आल्या. हजारो विद्यार्थ्यांनी शाळा-महाविद्यालयांचा त्याग केला. अशा तप्त वातावरणात ब्रिटिश शासनाने धरपकडीचे सत्र सुरू केले. लाठीमार, गोळीबार केला. जानेवारी १९२२ पर्यंत ४०,००० स्वयंसेवक तुरुंगात गेले.

यावेळी गांधीजींनी बार्डोली येथे साराबंदीची चळवळ करण्याचे ठरविले. त्यासाठी शासनाला सात दिवसांची मुदत त्यांनी दिली. परंतु ही चळवळ सुरू होण्यापूर्वीच चौरीचौरा येथे एक घटना घडली.

* चौरीचौरा घटना व असहकार चळवळीची स्थगिती

बार्डोली येथे साराबंदीची चळवळ करण्याचे घोषित केल्यानंतर तेथे जात असताना उत्तर प्रदेशातील गोरखपूर जिल्ह्यातील चौरीचौरा येथे एका मिरवणुकीवर पोलिसांनी गोळीबार केला. ५ फेब्रुवारी १९२२ रोजी जमावाने २१ पोलिस व एक फौजदार यांना जाळून ठार केले. ही घटना गांधीजींना समजताच चळवळीला हिंसात्मक

लोकमान्य टिळक, गोपाळ कृष्ण गोखले आणि महात्मा गांधीजी... । २२७

स्वरूप येऊ नये म्हणून त्यांनी ही चळवळ स्थगित करण्याचा निर्णय घेतला. १८ फेब्रुवारी १९२२ रोजी बार्डोली येथे राष्ट्रीय काँग्रेसची बैठक होऊन असहकार चळवळ स्थगित केल्याचे घोषित करण्यात आले. १० मार्च १९२२ ला गांधीजींना अटक झाली. शासनाविरुद्ध चिथावल्याच्या आरोपावरून सहा वर्षे तुरुंगवासाची शिक्षा झाली.

✳ मूल्यमापन

असहकार चळवळ पूर्णपणे यशस्वी झाली असे म्हणता येणार नाही, परंतु चळवळीने बऱ्याचशा गोष्टी साध्यही केल्या. चळवळ सुरू होण्यापूर्वी एका वर्षात स्वराज्य मिळवून देऊ असे गांधीजी म्हणाले होते. परंतु एवढ्या सामर्थ्यशाली ब्रिटिश साम्राज्याला लढा देऊन एका वर्षात स्वराज्य मिळवणे अवघड होते.

मुस्लिमांच्या सहकार्यासाठी ही चळवळ खिलाफत चळवळीशी जोडली गेली. खिलाफत प्रश्न धार्मिक होता. असहकार चळवळ राजकीय होती. धार्मिक प्रश्न राजकीय प्रश्नांशी जोडला ही चूक होती.

चळवळ जोमात चालू असता अचानकपणे स्थगित केली. त्यामुळे काँग्रेसमधील नेत्यांची व जनतेची निराशा झाली व असे असले तरी ही चळवळ भारतातील सामान्यांपर्यंत पोचली. राष्ट्रीय चळवळीला एक नवी दिशा मिळाली. ब्रिटिश साम्राज्याला प्रतिकार करण्याची आपल्यामध्ये शक्ती आहे असा आत्मविश्वास निर्माण झाला. शासनाबद्दल भीती नष्ट झाली. असहकार चळवळीच्या कार्यक्रमाने अनेक विधायक कार्यांना सुरुवात झाली. या चळवळीच्या यशापयशाचा विचार करीत असताना राष्ट्रीय चळवळीला वेग आला म्हणावे लागेल.

✳ सविनय कायदेभंग चळवळ

असहकार चळवळीच्या स्थगितीनंतर ब्रिटिश सरकारने १० मार्च १९२२ रोजी गांधीजींना अटक केली. त्यांना सहा वर्षांची शिक्षा झाली. राष्ट्रीय चळवळ काहीशी मंदावली. या काळात स्वराज्य पक्षाची स्थापना, सायमन कमिशन, नेहरू रिपोर्ट अशा घटना घडत गेल्या. अटकेनंतर दोन वर्षात गांधीजींची प्रकृती बिघडल्यामुळे त्यांची सुटका करण्यात आली. राष्ट्रीय चळवळ पुन्हा गतिमान करणे त्यांना आवश्यक वाटत होते. म्हणून त्यांनी ब्रिटिश सरकारविरोधात दुसरी चळवळ सुरू केली. तीच १९३० ची 'सविनय कायदेभंग' चळवळ होय.

* सायमन कमिशन

१९१९ च्या माँटफोर्ड सुधारणा कायद्याचे परीक्षण करण्यासाठी १९२७ ला सायमन कमिशन नेमले. यात सातही सदस्य ब्रिटिश असल्यामुळे भारतीयांनी सायमनवर बहिष्कार घातला. सायमन कमिशनच्या शिफारशीबद्दल भारतीय जनता असमाधानी होती.

१९२९ साली इंग्लंडमध्ये सार्वत्रिक निवडणुका होऊ न मजूर पक्ष विजयी झाला. पंतप्रधान रॅन्म्से मॅकडोनाल्ड झाले. गव्हर्नर लॉर्ड आयर्विन व पंतप्रधान रॅन्म्से मॅकडोनाल्ड यांच्यामध्ये चर्चा होऊन ३१ ऑक्टोबर १९२९ रोजी लॉर्ड आयर्विन यांनी, घटनात्मक प्रगती घडवून भारताला वसाहतीचे स्वराज्य देणे हे ब्रिटिशांचे ध्येय राहील' असे घोषित केले. ते कधी देण्यात येईल याची कालमर्यादा निश्चित सांगितलेली नव्हती. लॉर्ड आयर्विन याबद्दल निश्चित आश्वासन देऊ शकले नाहीत.

* लाहोर अधिवेशन

काँग्रेसचे अधिवेशन ३१ डिसेंबर १९२९ रोजी लाहोर येथे रावी नदीच्या काठी भरले. याचे अध्यक्ष पंडित जवाहरलाल नेहरू होते. पंधरा हजार लोकांच्या उपस्थितीत पंडित नेहरू यांनी संपूर्ण स्वातंत्र्याचा ठराव मांडला व या ध्येयपूर्तीसाठी गांधीजींच्या नेतृत्वाखाली सविनय कायदेभंगाची चळवळ सुरू करण्याचा निर्णय घेण्यात आला. ३१ डिसेंबर १९२९ ला रात्री बारा वाजता संपूर्ण स्वातंत्र्याची घोषणा करण्यात आली. २६ जानेवारी १९३० हा दिवस भारताचा स्वातंत्र्यदिन म्हणून पाळण्याचे ठरविले. त्याचदिवशी स्वातंत्र्याची प्रतिज्ञा केली. गांधीजींनी लॉर्ड आयर्विन यांना पत्र पाठवून आपल्या मागण्यांसाठी आग्रह धरला. परंतु त्या मान्य झाल्या नाहीत. शेवटी राष्ट्रीय पातळीवर सविनय कायदेभंगाची चळवळ सुरू करण्याचा निर्णय घेण्यात आला.

* सविनय कायदेभंग

१९ फेब्रुवारी १९३० रोजी काँग्रेसकार्यकारणीने गांधीजींना सविनय कायदेभंग चळवळीचे नेतृत्व दिले. २२ मार्च १९३० रोजी कायदेभंगाची चळवळ हाती घेत असल्याचे गव्हर्नर जनरलला कळविले व आपल्या चळवळीचा उद्देश व रूपरेषा स्पष्ट केली. १२ मार्च १९३० रोजी मिठाचा कायदा मोडून सत्याग्रह सुरू करण्याचा निर्णय जाहीर केला.

लोकमान्य टिळक, गोपाळ कृष्ण गोखले आणि महात्मा गांधीजी... । २२९

सविनय कायदेभंग चळवळीचा कार्यक्रम

१) मिठाच्या कायद्याचा भंग करणे.

२) शेतसारा व इतर सरकारी कर न भरणे.

३) शैक्षणिक संस्थांवर बहिष्कार.

४) न्यायालयांवर बहिष्कार.

५) निवडणुका, सरकारी समारंभांवर बहिष्कार.

६) परदेशी मालावर बहिष्कार.

७) सरकारी नोकऱ्यांवर बहिष्कार.

८) जंगल कायद्याचा भंग करणे.

*** दांडी यात्रा**

कायदेभंग चळवळीच्या कार्यक्रमांमध्ये मिठाचा सत्याग्रह करण्याचे निश्चित केले. गुजरातमधील साबरमती आश्रमापासून १२ मार्च १९३० रोजी आपल्या ७८ अनुयायांसह गांधीजींनी पदयात्रेला प्रारंभ केला. साबरमतीहून दोनशे मैल अंतरावर असलेल्या दांडी येथे ५ एप्रिल १९३० रोजी पोहोचले. ६ एप्रिलला गांधीजींनी आत्मशुद्धीसाठी उपोषण केले व ७ एप्रिल १९३० रोजी मिठाच्या कायद्याचा भंग करून विना-परवाना मीठ उचलले.

कायदेभंग केल्याबद्दल गांधीजींसह सर्व सत्याग्रहींवर ब्रिटिश सरकारने लाठीहल्ला केला. तरीही या चळवळीतून देशभरातून प्रचंड प्रतिसाद मिळाला. संपूर्ण देशातून एका वर्षात ६० हजारपेक्षा अधिक सत्याग्रहींनी स्वत:ला अटक करून घेतली. वायव्य सरहद्द प्रांतात खान अब्दुल गफारखान यांच्या नेतृत्वाखाली हजारो अनुयायी कायदेभंग चळवळीत सामील झाले. शेतकऱ्यांनी सारा द्यायचा नाही असे ठरविले. जंगल सत्याग्रहाची मोहीम हाती घेण्यात आली. ब्रिटिश सरकारने दडपशाहीचे सत्र सुरू केले. पं. नेहरु, सरदार पटेल सारख्या अनेक नेत्यांना अटक करण्यात आली. सभा-मिरवणुकांवर बंदी घालण्यात आली. वृत्तपत्रांवर निर्बंध घालण्यात आले. तरीही हा नि:शस्त्र लढा चालूच ठेवण्यात आला.

*** धारासना सत्याग्रह**

भारताच्या इतिहासात धारासना सत्याग्रहही महत्त्वाचा ठरलेला आहे. सुरुवातीला ब्रिटिश सरकारने गांधीजींना अटक करण्याचे टाळले. कारण त्यातून जनक्षोभ वाढण्याची त्यांना भीती होती. परंतु नंतर चळवळीचा प्रभाव कमी करण्यासाठी

४ मे रोजी गांधीजींना व इतर अनेक नेत्यांना अटक करण्यात आली. त्यामुळे धारासना येथील सत्याग्रहाचे नेतृत्व सरोजिनी नायडू यांच्याकडे देण्यात आले. २२ मे १९३० रोजी हा सत्याग्रह झाला. पोलिसांनी लाठीहल्ला केला, अनेक सत्याग्रही जखमी झाले. परंतु सत्याग्रह चालूच राहिला. धारासनाप्रमाणेच मुंबईमधील वडाळा येथेही सत्याग्रह करण्यात आला. महाराष्ट्र, बंगाल, ओरिसा, गुजरात, मद्रास इत्यादी ठिकाणी सत्याग्रह झाले. उत्तर प्रदेश, कर्नाटक, गुजरातमधील शेतकऱ्यांनी शेतसारा देण्यास नकार दिला. मिठाच्या सत्याग्रहाबरोबर परदेशी मालावर बहिष्कार टाकण्यात आला. मुंबईच्या बाबू गेनू याने परदेशी कपड्याचा ट्रक अडवून आत्मबलिदान दिले. सोलापूरला लष्करी कायदा पुकारण्यात आला. मल्लप्पा धनशेट्टी, किसन सारडा, जगन्नाथ शिंदे, कुर्बान हुसेन या चौघांना फाशी देण्यात आली. ब्रिटिशांची दडपशाही अशा प्रकारे चालू होती.

सविनय कायदेभंग चळवळीची वैशिष्ट्ये

१) मुंबई येथील गिरणी कामगारांनी चळवळीस मदत केली.

२) भारतीय महिलांचा मोठ्या प्रमाणात सहभाग.

३) सामान्य स्त्रियांनीही आपले दागिने चळवळीसाठी देऊन आदर्श घालून दिला.

४) वायव्य सरहद्द प्रांतातील पठाणांनी खान अब्दुल गफारखान (सरहद्द गांधी) यांच्या नेतृत्वाखाली सहभाग नोंदविला.

५) शेतकऱ्यांचा सहभाग.

सविनय कायदेभंग चळवळीचे महत्त्व व परिणाम –

१) राष्ट्रीय चळवळ खेड्यांपर्यंत पोहोचली.

२) चळवळीला राष्ट्रव्यापी स्वरूप प्राप्त झाले.

३) ब्रिटिशांच्या दमननीतीची भीती राहिली नाही.

४) भारतीय जनतेचा आत्मविश्वास वाढला.

५) राष्ट्रीय चळवळीचा वेग वाढला.

* पहिली गोलमेज परिषद (१९३०)

कायदेभंगाची चळवळ चालू असतानाच सायमन कमिशनचा अहवाल जाहीर करण्यात आला व नोव्हेंबर १९३० मध्ये लंडन येथे पहिली गोलमेज परिषद भरविण्यात आली. पंतप्रधान रॅम्से मॅकडोनाल्ड यांच्या अध्यक्षतेखाली भरविण्यात आलेल्या या परिषदेत ८९ प्रतिनिधी उपस्थित होते. काँग्रेसने या परिषदेवर बहिष्कार टाकलेला

लोकमान्य टिळक, गोपाळ कृष्ण गोखले आणि महात्मा गांधीजी... । २३१

होता. काँग्रेसशिवाय भारतातील इतर राजकीय संघटनांचे प्रतिनिधी उपस्थित असलेल्या या परिषदेत काही निर्णय घेण्यात आले. त्यामध्ये भारतात भविष्यकाळात ब्रिटिश इंडिया आणि संस्थाने यांचे संघराज्य स्थापन करण्यात येईल, संघराज्याचे कार्यकारी मंडळ संघराज्याच्या कायदेमंडळाला काही प्रमाणात जबाबदार असेल व द्विदल राज्यपद्धती बंद करून प्रांतात स्वायत्तता देण्यात येईल हे तीन निर्णय सामाविष्ट होते. जातीय प्रश्नांवर या परिषदेत एकमत झाले नाही. संपूर्ण स्वातंत्र्याच्या मागणीचा विचारही झाला नाही.

∗ गांधी–आयर्विन करार (५ मार्च १९३१)

लॉर्ड आयर्विनने गांधीजी व इतर नेत्यांची सुटका केली व गांधीजींशी बोलणी सुरू केली. कारण भारतातील बहुसंख्य लोकांचे प्रतिनिधित्व करणाऱ्या काँग्रेसचा प्रतिनिधी गोलमेज परिषदेत उपस्थित नसल्यामुळे परिषदेतील निर्णयाला अर्थ नाही याची जाणीव ब्रिटिशांना झाली होती. त्यासाठी तडजोड होणे आवश्यक होते. यातून गांधी व आयर्विन यांच्यात बोलणी होऊन जो करार झाला तो गांधी–आयर्विन करार होय. या करारातील कलमे पुढीलप्रमाणे–

१) गांधीजींनी सविनय कायदेभंगाची चळवळ मागे घ्यावी.

२) राजकीय कैद्यांची सुटका करावी.

३) मिठावरील कर काही प्रमाणात रद्द व्हावा.

४) कायदेभंगाच्या चळवळीसंबंधी सरकारने काढलेले वटहुकूम रद्द करावेत.

५) राष्ट्रीय काँग्रेसने गोलमेज परिषदेत भाग घ्यावा.

६) परदेशी दारू व अन्य नशीले पदार्थ विक्री करणाऱ्या दुकानांवर शांततेने निदर्शने करण्याचा हक्क असावा.

गांधी–आयर्विन करारानुसार चळवळ स्थगित करून लंडन येथे भरलेल्या दुसऱ्या गोलमेज परिषदेत गांधीजी उपस्थित राहिले.

∗ दुसरी गोलमेज परिषद (१९३१)

दुसऱ्या गोलमेज परिषदेत काँग्रेसच्या वतीने गांधीजी उपस्थित होते. याच वेळी लॉर्ड आयर्विन जाऊन त्यांच्या जागी लॉर्ड विलिंग्डन आले होते. विलिंग्डन प्रतिगामी असून भारतीय स्वातंत्र्य चळवळीबद्दल त्यांना अजिबात आस्था नव्हती. त्यामुळे गांधी–आयर्विन करारही त्यांनी मोडून काढला. गोलमेज परिषदेच्या सुरुवातीला गांधीजी व बॅ. जीना यांच्यामध्ये मतभेद झाले. तसेच ख्रिश्चन, दलित,

अँग्लोइंडियन यांच्या प्रतिनिधींनी स्वतंत्र मतदारसंघाची मागणी केली. गांधीजींनी संपूर्ण स्वातंत्र्याची मागणी केली. ब्रिटिश सरकारने ही मागणी पूर्णपणे नाकारली. परिषद अयशस्वी ठरली.

* जातीय निवाडा व पूर्ण करार

ब्रिटिशांनी 'फोडा व राज्य करा' या नीतीप्रमाणे भारतात दुही निर्माण करून राज्य केले. १९०९ व १९१९ च्या कायद्यानुसार मुस्लीम व इतर अल्पसंख्यांकांना स्वतंत्र मतदार संघ देऊन भारतीय समाजामध्ये फूट पाडली. १९३२ ला रॅम्से मॅकडोनाल्ड यांनी जातीय निवाडा जाहीर केला. यानुसार दलितांना स्वतंत्र मतदारसंघ देण्याचे घोषित करण्यात आले. गांधीजींनी रॅम्से मॅकडोनाल्ड यांना या निवाड्यात बदल करण्याची विनंती केली व २० सप्टेंबर १९३२ पर्यंत बदल न केल्यास प्राणांतिक उपोषण सुरू करण्याचा आपला निश्चय कळविला. त्यास ब्रिटिश सरकारने नकार दिला, त्यामुळे २० सप्टेंबर १९३० ला गांधीजींनी प्राणांतिक उपोषणास प्रारंभ केला. शेवटी डॉ. बाबासाहेब आंबेडकर व गांधीजी यांच्यामध्ये तडजोड होऊन करार झाला. तोच 'पुणे करार' होय. स्वतंत्र मतदार-संघाऐवजी राखीव मतदारसंघास मान्यता दिली. पुणे करारात पुढील तरतुदी होत्या.

१) सर्वसाधारण मतदारसंघातून प्रांतीय कायदेमंडळासाठी अस्पृश्यांना राखीव जागा असाव्यात. त्या पुढीलप्रमाणे -मद्रास-३०, मुंबई -१५, पंजाब-८, बिहार-ओरिसा १८, संयुक्त प्रांत-२०, आसाम-७, बंगाल-३०, म. प्रदेश-२० एकूण १४८.
२) या राखीव जागांसाठी प्राथमिक निवड दलितांकडून व अंतिम निवड सर्वसाधारण मतदारसंघाकडून असावी. स्वतंत्र मतदारसंघात दलितांचाच तो प्रतिनिधी राहिला असता व इतर समाजाशी त्याचा संबंध राहिला नसता. परंतु राखीव मतदारसंघात तो वेगळा होणार नव्हता.
३) केंद्रीय कायदेमंडळाच्या दोन्ही सभागृहात दलितांना १८ % प्रतिनिधित्व द्यावे.
४) ही तरतूद दहा वर्षांसाठी असावी.
५) नोकऱ्यांमध्ये शैक्षणिक पात्रतेनुसार त्यांना प्राधान्य द्यावे.
६) दलितांच्या शैक्षणिक सुधारणांसाठी अंदाजपत्रकानुसार पुरेशा रकमेची तरतूद करावी.

* तिसरी गोलमेज परिषद (१९३२)

लोकमान्य टिळक, गोपाळ कृष्ण गोखले आणि महात्मा गांधीजी... । २३३

पहिल्या दोन्ही गोलमेज परिषदा अयशस्वी झाल्या. संपूर्ण स्वातंत्र्याबद्दल विचार न झाल्यामुळे गांधीजींनी परिषदेचा त्याग केला. महात्मा गांधींनी स्थगित केलेल्या कायदेभंगाची चळवळ पुन्हा सुरू करण्याचा आदेश दिला. पुन्हा चळवळ सुरू झाली. याचवेळी तिसरी गोलमेज परिषद बोलावून भारताचा पेच सोडविण्याचा प्रयत्न ब्रिटिशांनी केला. काँग्रेसने परिषदेवर बहिष्कार टाकला. तीनही गोलमेज परिषदांना उपस्थित असणारे एकमेव नेते डॉ. बाबासाहेब आंबेकर होय. तिसऱ्या गोलमेज परिषदेतही फक्त चर्चा झाली. कोणतेही महत्त्वाचे निर्णय झाले नाहीत.

ब्रिटिशांनी जातीय निवाड्याद्वारे भारतातील जातीजातींमध्ये फूट पाडण्याचा प्रयत्न केला. राष्ट्रीय चळवळही कमकुवत करण्याचा त्यांचा हेतू होताच. या काळात राष्ट्रीय चळवळीचा वेग कमी झाला. गांधीजीही सक्रिय राजकारणापासून वेगळे होऊ न विधायक कार्याकडे लक्ष देऊ लागले. राष्ट्रीय एकात्मता, अस्पृश्यता निवारण, दारूबंदी यांसारख्या कार्यासाठी त्यांनी स्वत:ला वाहून घेतले.

*** राष्ट्रीय चळवळीचे शेवटचे पर्व आणि स्वातंत्र्यप्राप्ती**

महात्मा गांधीनी सुरू केलेल्या सविनय कायदेभंगाच्या चळवळीमुळे पुन्हा सरकार अडचणीत आले होते. १९३५ च्या कायद्यानुसार प्रांतामध्ये स्वायत्तता निर्माण होणार होती, म्हणून १९३७ मध्ये झालेल्या विधिमंडळाच्या निवडणुकीत भाग घेऊ न सरकारला असहकार करण्याच्या धोरणाचा काँग्रेसने पुरस्कार केला. जवळपास आठ प्रांतात काँग्रेसची सरकारे स्थापन करण्यात आली होती. १२ सप्टेंबर १९३९ रोजी जेव्हा युरोपात दुसऱ्या महायुद्धाला सुरुवात झाली, तेव्हा हिंदुस्थानलाही या महायुद्धात सरकारने ओढले. महायुद्धात हिंदुस्थानला ओढण्यापूर्वी भारताचे व्हॉईसरॉय लॉर्ड लिनलिथगो यांनी भारतीय नेत्यांशी साधी चर्चासुद्धा केली नाही. या घटनेचा निषेध म्हणून आठ प्रांतातील काँग्रेसच्या मंत्रीमंडळांनी राजीनामे दिले. यानंतर सरकारशी लढा देण्यासाठी काँग्रेसने असहकार पुकारुन 'भारत छोडो'ची घोषणा केली. हा काळ भारतीय राष्ट्रीय चळवळीच्या पर्वाचा शेवटचा काळ होता. या शेवटच्या संघर्षाच्या पर्वात भारत देश परकीयांच्या जोखडातून कायमचा मुक्त होऊन स्वतंत्र झाला. परंतु देशाची फाळणी होऊन पाकिस्तान या नवीन राष्ट्राची निर्मिती झाली.

***

भारतीय सुधारणा कायदे आणि भारतीय राज्यघटना

१) मोर्ले-मिंटो सुधारणा कायदा (इ.स. १९०९)
२) माँटेग्यू-चेम्सफोर्ड सुधारणा कायदा (इ.स. १९१९)
३) भारत सरकारचा सुधारणा कायदा (इ.स. १९३५)
४) भारतीय राज्यघटना (इ.स. १९५०)

मागील प्रकरणांत आपण महाराष्ट्रातील सुधारणेच्या चळवळींचा अभ्यास केला. त्या अभ्यासावरून आपणाला असे दिसून येते की, सामाजिक सुधारणांवर समाजातील विविध घटकांचा मोठा प्रभाव पडलेला आहे. सामाजिक सुधारणांवर राजकीय व घटनात्मक धोरणांचाही कमी अधिक परिणाम झालेला आहे. कारण समाजजीवनाची सामाजिक, राजकीय, आर्थिक, सांस्कृतिक, धार्मिक इ. विविध अंगे असून ती एकमेकांशी निगडित आहेत. तेव्हा समाजजीवनाच्या एका अंगात झालेला बदल कमी-अधिक प्रमाणात इतर अंगांतही होत असतो. म्हणून सामाजिक सुधारणांच्या चळचळींचा अभ्यास करताना इतर अंगांचा सामाजिक चळवळींवर व सामाजिक सुधारणांच्या चळवळींचा इतर चळवळींवर कळत नकळत प्रभाव व परिणाम होत असतो हे विसरून चालाणर नाही.

महाराष्ट्रातील समाजसुधारणाच्या चळवळीस १९व्या शतकातील राजकीय परिवर्तनामुळे एक प्रकारे चालना मिळाली. ब्रिटिशांची सत्ता महाराष्ट्रात प्रस्थापित झाल्यावर आपल्या समाजातील व धर्मातील अनिष्ट प्रथा व परंपरा यात आमूलाग्र बदल होण्यास सुरुवात झाली. त्यामुळे तेथील सामाजिक परिवर्तन होण्यास अनुकूल परिस्थिती निर्माण होत गेली. त्यादृष्टीने इ.स. १८५७ ची घटना ही हिंदुस्थानातील मध्ययुग व अर्वाचीन युग यांना विभागणारी रेषा होती. यामुळेच भारतीयांना राणीचा जाहीरनामा व इ.स. १८५८ चा कायदा मिळाला. राणीच्या जाहीरनाम्यामुळे ब्रिटिशांचे हिंदुस्थानविषयक कोणते धोरण राहील हे स्पष्ट झाले. तर इ.स. १८५८ च्या कायद्याने कंपनी सरकारची भारतातील राजवट संपुष्टात आली. सरकार व जनता यामध्ये

सलोखा असणे गरजेचे आहे हे ब्रिटिशांना कळून चुकले. त्या अनुषंगानेच १८६१ चा कायदा ब्रिटिश पार्लमेंटने मंजूर केला. परंतु या सुधारणा कायद्याने भारतीयांचे समाधान होऊ शकले नाही. ब्रिटिश सत्तेला जाणीव करून देण्यासाठी भारतीयांनी इ.स. १८८५ मध्ये राष्ट्रीय काँग्रेसची स्थापना केली व ब्रिटिशांना आमच्या मागण्या मंजूर करण्यासाठी अर्ज, विनंत्या करण्यास सुरुवात केली. तेव्हा ब्रिटिशांनी भारतीयांना खूश ठेवण्यासाठी १८९२ चा कायदा मंजूर केला. परंतु भारतीयांचे या कायद्यानेही समाधान झाले नाही. तेव्हा धोरणी व राजकारणी मुरब्बी ब्रिटिशांनी राजकारणाची खेळी सुरू केली. भुकेलेल्या कुत्र्याला कंजूष मालकाने भाकरीचे लहान, लहान तुकडे टाकून त्यास तात्पुरते खूश ठेवावे असाच प्रकार या शासनाने सुरू केला. तेव्हा भारतीयांच्या हे लक्षात आले की, मागा म्हणजे मिळेल, शोधा म्हणजे सापडेल. या नीतीचा अवलंब येथून पुढे भारतीयांनी सुरू केला. भारतीयांनी आपल्या तक्रारी इंग्लंडच्या पार्लमेंटमध्ये पद्धतशीर मांडून सहानुभूती मिळविण्यास सुरुवात केली.

या पार्श्वभूमीवर इंग्लंडने लॉर्ड कर्झन याची गव्हर्नर जनरल म्हणून नेमणूक केली. साम्राज्यवादी धोरणाचा कट्टर पुरस्कर्ता असलेल्या कर्झनने भारतीयांच्या आशा-आकांक्षांवर दडपशाहीचा वरवंटा फिरविला. कर्झनने भारतात जुलमी राजवट सुरू केली. सत्तेचे केंद्रीकरण केले. अन्यायी व जुलमी कायदे पास केले. परंतु त्यामुळे ब्रिटिश राजवटीविषयी भारतीयांचा असंतोष उफाळून आला. इ.स. १९०५ मध्ये कर्झनने बंगालची फाळणी करून भारतीयांची राष्ट्रीय भावना तीव्र केली. याचा परिणाम सर्व देशभर वंगभंगाची चळवळ जोरात सुरू झाली. राष्ट्रीय चळवळीस त्यामुळे जोर चढला.

या सुमारास भारतात मोठ्या प्रमाणात दुष्काळ पडला होता. प्रजा दुष्काळाने त्रस्त झालेली होती. देशाची आर्थिक परिस्थिती हलाखीची झाली. प्लेगसारख्या रोगाच्या साथीने थैमान घातले. तेव्हा आपल्या सर्व हलाखीस ब्रिटिश शासनच जबाबदार आहे अशी भारतीयांची कल्पना झाली. सन १९०४-१९०५ मध्ये रुसो-जपान युद्ध सुरू झाले. त्यामध्ये जपानसारख्या छोट्या राष्ट्राने रशियासारख्या बलाढ्य राष्ट्राचा पराभव केला. ही घटना भारतीय स्वातंत्र्याच्या चळवळीच्या दृष्टीने महत्त्वपूर्ण ठरली. जपानसारखा छोटा देश बलाढ्य रशियास हरवू शकतो. तर भारताने इंग्लंडचे वर्चस्व का झुगारून देऊ नये असे विचार भारतीयांच्या ठिकाणी सुरू झाले. परंतु या सुमारास काँग्रेसमध्येही वैचारिक मतभेद विकोपास जाऊन जहाल व मवाळ असे दोन गट पडले व देशांत स्वातंत्र्यप्राप्तीसाठी लहान मोठ्या अनेक क्रांतिकारक घटना घडून आल्या.

याच सुमारास भारतात १९०६ मध्ये मुस्लीम लीगची स्थापना झाली. मुस्लीम लीगने आपले स्वतंत्र अस्तित्व दाखविण्यास सुरुवात केली. मुस्लीम समाजासाठी लीगने स्वतंत्र मागण्या ब्रिटिशांना मागितल्या. ब्रिटिशांनीच मुस्लीम लीगला आपले इप्सित साध्य करण्यासाठी खतपाणी घालून वाढविले. मुस्लीम लीगने स्वतंत्र मतदारसंघ, व प्रतिनिधित्व द्यावे अशी मागणी केली होती. या मागणीचा ब्रिटिशांनी सहानुभूतीपूर्वक विचार केला. 'फोडा व झोडा' या तत्त्वांचा ब्रिटिशांनी अवलंब केला. तेव्हा भारतातील तप्त वातावरण सुधारण्यासाठी त्यांना काही तरी सुधारणा दिल्या पाहिजेत अशी परिस्थिती आली. या सर्व गोष्टींचा विचार करून गव्हर्नर जनरल लॉर्ड मिंटो यांनी भारताची पाहणी व भारतीय नेत्यांशी चर्चा करून, भारतीयांना नजीकच्या काळात कोणत्या सुधारणा द्याव्यात याचा मसुदा तयार केला व तो मसुदा भारतमंत्री लॉर्ड मोर्ले यांच्याकडे पाठविला. यात काही बदल करून इ.स. १९०८ मध्ये ब्रिटिश पार्लमेंटमध्ये भारतविषयक एक विधेयक मांडण्यात आले. १९०९ ला त्याचे कायद्यात रूपांतर झाले. त्यात ग.ज. लॉर्ड मिंटो व भारतमंत्री लॉर्ड मोर्ले यांचे प्रयत्न महत्त्वाचे असल्यामुळे त्याला इतिहासात मोर्ले-मिंटो कायदा असे म्हणतात.

या मोर्ले-मिंटो सुधारणा कायद्यामध्ये कायदेमंडळाचा विस्तार, केंद्रीय कायदेमंडळामध्ये सरकारी सदस्यांचे बहुमत वाढविण्यात आले. तसेच प्रांताच्या कायदे मंडळात बिनसरकारी सभासदांचे बहुमत निर्माण करण्यात आले. जातींच्या मतदार संघाची निर्मिती केली गेली. कायदे मंडळाच्या अधिकारात वाढ करण्यात आली. त्याचबरोबर कायदेमंडळ अध्यक्षाच्या अधिकारात वाढ करण्यात आली. कायदे मंडळाच्या कामकाजाविषयी नियमावली तयार करण्यात आली. प्रादेशिक प्रतिनिधित्व पद्धतीला फाटा देण्यात आला. कार्यकारिणी निवडीचे अधिकार गव्हर्नर प्रतिनिधींना देण्यात आले. उमेदवार आणि मतदार पात्रतेसंबंधी नियम करण्याचे अधिकार गव्हर्नर्सना देण्यात आले. या मोर्ले-मिंटो कायद्याचे अनेक गुणदोष लवकरच येथील जनतेच्या लक्षात आले. त्यामुळे हा कायदा फारसा उपयोगी पडला नाही. परंतु मोर्ले-मिंटो सुधारणा कायद्याने भारतात जबाबदार राज्यपद्धती निर्माण केली नाही. तरीही इ.स.१८९२ च्या सुधारणा कायद्यापेक्षा या कायद्याने खूपच प्रगती केली. भारतीय राज्य घटनेच्या इतिहासात या कायद्याला महत्त्वाचे स्थान प्राप्त झाले आहे.

*** मॉंटेग्यू - चेम्स्फोर्ड सुधारणा कायदा :**

इ.स. १९१९ ला तयार झाला. मॉंटेग्यु हा भारत मंत्र तर चेम्स्फोर्ड हा गव्हर्नर

जनरल होता. मॉटेंग्यू मधील माँट व चेम्स्फोर्ड मधील फोर्ड शब्द घेऊन मॉन्टफोर्ड सुधारणा कायदा तयार झाला. हा सुधारणा कायदा भारतीय राज्य–घटनेच्या इतिहासात महत्त्वाचा मानला जातो. या कायद्यामधील महत्त्वाच्या तरतुदी, प्रशासन व्यवस्थेतील बदल, केंद्रीय कायदे मंडळाची रचना, सेंट्रल लेजिस्लेटिव्ह असेंब्ली निर्मिती, कौन्सिल ऑफ सेटची निर्मिती याच बरोबर मध्यवर्ती सरकारच्या नियंत्रणात बदल नाही. इ.स.१९१९ च्या कायद्याने भारत परिषदेचे महत्त्व कमी केले. परिषदेची संख्या १२ करण्यात आली. मतदानाचा अधिकार, केंद्रीय कायदे मंडळाचे अधिकार मिळवून दिले. लोकसेवा आयोगाची स्थापना करण्यात आली. तसेच केंद्रीय सरकार आणि प्रांतिक सरकार मधील अधिकारांची विभागणी केली. प्रांतिक कायदे मंडळाची निर्मिती केली गेली. या कायद्यामध्ये चांगले गुण होते, मात्र काही दोषही होते. परंतु या सुधारणा कायद्याने भारतीयांना राजकीय व सामाजिक क्षेत्रातील विविध अनुभव मिळाले. या अनुभवांचा उपयोग भारताला स्वातंत्र्य मिळविण्यासाठी फायदेशीर झाला. तरीसुद्धा या कायद्यातील उणिवा अधिक असल्याने भारतीयांनी या सुधारणा कायद्याविषयी नाराजी दाखविली होती.

इ.स. १९३५ चा भारत सरकारविषयक सुधारणा कायदा – (The Government of India Act, 1935)

*** पार्श्वभूमी :**

पहिल्या महायुद्धाच्या दरम्यान सन १९१७ साली लॉर्ड माँटेग्यू यांनी भारताला स्वायत्तता देण्याचे ब्रिटिशांचे अंतिम ध्येय आहे हे स्पष्ट केले होते. यानुसार पहिला हप्ता म्हणून १९१९ च्या कायद्याने भारताला दिला. भारतात जबाबदार शासनपद्धती निर्माण करण्याचे ब्रिटिश सरकारने दिलेले आश्वासन सन १९१९ च्या कायद्याने पूर्ण होऊ शकले नाही. या सुधारणा कायद्याने प्रांतात द्विदल राज्यपद्धतीचा प्रयोग सुरू केला. परंतु द्विदल राज्यपद्धतीचा प्रयोग अयशस्वी झाला. या कायद्याविषयी भारतीय जनतेत प्रथमपासूनच फार मोठा असंतोष निर्माण झाला होता. त्यामुळे सुरुवातीपासूनच या कायद्याची अमंलबजावणी करण्याबाबत काँग्रेसने सरकारशी असहकार पुकारला होता. त्यामुळे ब्रिटिश सरकारच्या दृष्टीने भारतातील राजकीय परिस्थितीत विशेष अशी सुधारणा झाली नाही.

या सुधारणा कायद्याची प्रगती पाहण्यासाठी सरकारने इ.स. १९२७ मध्ये सायमन कमिशन नेमले, परंतु म. गांधीजींच्या नेतृत्वाखाली भारतीय जनतेने या कमिशनवर बहिष्कार टाकला. काँग्रेसने सरकारला सहकार्य न करण्याचे धोरण

अवलंबिले. त्यामुळे भारताच्या राजकीय परिस्थितीत झपाट्याने बदल होत गेले. नेहरू अहवालाला सर्वांची संमती मिळू शकली नाही. इ.स. १९२९ च्या काँग्रेसच्या लाहोर अधिवेशनात संपूर्ण स्वातंत्र्याचा ठराव मान्य करण्यात आला व ठरावाच्या अंमलबजावणीसाठी इ.स. १९३० पासून सविनय कायदेभंगाची चळवळ गांधीजींच्या नेतृत्वाखाली सुरू झाली. इ.स. १९३०, ३१, ३२ मध्ये तीन गोलमेज परिषदा इंग्लंडमध्ये झाल्या. या परिषदांना भारतीय नेते हजर होते. परंतु परिषदेतून फलनिष्पत्ती काही झाली नाही. त्यामुळे भारतात असंतोष वाढीस लागला. सविनय कायदेभंगाच्या चळवळीस जोर चढला. सविनय कायदेभंगाच्या आंदोलनास भारतीय जनतेने जोरदार प्रतिसाद दिला. त्यामुळे इंग्रज सरकार बेचैन झाले. अशा अवस्थेतून मार्ग काढण्यासाठी व राजकीय परिस्थिती शांत करण्यासाठी सरकारचे जोरदार प्रयत्न सुरू झाले.

भारतीय राजकारणावर योग्य तोडगा शोधून काढण्यासाठी मार्च १९३३ मध्ये सरकारने एक श्वेतपत्रिका प्रसिद्ध केली. या श्वेतपत्रिकेवर पार्लमेंटमधील दोन्ही सभागृहांतील विचारवंतांची साधक बाधक चर्चा झाली. शेवटी निवड समितीने आपला अंतिम अहवाल ११ नोव्हेंबर १९३४ रोजी प्रसिद्ध केला. पुढे हा अहवाल पार्लमेंटच्या अंतिम मंजुरीसाठी पाठवून देण्यात आला. तेव्हा २४ जुलै १९३५ मध्ये ब्रिटिश पार्लमेंटने हे विधेयक संमत केले. २ ऑगस्ट १९३५ रोजी या विधेयकास इंग्लंडच्या राजाची मान्यता मिळाली. हाच इ.स. १९३५ चा भारत सरकारविषयक कायदा होय.

इंग्लंडच्या पार्लमेंटकडून भारतासाठी आजपर्यंत तयार करण्यात आलेल्या कायद्यापेक्षा हा कायदा प्रदीर्घ असा आहे. या कायद्याने भारतीयांचे समाधान झाले असे नव्हे, परंतु मागील कायद्याच्या मानाने या कायद्याने भारतीयांना भरपूर काही दिले. या कायद्याला भारतीय घटनेच्या इतिहासात महत्त्वाचे स्थान आहे. या कायद्यामध्ये एकूण ३२१ कलमे आहेत. त्यांचे १० विभागांत विभाजन केले आहे. यावरून याचे स्वरूप आपणास समजू शकते. या कायद्याची वैशिष्ट्ये आपणास खालीलप्रमाणे सांगता येतील.

* इ.स. १९३५ च्या कायद्याची प्रमुख वैशिष्ट्ये

१) भारतीय संघराज्याची निर्मिती – या कायद्यामध्ये युनियन व संघराज्य अशा दोन प्रकारच्या शासन-यंत्रणांचे मिश्रण केलेले आहे. त्यामुळेच या कायद्यात गुंतागुंत निर्माण झाली आहे. संघराज्यात ब्रिटिश सत्तेच्या नियंत्रणाखाली असलेले प्रांत व भारतातील संस्थाने यांचा समावेश करण्यात आला होता. परंतु प्रत्यक्ष

संघराज्याची निर्मिती करण्यात आली नव्हती. संस्थानांनी संघराज्यात सामील व्हायचे की नाही हे त्यांच्या इच्छेवरच सोपविण्यात आले होते पण संस्थानांनी संघराज्यात सामील होण्यास नकार दिला.

२) ईस्ट इंडिया कंपनीच्या राज्यकारभाराचा शेवट – या कायद्यापूर्वीच भारतातील कंपनीच्या राज्यकारभाराचा शेवट झाला होता व भारतमंत्री आणि इंडिया कौन्सिल यांच्यामार्फत भारताचा राज्यकारभार सुरू झाला. १९१९ च्या कायद्यापूर्वी भारतमंत्र्याचा पगार भारताच्या तिजोरीतून दिला जात होता. परंतु नंतर तो इंग्लंडच्या तिजोरीतून देण्यात येऊ लागला. भारतमंत्र्याचे प्रांतावरील नियंत्रण संपुष्टात आले. तसेच केंद्रस्थानी द्विदल राज्यपद्धती स्वीकारली. भारतमंत्री हा इंग्लंडमधील कॅबिनेट दर्जाचा मंत्री राहिला.

३) केंद्रीय विधिमंडळ – संघराज्याचे विधिमंडळ या कायद्याने द्विशाखी बनविले. कौन्सिल ऑफ स्टेट्स हे वरिष्ठ सभागृह व फेडरल ॲसेंब्ली हे कनिष्ठ सभागृह अशी ही दोन सभागृहे होत. वरिष्ठ सभागृहात प्रांताचे १५६ प्रतिनिधी व संस्थानांचे १०४ प्रतिनिधी राहतील. कनिष्ठ सभागृहात प्रांताचे २५० प्रतिनिधी व संस्थानांचे १२५ सदस्य राहतील. संस्थानाचे प्रतिनिधी वेगवेगळ्या जातीय मतदारसंघातून निवडले जातील. कनिष्ठ सभागृहाचा कार्यकाल ५ वर्षांचा तर वरिष्ठ सभागृह कायमचे असून त्यातील १/३ सदस्य दर तीन वर्षांनी निवृत्त होतील व त्या जागी तेवढेच प्रतिनिधी निवडले जातील असे ठरले. ग. जनरलला विधिमंडळाच्या कालमर्यादेत बदल करण्याचा अधिकार दिला होता.

४) संघराज्य – १९३५ च्या सुधारणा कायद्याने ब्रिटिश भारतातील प्रांत आणि हिंदी संस्थानांचे मिळून संघराज्य निर्माण केले. संघराज्यातील सर्वच प्रांतांना समान दर्जा नव्हता. संघराज्यात संस्थानिकांनी सामील झालेच पाहिजे अशी सक्ती केली नव्हती. त्यामुळे संस्थानिकांनी संघराज्यात सामील होण्यास नकार दिला.

५) सल्लागार मंडळ – या सुधारणा कायद्यापूर्वी भारतमंत्र्याला सल्ला देण्यासाठी इंडिया कौन्सिल अस्तित्वात होते. ते १९३५ च्या कायद्याने नष्ट केले. त्या ऐवजी ३ ते ६ सदस्यांचे दुसरे सल्लागार मंडळ नेमले. यापैकी निम्मे सभासद ज्यांना हिंदुस्थानच्या राज्यकारभाराचा कमीत कमी चौदा वर्षे अनुभव आहे व ज्यांना भारत सोडून दोन वर्षे झाली नाहीत असे असावेत. त्यांचा पगार इंग्लंडच्या तिजोरीतून दिला जाईल. भारत मंत्र्याला सल्ला देण्याचा अधिकार या मंडळाला देण्यात आला. पण तो सल्ला भारतमंत्र्याने पाळलाच पाहिजे असे बंधन नव्हते.

६) विषयांची विभागणी – कायदे करण्याच्या सोयीसाठी या कायद्याने विषयांची

तीन विभागांत विभागणी केली होती. एका विभागात केंद्र कक्षेतील विषय, दुसऱ्या विभागात प्रांताच्या कक्षेतील विषय आणि तिसऱ्या विभागात केंद्र आणि प्रांत यांच्या अखत्यारीतील विषय अशी विभागणी होती. त्यामधील विषय (खाती) पुढीलप्रमाणे –

अ) केंद्र विषयांची यादी – (संघयादी) या यादीत संरक्षण, परराष्ट्रीय व्यवहार, लष्कर, चलन, पोष्ट, दळणवळण, धार्मिक हितसंबंध, खानेसुमारी, आयकर, संपत्तीकर इत्यादी.

ब) प्रांत यादी – या यादीत शांतता, पोलिस, तुरुंग, शिक्षण, आरोग्य शेती, जंगले, महसूल इत्यादींचा समावेश होता.

क) केंद्र व प्रांत यांच्या अखत्यारीतील यादी – समवर्ती यादी, फौजदारी कायदा, विवाह करार, वर्तमानपत्रे, छापखाना, कामगार संघटना, करारनामे इ. विषयांचा समावेश या यादीत करण्यात आला होता. सामाजिक यादीतील खात्यांच्याबाबत केंद्र आणि प्रांत यांच्यात वाद निर्माण झाला तर केंद्राचा निर्णय अंतिम मानावयाचा.

७) केंद्रस्थानी द्विदल राज्यपद्धती – प्रांतातील द्विदल राज्यपद्धती बंद करून १९३५ च्या कायद्याने ती केंद्रस्थानी सुरू करण्यात आली. मध्यवर्ती सभेच्या अखत्यारीखालील विषयांमध्ये राखीव व सोपीव अशी खात्यांची विभागणी करण्यात आली. राखीव खात्यांचा कारभार ग. जनरलने तीन अधिकाऱ्यांच्या मदतीने पाहावा असे ठरविले.

सोपीव खात्यात कमी महत्त्वाच्या विषयांचा समावेश करून त्यांचा कारभार ग.ज. च्या नियंत्रणाखालील मंत्रीमंडळाने पाहावा. मंत्रीमंडळाची संख्या १० पेक्षा अधिक असू नये. ग. जनरल, त्याचे खास अधिकारी व मंत्रीमंडळ अशा त्रिदलातर्फे केंद्रातील कारभार पाहावा.

८) केंद्रीय कायदे मंडळाचे अधिकार – केंद्रस्थानी द्विदल व प्रांतांना स्वायत्तता अशी या कायद्यात तरतूद करण्यात आली होती. कायदे मंडळाचे अधिकारी वाढविण्यात आले होते. परंतु त्यांच्या अधिकारांवर अनेक निर्बंध घालण्यात आले होते. या संबंधात ग. जनरलला मोठ्या प्रमाणात अधिकार देण्यात आले होते. सभासदांना विधेयक मांडावयाचे असेल तर ग.ज. च्या परवानगीची आवश्यकता लागत असे.

९) केंद्रीय कार्यकारी मंडळ – केंद्रीय कार्यकारी मंडळाच्या सत्तेचे केंद्रीकरण गव्हर्नर जनरलच्या हाती झालेले होते. ग. जनरलच्या कार्यकारी मंडळाची संख्या ३

पेक्षा जास्त नव्हती. या कायद्यानुसार केंद्राच्या सत्तेची ३ विभागांत विभागणी करण्यात आली होती.

अ) गव्हर्नर जनरलने आपल्या कार्यकारी मंडळाच्या मदतीने कारभार करावयाचा असे विषय उदा. संरक्षण, परराष्ट्रीय व्यवहार इ.

ब) ग. जनरलने मंत्रीमंडळाच्या सल्ल्याने व मदतीने कारभार करावयाचा असे विषय. विविध मंत्र्यांची नियुक्ती ग. जनरलने करावी व ते कायदे मंडळाला जबाबदार असावेत.

१०) फेडरल कोर्ट - १९३५ च्या सुधारणा कायद्याने संघराज्यासाठी एक मुख्य न्यायाधीश व सहा उपन्यायाधीश असलेले फेडरल कोर्ट स्थापन केले. न्यायाधीशांच्या नेमणुका इंग्लंडच्या राजाकडून केल्या जाणार होत्या. अव्वल व फेरतपासणीचे अधिकार या न्यायालयाला देण्यात आले होते. मात्र अंतिम निर्णय देण्याचा अधिकार इंग्लंडमधील प्रीव्ही कौन्सिलकडे सोपविला होता.

११) संरक्षण तरतुदी - केंद्रस्थानी ग. जनरलकडे आणि प्रांतामध्ये गव्हर्नरकडे विशेष जबाबदाऱ्या होत्या. त्या पार पाडण्यासाठी काही अधिकारी त्यांना दिले होते. राज्याच्या शांतता व सुव्यवस्थेला धोका होऊ नये म्हणून दक्षता घेणे, आर्थिक स्थैर्य सांभाळणे, अल्पसंख्याकांच्या हितसंबंधाचे संरक्षण, सरकारी नोकरांची सुरक्षितता, संस्थानिकांची प्रतिष्ठा व सुरक्षितता या बाबत ग. जनरलला व गव्हर्नरला खास अधिकार देण्यात आले होते. ग. जनरल व गव्हर्नर यांना आपल्या जबाबदाऱ्या पार पाडण्यासाठी वटहुकूम काढण्याचा अधिकार दिला होता.

१२) राज्यांची पुनर्रचना - राज्यकारभाराच्या सोयीसाठी या कायद्याने राज्यांची पुनर्रचना करण्यात आली. सिंध व ओरिसा हे नवीन प्रांत निर्माण करण्यात आले. एडन व ब्रह्मदेश संघराज्यापासून अलिप्त करण्यात आले. वायव्य सरहद्द प्रांतास इतर प्रांताप्रमाणे दर्जा देण्यात आला.

१३) प्रांतिक स्वायत्तता - या कायद्याने प्रांतांना स्वायत्तता दिली. हे या कायद्याचे सर्वात मोठे वैशिष्ट्य होय. प्रांताचा कारभार कायदे मंडळाला जबाबदार असणाऱ्या मंत्रीमंडळाकडे सुपूर्द करण्यात आला. काही प्रांतात द्विशाली कायदे मंडळ निर्माण करण्यात आले. वरिष्ठ सभागृहास लेजिस्लेटिव्ह कौन्सिल व कनिष्ठ सभागृहास लेजिस्लेटिव्ह ॲसेंब्ली अशी नावे देण्यात आली. काही प्रांतात कनिष्ठ सभागृह ठेवण्यात आले. कनिष्ठ सभागृहाची मुदत ५ वर्षांची व वरिष्ठ सभागृह कायमचे नेमले. यामधील सदस्य दर ३ वर्षांनी १/३ निवृत्त होतील व तेवढेच नवीन निवडले जातील अशी तरतूद करण्यात आली.

१४) रिझर्व्ह बँक – या कायद्याने रिझर्व्ह बँकेची स्थापना करण्यात आली. या बँकेद्वारे चलन व्यवस्थेवर नियंत्रण ठेवणे, नाणी व नोटा छापणे, बँक व्यवहारांवर नियंत्रण ठेवणे, सरकारी बँक म्हणून काम पाहणे इ. कामगिरी सोपविली.

१५) लोकसेवा आयोग – वरिष्ठ नोकर निवडण्यासाठी, उमेदवारांच्या परीक्षा घेण्यासाठी, पगार व भत्ते ठरविण्यासाठी या कायद्याने एक लोकसेवा आयोग नेमला.

१६) जातीय मतदारसंघाचे धोरण चालूच ठेवले होते. मिळकत पात्रतेप्रमाणे मतदानाचा हक्क देण्यात आला.

१७) रेल्वेची व्यवस्था पाहण्याकरिता ग. जनरलच्या मार्गदर्शनाखाली एक मध्यवर्ती रेल्वे मंडळ निर्माण केले. या मंडळाचा कायदे मंडळाशी कोणताही संबंध नव्हता. या मंडळाचा अध्यक्ष व १/३ सदस्य ग. जनरलकडून नेमलेले असत. ते पूर्णपणे ग. जनरलला जबाबदार असत.

१८) प्रांतिक कायदे मंडळ – या कायद्याने आसाम, बंगाल, बिहार, संयुक्त प्रांत, मद्रास व मुंबई या सहा प्रांतात द्विगृही कायदे मंडळे तर बाकीच्या ५ प्रांतात एकगृही कायदे मंडळे स्थापन करण्यात आली.

१९) प्रांतिक कायदे मंडळांचे अधिकार – प्रांतिक कायदे मंडळांना प्रांतिक यादीतील व समवर्ती यादीतील विषयांवर कायदे करण्याचा अधिकार देण्यात आला होता. परंतु या अधिकारावर अनेक निर्बंध घालण्यात आले होते. गव्हर्नरला कायदे मंडळाच्या कार्यात हस्तक्षेप करण्याचे अनेक अधिकार देण्यात आले होते.

*** इ.स. १९३५ च्या कायद्याचे परिणाम (गुण व दोष)**

१९३५ चा भारतविषयक कायदा हिंदुस्थानाच्या घटनात्मक प्रगतीच्या वाटेवर होता. या कायद्याने प्रांतांतील द्विदल राज्यपद्धती संपुष्टात आणून प्रांतांना स्वायत्तता देण्यात आली. प्रांतांतील मंत्रीमंडळे विधिमंडळाला जबाबदार करण्यात आली. एवढ्याच या कायद्याच्या जमेच्या बाजू मानता येतील. हिंदू मंत्र्यांना जबाबदार राज्यपद्धतीचे ज्ञान या कायद्याने दिले. म्हणून हा सुधारणा कायदा भारतीय स्वातंत्र्याच्या इतिहासातील महत्त्वाचा भाग मानला जातो. तरीसुद्धा अनेक विचारवंतांनी या कायद्यावर टीका केली आहे. पंडित नेहरू या सुधारणा कायद्याबद्दल म्हणतात–

''एखाद्या माणसाचे हातपाय बांधून त्याला नदीत टाकावे व त्याच्या पोहण्याच्या कौशल्याची परीक्षा पाहावी असा हा कायदा आहे.'' राजगोपालाचारी म्हणतात, ''१९१९ च्या कायद्यापेक्षा १९३५ चा कायदा अधिक वाईट आहे. इ.स.

१९३५ चा कायदा भारतावर लादण्यात आला आहे. वरवर पाहता त्यात लोकशाहीचा देखावा निर्माण केला आहे, पण अंतर्यामी मात्र हा कायदा पूर्णपणे पोकळ आहे.''

इ.स. १९३५ च्या कायद्याने प्रांतांना स्वायत्तता देण्यात आल्यामुळे प्रांतांचा कारभार लोकनियुक्त प्रतिनिधींच्या हाती प्रथमच सोपविण्यात आला. परंतु प्रांताच्या गव्हर्नरला कार्यकारी मंडळाचे विशेष अधिकार असल्यामुळे प्रांतातील लोकनियुक्त सरकारला संपूर्ण स्वातंत्र्य व स्वायत्तता नव्हती. तरीसुद्धा पूर्वीच्या सुधारणा कायद्यापेक्षा या कायद्याने तुलनेने प्रांतांना जबाबदार शासन पद्धती प्रस्थापित करण्याच्या दृष्टीने पाऊल उचलले.

या सुधारणा कायद्यातील संघराज्यविषयक तरतुदीला मुस्लीम लीग व काँग्रेस आणि संस्थानिकांचा, सर्वांचा विरोध होता. या कायद्याप्रमाणे भारतात संघराज्य अस्तित्वात येऊ शकले नाही. याचे प्रमुख कारण म्हणजे संस्थानिकांना संघराज्यात सामील होण्याची सक्ती केली नव्हती. या कायद्याने मध्यवर्ती कायदे मंडळाच्या अधिकारांवर अनेक मर्यादा घातल्या होत्या. ग. जनरलच्या राखीव खात्यांविषयी कायदे मंडळाला काही करता येत नव्हते. ग. जनरलला काही खास अधिकार देण्यात आले होते. त्यामुळे ग. जनरल कायदे मंडळाचे निर्णय धुडकावून लावीत असे. वटहुकूम काढणे, इच्छेप्रमाणे पैसा वसूल करणे, कायदे मंडळ बरखास्त करणे, सर्व सत्ता प्रसंगी हाती घेणे इ. विशेष अधिकार वापरीत असे. तेव्हा अनेक नियमांनी बांधले गेलेले कायदे मंडळ संघराज्यासाठी उपयुक्त ठरणारे नव्हते. जातीय मतदारसंघातून प्रतिनिधी निवडीमुळे फुटीरपणा अधिकच जाणवणार होता.

हिंदुस्थानातील सनदी नोकर, अखिल भारतीय नोकर वर्ग, वरिष्ठ पोलिस अधिकारी, यांच्यावर नियंत्रण ठेवण्यात आले होते. हिंदुस्थानच्या अंदाजपत्रकात लष्करावर मोठ्या प्रमाणावर खर्च करण्यात आला होता. त्याच्यावर नियंत्रण ठेवण्याचा अधिकार भारतीयांना नव्हता. या कायद्याच्या पूर्वीपासून लष्कराचे हिंदीकरण करावे अशी मागणी होती. परंतु १९३५ च्या कायद्याने ती फेटाळली.

❋ भारतीय स्वातंत्र्याचा कायदा (१९४७)

माऊंटबॅटन योजनेच्या आधारे फाळणीसंबंधीचे विधेयक तयार करून ४ जुलै, १९४७ रोजी ब्रिटिश पार्लमेंटपुढे ठेवण्यात आले. १८ जुलै, १९४७ रोजी पार्लमेंटने विधेयकास मंजुरी दिली. या कायद्यालाच भारतीय स्वातंत्र्याचा कायदा असे म्हटले जाते.

भारतीय स्वातंत्र्याच्या कायद्यात पुढीलप्रमाणे तरतुदी करण्यात आल्या होत्या.

१) १५ ऑगस्ट, १९४७ पासून भारत व पाकिस्तान ही दोन स्वतंत्र राज्ये अस्तित्वात येतील. त्याच दिवशी त्यांना सत्ता देण्यात येईल. तसेच त्यांना वसाहतीच्या राज्याचा दर्जा देण्यात येईल.
२) दोन्ही राज्यांना घटनानिर्मितीचे अधिकार व सार्वभौमत्व प्रदान करण्यात येईल. दोन्ही राज्यांच्या स्वतंत्र अशा घटना समित्यांना मान्यता देण्यात येईल.
३) १५ ऑगस्ट, १९४७ पासून भारत व पाकिस्तान या दोन्ही राज्यांवर ब्रिटिश सरकारचे किंवा पार्लमेंटचे कोणत्याही स्वरूपाचे नियंत्रण राहणार नाही. तसेच भारत सचिव या पदाची समाप्ती करण्यात येईल.
४) प्रत्येक राज्यासाठी स्वतंत्र गव्हर्नर जनरलची नियुक्ती करण्यात येईल. केवळ त्यांचा विचार करावा लागला. देशाचा इतिहास, देशाची राजकीय, सामाजिक परिस्थिती, देशापुढील समस्या, देशातील नागरिक, देशाची आर्थिक स्थिती अशा विविध गोष्टींचा विचार करावा लागलेला आहे.

सामान्यत: भारतीय राज्यघटना निर्मितीची आधारस्थाने पुढीलप्रमाणे सांगता येतील.

१) विविध देशांच्या राज्यघटनांचा प्रभाव

अ) इंग्लंडच्या राज्यघटनेचा प्रभाव – ब्रिटिशांनी भारतावर शंभर–दीडशे वर्षे राज्यकारभार केला. अर्थात, त्यांनी केलेल्या कायद्यांचा आणि त्यांच्या शासनपद्धतीचा प्रभाव भारतीय संविधानावर पडलेला आहे. पार्लमेंट, नामधारी राजा, पंतप्रधान, मंत्रीमंडळाची सामूहिक जबाबदारी इत्यादी पद्धती इंग्लंडच्या राज्यघटनेतूनच घेतलेल्या आहेत.

ब) अमेरिकेच्या राज्यघटनेचा प्रभाव – लिखित राज्यघटना, राज्यघटनेची उद्देशपत्रिका, मूलभूत अधिकार, संघराज्य शासनपद्धती, न्यायालयीन पुनर्विलोकनाचा अधिकर, सर्वोच्च न्यायालय, राष्ट्रपतीचे आणीबाणीविषयक अधिकार, उपराष्ट्रपती, घटनादुरुस्तीची पद्धती इत्यादी गोष्टी आपण अमेरिकेच्या राज्यघटनेतील तरतुदींचा अभ्यास करून स्वीकारल्या आहेत.

क) कॅनडाच्या राज्यघटनेचा प्रभाव – संघराज्य शासनपद्धती, प्रभावी मध्यवर्ती सत्ता, शेषाधिकाराची सत्ता संघसरकारकडे देणे इत्यादी तरतुदी आपण कॅनडाच्या संविधानावरून घेतलेल्या आहेत.

ड) आयर्लंडच्या राज्यघटनेचा प्रभाव – राज्याच्या धोरणाची मार्गदर्शक तत्त्वे, राष्ट्रपतीपदासाठी निर्वाचन मंडळाची पद्धती अशा गोष्टी

आयर्लंडच्या घटनेतून घेतलेल्या आहेत.

इ) ऑस्ट्रेलियाच्या राज्यघटनेचा प्रभाव – भारतीय घटनेतील संसदेच्या दोन्ही गृहांची संयुक्त बैठक घेण्याची तरतूद, सामाईक सूची आणि त्यासंबंधीचे केंद्राचे कायदे घटक राज्यांपेक्षा श्रेष्ठ मानण्याची पद्धती इत्यादी तरतुदी ऑस्ट्रेलियाच्या राज्यघटनेवरून घेण्यात आलेल्या आहेत.

फ) सोव्हिएट रशियाच्या राज्यघटनेचा प्रभाव – या घटनेतून मुलभूत कर्तव्ये आणि पंचवार्षिक योजना इ. तरतूदी स्विकारल्या आहेत.

२) **१९३५ च्या भारत सरकारच्या कायद्याचा प्रभाव** – भारतीय राज्यघटनेचा २/३ भाग १९३५ च्या भारत सरकारच्या कायद्याच्या आधारे तयार केलेला दिसतो. अर्थात १९३५ च्या कायद्यातील तरतुदी जशाच्या तशा न स्वीकारता गरजेनुसार आणि परिस्थितीनुसार त्यात बदल करण्यात आलेला आहे. संघराज्य पद्धती, केंद्रीय कायदेमंडळ, अधिकारांची विभागणी, सर्वोच्च न्यायालय इत्यादी भाग १९३५ च्या कायद्याचा आधार घेऊनच स्वीकारण्यात आलेला आहे. तरीपण एक महत्त्वाचा फरक लक्षात घेणे आवश्यक ठरते. १९३५ चा कायदा ब्रिटिश सरकारने भारतात लादलेला होता. या उलट, भारताची नवीन राज्यघटना जनतेच्या इच्छेतून निर्माण झालेली आहे.

३) **भारतीय संसदेचा प्रभाव** – भारतीय घटनेच्या स्वीकृतीनंतरच्या काळात (गेल्या ५५ वर्षांच्या काळात) भारतीय संसदेने विविध स्वरूपाचे कायदे व घटनादुरुस्त्या करून घटनेत भर घातलेली आहे. भारतीय संसद हे घटनेचे महत्त्वाचे उगमस्थान होय. संसदेने वेळोवेळी अनेक महत्त्वाचे कायदे संमत केले. उदा. प्रतिबंधक स्थापनबद्धतेचा कायदा (१९५०), भारतीय नागरिकत्वाचा कायदा (१९५५), राज्यपुनर्रचनेचा कायदा (१९५६), अंतर्गत सुरक्षा कायदा (१९७१) असे विविध प्रकारचे कायदे मंजूर करण्यात आले. भारतीय घटनेच्या काही तरतुदींत आणि कलमांत दुरुस्त्या करण्यात आल्या. आतापर्यंत भारतीय घटनेत १०७ दुरुस्त्या करण्यात आलेल्या आहेत.

४) **घटना परिषद आणि घटनेची मसुदा समिती यांचा प्रभाव** – भारतीय घटना निर्माण करण्यासाठी जी घटना परिषद आणि मसुदा समिती निर्माण केली होती, त्या समित्यांत विविध स्तरांवरील व क्षेत्रांतील नामवंत, हुशार, अनुभवी व्यक्ती होत्या. या परिषदेत आणि बैठकात जी चर्चा झाली आणि जे अहवाल तयार केले त्यांचा प्रभाव राज्यघटनेवर झाला. घटनात्मक वाद जेव्हा जेव्हा निर्माण

झाले तेव्हा तेव्हा घटनापरिषदेत झालेल्या चर्चेचा आधार घेऊन निर्णय दिले गेले.

५) **न्यायालयीन निर्णय** – भारताच्या सर्वोच्च न्यायालयाने वेळोवेळी घटनेतील वादग्रस्त कलमांवर जे निर्णय दिले ते निर्णय घटनेची उमगस्थानेच होत. उदा. गोपालनविरुद्ध मद्रास राज्य, चंपाकनविरुद्ध मद्रास राज्य, गोलकनाथ खटला, संस्थानिकांचा तनखेबंदीसंबंधीचा खटला इत्यादी खटल्यांच्या संदर्भात सर्वोच्च न्यायालयाने दिलेले निर्णय, व्यक्तिस्वातंत्र्य व मूलभूत अधिकार यांच्या संदर्भात महत्त्वाचे मानले जातात. हे न्यायालयीन निर्णय राज्यघटनेची आधारस्थाने म्हणून महत्त्वाचे मानले जातात.

६) **राज्यघटनेवरील भाष्य व टीका ग्रंथ** – घटनातज्ज्ञ, कायदेपंडित आणि टीकाकार यांनी घटनेवर जे भाष्य किंवा टीकात्मक ग्रंथ लिहिले आहेत ते घटनेचे आधार किंवा उगमस्थाने ठरू शकतात. असे टीकाग्रंथ घटनेचा अर्थ लावण्यास उपयुक्त ठरतात. जेनिंग, डी.डी. बसू, अमेरिकेचे न्यायाधीश डग्लस, टोपे, मेनन, डायसी, व्हीअर, अलेक्झांड्राविज, नानी पालखीवाला, एच.एम. सिरवाई इत्यादी विचारवंतांनी भारतीय राज्यघटनेवर टीकाग्रंथ लिहिलेले आहेत.

७) **भारतीय जनता** – भारतीय राज्यघटनेचे खरे उगमस्थान भारतीय जनता आहे. भारतीय घटनेच्या उद्देशपत्रिकेत अगदी सुरुवातीलाच 'आम्ही भारतीय जनता... ही घटना तयार, मान्य आणि स्वीकृत करीत आहोत' असे म्हटले आहे. भारतीय घटना घटनासमितीकडून निर्माण झालेली असली तरी घटनासमितीमधील सदस्य हे भारतीय जनतेचे प्रतिनिधी या नात्याने कार्य करीत होते. तेव्हा भारतीय जनतेच्या इच्छेतून, संमतीतून भारतीय राज्यघटना निर्माण झालेली आहे असे म्हणता येईल. आतापर्यंत झालेल्या सार्वत्रिक निवडणुका आणि राज्यप्रशासन यांना जनतेने दिलेला पाठिंबा आणि सहकार्य पाहिले असता जनतेला ही घटना मान्य आहेत हे स्पष्ट होते. तसेच जनतेच्या इच्छेतून आणि गरजेतून राज्यघटनेत काही दुरुस्त्या घडवून आणेलेल्या आहेत. थोडक्यात, भारतीय जनता हेच घटनेचे खरे उगमस्थान आहे, हाच खरा घटनेचा आधारस्तंभ आहे.

भारतीय राज्यघटनेची वैशिष्ट्ये

१) **लिखित व विस्तृत स्वरूपाची राज्यघटना** – भारताची राज्यघटना निर्मित व लिखित स्वरूपाची राज्यघटना आहे. घटना परिषदेकडून ती हेतुपुरस्सर निर्माण केलेली आहे. म्हणून तिला निर्मित राज्यघटना असे संबोधले जाते. भारतीय राज्यघटनेत ३९५ कलमे लिखित स्वरूपात आहेत. घटनेला १४ परिशिष्टे जोडण्यात

आलेली आहेत. त्यामुळे भारताची राज्यघटना ही जगातील सर्व राज्यघटनांत सर्वांत मोठी, विस्तृत राज्यघटना समजली जाते. घटना विस्तृत होण्याचे कारण असे की, राज्यघटनेतील तत्त्वे अधिक तपशीलवारपणे स्पष्ट करण्यात आली आहेत. केंद्र सरकार व घटक सरकार यांच्या अधिकार क्षेत्रांची विभागणी, मूलभूत अधिकार, मार्गदर्शक तत्त्वे, नागरिकत्व, राष्ट्रपतीचे अधिकार, संसदीय शासनपद्धती, सनदी सेवा, निवडणुका, अल्पसंख्यांक जातिजमातींच्या हितासाठी केलेल्या तरतुदी, भाषा आयोग, लोकसेवा आयोग, आर्थिक आयोग, महालेखापरीक्षक, महान्यायवादी, घटनादुरुस्तीची पद्धती इत्यादी भाग तपशीलवार स्पष्ट करण्यात आलेला आहे. त्यामुळे भारताची राज्यघटना अधिक विस्तृत स्वरूपाची झालेली दिसते.

२) **अंशत: परिदृढ व अंशत: परिवर्तनाची राज्यघटना** – ज्या राज्यघटनेत सर्वसाधारण कायदे व घटनात्मक कायदे असा फरक न करता सर्वच कायदे सामान्य समजून ते कायदेमंडळाच्या साध्या बहुमताने बदलता येतात अशा राज्यघटनेला परिवर्तनीय राज्यघटना असे म्हणतात. इंग्लंडची राज्यघटना परिवर्तनीय आहे. याउलट, ज्या राज्यघटनेत सर्वसाधारण कायदे कायदेमंडळाच्या विशिष्ट बहुमताने बदलावे लागतात त्या घटनेला परिदृढ राज्यघटना असे म्हणतात. अमेरिकेची घटना परिदृढ आहे.

भारतीय राज्यघटना अंशत: परिदृढ व अंशत: परिवर्तनीय आहे. कारण भारतीय राज्यघटनेचे स्वरूप सामान्यत: या दोन्ही प्रकारच्या घटनांप्रमाणे आहे. भारतीय घटनेत दुरुस्ती करताना विशिष्ट पद्धती स्वीकारली जाते. घटनादुरुस्तीच्या विधेयकाला संसदेच्या दोन्ही गृहांची २/३ बहुमताने मंजुरी घेतल्यानंतर ते विधेयक घटक राज्यांच्या संमतीसाठी पाठविले जाते. एकूण घटक राज्यांपैकी निम्म्याहून अधिक घटक राज्यांचा विधिमंडळांनी मंजूरी दिल्यानंतर राष्ट्रपतीच्या सहीने ते विधेयक मंजूर होते. या विशिष्ट पद्धतीबरोबरच संसदेच्या साध्या बहुमताने घटनेतील सर्वसाधारण कायद्यात दुरुस्ती करता येते. तेव्हा भारतीय घटनेत दुरुस्ती करण्याची पद्धती फारशी कठीण नाही. तरी पण संसदेच्या मान्यतेबरोबरच घटक राज्यांची मान्यता घ्यावी लागते. त्यामुळे घटनेचे स्वरूप काही प्रमाणात ताठर बनलेले आहे. अर्थात, आपली राज्यघटना अमेरिकेच्या घटनेएवढी ताठर नाही. तसेच ती इंग्लंडच्या राज्यघटनेप्रमाणे अति लवचीकही नाही. भारतीय घटना काही अंशी लवचीक आहे. कारण परिस्थितीनुसार आणि गरजेनुसार भारतीय घटनेत अनेक दुरुस्त्या करण्यात आलेल्या आहेत. गेल्या ६० वर्षांच्या काळात भारतीय

घटनेत १०७ घटनादुरुस्त्या करण्यात आलेल्या आहेत. थोडक्यात, भारतीय राज्यघटना अंशत: परिवर्तनीय व अंशत: परिदृढ आहे असे म्हणता येईल.

३) **जनतेचे सार्वभौमत्व** – भारतीय घटनेने जनतेच्या सार्वभौमत्वाचा पुरस्कार केलेला आहे. घटनेच्या उद्देशपत्रिकेत स्पष्ट म्हटले आहे की, आम्ही भारतीय जनता (We, the people of India)... ही घटना आमच्यासाठी निर्माण करून मान्य व स्वीकृत करीत आहोत. वास्तविक भारतीय राज्यघटना घटनासमितीने निर्माण केलेली आहे. घटनासमितीमधील सदस्य जनतेने प्रत्यक्ष निवडून दिलेले नव्हते. तसेच घटना तयार केल्यानंतर ती जनतेपुढे मान्यतेसाठी ठेवली नव्हती, तरीही घटनाकारांनी ही राज्यघटना भारतीय जनतेला मान्य आहे असे गृहीत धरलेले आहे. भारतीय घटनेने अंतिम सत्ता जनतेला दिलेली आहे. आम्ही भारतीय जनता असे म्हणून घटनाकारांनी घटनेची निर्मिती, मान्यता व स्वीकृती यांची जबाबदारी भारतीय जनतेवर टाकली आहे. भारतीय घटनेने नागरिकांना प्रौढ मताधिकार देऊन प्रातिनिधिक पद्धतीचा स्वीकार केलेला आहे. राज्याची अंतिम सत्ता जनतेने निवडून दिलेल्या प्रतिनिधींकडे सोपविलेली आहे. आतापर्यंत झालेल्या लोकसभेच्या चौदा निवडणुका व घटक राज्यांच्या विधिमंडळाच्या सार्वत्रिक निवडणुका विचारात घेतल्या असता जनतेने भारतीय राज्यघटना मान्य केलेली असून तिचा स्वीकार खऱ्या अर्थाने केलेला आहे असे म्हणता येईल.

४) **सार्वभौम, समाजवादी, धर्मातीत, लोकशाही, गणराज्य** – भारतीय राज्यघटनेच्या सरनाम्यात सार्वभौम, लोकशाही, गणराज्य असा स्पष्ट उल्लेख केलेला आहे. १९७६ च्या ४२व्या घटनादुरुस्तीने त्यात समाजवादी व धर्मातीत या दोन शब्दांची भर घातली. त्यामुळे भारतीय घटनेने, सार्वभौम, समाजवादी, धर्मातीत, लोकशाही, गणराज्य प्रस्थापित करण्याची घोषणा केली आहे असे म्हणता येईल.

भारत हे सार्वभौम राज्य आहे असे घटनेने म्हटले आहे. कारण भारतावर कोणत्याही बाह्य देशाची सत्ता असणार नाही. अंतर्गत किंवा बहिर्गत असे कोणतेही नियंत्रण भारतावर असणार नाही. जनतेने निवडून दिलेल्या प्रतिनिधींकडे राज्याची अंतिम सत्ता देण्यात आलेली आहे.

प्रजासत्ताक, गणराज्य, लोकशाही हे शब्द समानार्थी वाटले तरी ते विशिष्ट अर्थाने वापरलेले आहेत. भारतीय घटनेने प्रजासत्ताक (लोकशाही) गणराज्याची निर्मिती करण्याचे घोषित केले आहे. प्रजासत्ताक गणराज्य म्हणजे जनतेने निवडून दिलेल्या प्रतिनिधींचे राज्य होय. राज्याची सत्ता एका व्यक्तीकडे, वर्गाकडे किंवा

प्रभावी गटाकडे न देता ती जनतेच्या प्रतिनिधींकडे द्यावी असे घटनेने स्पष्ट केले आहे. भारतीय जनता सार्वभौम असून जनतेच्या इच्छेनुसार त्यांच्या प्रतिनिधींकडून राज्यकारभार चालविला जाईल असा अर्थ घटनाकारांना अभिप्रेत होता. प्रौढमताधिकाराद्वारे भारतीय जनतेने सार्वत्रिक निवडणुकांतून निवडून दिलेले प्रतिनिधी राज्यकारभार पाहतील अशी प्रातिनिधिक स्वरूपाची लोकशाही पद्धती घटनेने स्वीकारलेली आहे. थोडक्यात सार्वभौम, समाजवादी, धर्मनिरपेक्ष लोकशाही गणराज्य निर्माण करण्याचे उद्दिष्ट भारतीय घटनेने मान्य केलेले आहे.

भारतातील जनतेचा खऱ्या अर्थाने सर्वांगीण विकास घडवून आणण्यासाठी घटनेत समाजवादी धोरणाचा स्वीकार केलेला आहे. जनतेचा आर्थिक, सामाजिक व शैक्षणिक विकास घडवून आणण्यासाठी समाजवादाचे धोरण उपयुक्त आहे, असे ओळखून ४२व्या घटनादुरुस्तीने समाजवादी तत्त्वाचा अंगीकार केलेला आहे. तसेच धर्मातीत राज्याची कल्पना नव्याने स्वीकारण्यात आलेली आहे. भारतीय घटनेने सर्व धर्मांना समान मानले असून नागरिकांना धार्मिक स्वातंत्र्य बहाल केले आहे. प्रत्येकाला आपल्या धर्माचे आचरण व प्रचार करण्याचे स्वातंत्र्य देण्यात आले आहे. अर्थात, कोणत्याही धर्माचा राजकारणात हस्तक्षेप चालणार नाही हेही घटनेने सूचित केलेले आहे. थोडक्यात, भारत हे राज्य कोणत्याही धर्माचे राज्य नाही. तसेच ते धर्मबाह्य राज्य नाही तर ते धर्मनिरपेक्ष राज्य आहे असे धोरण घटनेने स्वीकारलेले आहे.

५) **संसदीय शासनपद्धती** – भारतीय घटनेने संसदीय शासनपद्धतीचा पुरस्कार केलेला आहे. घटनाकारांनी इंग्लंडच्या घटनेनुसार भारतीय घटनेत संसदीय शासनपद्धतीचा स्वीकार अप्रत्यक्षपणे केलेला आहे. परंतु इंग्लंडच्या संसदीय पद्धतीचा पूर्णपणे तंतोतंत स्वीकार केलेला नाही. राष्ट्रपती, राष्ट्रपतीचे आणीबाणीविषयक अधिकार अशा काही गोष्टींबाबत भारतीय संसदीय पद्धतीचे वेगळेपण जाणवते. भारताने संसदीय शासनपद्धतीचा स्वीकार केलेला आहे असा स्पष्ट उल्लेख भारतीय घटनेत आढळत नाही. तरीपण कार्यकारी मंडळाविषयी केलेल्या तरतुदी पाहिल्या असता भारताने संसदीय शासनपद्धती स्वीकारली आहे असे म्हणता येईल. भारतीय घटनेच्या ७४ व ७५ कलमांत पंतप्रधान व मंत्रीमंडळ याविषयीची तरतूद आढळते.

भारताच्या लोकसभा या कनिष्ठ गृहात ज्या राजकीय पक्षाला बहुमत प्राप्त होते त्या पक्षाचा नेता पंतप्रधान बनून तो आपले मंत्रीमंडळ निर्माण करतो. पंतप्रधान आपल्या सर्व मंत्र्यांसह संयुक्तरीत्या लोकसभेला नेहमी जबाबदार

राहतो. लोकसभेने जर मंत्रीमंडळाविरुद्ध अविश्वासाचा ठराव संमत केला तर मंत्रीमंडळाला राजीनामा द्यावा लागतो. मंत्रीमंडळातील सर्व मंत्री संसदेचे सदस्य असतात. केंद्र सरकारप्रमाणेच घटक राज्यांची सरकारे संसदीय शासनपद्धतीची आहेत.

भारतीय शासनपद्धतीवर इंग्लंडच्या संसदीय पद्धतीचा व अमेरिकेच्या अध्यक्षीय पद्धतींचा प्रभाव पडलेला दिसतो. घटनाकारांनी अमेरिकेच्या अध्यक्षीय पद्धतीमधील काही चांगल्या तरतुदींचा स्वीकार केलेला आहे. तसेच इंग्लंडच्या संसदीय पद्धतीचा अधिक प्रमाणात स्वीकार केलेला आहे. आतापर्यंत भारतात चौदा सार्वत्रिक निवडणुका झाल्या आणि संसदीय मंत्रीमंडळे सत्तेवर आली. या ५५ वर्षांच्या संसदीय राजकारणावरुन भारताने पूर्णपणे संसदीय शासन पद्धतीचा स्वीकार केलेला आहे असे म्हणता येईल.

६) **स्वरूप संघराज्याचे परंतु प्रत्यक्षात एकात्म शासनपद्धती** – भारतीय राज्यघटनेत संघराज्य शब्दाचा उल्लेख कोठेही आढळत नाही. Federation (संघराज्य) या शब्दाऐवजी Union of States (राज्याचा संघ) असा उल्लेख केलेला आढळतो. भारतीय संघराज्यात संघराज्य शासनपद्धतीची वैशिष्ट्ये आढळून येतात. लिखित राज्यघटना, अधिकार क्षेत्राची विभागणी आणि सर्वोच्च न्यायालय ही संघराज्याची वैशिष्ट्ये भारतीय संघराज्यात आढळतात. भारतात मध्यवर्ती सत्ता व घटक राज्ये यांच्यात अधिकार क्षेत्रांची विभागणी केलेली आहे. केंद्र यादी (९७ विषय), राज्य यादी (६६ विषय) आणि सामाईक यादी (४७ विषय) अशी अधिकारांची विभागणी लिखित राज्यघटनेत केलेली होती. घटनादुरुस्तीनुसार सध्या केंद्र यादीत ९९ विषय, राज्य यादीत ६१ विषय व सामाईक यादीत ५२ विषय आहेत. भारतीय राज्यघटना लिखित व काही अंशी ताठर आहे. त्यामुळे घटक राज्यांचे अधिकार व स्वायत्तता सुरक्षित राहते. तसेच केंद्र सरकार व घटक सरकारे यातील संघर्ष, तंटे मिटविण्यासाठी सर्वोच्च न्यायालयाची व्यवस्था करण्यात आलेली आहे.

भारतीय राज्य वरकरणी संघराज्यात्मक वाटत असले तरी प्रत्यक्षात ते एकात्म स्वरूपाचे आहे. कारण मध्यवर्ती सरकार अधिक शक्तिशाली झालेले आहे. मध्यवर्ती सरकार व घटक राज्य सरकारे यांच्यात जी अधिकार क्षेत्राची विभागणी केलेली आहे ती योग्य नाही. कारण केंद्र यादीत दिलेले विषय हे राज्य यादीतील विषयांपेक्षा जास्त आहेत. त्यामुळे केंद्र सरकारला जास्त अधिकार प्राप्त झालेले आहेत. सामाईक यादीतील एखाद्या विषयासंबंधी एकाच वेळी केंद्र सरकार व

घटक राज्ये यांनी कायदा केला तर केंद्राचाच कायदा ग्राह्य व महत्त्वाचा मानला जातो. तसेच घटक राज्यांत आणीबाणी जाहीर करून राज्याचे सर्व अधिकार केंद्र सरकार स्वत:कडे घेऊ शकते. अशा प्रकारे केंद्रसत्ता अधिक प्रबळ आणि शक्तिशाली बनलेली दिसते. अमेरिकेच्या संघराज्याप्रमाणे भारतात दुहेरी नागरिकत्वाची पद्धत नाही. भारतात एकेरी नागरिकत्वाची पद्धती आहे. भारतातील घटक राज्यांना स्वतंत्र राज्यघटना बनविण्याचा अधिकार दिलेला नाही. थोडक्यात, भारतीय राज्य संघराज्यात्मक वाटत असले तरी ते प्रत्यक्षात एकात्म स्वरूपाचे आहे असे म्हणता येईल.

७) **मूलभूत अधिकारांचा समावेश –** भारतीय घटनेच्या तिसऱ्या विभागात कलम १४ ते ३५ या कलमांद्वारे मूलभूत अधिकार स्पष्ट केलेले आहेत. भारतीय घटनेने पुढील सात प्रकारचे मूलभूत अधिकार भारतीय नागरिकांना दिलेले आहेत.

१. समतेचा अधिकार
२. स्वातंत्र्याचा अधिकार
३. शोषणाविरुद्धचा अधिकार (पिळवणुकीविरुद्धचा हक्क)
४. धार्मिक स्वातंत्र्याचा अधिकार
५. सांस्कृतिक व शैक्षणिक अधिकार
६. मालमत्तेचा अधिकार (१९७८ च्या ४४ व्या घटनादुरुस्तीने हा अधिकार मूलभूत अधिकारांच्या यादीतून काढून टाकण्यात आलेला आहे.)
७. घटनात्मक उपाययोजनेचा अधिकार (सदनशीर इलाजाचा हक्क) – वरील विविध प्रकारचे मुलभूत अधिकार देऊन राज्यघटनेने मूलभूत अधिकारांना सरंक्षण दिले आहे. एखाद्या व्यक्तीच्या मूलभूत अधिकारावर अन्य व्यक्ती, संस्था किंवा सरकार यांच्याकडून आक्रमण झाल्यास ती व्यक्ती त्याविरुद्ध सर्वोच्च न्यायालयात दाद मागू शकते. त्यासाठी घटनेत घटनात्मक उपाययोजनेचा सातवा अधिकार दिलेला आहे. आणीबाणीच्या काळात व्यक्तीला या मूलभूत अधिकारांच्या संदर्भात न्यायालयात जाता येत नाही.

८) **राज्याच्या धोरणांसंबंधी नीतीनिर्देशक तत्त्वे (मार्गदर्शक तत्त्वे) –** भारतीय घटनेच्या चौथ्या भागात ३६ ते ५१ या कलमांद्वारे राज्याच्या धोरणासंबंधीच्या मार्गदर्शक तत्त्वांचा समावेश केलेला आहे. घटनाकारांनी भारतीय घटनेत आर्थिक, सामाजिक, राजकीय व आंतरराष्ट्रसंबंधविषयक अशा चार प्रकारच्या मार्गदर्शक

तत्त्वांचा समावेश केलेला आहे. भारताचा सर्वांगीण विकास घडवून आणण्यासाठी आणि कल्याणकारी राज्याच्या निर्मितीसाठी ही मार्गदर्शक तत्त्वे उपयुक्त आहेत. स्वातंत्र्यप्राप्तीनंतर भारत सरकारने मार्गदर्शक तत्त्वांची काही प्रमाणात अंमलबजावणी केलेली दिसते. परंतु या नीतीदर्शक तत्त्वांना कायदेशीर मान्यता नसल्यामुळे ती स्वीकारलीच पाहिजेत असे बंधन सरकारवर नाही. त्यामुळे मार्गदर्शक तत्त्वांचा स्वीकार केला नाही म्हणून सरकारविरुद्ध न्यायालयात दाद मागता येत नाही. तरी पण १९७६ साली ४२वी घटनादुरुस्ती होऊन त्यानुसार मार्गदर्शक तत्त्वांना मूलभूत अधिकारांपेक्षा जास्त महत्त्व प्राप्त झाले आहे. सामाजिक व आर्थिक लोकशाही प्रस्थापित करण्यासाठी नीतीनिर्देशक तत्त्वे आवश्य व महत्त्वाची मानली आहेत. राज्याच्या धोरणासंबंधीच्या काही प्रमुख मार्गदर्शक तत्त्वांचा पुढीलप्रमाणे उल्लेख करता येईल.

१) स्त्री-पुरुष नागरिकांना उपजीविकेची साधने मिळविण्याचा अधिकार असून स्त्री-पुरुषांना समान कामासाठी समान वेतन दिले जाईल.

२) १४ वर्षांखालील मुला-मुलींना सक्तीचे व मोफत शिक्षण दिले जाईल.

३) समाजातील भौतिक साधनांची मालकी आणि नियंत्रण यांची विभागणी अशा तऱ्हेने केली जाईल की ज्याद्वारे सर्वांचे जास्तीतजास्त कल्याण होईल.

४) मागासवर्गीय लोकांना तसेच अनुसूचित जातीजमातींच्या लोकांना आर्थिक व शैक्षणिक सवलती देण्यात येतील.

५) कामगारांना योग्य वेतन देऊन त्यांना औद्योगिक व्यवस्थापनात सहभागी करून घेतले जाईल. त्यांचे आरोग्य, शिक्षण, विश्रांती, निवृत्तीवेतन याविषयी काळजी घेण्यात येईल.

६) गरिबांना कायद्याचा मोफत सल्ला मिळण्याची व्यवस्था करण्यात येईल. कोणालाही न्याय मिळविण्याची संधी नाकारली जाणार नाही.

७) आधुनिक व शास्त्रीय पद्धतीने शेतीचे व पशुसंवर्धनाचे कार्य करण्याचा प्रयत्न राज्याकडून केला जाईल.

८) सार्वजनिक आरोग्य सुधारणे, मुलांच्या आरोग्याची काळजी घेणे, जनतेचे राहणीमान वाढविणे इत्यादींबाबत राज्य प्रयत्न करील.

९) आंतरराष्ट्रीय क्षेत्रात शांतता प्रस्थापित करणे, राष्ट्राराष्ट्रात मैत्रीचे संबंध वाढविणे, आंतरराष्ट्रीय करारांचे-तहांचे पालन करणे, इत्यादी

कार्यांबाबत राज्यांकडून प्रयत्न केले जातील.

धर्मनिरपेक्ष राज्य (धर्मातीत राज्य): भारतीय घटनेच्या सरनाम्यात धर्मातीत राज्याचा पुरस्कार केलेला आहे. घटनाकारांनी सुरुवातीला धर्मनिरपेक्ष राज्याचा स्पष्ट उल्लेख केलेला नव्हता. परंतु १९७६ साली ३१ व्या घटनादुरुस्तीने 'धर्मातील' हा शब्द सरनाम्यात योजून धर्मातीत राज्य निर्माण करण्याचे उद्दिष्ट स्पष्ट केले आहे. भारतात कोणत्याही एका धर्माला महत्त्व दिलेले नाही. सर्व धर्मांना समान मानले आहे. भारत हे राष्ट्र धर्माधिष्ठित राज्य नाही. तसेच ते धर्मबाह्य राज्यही नाही. भारतात हिंदू, मुसलमान, शीख, बौद्ध, जैन, ज्यू, ख्रिश्चन, पारशी इत्यादी विविध धर्मांचे लोक राहतात. भारतीय घटनेच्या २५ व्या व २६ व्या कलमात असे स्पष्टपणे लिहिले आहे की, शांतता व सुव्यवस्था टिकवून प्रत्येक नागरिकाला आपल्या धर्माचा प्रचार, पालन करता येईल, भारतीय नागरिकाला कोणत्याही धर्माचा आचार व प्रचार करता येईल, परंतु इतर व्यक्तींच्या धर्माविरुद्ध प्रचार करता येणार नाही. तसेच धर्माच्या नावाखाली कोणत्याही व्यक्तीला राजकारणात हस्तक्षेप करता येणार नाही. सर्व नागरिकांना त्यांचा धर्म, जात, वंश, जन्मठिकाण असा भेद विचारात न घेता समानतेची वागणूक दिली जाईल, अशाप्रकारे भारतीय घटनेने नागरिकांना धार्मिक स्वातंत्र्य देऊन धर्मातीत राज्याचा पुरस्कार केलेला आहे.

भारतीय घटनेने नागरिकांना धार्मिक स्वातंत्र्य दिले असले तरी तिने या धार्मिक स्वातंत्र्याच्या हक्कावर काही प्रमाणात निर्बंध घातले आहेत. राज्याच्या सुरक्षिततेला किंवा सामाजिक हिताला धोका पोहोचणार नाही अशा पद्धतीने आपल्या धर्मांचे आचरण, पालन किंवा प्रचार करावा असे बंधन घातलेले आहे. सामाजिक सुधारणा, राष्ट्रहित, सार्वजनिक व्यवस्था व नीतिमत्ता या दृष्टिकोनातून धार्मिक स्वातंत्र्याच्या हक्कावर निर्बंध घालण्याचे अधिकार राज्याला दिलेले आहेत. थोडक्यात भारतीय घटनेने धर्मनिरपेक्ष राज्याची निर्मिती होण्यासाठी विशिष्ट मर्यादेपर्यंत नागरिकांना धार्मिक स्वातंत्र्य दिलेले आहे. धर्मनिरपेक्षता हा भारतीय राज्यघटनेचा आत्मा आहे असे म्हटले तर वावगे ठरणार नाही. कारण भारतासारख्या भिन्नधर्मीय लोकांच्या राज्यात केवळ धर्मनिरपेक्ष राज्यच टिकू शकेल. धर्माधिष्ठित किंवा धर्मबाह्य राज्याची कल्पना ही भारताच्या राष्ट्रीय एकात्मतेला तडा देणारी ठरेल, म्हणूनच भारतासारख्या देशाला केवळ धर्मातीत राज्याची कल्पनाच संयुक्तिक ठरेल हे ओळखून घटनाकारांनी धर्मातीत राज्याचा पुरस्कार केलेला दिसतो.

१०) स्वतंत्र न्यायदान पद्धती (न्यायालयीन स्वातंत्र्य) – भारतीय घटनेने न्यायालयाचे स्वातंत्र्य व श्रेष्ठत्व मान्य केलेले आहे. न्यायालयीन स्वातंत्र्य सुरक्षित ठेवण्यासाठी राज्यघटनेत खास तरतुदी करण्यात आलेल्या आहेत. न्यायाधीशांच्या नेमणुका, त्यांच्या अधिकारांची शाश्वती, वेतन, भत्ते इत्यादीविषयक तरतुदी केलेल्या आहेत. भारतात न्यायदान पद्धती एकेरी स्वरूपाची आहे. न्यायमंडळाच्या सर्वोच्च पदी सुप्रीम कोर्ट, त्याच्या खालोखाल हायकोर्ट (उच्च न्यायालय), उच्च न्यायालयाच्या नियंत्रणाखाली कनिष्ठ (दुय्यम) न्यायालये अशी न्यायदानाची एकेरी पद्धती स्वीकारलेली आहे.

भारतीय न्यायसंस्थेचे कार्य स्वतंत्रपणे चालते. कायदेमंडळ व कार्यकारी मंडळ या दोहोंपासून स्वतंत्रपणे न्यायदानाचे कार्य चालते. कार्यकारी मंडळ (राष्ट्राध्यक्ष) न्यायाधीशांच्या नेमणुका करते तर अकार्यक्षम, अपात्र न्यायाधीशांना पदच्युत करण्याचा अधिकार कायदेमंडळाला दिलेला आहे. भारतीय घटनेने दिलले मूलभूत अधिकार सुरक्षित ठेवण्यासाठी, तसेच घटनेतील तत्त्वांचे रक्षण करण्यासाठी, न्यायालयीन स्वातंत्र्य सुरक्षित ठेवण्याची दक्षता घटनेने घेतली आहे. न्यायमंडळाचे कायदेमंडळावर व कार्यकारी मंडळावर काही प्रमाणात नियंत्रण असते. त्यासाठी घटनेने सर्वोच्च न्यायालयाला न्यायालयीन पुनर्विलोकनाचा अधिकार दिलेला आहे. कायदेमंडळाने मंजूर केलेले कायदे आणि कार्यकारी मंडळाने काढलेले वटहुकूम घटनेशी सुसंगत आहेत की विसंगत आहेत हे ठरविण्याचा अधिकार सर्वोच्च न्यायालयाला दिलेला आहे. हा पुनर्विलोकनाचा अधिकार भारतीय घटनेने अमेरिकेच्या सर्वोच्च न्यायालयाच्या पुनर्विलोकनाच्या अधिकारावरून घेतलेला आहे.

११)प्रौढ मताधिकार – भारतीय घटनेने प्रत्येक स्त्री–पुरुषाला मतदानाचा अधिकार दिलेला आहे. भारताने प्रातिनिधिक लोकशाही शासनपद्धती स्वीकारलेली असल्यामुळे प्रत्येक नागरिकाला प्रौढ मताधिकार देणे क्रमप्राप्त ठरते. ब्रिटिश राजवटीत भारतीयांना मतदानाचा अधिकार मर्यादित स्वरूपात दिलेला होता. १९१९ च्या कायद्यानुसार भारतातील लोकसंख्येच्या केवळ ३ टक्के लोकांना तर १९३५ च्या कायद्यानुसार १४ टक्के लोकांना मतदानाचा अधिकार होता. स्वातंत्र्यप्राप्तीनंतर घटनेने २१ वर्षे पूर्ण असणाऱ्या प्रत्येक स्त्री–पुरुष नागरिकाला प्रौढ मताधिकार दिला आहे. वास्तविक भारतात निरक्षरतेचे ८० टक्के प्रमाण असताना संपत्ती, शिक्षण अशी कोणतीही अट न घालता २१ वर्षे वयाची अट लावून प्रौढ मताधिकार देण्याचे धाडस घटनेने केलेले आहे. देशातील प्रत्येक

प्रौढ स्त्री-पुरुषाला राज्यकारभारात सहभागी करून घेण्याच्या उद्देशाने हा अधिकार देण्यात आलेला आहे. आत्तापर्यंत झालेल्या सार्वत्रिक निवडणुका आणि त्यात जनतेने घेतलेला सहभाग विचारात घेतला असता प्रौढ मताधिकार आवश्यक व उपयुक्त ठरलेला आहे. असे म्हणता येईल. भारतीय घटनेने जनतेचे सार्वभौमत्व प्रस्थापित करण्यासाठी प्रौढमताधिकार मान्य केलेला आहे. १९८९ साली ६१ वी घटनादुरुस्ती होऊन मतदारांच्या वयाची अट १८ वर्षे करण्यात आलेली आहे.

१२)**समता, स्वातंत्र्य व बंधुता** – भारतीय राज्यघटनेच्या उद्देशपत्रिकेत समता, स्वातंत्र्य व बंधुता या लोकशाही तत्त्वांचा पुरस्कार केलेला आहे. भारतात लोकशाही यशस्वी करावयाची असेल तर सामाजिक, राजकीय, आर्थिक अशा सर्व क्षेत्रांत समता प्रस्थापित झाली पाहिजे. सर्व नागरिकांना समानतेची वागणूक मिळाली पाहिजे. कायद्यासमोर सर्व व्यक्ती समान मानल्या गेल्या पाहिजेत, सामाजिक न्याय प्रस्थापित होऊन समाजाचा सर्वांगीण विकास साधला पाहिजे. घटनाकारांनी हाच उद्देश गृहीत धरून समतेचे तत्त्व स्वीकारले आहे. तसेच व्यक्तिस्वातंत्र्य जोपासून व्यक्तीला सर्वांगीण विकास होण्यासाठी मूलभूत हक्क प्रदान केलेले आहेत. भारतीय घटनेने नागरिकांना समतेच्या हक्काबरोबरच स्वातंत्र्याचा हक्क दिलेला आहे. तसेच घटनेने नागरिकांच्या स्वातंत्र्याचे रक्षण करण्यासाठी विविध तरतुदी केलेल्या आहेत. अर्थात स्वातंत्र्य म्हणजे स्वैराचार अशा प्रवृत्तीने नागरिकांनी वागू नये म्हणून घटनेने व्यक्तिस्वातंत्र्यावर काही मर्यादा घातलेल्या आहेत. भारतीय घटनेने सरनाम्यात बंधुतेचा स्पष्ट उल्लेख केलेला आहे. व्यक्तीची प्रतिष्ठा आणि राष्ट्राचे ऐक्य राखणारी बंधुत्वाची भावना नागरिकांत निर्माण झाली पाहिजे. राष्ट्रीय एकात्मता टिकविण्यासाठी बंधुत्वाची भावना आवश्यक आहे. निदान भारतासारख्या देशात तरी बंधुतेच्या तत्त्वाची नितांत आवश्यकता आहे. धर्मवाद, जातिवाद, प्रांतवाद, भाषावाद असे वाद कमी करण्यासाठी बंधुत्वाची वागणुकीची फार मोठी गरज आहे. म्हणूनच घटनाकारांनी न्याय, स्वातंत्र्य, समता आणि बंधुता या लोकशाही मूल्यांचा घटनेत समावेश केलेला दिसतो.

१३)**अल्पसंख्याक व मागासवर्गीय लोकांना सवलती** – भारतात सामाजिक न्याय व समता प्रस्थापित करण्याच्या उद्देशाने घटनाकारांनी अल्पसंख्याक जातिजमातींसाठी, मागासलेल्या वर्गांसाठी काही खास तरतुदी करून ठेवलेल्या आहेत. विधिमंडळात अनुसूचित जाती-जमातींसाठी खास जागा राखून ठेवलेल्या आहेत. लोकसभेत अनुसूचित जातींसाठी ७० आणि अनुसूचित जमातींसाठी ४२

जागा राखीव म्हणून ठेवलेल्या आहेत. घटक राज्यांच्या विधिमंडळातही राखीव जागांची तरतूद करून ठेवलेली आहे. केंद्र सरकार व राज्य सरकार यांच्या नोकऱ्यात मागासलेल्या जातीजमातींच्या लोकांना विशेष सवलती देण्यात आलेल्या आहेत. वन्यजातींसाठी घटनेत काही खास तरतुदी केलेल्या आहेत. मागासवर्गीय लोकांच्या आर्थिक व शैक्षणिक विकासाच्या दृष्टीने चौकशी आयोग नेमण्याचा अधिकार राष्ट्रपतीला देण्यात आलेला आहे. चौकशी आयोगाच्या शिफारशी संसदेपुढे ठेवून त्यास मंजुरी घेऊन राष्ट्रपती त्यांची अंमलबजावणी करीत असतो. थोडक्यात, अल्पसंख्याक जातीजमातींच्या मागासवर्गीय लोकांचा इतर लोकांबरोबर विकास व्हावा आणि सामाजिक न्याय प्रस्थापित व्हावा या उद्देशाने घटनाकारांनी काही राखीव जागा व सवलती यांची खास तरतूद घटनेत केलेली आहे.

१४) **एकेरी नागरिकत्व व एकच राज्यघटना** – भारतीय राज्यघटनेने एकेरी नागरिकत्वाचा पुरस्कार केलेला आहे. घटनेच्या कलम ५ ते ११ मध्ये भारतीय नागरिकत्वाच्या तरतुदी दिलेल्या आहेत. अमेरिकेच्या घटनेतील दुहेरी नागरिकत्वाच्या पद्धतीप्रमाणे भारतात दुहेरी नागरिकत्वाची पद्धती नाही. घटक राज्याचे नागरिकत्व आणि संघराज्याचे नागरिकत्व अशी दुहेरी नागरिकत्वाची पद्धती भारतीय घटनेने स्वीकारलेली नाही. भारतात एकेरी नागरिकत्वाची पद्धती स्वीकारलेली आहे. कारण भारतात विविध धर्मांचे, जातिपंथांचे, भाषांचे लोक राहतात. तेव्हा राष्ट्रीय ऐक्य व एकात्मता या दृष्टीने एकेरी नागरिकत्वाची पद्धतीच उपयुक्त आहे. सर्व भारतीयांना समान राजकीय हक्क, समान नागरी हक्क याद्वारे एकत्र आणणे हे राष्ट्रहिताच्या दृष्टीने उपयुक्त आहे. डॉ. आंबेडकरांनी एकेरी नागरीकत्वाचे समर्थन करताना असे म्हटले आहे की, प्रत्येक भारतीय व्यक्तीला, मग ती कोणत्याही प्रदेशाची रहिवासी असो, नागरिकत्वाचा अधिकार असेल. तसेच भारतीय नागरिकत्व प्राप्त झालेल्या व्यक्तीला भारतात कायद्याचे समान संरक्षण व कायद्यासमोर समानता या गोष्टी नाकारल्या जाणार नाहीत. घटनाकारांनी दूरदर्शीपणाने घटनेत एकेरी नागरिकत्व व एकच राज्यघटना या तरतुदी केलेल्या आहेत. त्यामुळे राष्ट्रीय ऐक्य व एकात्मता जोपासण्यास मदत झालेली आहे.

१५)**द्विगृहात्मक कायदेमंडळ पद्धती** – भारतीय राज्यघटनेच्या कलम ७९ मध्ये असे स्पष्ट लिहिले आहे की, 'संघराज्यासाठी एक संसद असेल आणि राष्ट्रपती व अनुक्रमे 'राज्यसभा व लोकसभा' म्हणून ओळखली जाणारी अशी दोन सभागृहे मिळून ती बनलेली असेल. राज्यसभा हे वरिष्ठ सभागृह असून या सभागृहात २५० सभासद आहेत. त्यापैकी १२ सभासदांची नियुक्ती राष्ट्रपतींकडून

साहित्य, कला, शास्त्र, समाजसेवा, शेती इत्यादी क्षेत्रांतील नामवंत व्यक्तीतून होते. बाकीचे २३८ सभासद घटक राज्यांच्या विधानसभांच्या सदस्यांकडून निवडले जातात. लोकसभा हे कनिष्ठ गृह असून या गृहातील सदस्यांची निवड जनतेकडून गुप्त व प्रत्यक्ष मतदान पद्धतीने होते. लोकसभेत ५५० सभासद असतात. लोकसभेची मुदत पाच वर्षे आहे. राज्यसभा हे कायमस्वरूपी सभागृह असून त्यातील सभासदांची मुदत सहा वर्षे असते. दर दोन वर्षांनी १/३ सभासद निवृत्त होतात. द्विगृहात्मक पद्धतीमुळे कायदेनिर्मितीचे कार्य उत्तम प्रकारे होते. विधेयकावर सविस्तर चर्चा होऊन त्यासंबंधी योग्य निर्णय होतात. वास्तविक राज्यसभा हे वरिष्ठ गृह कायदेनिर्मितीस विलंब लावणारे, खर्चाचे आहे अशी टीका होत असली तरीही योग्य व आवश्यक कायद्यांची निर्मिती होण्यासाठी तसेच लोकसभेच्या कार्यावर नियंत्रण ठेवण्यासाठी राज्यसभा हे वरिष्ठ गृह आवश्यक आहे. लोकसभेच्या जुलमी कारभाराला लगाम घालण्यासाठी महत्त्वाची भूमिका राज्यसभा पार पाडीत असते. राज्यसभा व लोकसभा या दोन्ही गृहांचे मंत्रीमंडळाच्या कार्यावर नियंत्रण असते. एकंदरीत भारतीय राज्यघटनेने द्विगृहात्मक कायदेमंडळ पद्धतीचा पुरस्कार केलेला आहे.

भारतीय घटनेच्या वरील सर्व वैशिष्ट्यांचा साकल्याने विचार केला असता भारतीय राज्यघटना आदर्श स्वरूपाची आहे काय? हा प्रश्न उपस्थित होतो. गेल्या ५५ वर्षांचा घटनेच्या अंमलबजावणीचा अनुभव विचारात घेतला असता भारतीय घटना काही प्रमाणात स्थिर व यशस्वी झालेली आहे असे म्हणता येईल. आत्तापर्यंत झालेल्या सार्वत्रिक निवडणुका, त्यातील जनतेचा सहभाग, संसदेचे कामकाज, न्यायालयीन निर्णय, केंद्र सरकार, राज्य सरकारांचे संबंध, राष्ट्रपतींच्या आणीबाणीविषयक अधिकारांचा वापर, भाषा आयोग, वित्त आयोग, निवडणूक आयोग इत्यादींचे कार्य, समाजवादी व कल्याणकारी राज्याची वाटचाल अशा विविध गोष्टींचा परामर्श घेतला असता भारतीय राज्यघटना जनतेने मान्य केलेली आहे असे म्हणता येईल. परंतु अधूनमधून संसदीय शासनपद्धतीऐवजी अध्यक्षीय शासनपद्धती स्वीकारावी अशी वादग्रस्त चर्चा चालू असलेली दिसते. ५५ वर्षांच्या प्रदीर्घ वाटचालीनंतर अध्यक्षीय शासनपद्धती स्वीकारणे म्हणजे घटनेने स्वीकारलेली संसदीय पद्धती उपयुक्त नाही असेच समजावे लागेल. यासंबंधीचा इशारा घटना मसुदा समितीचे अध्यक्ष डॉ. आंबडेकर यांनी २६ नोव्हेंबर १९४९ रोजी आपल्या भाषणात दिला होता. त्यांच्या मते, राज्यघटनेची अंमलबजावणी ही तिच्या स्वरूपावर अवलंबून नसते, तर ती देशातील जनता व राजकीय पक्ष यावर अवलंबून असते.

जनता व राजकीय पक्ष कोणत्या मार्गांनी जातील, कसे कसे वागतील यावर घटनेचे भवितव्य अवलंबून असते.

भारतीय लोकशाहीत अजूनही पाहिजे तेवढ्या प्रमाणात राजकीय स्थैर्य प्रस्थापित झालेले नाही. 'लोकशाही पद्धतीने राज्यकारभार चालविला जात असला तरी अजूनही भारतात सामाजिक व आर्थिक लोकशाही प्रस्थापित करता आलेली नाही,' अशी खंत प्रसिद्ध कायदेपंडित नानी पालखीवाला यांनी आपल्या 'We The People' या ग्रंथात व्यक्त केलेली आहे. स्वातंत्र्य, समता व बंधुत्व ही लोकशाहीची तत्त्वे खऱ्या अर्थाने येथे रुजलेली नाहीत. तसेच समाजवादी, धर्मातीत आणि कल्याणकारी राज्याचे उद्दिष्ट साध्य करता आलेले नाही.

घटनातज्ज्ञ प्रो. ग्रॅनव्हीले ऑस्टीन यांनी भारतीय राज्यघटनेचे एक 'महत्त्वाचा सामाजिक दस्तऐवज' असे वर्णन करून पुढे असे म्हटले आहे की, भारतीय राज्यघटनेतील बहुतेक सर्व तरतुदी ह्या सामाजिक क्रांतीसाठी आवश्यक ती परिस्थिती निर्माण करणाऱ्या आहेत. पंडित जवाहरलाल नेहरू आणि डॉ. बाबासाहेब आंबेडकर यांनी ऑस्टीनच्या मताला दुजोरा देऊन असे म्हटलेले आहे की, 'भारतीय राज्यघटनेत असणारे सामाजिक आणि आर्थिक तत्त्वज्ञान हे भारतीय आणि अविकसित राष्ट्रांतील परिस्थिती आणि समस्या यांच्या संदर्भात आवश्यक व महत्त्वाचे आहे, म्हणूनच त्यांनी संसदीय शासनपद्धतीचा स्वीकार करीत असताना स्थिरतेपेक्षा उत्तरदायित्वाला अधिक महत्त्व दिले. डॉ. बाबू राजेंद्रप्रसाद यांनी या संदर्भात असा इशारा दिला होता की, जर निवडून दिलेले प्रतिनिधी कार्यक्षम, चारित्र्यवान आणि प्रामाणिक असतील तर अगदी सदोष राज्यघटनासुद्धा ते यशस्वीपणे अंमलात आणू शकतील, पण त्यांच्याजवळ जर या गुणांचा अभाव असेल तर राज्यघटना त्या राष्ट्राला मदत करू शकणार नाही. राज्यघटनेची अंमलबजावणी करताना काही दोष आढळून आले तर ते घटनादुरुस्तीने दूर करता येतील, परंतु असे बदल करताना भारतीय राज्यघटनेचा सामाजिक व आर्थिक आत्मा आणि मूलभूत तत्त्वज्ञान यांचे पावित्र्य राखले पाहिजे.

✳ ✳ ✳

स्वातंत्र्योत्तर महाराष्ट्रातील महत्त्वपूर्ण सामाजिक चळवळी

महाराष्ट्रातील स्वातंत्र्योत्तर चळवळीचा आढावा घेताना महत्त्वपूर्ण सामाजिक चळवळी आपणास दिसून येतात. शेतकरी चळवळ, कामगार चळवळ आणि ग्रामीण चळवळ, सहकार चळवळ, स्वदेशी चळवळ, मुस्लीम-ख्रिस्ती चळवळ, शिवसेना, दलित पॅन्थर, स्त्रीमुक्ती चळवळ, भटक्या विमुक्तांची चळवळ, हमाल, माथाडी, श्रमकरी लोकांची चळवळ, भ्रष्टाचार मुक्ती चळवळ, आणि इतर चळवळी २० व्या शतकाच्या उत्तरार्धात आणि २१ व्या शतकाच्या पूर्वार्धात कार्यरत असलेल्या दिसून येतात. या सगळ्याच संघटना आपआपल्या परीने समाजाच्या विकासासाठी झटत असताना दिसून येतात. सामाजिक परिवर्तन आणि देशातील समाजाचा विकास हाच त्यांचा हेतू दिसून येतो. या संघटनांमध्ये नव्या दमाचे, नव्या विचारांचे तरुण-तरुणी कार्य करताना दिसतात. १९ व्या आणि २० व्या शतकातील चळवळीपेक्षा २१ व्या शतकातील चळवळीपुढील प्रश्न वेगळे आहेत. त्यांच्या जवळ नवी दृष्टी आहे. नवी साधने आहेत. नवे तंत्रज्ञान, नवी विचारधारा आहे. कॉम्प्युटर, फेसबुक, इंटरनेटमुळे त्यांचे कार्य सोपे बनले आहे. नवा सृजनशील जागृत समाज घडविण्यासाठीच या समाजधुरिणांची ही धडपड आहे. अशा विधायक चळवळींचा परिचय थोडक्यात पाहू या-

❋ स्वातंत्र्योत्तर महाराष्ट्रातील महत्त्वपूर्ण चळवळी
संयुक्त महाराष्ट्र चळवळ :

आजच्या राज्याची निर्मिती १ मे १९६० रोजी झाली. अनेक वेगवेगळ्या स्थित्यंतरांमधून महाराष्ट्राची जडणघडण झालेली आहे. भाषावार प्रांतरचनेच्या तत्त्वाने महाराष्ट्र राज्याची स्थापना झाली होती. भाषावार प्रांतरचनेचा विचार करताना ब्रिटिश काळात जावे लागेल. ब्रिटिशांनी भारतात राज्य निर्माण केल्यानंतर प्रशासनाच्या सोयीच्या दृष्टीने सोयीची प्रांतरचना केली होती. १९१९ च्या मॉन्टफर्ड कायद्यातही

असे म्हटले होते की, सध्याचा भारताचा नकाशा इंग्रजांचे लष्करी विजय, राजकीय, प्रशासकीय गरज किंवा तत्कालीन सोय यामधून तयार झालेला होता. यावरून आपणास असे दिसून येते की, त्या काळात प्रांत-रचना भाषेच्या माध्यमातून झाली नव्हती, तर ती एक गरज म्हणून झाली होती. एका प्रांतात वेगवेगळ्या भाषा बोलणारे लोक राहतात. मुंबई प्रांताचा विचार केल्यास प्रामुख्याने या ठिकाणी मराठी, कानडी, गुजराती भाषा बोलणारी जनता अधिक प्रमाणात राहात होती. ब्रिटिशांनी त्यांच्या साम्राज्याच्या हिताच्या दृष्टीने प्रांतरचना केल्याचे दिसते. १९०५ पासून भाषावार प्रांतरचनेस पाठिंबा मिळू लागला. त्यासाठी ठिकठिकाणी संघटनांची स्थापना झाली.

१) भाषावार प्रांतरचनेची मागणी :

महाराष्ट्रीय लोक भाषावर प्रांत रचनेसाठी आग्रही बनले होते. कारण १९१३ पासून तेलुगु लोकांनी आंध्रप्रदेशाच्या मागणीसाठी सभा घेण्यास सुरुवात केली होती. १९१६ पासून कानडी लोकांनी विद्यावर्धक संघ आणि कर्नाटक एकीकरण सभा स्थापन करून स्वतंत्र कर्नाटकाची मागणी सुरू केली होती. काँग्रेसने अशा प्रकारची भाषावार प्रांतरचना मान्य करून १९०८ साली बिहारमध्ये आणि १९१७ साली सिंध व आंध्रमध्ये स्वतंत्र प्रांतिक कमिट्या स्थापन केल्या होत्या. या सर्व घटनांचा परिणाम म्हणून महाराष्ट्रीय लोकांची अस्मिता जागृत झाली आणि तेही भाषावार प्रांतरचनेचा मुद्दा पुढे करून मराठी राज्याचे स्वप्न पाहू लागले.

लोकमान्य टिळकांनी १९१५ साली मराठी भाषिक लोकांचे वेगळे राज्य निर्माण करण्याच्या मागणीस पाठिंबा जाहीर केला. हैद्राबाद, बेरार आणि बॉम्बे प्रॉव्हिन्स मध्ये समाविष्ट असणारी मराठी भाषिक लोकांच्या प्रदेशाचे एकीकरण करण्याची मागणी ''महाराष्ट्राचे तीन भाग'' या लेखामध्ये विठ्ठल वामन ताम्हणकर या मराठी साहित्यिकांनी केली होती. १९२० साली नागपूर येथे काँग्रेसचे अधिवेशन भरले. या अधिवेशनात भाषिक तत्त्वावर राज्य पुनर्रचना करण्याचा ठराव पास करण्यात आला. त्यासाठी पक्षाच्या घटनेत बदल केला गेला. नव्या घटनेप्रमाणे भाषेच्या तत्त्वावर आधारित प्रांतिक काँग्रेसकमिटी स्थापन करावी असे ठरविण्यात आले. काँग्रेसने या ठरावाचा पाठपुरावा करण्यासाठी मुंबई, नागपूर, बरोबर इतरही प्रांतासाठी स्वतंत्र प्रदेश समित्यांची स्थापना करण्यात आली. नवीन बदल खूपच फायदेशीर ठरले. त्यामुळे प्रांतोप्रांतीचे लोक भाषिक आकर्षणामुळे काँग्रेसमध्ये दाखल होऊ लागले. या काळामध्ये म्हणजे पारतंत्र्याच्या काळात स्वातंत्र्यप्राप्ती हे पहिले ध्येय होते.

भारताला १९४७ मध्ये स्वातंत्र्य प्राप्त झाले, तेव्हाच सत्तेचे राजकारण सुरू झाले. सत्ता मिळविण्यासाठी राजकारणी लोक प्रादेशिकतेच्या मुद्यांचा वापर करू लागले. प्रांतिक पुनर्रचनेच्या अभ्यासासाठी काँग्रेसने 'दार कमिशन' नेमले. भाषावार प्रांतरचना केली तर देशाची एकता आणि अखंडता यास धोका होऊ शकतो असा अहवाल या कमिशनने दिला. त्यानंतरच्या काळात 'फाजल अली कमिशन' नेमण्यात आले. या कमिशनने भाषावार प्रांतरचनेचा मुद्दा उचलून धरला. महाराष्ट्र व पंजाब यांचा अपवाद वगळता इतर राज्यांची भाषावार प्रांतरचना करण्यात आली. फाजल अली कमिशनमध्ये मुंबई राज्यातून विदर्भ वेगळा करण्यात आला होता. त्या जागी मुंबई राज्यात कच्छ आणि सौराष्ट्रचा समावेश करण्यात आला. त्याद्वारे महाराष्ट्रामध्ये प्रादेशिक व भाषिक भावना वाढू लागल्या. महाराष्ट्रात मराठी लोकांचे विदर्भासह राज्य निर्माण व्हावे अशा मागणीने जोर धरला. पंडित नेहरूंनी मात्र या मागणीस नकार दिला.

२) संयुक्त महाराष्ट्राची मागणी :

इ.स.१९२४ साली महात्मा गांधींनी भाषिक प्रांतरचनेला मान्यता दिली होती. संयुक्त महाराष्ट्राची मागणी ही भाषावार प्रांतरचनेच्या मागणीचाच एक भाग होय. कारण सर्व मराठी भाषिक प्रदेश एकत्र आणावा आणि त्या प्रदेशाचे 'महाराष्ट्र' हे एक राज्य निर्माण करावे या मागणीलाच 'संयुक्त महाराष्ट्राची मागणी' म्हटले जाते. या संयुक्त महाराष्ट्रात मुंबई इलाखा, मध्यप्रांत व वऱ्हाड आणि हैद्राबाद संस्थानातील मराठवाड्यातील मराठी भाषिक प्रदेश वगैरेचा समावेश केला जात असे. संयुक्त महाराष्ट्राची मागणी ही भाषावार प्रांतरचनेच्या मागणी इतकीच जुनी होती. विठ्ठल वामन ताम्हणकर यांनी एक लेख प्रकाशित करून यात 'मुंबई प्रांत, मध्यप्रांत, वऱ्हाड आणि हैद्राबाद संस्थानातील मराठवाडा अशा तीन ठिकाणी विभागला गेलेला मराठी भाषिक प्रदेश एकत्र आणून एकसंघ महाराष्ट्राची निर्मिती करावी असा विचार प्रथम मांडला होता. त्यानंतर आचार्य विनोबा भावे, धनंजय गाडगीळ, प्रबोधनकार ठाकरे, ग.त्र्यं. माडखोलकर, दत्तो वामन पोतदार, लालजी पेंडसे, मिरजकर इत्यादी मान्यवर व्यक्तींनी संयुक्त महाराष्ट्राच्या स्थापनेची आवश्यकता असल्याचे प्रतिपादन केले होते. तथापि, त्यावेळी राष्ट्रीय स्वातंत्र्याचा प्रश्न महत्त्वाचा असल्यामुळे संयुक्त महाराष्ट्राच्या प्रश्नाकडे गांभीर्याने पाहिले गेले नाही.

३) महाविदर्भाची संकल्पना :

महाविदर्भ, मराठवाडा, देश, कोकण व मुंबई शहर या महाराष्ट्राच्या पाच भागातील लोकांचा स्नेहसंबंध वाढविण्याच्या उद्देशाने 'संयुक्त महाराष्ट्र सभा' स्थापन करण्याचा मनोदय दा.वि. गोखले, ग. त्र्यं. माडखोलकर, शिवाजीराव पटवर्धन वगैरे बारा जणांनी व्यक्त केला. बॅरिस्टर रामराव देशमुख यांच्या अध्यक्षतेखाली 'संयुक्त महाराष्ट्र सभा' स्थापन झाली. १९४१ साली डॉ. केदार यांच्या नेतृत्वाखाली 'महाराष्ट्र एकत्रीकरण परिषद' भरवण्यात आली होती. मात्र या संघटनेत करणीपेक्षा कथनी जास्त असल्याने फारशी काही प्रगती होऊ शकली नाही. वऱ्हाडमधील जनतेने संपूर्ण महाराष्ट्राच्या एकत्रीकरणाच्या प्रयत्नात आणखी वेळ न घालवता फक्त वऱ्हाडच्या प्रश्नावरच लक्ष केंद्रित करायचे ठरवले. याशिवाय महाराष्ट्राच्या एकत्रीकरणाला मदत करण्याचेही त्यांनी वेळोवेळी मान्य केले होते. अशा रीतीने संयुक्त महाराष्ट्र सभा निष्प्रभ ठरली होती. तरीही साहित्य संमेलने किंवा पत्रकार परिषदांनी संयुक्त महाराष्ट्राचा सातत्याने पाठपुरावा केला. श्री. ग. त्र्यं. माडखोलकरांनी १२ जुलै १९४२ रोजी महात्मा गांधींशी पत्रव्यवहार केला होता. उत्तरामध्ये महात्मा गांधीजींनी संयुक्त महाराष्ट्राची कल्पना उचलून धरली होती. मात्र त्यांचा मुंबई प्रांत महाराष्ट्रात सामील करण्यास विरोध होता. काँग्रेसने वेळोवेळी महात्मा गांधींच्या या मताचा आश्रय घेण्याचा प्रयत्न केला होता. मुंबई येथे ३० व ३१ मे १९४३ साली ज.स.करंदीकर यांच्या अध्यक्षतेखाली मराठी पत्रकार परिषद भरविली होती. या परिषदेमध्ये दोन महत्त्वाचे ठराव पास करण्यात आले होते. १) स्वंतत्र्य विदर्भ राज्याची मागणी पुन्हा करण्यात आली. २) संपूर्ण महाराष्ट्राच्या मागणीचा ठराव जो संयुक्त महाराष्ट्र सभेने मांडला होता, तोच मान्य करून करण्यात आला.

महाविदर्भ महाराष्ट्रात सामावून घेण्यासाठी भाषेच्या तत्त्वावर मागणी करून महाराष्ट्र एकीकरणाची प्रक्रिया प्रभावी व्हावी असा मूलभूत हेतू होता. डॉ. मुकुंदराव जयकर यांच्या अध्यक्षतेखाली अमरावती येथे ३ ऑक्टोबर १९४३ रोजी महाविदर्भ परिषदेचे एक अधिवेशन भरले होते. याशिवाय या परिषदेने महाराष्ट्राच्या एकीकरणास मदत करण्याचे मान्य केले होते. महाविदर्भाबाबत ठराव अशा प्रकारे करण्यात आला. अमरावती, अकोला, नागपूर, भंडारा, चांदा जिल्हा यांच्या सीमेवर असणारा मराठी भाषिक भाग, त्याशिवाय खांडवा, बैतुल, छिंदवाडा, बालाघाट आदि भाषिक प्रांतातून मराठी भाग त्या त्या जिल्ह्यामधून वेगळे करून त्याला सलग मराठी भाषिक प्रदेशांना जोडावे. अशा प्रकारची मागणी करण्यामागे अशी भूमिका होती की, महाविदर्भ मागणाऱ्यांनी भाषेच्या तत्त्वावर मागणी करून महाराष्ट्राच्या एकीकरणाची

प्रक्रिया प्रभावी करावी. यावरून आपणास असे दिसते की, महाराष्ट्राच्या एकत्रीकरणाच्या दृष्टीने महाविदर्भाची मागणी उपकारक ठरली. महाविदर्भाची मागणी करणारी ही चळवळ १९४३-४५ या काळात महायुद्धामुळे थंडावली होती. मात्र दुसऱ्या महायुद्धाची समाप्ती झाल्यानंतर या चळवळीने पुन्हा जोर धरला.

४) नव्या समितीची स्थापना :

भारताच्या स्वातंत्र्याची चाहूल लागल्यानंतर त्याच्या घटकांचा एकजिनसीपणा साधेल अशा रीतीने भाषिक तत्त्वावर पुनर्रचना करावी या मागणीने जोर पकडला. बेळगाव येथे १२ मे १९४६ रोजी एक साहित्य संमेलन भरले. त्यात या विचाराने आकार धारण केला. या साहित्य संमेलनामध्ये ग. त्र्यं. माडखोलकर ललित साहित्य विभागाचे अध्यक्ष म्हणून नेमले गेले होते. आपल्या अध्यक्षीय भाषणात त्यांनी संयुक्त महाराष्ट्रावर पूर्णपणे भर दिल्याचे दिसते. याच संमेलनात 'संयुक्त महाराष्ट्र समिती' स्थापन केली होती. या समितीत प्रा.द. वा. पोतदार, श्री.शंकरराव देव, श्री. केशवराव जेधे, श्री. शं. ना. नवरे, श्री. ग.त्र्यं. माडखोलकर आदी सभासद होते.

अ) संपूर्ण स्वातंत्र्य : जोपर्यंत संयुक्त महाराष्ट्र निर्माण होत नाही तोपर्यंतच्या काळात भाषिक, शैक्षणिक आणि सांस्कृतिक उन्नती होण्यासाठी हैद्राबाद संस्थानामधल्या मराठवाडा या शिवाय गोमंतक या प्रदेशांना संपूर्ण प्रादेशिक स्वायत्तता द्यावी.

ब) जनतेचा कौल : संयुक्त महाराष्ट्राचे संयोजन व प्रांतरचना, याविषयी विचार करताना त्यांच्या सर्व सरहद्दीवर असणारे बेळगाव, कारवार, आदिलाबाद, गुलबर्गा, बिदर, छिंदवाडा, बालाघाट, बैतुल, निमाड आदि जिल्ह्यांमध्ये मिश्रवस्ती आहे त्या ठिकाणी कायम वास्तव्य करून राहणाऱ्या जनतेचे प्रौढ व गुप्त मतदान पद्धतीने मत घेऊन ते प्रांत कोणत्या भागात घालावे हे ठरवावे. या ठिकाणाहूनच खऱ्या अर्थाने संयुक्त महाराष्ट्र लढ्यास सुरुवात झाली.

समितीचे प्रमुख उद्देश :

१) भाषावार राज्यरचनेच्या तत्त्वानुसार महाराष्ट्र राज्यात अजून समाविष्ट न झालेले मराठी भाषिकांचे सलग प्रदेश या राज्यास जोडून घेणे.

२) लोकसत्ताक व समाजवादी महाराष्ट्र प्रस्थापित करणे.

३) सामाजिक, आर्थिक व राजकीय समता स्थापन करून महाराष्ट्राच्या जीवनाची सहकारी तत्त्वावर उभारणी करणे.

४) समितीने पुरस्कार दिलेला कार्यक्रम तडीस नेणे.

संघर्षाची दिशा :

१) लोकशाहीसंमत शांततामय साधनांचा उपयोग करणे.

२) जनजागृती व संघटन करून पर्यायी शक्ती निर्माण करणे.

३) महाराष्ट्राच्या मूलभूत समस्या लक्षात घेऊन आणि आर्थिक, औद्योगिक व शेतीविषयक सर्वांगीण विकासाच्या योजना तयार करून शिक्षणाच्या व आंदोलनाच्या मार्गाने त्या कार्यवाहीत आणणे.

४) सहकारी जीवन व समाजवाद यांचे जनतेला शिक्षण देणे.

संयुक्त महाराष्ट्र समितीमध्ये त्यांची सर्व ध्येय-धोरणे मान्य असणाऱ्या कामगार, शेतकरी, युवक व महिला संघटनांना सहभागी होता येणार होते. पुणे येथे १२ मे १९४६ रोजी संयुक्त महाराष्ट्र चळवळीची पहिली सभा भरवण्यात आली. त्यात दोन महिन्यांच्या आत परिषद बोलविण्याचे ठरविण्यात आले.

५) संयुक्त महाराष्ट्र - डॉ. आंबेडकरांची भूमिका :

जुलै १९४६ च्या तरुण भारत दैनिकात ना. रा. शेंडे या व्यक्तीने डॉ. बाबासाहेब आंबेडकरांना संयुक्त महाराष्ट्र चळवळीला पाठिंबा देण्याचे आवाहनही केले होते. भाषावार प्रांतरचना करण्यास डॉ. आंबेडकर उत्सुक नव्हते. भाषावार प्रांतरचना केल्यास हिंदुस्थानची अवस्था युरोपसारखी होऊन त्यात अनेक राष्ट्रे निर्माण होतील आणि प्रत्येक प्रांताने तेथील बहुसंख्य लोकांची भाषा हीच सरकारच्या व कायदेमंडळाच्या तसेच उच्च न्यायालयाच्या कामकाजाची भाषा केल्यास, मध्यवर्ती सरकारला प्रांताशी अनेक भाषातून पत्रव्यवहार करावा लागेल आणि भाषावार प्रांतरचनेमुळे ऐक्यभावना वाढीस लागण्याऐवजी हिंदुस्थानचे अधिक तुकडे पडतील असे डॉ. आंबेडकरांना वाटत होते. मात्र मुंबई संयुक्त महाराष्ट्रातच असावी असा त्यांचा आग्रह होता.

६) संयुक्त महाराष्ट्र परिषदेचे कार्य

पुणे येथील सभेत यांच्या अध्यक्षतेखाली महाराष्ट्र एकीकरण परिषद भरवण्यात आली. मराठी प्रांत स्वतंत्र निर्माण करण्यासाठी आवश्यक खटाटोप करण्याकरिता संयुक्त महाराष्ट्र परिषद ही स्वतंत्र संस्था निर्माण झाली होती व ती स्वतःच अंतर्धान पावली देखील. या परिषदेचे साहित्य संमेलनाबरोबर घटनात्मक नाते उरले नव्हते. इ.स.१९५५ पर्यंत ही संस्था स्वतंत्र अस्तित्वाने आणि महाराष्ट्राची प्रतिनिधी या रूपाने काम करीत होती. महाराष्ट्र एकीकरण परिषदेने पुढील ठराव

केले होते.

१) लवकरात लवकर सर्व सलग मराठी भाषा प्रदेशांचा एक प्रांत स्थापन करणे.

२) मराठी प्रदेशाचे काही तुटक विभाग आहेत त्याविषयी विचार करावा.
अ) ब्रिटिश मुंबई प्रांतातला मुंबई शहरासह मराठी भाषा भाग.
ब) हैद्राबादमधील मराठी भाषा भाग.
क) पोर्तुगीजांच्या अंमलाखालचा गोमांतक प्रदेश.

पुण्यातील समितीच्या सभेमध्ये २८ सप्टेंबर १९४६ रोजी घटना मंजूर करण्यात आली. ठरल्याप्रमाणे १५ डिसेंबर १९४६ रोजी घटनेप्रमाणे निवडणूक होऊन ४४ प्रतिनिधी निवडले. जळगाव येथे परिषदेचे अधिवेशन १३ व १४ एप्रिल १९४७ रोजी भरवण्यात आले. त्यामध्ये कार्यकारी मंडळाची निवड करण्यात आली. अध्यक्षपदी श्री. शंकरराव देव, उपाध्यक्षपदी बियाणी व पूनमचंद रांका, विदर्भाचे व दिगंबर बिंदू, मराठवाड्याचे जेधे, पोतदार, मुख्य कार्यवाहपदी ग. त्र्यं. माडखोलकर, नवरे व गोकळे हेच परिषदेच्या कार्यामध्ये टिकले होते. बाकीची मंडळी तटस्थ राहिली तर काहींनी विरोध दर्शविला. या सर्व घटना घडत होत्या. दरम्यानच्या काळात १७ जून १९४७ रोजी दार कमिशन नेमण्यात आले. पुढे १५ ऑगस्ट १९४७ रोजी स्वातंत्र्य मिळाल्याने लोकांच्या आनंदास पारावार उरला नाही. परंतु त्यानंतरही दुर्दैवाने त्यांच्या अपेक्षेप्रमाणे मराठी भाषकांचे महाराष्ट्र राज्य निर्माण झाले नाही व पुढे तब्बल १३ वर्षांचा काळ जावा लागला.

प्रत्यक्ष संघर्षाला सुरुवात :

मोरारजी देसाई हे १८ नोव्हेंबर १९५५ रोजी त्रिराज्य योजनेच्या मसुद्यास विधान सभेची संमती घेण्यासाठी एक ठराव मांडणार होते. सेनापती बापटांच्या नेतृत्वाखाली ओव्हल मैदानावरून मोर्चा निघाला. परळ, लालबाग, बेळगाव, कारवार, निपाणी, सातारा, कुलाबा या भागातून हजारोंच्या संख्येने कार्यकर्ते व जनता विधानभवनाकडे जाऊ लागली. विधानसभेकडे जाण्यासाठी मिरवणूक दुपारी दोन वाजता फाऊंटन चौकात आली. सेनापती बापटांच्या नेतृत्वाखाली निदर्शकांनी बंदी मोडताच ५०० निदर्शकांना अटक झाली. यात १६ महिला होत्या. लाठीमार सुरू झाला. पोलिसांनी अश्रूधुरांची नळकांडी फोडली. काही लोक जखमी झाले. विधानसभेत चार तास गरमागरम चर्चा झाली. बैठक समाप्त झाली.

संध्याकाळी कामगार मैदानावर ४०-५० हजार कामगारांची सभा झाली.

डॉ. डांगेंनी सभेला आवाहन केले. त्रिराज्य योजना हाणून पाडण्याचा बेत ठरला. नोव्हेंबर १९५५ रोजी एक दिवसाचा संप संयुक्त महाराष्ट्र कृती समितीने आखला. २० नोव्हेंबर रोजी मोरारजी देसाई व स. का. पाटील यांनी चौपाटीवर सभा घेतली. या सभेत स. का. पाटील बेताल बोलले. आपल्याच मराठी माणसांना असंख्य दूषणे दिली. देसाईंनीही अशी बेताल विधाने केल्याने जनतेने स्टेजवर फाटकी-तुटकी पायताणे, दगडे मारली. स. का. पाटलांना चपलांचा हार घातला. त्यामुळे देसाई, पाटलांना पळून जावे लागले.

संघर्ष आणि पंधरा हुतात्मे :

१०० आमदारांनी आपले राजीनामे हिरे यांच्याकडे दिले, पण त्यांनी विश्वासघात केला. जनतेने मात्र आपला विरोध प्रकट केला. २१ नोव्हेंबर १९५५ रोजी लाक्षणिक संपासाठी जनता ओव्हल मैदानाकडे चालली. पोलीस बंदोबस्त अत्यंत कडक होता. फाऊंटनकडे निघालेला हा समुदाय जवळपास ४ ते ६ लाखांचा होता. सेनापती बापट यांच्या नेतृत्वाखाली बंदीहुकूम मोडण्यात आला. पोलीसांनी बेफाम गोळीबार केला आणि त्यात १५ जण ठार तर ३०० जण जखमी झाले. श्री. एस.एम. जोशी, नौशेर भरुचा, अमोल देसाई दंग्याच्या ठिकाणी आले व सर्वांना चौपाटीवर नेले. ४०० च्या वर लोकांना यावेळी अटक करण्यात आली. हुतात्म्यांमध्ये फणसवाडीचा तरुण विद्यार्थी सीताराम पवार होता.

या हत्याकांडाचा निषेध म्हणून पां. वा. गाडगीळांनी आपला विधानपरिषद सभासदत्वाचा राजीनामा दिला. पुणे, नाशिक, कोल्हापूर, बेळगाव येथे कडक हरताळ पाळून सरकारचा निषेध करण्यात आला. सीताराम पवार या विद्यार्थ्यांच्या हौतात्म्याने संघर्ष वाढला. २२ नोव्हेंबर १९५५ ला मोरारजींनी मांडलेला ठराव बारगळला. यानंतर संघर्षाला जोर चढला. सत्ताधारीही जणू जिद्दीला पेटले होते. त्रिराज्याचा ठराव फेटाळला गेल्यामुळे नेहरूही अस्वस्थ झाले.

पं. जवाहरलाल नेहरू यांचे विचार : शिवाजी पार्क मैदानावर ११ जानेवारी १९५६ रोजी एक प्रचंड मोठी सभा झाली. या सभेमध्ये या चळवळीस सक्रीय पाठिंबा जाहीर करण्यात आला. पोलिसांनी दडपशाहीचा प्रयत्न केला. अनेक लोकांना पकडले. तरी देखील निदर्शने करीतच होती. सरकार, पोलिस, होमगार्ड यांचा सर्वच थरातून निषेध करण्यात येऊ लागला. संयुक्त महाराष्ट्राच्या मागणीला पोलिसांच्या अत्याचाराने अधिक जोर चढला. यावेळी आता केंद्र सरकारला नुसती बघ्याची भूमिका घेऊन चालणार नव्हते. केंद्राच्या निष्क्रियतेवर जोरदार टीका होऊन तातडीने

या प्रश्नात लक्ष घालण्याची मागणी होऊ लागली. या सर्वांवर कडी पंडित नेहरूंच्या १६ जानेवारी १९५६ च्या भाषणाने केली. ते भाषण, म्हणजे भारत सरकारचा निर्णय, आकाशवाणीवरून प्रसारित केला गेला. त्यात त्यांनी असे म्हटले की,

१) मुंबई हा केंद्रशासित प्रदेश राहील.
२) विदर्भासह सर्व मराठी भाषिकांचा महाराष्ट्र आणि सौराष्ट्र, कच्छसह गुजरात अशा प्रकारची दोन राज्ये निर्माण केली जातील.
३) सर्व पक्षांचे मतैक्य घेऊन सीमाविषयक सर्व तंटे सोडवले जातील.
४) नव्यानेच विस्तारलेल्या म्हैसूरच्या राज्यामध्ये सर्व कानडी भाषिक प्रदेशांचा समावेश करण्यात येईल.

सरकारने असा निर्णय जाहीर केल्यानंतर मुंबई अक्षरशः पेटलीच. नेतृत्वाबद्दल मराठी जनतेचा पूर्ण भ्रमनिरास झाला. राज्यभर प्रचंड तणाव निर्माण झाला. मुंबई बंद पाळण्यात आला. लोकमत प्रक्षुब्ध बनले. परिस्थिती हाताबाहेर गेली. लोकांच्या भावना पेटल्या, त्यामुळे पोलिसांनी दिसेल त्याला गोळ्या घालायला सुरुवात केली. बच्या बर्वे, बंडू गोखले यासारखी शाळकरी मुलेही मारली गेली. १६ जानेवारी १९५६ रोजी ठाकूरद्वार येथे पोलिसांनी गोळीबार केला. लोकही पोलिसांच्या हिंसाचारास न जुमानता हिंसाचारानेच उत्तर देऊ लागले.

संयुक्त महाराष्ट्र समितीची निर्मिती :

६ फेब्रुवारी १९५६ रोजी संयुक्त महाराष्ट्र समिती स्थापन झाली. सत्याग्रहाचे सत्र सुरू झाले. संयुक्त महाराष्ट्र समितीच्या कार्यकर्त्यांनी दिल्लीला मोर्चा काढला. शेवटी या दबावापुढे नेहरूंना भाषिक पुनर्गठनाची कल्पना स्वीकारावी लागली. ३० ऑगस्ट १९५६ रोजी बैठकीत द्वैभाषिक महाराष्ट्र राज्याचा ठराव भाऊसाहेब हिरेंनी मांडला. यशवंतराव चव्हाणांनी ठरावास अनुमोदन दिले. १९५६ नोव्हेंबर मध्ये यशवंतराव चव्हाण द्वैभाषिक राज्याचे पहिले मुख्यमंत्री बनले.

द्विभाषिक राज्य निर्मितीस विरोध :

द्विभाषिक राज्याचा कॉंग्रेसचा हा निर्णय सर्वसामान्यांना निराश करणाराच होता. नेहरूंच्या दबावाखाली येऊन हा निर्णय महाराष्ट्रीय कॉंग्रेस नेत्यांनी मान्य केला होता. गुजरातची जनताही भडकली होती. त्यामुळे जनतेच्या भावना विचारात घेऊन तडजोड करण्याचे ठरवले. २१ नोव्हेंबर हा दिवस हुतात्मा दिन म्हणून पाळण्याचे ठरले. मराठी व गुजराती लोकांना स्वतंत्र राज्य हवे होते. सर्वसामान्य जनता

सरकारविरुद्ध उठली होती. संयुक्त महाराष्ट्र समितीचा लोकांवर प्रभाव वाढतच चालला होता. काँग्रेस सामान्य जनतेला आपल्या बाजूने वळविण्याचा प्रयत्न करीत होती. परंतु त्याचा काहीच उपयोग झाला नाही.

१९५७ ची सार्वत्रिक निवडणूक : संयुक्त महाराष्ट्र समितीने प्रथमपासून द्विभाषिक राज्याला विरोध केला होता. समितीने अध्यक्ष काँ. डांगे, काँग्रेसजन परिषद, शेड्युल कास्ट फेडरेशन वगैरे घटकपक्षांना एकत्र करून निवडणुकीमध्ये काँग्रेसपुढे आव्हान उभे केले. १० डिसेंबर १९५६ च्या मुंबई महापालिकेच्या पोटनिवडणुकीत काँग्रेसचा सपशेल पराभव केला. इ.स.१९५७ च्या सार्वत्रिक निवडणुकीत पश्चिम महाराष्ट्रामध्ये काँग्रेसचे पानिपत झाले. मुंबईतही काँग्रेसपेक्षा संयुक्त महाराष्ट्र समितीला जास्त मते मिळाली होती. या निवडणुकीने सिद्ध झाले की, महाराष्ट्राचे लोकमत द्विभाषिकांच्या विरुद्ध आहे.

११ एप्रिल १९५७ रोजी मुख्यमंत्री यशवंतराव चव्हाणांनी नवे मंत्रीमंडळ बनविले. त्यामध्ये गुजरात व सौराष्ट्रला पुरेसे प्रतिनिधित्व मंत्रीमंडळात देण्यात आले. परंतु महाराष्ट्र व गुजरातमध्ये भावनिक जवळीक कधीच निर्माण झाली नाही. दिवसेंदिवस महाराष्ट्र, गुजरात या दोन राज्यांमध्ये दुरावा वाढत होता.

पंडित नेहरूंचा निर्णय :

महाराष्ट्रीय लोकांच्या भावना किती तीव्र आहेत हे नेहरूंना प्रतापगडावरील शिवप्रतिमेच्या प्रतिष्ठापनेवेळी समजले. यशवंतराव चव्हाणांनी आपल्या 'ऋणानुबंध' या पुस्तकात १९५७ साली प्रतापगडावर शिवाजी महाराजांच्या पुतळ्याच्या उद्घाटनावेळी नेहरूंना आलेला अनुभव नमूद केला आहे. ठिकठिकाणी नेहरूंना काळे झेंडे दाखवून निषेध नोंदविण्यात आले होते. या सर्व परिस्थितीमुळे नेहरूंना सुद्धा द्विभाषिक राज्य जनतेत रुजू शकत नाही याची खात्री पटली. मुंबईसह संयुक्त महाराष्ट्र या कल्पनेचे कट्टर विरोधक स. का. पाटील यांनासुद्धा द्विभाषिकाबद्दल फेरविचार करण्याची आवश्यकता वाटू लागली. श्रीमती इंदिरा गांधींनी चंडीगढ अधिवेशनात द्विभाषिक मुंबई राज्याचा प्रश्न उपस्थित करून तो सोडविण्यासाठी नऊ सदस्यांची समितीची स्थापना केली व या समितीने दौरे करून जानेवारी १९६० मध्ये द्विभाषिक मुंबई राज्याच्या विभाजनाची शिफारस केली.

दोन राज्यांची निर्मिती :

द्विभाषिक राज्य संपुष्टात आणून गुजरात व महाराष्ट्र ही दोन स्वतंत्र राज्ये

निर्माण करण्याची निश्चिती झाली. त्यानुसार काँग्रेसने मराठी व गुजराती भाषिक राज्ये निर्माण करण्याचे ठरविले. दोन्ही राज्यांमध्ये आर्थिक व्यवहाराविषयी बोलणी करायला सुरुवात झाली. यशवंतराव चव्हाणांनी १४ मार्च १९६० रोजी द्विभाषिक राज्याचे विसर्जन करणारे विधेयक मांडले. त्यामध्ये खालील मागण्या करण्यात आल्या होत्या.

१) कच्छ, सौराष्ट्र, गुजरात मिळून गुजरात हे नवे राज्य बनवावे.

२) मराठी भाषिक राज्यास मुंबई नाव द्यावे, पुढे मुंबई ऐवजी महाराष्ट्र नाव द्यावे असे सुचविले.

३) गुजरात राज्यामध्ये डांग, पश्चिम खानदेशामधील १५६ खेडी व उंबरगाव तालुक्यातील ५० खेडी समाविष्ट करावीत.

लोकसभेत २८ मार्च १९६० रोजी हे विधेयक मांडले गेले. पुढे ते चिकित्सा समितीकडे पाठविले. समितीने त्यावर चर्चा केली. १४ एप्रिल १९६० रोजी समितीने आपला अहवाल दिला. २१ एप्रिल १९६० रोजी राज्यसभेनेही त्यास मंजुरी दिली. अशा रीतीने १ मे १९६० रोजी महाराष्ट्र राज्याची निर्मिती झाली. नवमहाराष्ट्र राज्यामध्ये २६ जिल्हे आणि २२९ तालुके होते. अशा रितीने मुंबईसह महाराष्ट्राची निर्मिती झाली. यावेळी मुंबई पुनर्रचना कायदा पास केला गेला. तो पुढीलप्रमाणे आहे

मुंबई पुनर्रचना कायदा (१९६०) कलम ३ खंड १ :

१) द्विभाषिक मुंबई राज्याचे १ मे १९६० रोजी महाराष्ट्र व गुजरात असे दोन भाग केले.

२) मुंबई राज्यातला खाली नमूद करण्यात आलेला प्रदेश गुजरातमध्ये समाविष्ट केला जाईल. अ) बनातवाडा, महेसाणा, साबरकांठा, अहमदाबाद, कैरा, कच्छ, जामनगर, जुनागढ, भावनगर, पंचमहाल, बडोदा, राजकोट, भडोच, सुरेंद्रनगर, सुरत, डांग अमरेली हे जिल्हे. ब) ठाणे जिल्ह्यातील उंबरगाव तालुक्यातील खेडी, पश्चिम खानदेशात नंदुरबार, नवापूर तालुक्यातील खेडी-प्रदेश पूर्वीच्या मुंबई राज्याचा भाग असणार नाहीत. मुंबई राज्याचा उर्वरित भाग महाराष्ट्र या नावाने ओळखला जाईल. पश्चिम खानदेशातील जिल्हे महाराष्ट्रात सामील केले गेले.

राज्याची रचना :

१ मे १९६० रोजी अस्तित्वात आलेल्या राज्यात पूर्वमुंबई राज्याचे १३ जिल्हे, मराठवाडा, विदर्भ हा भाग समाविष्ट झाला. चार प्रमुख विभाग व २६

जिल्ह्यांचा प्रदेश म्हणजे महाराष्ट्र झाला.

१) मुंबई विभाग : बृहन्मुंबई, ठाणे, कुलाबा, रत्नागिरी, नाशिक, धुळे, जळगाव.

२) पुणे विभाग : पुणे, अहमदनगर, सातारा, सांगली, कोल्हापूर, सोलापूर.

३) नागपूर विभाग : नागपूर, वर्धा, चंद्रपूर, भंडारा, यवतमाळ, अमरावती, अकोला, बुलढाणा.

४) औरंगाबाद विभाग : औरंगाबाद, बीड, नांदेड, परभणी, उस्मानाबाद. अशा प्रकारे महाराष्ट्र राज्याची निर्मिती झाली.

✴ डॉ. आंबेडकरांनंतरची दलित चळवळ

६ डिसेंबर १९५६ रोजी डॉ. बाबासाहेब आंबेडकर यांचे निर्वाण झाले. दलितांचा उद्धारक गेल्यामुळे तमाम दलित जनतेच्या मनात पोरकेपणाची भावना उत्पन्न झाली. डॉ. आंबेडकरांनी आपल्यातील दलितांची अस्मिता जागी करण्याचे इतके प्रचंड कार्य केले होते की, त्यांच्या पश्चातही दलितांच्या संघटित शक्तीची दखल घेणे सर्वांनाच भाग पडले. डॉ. बाबासाहेबांच्या नंतर दलित चळवळीचे सामर्थ्य वाढले. पण नंतरच्या फाटाफुटीमुळे शक्ती विभाजित झाली.

१९५७ च्या निवडणुकीत यश :

१ मार्च आणि ११ मार्च रोजी पार पडलेल्या सार्वत्रिक निवडणुकीत शेड्युल्ड कास्ट फेडरेशनला चांगले यश मिळाले. यावेळी तो संयुक्त महाराष्ट्र समितीचा घटकपक्ष होता. यावेळी फेडरेशनचे आठ खासदार आणि १७ आमदार निवडून आले. या आठ खासदारास पुढे ए. शिवराज हे येऊन मिळाले. शिवराज हे चिंगलपूर (मद्रास राज्य) येथून उमेदवार म्हणून निवडणूक लढवून यशस्वी झाले होते. महाराष्ट्रातील १७ आमदारांशिवाय १९५७ च्या निवडणुकीत शेड्युल्ड कास्ट फेडरेशनच्या तिकिटावर पंजाबमधून ५, म्हैसूर राज्यातून २, आंध्र प्रदेशातून २९ आमदार निवडून आले होते.

रिपब्लिकन पक्षाची स्थापना :

डॉ. बाबासाहेब आंबेडकर लोकशाहीचे कट्टर पुरस्कर्ते होते. लोकशाही व्यवस्थेत जातीच्या आधारावर स्थापन झालेल्या संकुचित विचाराच्या पक्षांना स्थान असू शकत नाही असे त्यांचे स्पष्ट मत होते. आपल्या कोणत्याही चळवळीचा पाया जातीय असू नये अशी त्यांची मनोमन इच्छा होती. सन १९४२ मध्ये त्यांनी स्थापन केलेला शेड्युल्ड कास्ट फेडरेशन हा पक्ष त्यांच्या दृष्टीने एक तडजोड होती. दिल्लीला

३० सप्टेंबर १९५६ रोजी कास्ट फेडरेशन बरखास्त करण्याचा ठराव पास केला आणि याच बैठकीत सर्वसमावेशक 'रिपब्लिकन पार्टी ऑफ इंडिया' हा पक्ष स्थापन करण्याचा निर्णय घेतला होता. परंतु धर्मांतराच्या सोहळ्यामुळे पक्ष स्थापनेचा निर्णय पुढे लांबत गेला व ६ डिसेंबर रोजी बाबासाहेबांचे निर्वाण झाले.

डॉ. बाबासाहेबांच्या स्वप्नातला रिपब्लिकन पक्ष स्थापन करावा म्हणून दलित जनतेने पुढाऱ्यांवर दबाव टाकण्यास सुरुवात केली. म्हणून २१ एप्रिल १९५७ रोजी नागपूरला बैठक घेऊन त्यात शेड्युल्ड कास्ट फेडरेशनचे रुपांतर रिपब्लिकन पक्षात करण्याचा निर्णय घेतला आणि ३ ऑक्टोबर १९५७ रोजी सात लाख लोकांच्या उपस्थितीत रिपब्लिकन पार्टी ऑफ इंडिया ची स्थापना करण्यात आली. प्रथम एन. शिवराज यांची अध्यक्ष म्हणून निवड करण्यात आली.

रिपब्लिकन पक्षात फूट :

दुर्दैवाने महाराष्ट्रातील दलित चळवळ फार काळ अभंग राहू शकली नाही. एक म्हणजे आंबेडकरांच्या स्वप्नातील व्यापक राजकीय, सामाजिक व आर्थिक पाया असलेला रिपब्लिकन पक्ष अस्तित्वात आला नाही. रिपब्लिकन नेत्यांनी स्थापन केलेला नवा पक्ष म्हणजे शेड्युल्ड कास्ट फेडरेशनचा वेगळा अवतार ठरला. दुसरे म्हणजे नव्याने स्थापन झालेल्या रिपब्लिकन पक्षाला अल्पावधीतच फुटीचे वेध लागले. रिपब्लिकन पक्षाची स्थापना झाल्यावर एका वर्षाच्या आतच बी.सी. कांबळे हे दुरुस्त रिपब्लिकन पक्ष या नावाने आपल्या वेगळ्या चुली मांडण्याच्या तयारीला लागले.

रिपब्लिकन पक्षाच्या फाटाफुटीच्या राजकारणातील सर्वात दुःखाची गोष्ट अशी की, पक्षफुटीला कसलाही तात्त्विक आधार नव्हता. रिपब्लिकन पक्षात तात्त्विक मतभेदामुळे नव्हे, तर नेतृत्वासंबंधीच्या वादामुळे फूट पडली होती. पक्षाच्या नेत्यांना दलित जनतेच्या हितापेक्षा आपले व्यक्तिगत अहंकार जपणे जास्त महत्त्वाचे वाटले. प्रत्येक नेता स्वतःला बाबासाहेबांचा खरा वारसदार समजू लागला आणि आपण इतरांपेक्षा श्रेष्ठ आहोत असे मानू लागला. प्रत्येक नेत्याने स्वतःची वेगळी राहुटी उभी करण्याचा प्रयत्न चालविल्याने पक्षात मोठ्या प्रमाणावर उफाळलेल्या गटबाजीमुळे रिपब्लिकन पक्ष फुटीच्या उंबरठ्यावर आला. पक्षनेत्यांचे वेगवेगळे गट आपलाच खरा रिपब्लिकन पक्ष असल्याचा दावा करू लागले व त्याचीच प्रतिक्रिया म्हणून दलित तरुणांनी सन १९७२ मध्ये दलित पँथर या लढाऊ संघटनेची स्थापना केली.

दलित पँथर संघटना दलित समाजावरील अन्याय अत्याचार निपटून काढणारी

सामाजिक संघटना होती. सुरुवातीच्या काळात नामदेव ढसाळ, प्रा. अरुण कांबळे, राजा ढाले, अर्जुन डांगळे, प्रल्हाद चेंदवणकर इत्यादी कार्यकर्त्यांनी ही संघटना अत्यंत जोशपूर्ण जोपासली, वाढविली. याच चळवळीच्या दरम्यान मराठवाडा विद्यापीठास डॉ. बाबासाहेब आंबेडकरांचे नाव देण्यासाठी मोठा संघर्ष महाराष्ट्रात उभा राहिला. या नामांतर लढ्यात दलित पँथर या संघटनेची महत्त्वपूर्ण भूमिका होती. विद्यापीठ नामांतराचा प्रश्न नामविस्तार करून सोडविला गेला. 'डॉ. बाबासाहेब आंबेडकर मराठवाडा विद्यापीठ' असा नामविस्तार झाला. पुढे कांही वर्षांनी दलित पँथर या संघटनेचे रूपांतर राजकीय पक्षात झाले. 'रिपब्लिकन पार्टी ऑफ इंडिया' या नावाने हा नवा पक्ष कार्य करू लागला. पुढे रामदास आठवले, ॲड. प्रकाश आंबेडकर, गंगाधर गाडे, जोंगेद्र कवाडे, टी.एम. कांबळे अशा अनेक कार्यकर्त्यांनी हा पक्ष वाढविला. परंतु तो जास्त काळ टिकाव धरू शकला नाही. सत्तेच्या राजकारणामुळे त्यांच्यात फूट पडली. प्रत्येकाने एक नवा पक्ष काढला. आणि अनेक रिपब्लिकन पक्ष तयार झाले. हे गट एकमेकांशी भांडू लागले. मंत्रीपद, खासदार, आमदार आणि छोटी मोठी पदे घेऊन ते सत्तेचे वाटेकरी झाले. गरीब भाबडी जनता मात्र आहे तेथेच राहिली. आजही हे छोटे छोटे गट आपले स्वतंत्र अस्तित्व टिकूवन आहेत. डॉ. आंबेडकरांनंतर त्यांच्या चळवळीची झालेली अवस्था पाहून आंबेडकरी समाजाला वाईट वाटते. २१ व्या शतकातील विज्ञानवादी जगामध्ये ग्लोबलायझेशन, प्रायव्हेटायझेशन मध्ये अडकलेला हा समाज 'उंच भरारी' मारण्याची तयारी करीत आहे. परंतु त्यांच्या जवळ असणारी जात ही त्यांच्या विकासात त्याला आडवी येते, ही महत्त्वपूर्ण बाब लक्षात घेतली पाहिजे. त्यातूनही हा समाज आपला व देशाचा विकास, प्रगती करीत पुढे निघाला आहे ही मोठी आनंददायी गोष्ट आहे.

*** कामगार चळवळ**

कामगार चळवळीला १९२० नंतर चांगलीच गती मिळाली होती. राष्ट्रीय चळवळीने कामगार वर्गात केलेली राजकीय जागृती, रशियन क्रांतीतील रशियन कामगारांची आघाडीची भूमिका आणि तेथील सोव्हियत शासनात कामगारांना मिळालेले महत्त्वाचे स्थान यामुळे भारतीय कामगारांत उत्साह संचारला होता. महायुद्धानंतर आंतरराष्ट्रीय जगातील सर्व कामगारांच्या ऐक्याबाबत आपली अनुकूलता दर्शविली. परंतु प्रत्यक्ष भारतीय कामगारांना एकत्र आणणारी एकच एक मोठी संघटना नव्हती. त्यामुळे कामगारवर्गाला त्या बाबीची खंत वाटणे साहजिकच होते.

पहिल्या महायुद्धानंतर विविध क्षेत्रातल्या कामगार संघांची भरती आली

होती. अर्थात कामगारांची संख्या वाढली होती. यावेळी १६४ कापड गिरण्यांमधून २,६०,८४७ एवढे प्रचंड संख्येने कामगार कार्यरत होते. विखुरलेल्या विविध कामगार चळवळीत सूत्रबद्धता आणण्यासाठी आणि योग्य मार्गदर्शन करण्यासाठी राष्ट्रीय पातळीवर कामगार संघटना स्थापन करण्याच्या दृष्टीने पावले उचलली गेली आणि शेवटी काँग्रेसच्या पुढाकाराने ७ जुलै १९२० रोजी परळ (मुंबई) येथे भरलेल्या कामगारांच्या सभेत 'अखिल भारतीय कामगार महासभा' स्थापन झाली.

'ऑल इंडिया ट्रेड युनियन' ने एकूण ६४ छोट्यामोठ्या कामगार संघटना व त्यातील लाखो कामगार संलग्न करून घेतले. संघटनेचे पहिले अधिवेशन ३१ ऑक्टोबर १९२० मध्ये लाला लजपतराय यांच्या अध्यक्षतेखाली एम्पायर नाट्यगृह, मुंबई येथे भरले. स्वागताध्यक्ष जोसेफ बॅप्टिस्टा हे होते. काँग्रेसचे पुढारी मोतीलाल नेहरू, ॲनी बेझंट, विठ्ठलभाई पटेल, म.अली जीना वगैरे यावेळी उपस्थित होते.

इ.स.१९१८ मध्ये बी.पी. वाडिया यांनी मद्रास येथे आधुनिक पद्धतीने 'मद्रास कामगार संघ' स्थापन केला. त्यामुळे या संघाची दिवसेंदिवस सदस्यसंख्या वाढतच होती. त्यामुळे मद्रास उच्च न्यायालयाने कामगारसंघ स्थापन करण्याला बंदी घातली म्हणून कामगार चळवळीला खीळ बसली. मुंबईचे तत्कालीन कामगार नेते ना.म.जोशी यांनी या निर्णयाचा निषेध करून कामगारांना संघ स्थापन करण्याचे स्वातंत्र्य असावे अशी मागणी केली. दरम्यान १९१९ मध्ये कामगारांचे प्रतिनिधी म्हणून ना. म. जोशी यांची मध्यवर्ती कायदेमंडळात नेमणूक झाली होती. कामगारात चैतन्य निर्माण झाले. पुढे मार्च १९२६ मध्ये 'ट्रेड युनियन ॲक्ट' पास होऊन कामगार संघाला सरकारने मान्यता दिली. त्यामुळे एकाच वर्षात कामगार सदस्यांची संख्या एक लक्षावर गेली.

या संघटनेचा उद्देश देशाच्या सर्व भागातील सर्व औद्योगिक क्षेत्रातील कामगार मंडळींच्या कार्यात व ध्येयधोरणात एकसूत्रता आणून कामगारांच्या आर्थिक, सामाजिक व राजकीय हितसंबंधांचे रक्षण व पोषण करणे हा होता. या संघटनेच्या स्थापनेनंतर काही वर्षातच संघटनेच्या उद्देशांबाबत– विशेषतः कार्यप्रणालीबाबत– सदस्यांत मतभेद उपस्थित होऊ लागले. ना. म. जोशींसारख्या नेत्यांना सनदशीर मार्गांनी कामगारांच्या आर्थिक व सामाजिक हितसंबंधांचे रक्षण या संघटनेने करावे असे वाटे. तर साम्यवादी विचारांच्या नेत्यांची धारणा अशी होती की या संघटनेमार्फत समाजवादी तत्त्वज्ञानाचा प्रसार कामगार वर्गात करून त्यांना क्रांतीसाठी तयार करावे. इ.स.१९२१ पासूनच मुंबईच्या गिरणी कामगारांत नेत्यांचा प्रभाव प्रस्थापित होऊ लागला होता. पण १९२६ पासून तो अधिक जाणवू लागला. १९२७ च्या दरम्यान भारतीय कामगार

चळवळीत उजवे आणि डावे असे दोन गट पडले. या दोन गटांच्या संघर्षात चळवळीची पीछेहाट झाली. अनेक संप अयशस्वी झाले. शिवाय कामगार चळवळीला अनिष्ट वळण लागले. १९२७ पासून संपाची वावटळ पुन्हा उठली. या काळात कापड व ताग गिरणी कामगार, रेल्वे कामगार वगैरेंचे दीर्घकालीन प्रचंड संप झाले. औद्योगिक क्षेत्रात स्फोटक परिस्थिती निर्माण झाली. ही परिस्थिती विचारात घेऊन उपाययोजना करणे सरकारला आवश्यक झाले.

कामगार चळवळीमध्ये साम्यवादाचा प्रभाव वाढत असल्याचे पाहून सरकारने द्विउद्देशी धोरण अवलंबिले, द्विउद्देश म्हणजे एका बाजूने साम्यवादी नेत्यांची धरपकड करून साम्यवादी प्रघात दडपून टाकण्याचा सरकारने प्रयत्न केला, तर दुसऱ्या बाजूने कामगारांसाठी सुधारणा घडवून आणण्याचे सरकारने कामगार वर्गाला वचन दिले व त्यानुसार प्रश्नांचा अभ्यास करण्यासाठी सरकारने १९२८ मध्ये 'रॉयल कमिशन' नेमले. या कमिशनला व्हिटले समिती असेही म्हणतात. पण १९२९ च्या नागपूर अधिवेशनामध्ये पं. नेहरूंच्या नेतृत्वाखाली जहाल मतवाद्यांनी 'रॉयल' कमिशनवर बहिष्कार टाकण्याचा निर्णय घेतला व मॉस्को या आंतरराष्ट्रीय कामगार संघटनेशी संलग्नता मान्य केली. परिणामी कामगार संघटना साम्यवाद्यांच्या पूर्णतः प्रभावाखाली गेली. त्यामुळे काँग्रेसमधील इतर मवाळ नेते अस्वस्थ झाले. संघटनेत ऐक्य राखण्याचे ते प्रयत्न करू लागले.

कामगार संघटनांमध्ये फूट

कामगार चळवळीच्या प्रवेशानंतर साम्यवादी लोकांनी अतिशय जहाल-मतवादी भूमिकेचा वापर करण्यास सुरुवात केली. इस.१९२४ मध्ये कामगारांनी मुंबईतील एका गिरणीत बोनस मागणीसाठी संप सुरू केला. हा संप तब्बल चार महिने चालला. श्री. ना. म. जोशी, आर. आर. बाखले, इत्यादी नेत्यांनी कामगारांनी दीर्घ काळ संप न करता मालकांशी तडजोड करून सोडवावा अशी भूमिका घेतली. काम्युनिस्टांनी या भूमिकेला विरोधच केला. जोशींसारख्या नेत्यांना कम्युनिस्टांची चळवळ चालवण्याची व संप करण्याची पद्धत पटत नव्हती. त्यामुळे कामगार चळवळीमध्ये १९२७ मध्ये फूट पडली. कामगारांमध्ये साम्यवादी व सुधारक अशा प्रकारचे दोन वेगवेगळे गट तयार झाले. त्यांनी वेगवेगळ्या कामगार संघटनांची निर्मिती केली. देशपातळीवरही अखिल भारतीय ट्रेड युनियनचे नागपूर येथे अधिवेशन भरले असताना कामगार संघटनेत फूट पडली. देशातील वेगवेगळ्या कामगार संघटनातही कम्युनिस्टांनी फूट पाडण्यास सुरुवात केली. सर्व भारतभर कमगारांचे संप होऊ

लागले. कामगार संघटनेवर वर्चस्व निर्माण करण्याच्या कम्युनिस्टांच्या धोरणामुळे कामगार चळवळीला फार मोठा फटका बसला.

इ.स.१९२९ मधील मि. व्हिटले यांच्या अध्यक्षतेखाली भारतमंत्र्यांनी नेमलेल्या लेबर कमिशनच्या अहवालावर आधारित फॅक्टरी ॲक्ट १९३४ साली जारी करण्यात आला. त्यातील तरतुदींनुसार कामगारांचे कामाचे तास कमी होऊन त्यांना सवलतींचा लाभ मिळाला.

भारतास स्वातंत्र्य मिळाल्यानंतर मुंबई येथे सरदार वल्लभभाई पटेल यांच्या नेतृत्वाने इंडियन नॅशनल ट्रेड युनियन काँग्रेस स्थापन करण्यात आली. इस.१९४८ मध्ये स्थापन झालेल्या हिंद मजदूर पंचायतमध्ये एम.एन. रॉय यांच्या इंडियन फेडरेशन ऑफ लेबर या संघटनेचे विलिनीकरण झाले व या संघटनेचे नवीन नामकरण हिंदू मजदूर सभा करण्यात आले. इ.स.१९४८ मध्ये पास झालेल्या नव्या फॅक्टरी ॲक्ट व किमान वेतन कायद्यामुळे कामगारांच्या जवळ जवळ सर्व मागण्या पूर्ण झाल्या.

आज स्वातंत्र्योत्तर काळामध्ये देशात आणि राज्यात कामगारांच्या हजारो संघटना स्थापन झाल्या. या संघटनांद्वारे कामगारांचे प्रश्न सोडविले जाऊ लागले. कामगारांच्या कुटुंबाचा, त्यांच्या उन्नतीचा विचार या संघटना करू लागल्या. कॉम्प्युटर, इंटरनेटमुळे अखिल विश्वातील कामगार जोडला गेला. त्यामुळे कामगारांच्या चळवळीत जोश आणि विश्वास भरला. आज कामगार आपल्या उन्नतीसाठी जागृत होऊन प्रयत्न करू लागला. महाराष्ट्रात आज कामगारांच्या कितीतरी सामाजिक संघटना कार्य करीत आहेत. कांही राजकीय संघटना कामगार कल्याणासाठी झगडतांना दिसतात. त्यामध्ये शेतकरी कामगार पक्ष, मार्क्सवादी कम्युनिस्ट पक्ष आघाडीवर आहेत. आज कामगार, श्रमकरी, कष्टकरी, श्रमिकांच्या समाजात विकास आणि उन्नती यांचे विचार वाढू लागले आहेत. २१ व्या शतकातील हा श्रमिक समाज बराच सुधारलेला आणि पुढारलेला दिसून येत आहे, हेच या चळवळीचे यश आहे.

*** स्त्रीमुक्ती चळवळ**

स्त्रियांच्या उन्नतीचा प्रयत्न गेली कित्येक वर्षं समाजामध्ये सुरू आहे. त्यासाठी सावित्रीबाई फुले, महात्मा जोतीबा फुले, र. धों. कर्वे, विठ्ठल रामजी शिंदे, न्या. रानडे अशा कितीतरी महान विभूतींनी केला आहे. परंतु स्वातंत्र्यानंतर १९७०-७५ च्या काळात एक नवी जोमदार चळवळ मुंबई-पुण्यासारख्या मोठ्या शहरांमध्ये सुरू झाली. स्त्रियांना पुरुषांइतकेच अधिकार मिळायला पाहिजेत. राजकारण, समाजकारण, आर्थिक क्षेत्र, शैक्षणिक क्षेत्र अशा विविध क्षेत्रात स्त्रियांना मुक्त संचार हवा होता

त्यासाठी हा संघर्ष देशपातळीवर चालू होता. समाजात परिवर्तनाचे नवे विचार वाहत होते. त्यामुळे स्त्रियांच्या या चळवळीचा विचार समाजाने स्वीकारला त्यामुळे स्त्रियांना समानतेचे अधिकार मिळाले. स्त्रियांना समाजात समानतेचा दर्जा मिळाला. स्त्रियांच्या विकासासाठी अनेक योजना राबविल्या गेल्या. स्त्रीमुक्ती चळवळीचे हे सामाजिक यश होते. आजही कितीतरी स्त्रिया अनेक क्षेत्रांमध्ये गगनभरारी घेताना दिसत आहेत. स्त्रियांची ही चळवळ महाराष्ट्रातच नव्हे तर संपूर्ण देशभरात जागृत स्वरूपात असलेली दिसून येते.

❋ शेतकऱ्यांची चळवळ

शेतकरी चळवळ तशी गेल्या कित्येक वर्षांपासून सुरू असलेली आपणास दिसून येते. महात्मा फुले यांनी शेतकऱ्यांच्या कितीतरी प्रश्नांवर ब्रिटिश सरकारकडून न्याय मिळवून दिला. शेतकऱ्यांच्या उन्नतीसाठी, विकासासाठी त्यांनी खूप प्रयत्न केले. 'शेतकऱ्यांचा आसूड' हा ग्रंथ लिहून शेतकऱ्यांच्या दयनीय स्थितीची त्यांनी ओळख करून दिली. त्यानंतर विठ्ठल रामजी शिंदे, कर्मवीर भाऊराव पाटील, पंजाबराव देशमुख अशा कितीतरी मंडळींनी शेतकऱ्यांच्या उन्नतीसाठी प्रयत्न केले. परंतु स्वातंत्र्यानंतरही शेतकऱ्यांची दयनीय अवस्था बदललेली दिसत नाही. अजूनही या देशातील शेतकरी काबाडकष्ट करणारा आणि कर्जाच्या ओझ्याखाली दबला जाणारा आहे. शेतकऱ्यांच्या आत्महत्या ही बाब मराठी माणसाला कलंक लावणारी होती. शेतकऱ्यांचे प्रश्न सुटावेत, त्यांचा आणि शेतीचा विकास व्हावा यासाठी कितीतरी संघटना कार्य करीत आहेत. शेतकऱ्यांच्या विकासासाठी धडपडत आहेत. त्यासाठी रात्रंदिवस सरकारशी झगडत आहेत परंतु शेतकऱ्यांच्या स्थितीत काही सुधारणा होत नाही. शेतकऱ्यांच्या आर्थिक व सामाजिक परिस्थितीत बदल व्हावा त्यासाठीच शेतकरी चळवळ काम करीत आहे. 'शेतकरी कामगार पक्ष' राजकीय संघटन करून ते आपल्या सर्व शक्तीसह ते झगडत आहेत. स्वातंत्र्याच्या ६० वर्षांतही अपेक्षित बदल दिसून येत नाही. हे शेतकऱ्यांचे दुर्दैवंच म्हणावे लागेल. आज २१ व्या शतकातही शेतकऱ्यांची चळवळ जगण्यासाठी समृद्ध होण्यासाठी संघर्ष करीत आहे. या देशातील शेतकरी समृद्ध तर देश आणि येथील जनता समृद्ध आहे असे म्हणता येईल. परंतु येथील परिस्थिती वेगळी आहे. ती बदलण्यासाठी शेतकऱ्यांची सामाजिक चळवळ नेटाने काम करीत आहे.

❋ ❋ ❋

स्वातंत्र्योत्तर काळातील समाजसुधारक आणि समाजसुधारणा

स्वातंत्र्योत्तर काळामध्ये आपल्या देशात अनेक नवीन सामाजिक चळवळींचा उदय झाला. त्यातल्या कांही जोमाने कार्यरत आहेत. सामाजिक परिवर्तनाचे काम या चळवळीद्वारे होत असताना दिसून येते. महाराष्ट्रातही स्वातंत्र्योत्तर काळात कितीतरी नवीन सामाजिक चळवळी निर्माण झाल्या. त्यामध्ये शेतकऱ्यांची चळवळ, कामगार चळवळ, स्त्री मुक्ती चळवळ, अंधश्रद्धा निर्मूलन चळवळ, भ्रष्टाचार प्रतिबंधक चळवळ, बालकामगार चळवळ, अनाथ-अपंगांच्या उन्नतीची चळवळ, बालकामगार चळवळ, दलित चळवळ, भटक्या-विमुक्तांची चळवळ, औद्योगिक क्रांती, आर्थिक प्रगती अशा विविध प्रकारच्या चळवळी समाजाच्या कल्याणासाठी काम करीत असताना दिसत आहेत. तर काही धर्मादाय नोंदणीकृत संस्थेमार्फत, ट्रस्ट, प्रतिष्ठान अशा विविध संघटनांमार्फत समाजातील गोरगरीब, गरजू, होतकरू, नडलेल्या सर्वसामान्य माणसाच्या उन्नतीसाठी झटू लागलेल्या दिसत आहेत. या चळवळींमध्ये प्रामुख्याने बाबा आमटे, डॉ. नरेंद्र दाभोळकर, अण्णा हजारे, बाबा आढाव, अनुताई वाघ, मेधा पाटकर, सिंधुताई सपकाळ, राणी बंग, नसीमा हुरजूक, तीस्ता सेटलवाड अशा कितीतरी समाजसुधारकांची नावे घेता येतील. स्वातंत्र्योत्तर काळात आपापल्या कार्यक्षेत्रामध्ये या समाजसुधारकांनी समाजासाठी मोठे कार्य केले आहे. स्वातंत्र्योत्तर काळातील समाज हा जागृत आणि शिक्षण घेऊन सकळ सुधारला पाहिजे, आपल्या समाजाच्या उन्नतीबरोबर देशाची, राष्ट्राची उन्नती झाली पाहिजे ही विचारधारा घेऊन या महान विभूतींनी महाराष्ट्रामध्ये विविध सामाजिक चळवळींद्वारे समाज प्रबोधनाचे कार्य मोठ्या तळमळीने केले आहे. आपल्या स्वतंत्र्य देशामध्ये आपण चालविलेले आपले स्वतःचे लोकशाही शासनकृत राज्य असताना सुद्धा येथील अज्ञानपणा, अंधश्रद्धा, वाईट चालीरीती, जातिभेद, विषमता, भ्रष्टाचार यामुळे सर्व सामान्य माणसाचा विकास होत नाही. तळागाळातील समाजाची प्रगती होत नाही. सरकारी योजना त्यांच्या पर्यंत पोहोचत नाहीत. त्यामुळे त्यांचा विकासच होत नव्हता. या

सगळ्या गोष्टींचा फायदा सर्व सामान्य माणसाला आणि समाजाला मिळावा त्यासाठीच हे समाजसुधारक कार्यरत आहेत. विधवांचे प्रश्न, कुमारी मातांचे प्रश्न, अनाथांचे प्रश्न, अपंगांचे प्रश्न, स्त्रियांचे प्रश्न, शेतकऱ्यांचे प्रश्न, कामगारांचे प्रश्न, एडस प्रबोधन, स्त्रीभ्रूण हत्या प्रतिबंध, पाण्याचा प्रश्न, धरणे, सरोवरे, आपदग्रस्तांचे प्रश्न अशा कितीतरी प्रश्नांवर आवाज उठवून सर्वसामान्य लोकांना न्याय, स्थैर्य मिळवून देण्याचा प्रयत्न स्वातंत्र्योत्तर काळातील समाजसुधारकांनी केला आहे. त्यांनी केलेले हे कार्य अनन्यसाधारण असे आहे. महाराष्ट्राच्या सामाजिक चळवळीच्या इतिहासात याची नोंद घ्यावीच लागेल. त्यांना आपणाला विसरता येणार नाही.

*** बाबा आमटे**

बाबा आमटे यांचा जन्म २६ डिसेंबर १९१४ रोजी हिंगुणघाट जि. वर्धा येथे झाला. त्यांचे संपूर्ण नाव मुरलीधर देवीदास आमटे असे होते. परंतु, त्यांच्या सामाजिक कार्यामुळे कुष्ठरोग्यांच्या, गोरगरीब, आदिवासी समाजाच्या उन्नतीच्या प्रयत्नामुळे लोक त्यांना आदराने बाबा म्हणत. कुष्ठरोग्यांच्या कल्याणासाठी त्यांनी चालविलेले कुष्ठरोग्यांच्या पुनर्वसनाचे कार्य खरोखरच अद्वितीय असे आहे. थोर समाजसुधारक म्हणून त्यांना महाराष्ट्र आणि भारतात सर्वत्र ओळखले जाते.

सामाजिक कार्य :

महारोग हा एक भयानक रोग समजला जातो. एखाद्याला या रोगाचा उपसर्ग झाला तर तो दुर्दैवी जीव समाजापासूनच उठतो. ही कुष्ठरोग्यांची दयनीय अवस्था पाहून बाबा आमटे यांना फारच वाईट वाटले. कुष्ठरोग्यांचे अपमानास्पद जीवन बदलून त्यांच्या जीवनात आत्मविश्वास भरावा, त्यांना स्वतःचे मानाचे हक्काचे जीवन जगात आले पाहिजे असे त्यांना मनोमन वाटले. त्यासाठी बाबा आमटे यांनी आपला वकिली व्यवसाय सोडून कुष्ठरोग्यांच्या सेवा कार्याला वाहून घेतले. त्यांना या कामात त्यांची सुविद्य पत्नी साधनाताई यांनी मोलाची साथ दिली. त्यासाठी त्यांनी चंद्रपूर जिल्ह्यातील वरोडा या गावाजवळ 'आनंदवन' या नावाची एक वसाहत स्थापन केली. या वसाहतीतील महारोग्यांच्या पुनर्वसनाच्या कामास त्यांनी सुरुवात केली,

बाबा आमटे यांनी कुष्ठरोग्यांवर फक्त उपचार न करता त्यांना आत्मनिर्भर बनविले. त्यांनी कुष्ठरोग्यांना स्वंयरोजगार निर्माण करून दिला. त्यांच्या संस्थेच्या शेतामध्ये सर्वप्रकारची कामे हे कुष्ठरोगी करू लागले. त्या शेतामधून अन्नधान्य,

भाजीपाला, फळे असे विविध प्रकारचे उत्पादन काढले जाऊ लागले. शेतीच्या बरोबरच इतरही कांही हस्तव्यवसाय सुरू झाले. त्यांचा कुष्ठरोग्यांच्या मुलांना खूपच चांगला फायदा झाला. कुष्ठरोगी कुटुंबाच्या जीवनात त्यामुळे नवा प्रकाश निर्माण झाला. ते आत्मनिर्भर तर बनलेच. परंतु स्वकष्टाने आणि स्वाभिमानाने जीवन जगू लागले, हे स्वावलंबन त्यांना बाबांनी मिळवून दिले. तसेच त्यांचा कुष्ठरोग पूर्णपणे नाहीसा करण्याचेही त्यांचे प्रयत्न चालू होते. त्यामुळे कुष्ठरोग्यांच्या जीवनात बाबा आमटे म्हणजे देवच झाले होते.

पुढे बाबा आमटे यांनी महारोगी सेवा समिती स्थापन केली. या समितीमार्फत विविध प्रकारचे उपक्रम चालविले जाऊ लागले. आनंदवन वरोडा (चंद्रपूर), अशोकवन (नागपूर), सोमनाथ मुल (चंद्रपूर), नागेपल्ली–हेमलकसा (गडचिरोली), लोकबिरादरी हेमलकसा (गडचिरोली) अशा विविध ठिकाणच्या उपक्रमांतून कुष्ठरोग्यांच्या जीवनात त्यांनी क्रांती घडवून आणली. कोणताही भेदभाव न मानता स्पृश्य-अस्पृश्यता न मानता सर्वांना समानतेची वागणूक दिली. समानता, मानवता, बंधुभाव, प्रेम, अहिंसा यांची शिकवण त्यांनी येथील जनतेला दिली.

भारत जोडो अभियान :

बाबा आमटे यांच्या मनात गोरगरीब, कष्टकरी, शेतकरी, कामगार अशा लोकांबद्दल अपार तळमळ होती. जातीयतेने, विषमतेने ग्रासलेल्या समाजाला माणुसकीचा मार्ग मिळावा ही त्यांची प्रामाणिक इच्छा होती. समाजातील विषमता नष्ट होऊन समाजात, समानता बंधुभाव आला पाहिजे असे त्यांना वाटत होते. भाषाभेद, वर्णभेद, प्रांतभेद नाहीसे होऊन सारा देश एक झाला पाहिजे असे त्यांना वाटत होते. त्यासाठीच त्यांनी भारतीय जनतेच्या मनात राष्ट्रीय एकात्मतेची भावना वाढीस लागावी या उद्देशाने इ.स.१९८५–८६ मध्ये शंभर दिवसांचे 'भारत जोडो अभियान' पार पाडले. लोकांच्या मनात राष्ट्रप्रेमाची ज्योत प्रज्वलित केली.

नर्मदा बचाव आंदोलन :

नर्मदा नदीवर मध्यप्रदेश आणि गुजरात या दोन राज्यात 'नर्मदा सागर' आणि 'सरदार सरोवर' ही दोन मोठी धरणे बांधण्याची योजना सरकारने आखली, परंतु या प्रकल्पामुळे गरीब आदिवासी जनता आणि हजारो सामान्य शेतकऱ्यांना विस्थापित होण्याचा धोका होता. त्यांची पुनर्वसनाची जबाबदारी ही संबंधित राज्यांनी घेतली नाही. त्यामुळे या प्रकल्पाच्या विरोधात स्थानिक जनतेने, श्रीमती मेधा

पाटकर यांच्या नेतृत्वाखाली 'नर्मदा बचाव' आंदोलन उभारले. बाबा आमटे यांनी या आंदोलनाचे नेतृत्व स्वीकारले त्यामुळे नर्मदा आंदोलनाला फार मोठे सामर्थ्य आणि नैतिक बळ प्राप्त झाले. परंतु सर्वोच्च न्यायालयाच्या निर्णयामुळे ते प्रकल्प होऊ घातले आहेत.

पुरस्कार–मानसन्मान :

बाबा आमटे यांना त्यांनी केलेल्या समाजकार्याबद्दल विविध संस्थांनी पुरस्कार देऊन त्यांचा सन्मान केला आहे. इ.स.१९८५ ला त्यांना रॅमन मॅगेसेसे पुरस्कार, १९८६ पद्मविभूषण, पहिला जे.डी. बिरला पुरस्कार, १९८८ मानवी हक्क पुरस्कार, १९९० ला पेटलुटन पुरस्कार, १९९१ ला राईट लाईव्हलॉकुड अॅवॉर्ड, १९९९ म. गांधी शांतता पुरस्कार, २००२ ला डॉ. बाबासाहेब आंबेडकर मराठवाडा विद्यापीठाची डी.लिट् ही पदवी, असे विविध प्रकारचे पुरस्कार त्यांच्या सामाजिक मानवतावादी कार्यासाठी त्यांना प्राप्त झाले आहेत. बाबा आमटे हे खरोखरच कर्तृत्वशील समाजसुधारक होते.

*** अण्णा हजारे**

अण्णा हजारे या दोन शब्दांना आज जबरदस्त नैतिक बळ प्राप्त झालेलं आहे. अन्याय, अत्याचार, जुलूम, भ्रष्टाचार यांच्या विरोधात लढण्यासाठी महत्त्वाचे नाव म्हणजे अण्णा हजारे होय, असा आत्मविश्वास अनेक साध्या–फाटक्या माणसांना या नावानं दिला आहे. एरवी जुलमाविरुद्ध 'ब्र' ही उच्चारण्याची ज्यांची हिंमत झाली नसती, असे अनेक घटक एकत्र येऊन 'माझ्या गरजांचा प्राधान्यक्रम मंत्रालयाऐवजी ग्रामपंचायतीत किंवा ग्रामसभेत ठरविणार, माझ्या प्रश्नांची उत्तरं मी शोधणार,' अशा विचारांचं स्फुल्लिंग या नावाने गावोगाव चेतविलं आहे. त्याची धग जाणवली की प्रश्नांची सोडवणूक होऊ लागली आहे. साध्या माणसांच्या पायात आणि बाहूत या नावानं नवी ताकद निर्माण केली आहे.

अण्णा हजारे यांचे संपूर्ण नाव किसन बाबुराव हजारे होय. अण्णांचा जन्म १५ जानेवारी १९४० चा. अण्णांचे कुटुंबीय तेव्हा नगरजवळच्या भिंगारमध्ये राहात होते. त्यांचे आजोबा लष्करात छोटी–मोठी सेवा करीत. अण्णा पाच वर्षांचे असताना आजोबांचं निधन झालं आणि त्यांचे वडील पारनेर तालुक्यातील राळेगणसिद्धीला परतले. आत्याने अण्णांना शिक्षणासाठी मुंबईत आणलं. ते सातवीपर्यंत शिकले आणि नंतर चाळीस रुपये महिना पगारावर फुलांच्या दुकानात काम करू लागले. हा

धडपड्या मुलगा एवढ्या मर्यादित कामात रमला नाही. त्यानं स्वतःचंच फुलांचं दुकान सुरू केलं. चांगली मिळकत होऊ लागली. अण्णांनी ही सरळ वाट अचानक सोडून दिली आणि ते लष्करात भरती झाले. त्यांचं प्रशिक्षण औरंगाबादला पूर्ण झालं आणि ट्रकचालक म्हणून त्यांचं काम पंजाबात, अंबाला येथे सुरू झालं. भारत– पाकिस्तान दरम्यान १९६५ मध्ये युद्ध भडकलं. सरहद्दीवरील सैनिकांना रसद पुरविण्याची जबाबदारी सोपविलेल्या पथकात अण्णा होते. पाकिस्तानच्या सेबरजेट विमानांनी या काफिल्यावरच हल्ला केला. बरोबरचे जवळजवळ सारे सहकारी त्यात दगावले. जीवन–मृत्यूची ती झुंज अण्णांनी जवळून अनुभवली. या आपत्तीतून आपण बचावलो, त्यामागे परमेश्वराची काही वेगळी योजना असावी, असं त्यांना वाटू लागलं आणि 'अण्णा हजारे' या नंतर प्रकाशनात आलेल्या नावाला आपली दिशा सापडली. उरलेलं आयुष्य समाजाच्या भल्यासाठीच खर्च करायचा निर्धार त्यांनी केला.

राळेगणसिद्धीचा कायापालट :

राळेगणसिद्धीचं तेव्हाचं नाव राळेगण–शिंदी. गावात हातभट्ट्या, भांडणतंटे. मारामाऱ्या, हातभट्ट्या बंद करण्याची मोहीम अण्णांनी घेतली. प्रारंभी प्रखर विरोध झाला. काही मोजक्या मंडळांना बरोबर घेऊन अण्णांनी निकराचे प्रयत्न केले. समूहशक्तीपुढे धनवान मंडळींची डाळ शिजली नाही. हातभट्ट्या उद्ध्वस्त झाल्या. गावातील भगिनींच्या संसाराला लागलेलं ग्रहण सुटलं. मग ही शक्तीही अण्णांच्या पाठीशी उभी राहिली.

वाट चुकलेलं गाव सन्मार्गावर चालू लागलं. गावात एक स्मशानभूमी अस्तित्वात आली आणि भेदभाव दूर झाले. सामुदायिक विवाहाची प्रथा रूढ झाली आणि अनेक दरिद्री कुटुंबात विवाह सोहळ्याचा आनंद भरू लागला. प्रौढ साक्षरता वर्ग सुरू झाले. रिकामे हात शेताभातातील कामाबरोबरच ज्ञानाच्या शेतातही मशागत करू लागले. 'एक गाव–एक पाणवठा' हे अण्णांचं स्वप्नही आकाराला आलं. राळेगणशिंदीमध्ये अशा अनेक सिद्धी आकाराला येत गेल्या आणि गावाची ओळखच बदलून गेली. राळेगणसिद्धीचं नाव गावकऱ्यांच्या सामूहिक कृतीतून देशाच्या नकाशावर कायमस्वरूपी कोरलं गेलं.

राळेगणसिद्धीच्या विकासाच्या प्रक्रियेतून आदर्श गावांची संकल्पना आकाराला आली. व्यसनाधीनतेपासून, वृक्षतोडीपासून, भांडणं आणि कोर्टकचेऱ्यांपासून गावं दूर जाऊ लागली. परस्परांना सहकार्य करू लागली. अण्णांनी स्थापन केल्या 'हिंद स्वराज ट्रस्ट' तर्फे आदर्श गावांची चळवळ वाढू लागली. गावकरी आपल्या गरजांचं

उत्तर शोधू लागले. त्यासाठीच्या आर्थिक तरतुदी सुचविताना स्थानिक स्वराज्य संस्थांच्या कारभारात त्यांच्या शब्दांना महत्त्व मिळू लागलं. विकासाठी धडपड करीत असलेल्या गावांचं लक्ष राळेगणसिद्धीच्या प्रयोगाकडे केंद्रित झालं आणि या गावाला 'कार्यक्षेत्रा'चं महत्त्व आलं. हा बदल पाहण्यासाठी, अनुभवण्यासाठी महाराष्ट्रातून आणि परराज्यांतूनही ग्रामस्थ येऊ लागले. त्यांचं अनुकरण करण्याचा मंत्र शिकू लागले. गावं बदलू लागली. ग्रामस्थ सुखी-समाधानी होऊ लागले. अण्णांच्या नेतृत्वाखाली साडेतीनशे गावांत 'आदर्श'चा मंत्र पोहोचला. पोपटराव पवार यांच्यासारख्या उमद्या सरपंचाने आपल्या हिवरे बाजार या गावाचा कायापालट घडवून आणला. आंध्र प्रदेशाचे तेव्हाचे मुख्यमंत्री चंद्राबाबू नायडू अधिकाऱ्यांना बरोबर घेऊन राळेगणसिद्धीत दाखल झाले. सर्व प्रयोगांची माहिती त्यांनी जातीनं घेतली; आणि ते प्रयोग आंध्रप्रदेशात राबविण्याची जबाबदारी अण्णांकडे सोपवली. इतरही राज्य सरकारांनी अण्णांकडे या कामांबाबत सल्ला मागितला. राळेगणसिद्धीतील ग्रामविकासाची पाऊलवाट अधिक विस्तृत होत राजमार्गाच्या रूपानं अनेक राज्यात पोहोचली.

अण्णा हजारे यांनी सामाजिक, शैक्षणिक आणि शेतीविषयक उपक्रम राळेगणसिद्धीत राबविले. एक आदर्श ग्राम बनवण्यात अण्णांचा महत्त्वाचा वाटा आहे. त्यांनी राळेगणसिद्धीत अनेक उपक्रम राबविले. ग्रामविकास म्हणजे केवळ भौतिक सुधारणा नव्हे तर गावातील माणसांना आचारशील, विचारशील बनविणे होय. दारूबंदी, अस्पृश्यता निवारण, अंधश्रद्धा निर्मूलन, हुंडाबंदी, सामुदायिक विवाह, ग्रामसफाई, व्यसनमुक्ती यासाठी अण्णांनी खूप प्रयत्न केले.

कृषी विकास :

अण्णांनी पुढाकार घेऊन श्रमदानाने सामुदायिक विहिरी खोदल्या. 'पाणी अडवा-पाणी जिरवा' ही मोहीम राबविली. त्यामुळे गावातील शेतजमिनी ओलिताखाली आल्या. अण्णांनी पुढाकार घेऊन वृक्षारोपण आणि वृक्षसंवर्धन यासारखी अनेक विधायक कामे केली.

शैक्षणिक व आरोग्य विकास : लोकांनी आपल्या मुलांना शाळेत घातलेच पाहिजे, अशी सक्ती त्यांच्यावर करण्यात आली. गावात बालवाडी, प्राथमिक शाळा, वसतिगृहे, वाचनालय यांच्यासाठी सार्वजनिक इमारती अण्णांच्या पुढाकाराने उभ्या राहिल्या. गावात आरोग्य केंद्र सुरू करून कुटुंब नियोजन कार्यक्रमाची अंमलबजावणी सुरू केली.

सूर्यशक्तीचा वापर करणारा सोलर हिटर, गोबर गॅस प्लँट या सोयी केल्यामुळे इंधनाची समस्या सुटण्यास मदत झाली.

भ्रष्टाचार निर्मूलन आणि माहितीचा अधिकार :

भ्रष्टाचार निर्मूलनासाठी अण्णांनी महाराष्ट्रभर दौरा केला. गावोगावी त्यांचे विचार ऐकण्यासाठी, त्यांना पाहण्यासाठी गर्दी होऊ लागली. निष्कलंक चारित्र्याचा, पारदर्शी वागणुकीचा, आपल्यासारखाच साधा असलेला हा नेता लोकांनी मनोमन मान्य केला. अण्णांना या भक्कम पाठिंब्याने मोठी शक्ती दिली. गावोगाव भ्रष्टाचार निर्मूलन समित्या स्थापन झाल्या. त्यांच्याकडे लोक अन्यायाविरुद्ध तक्रारी घेऊन येऊ लागले.

'माहितीच्या अधिकाराची अंमलबजावणी' हा अण्णांच्या जनआंदोलनाचा सर्वात व्यापक परिणाम होय.

भ्रष्टाचार निपटून काढावयाचा असेल, प्रशासनात अधिक पारदर्शकता आणावयाची असेल तर कोणाही नागरिकाला माहितीचा अधिकार मिळावयास हवाच, अशी आग्रही मागणी अण्णांनी केली आणि हा कायदा अस्तित्वात येण्यासाठी जिकराचा लढा देण्याची घोषणा केली. अरुणा रॉय आणि त्यांचे काही सहकारी 'मजदूर किसान शक्ती संगठन' (एमकेएलएस) या संस्थेतर्फे याच हक्कासाठी झगडत होते. वाजपेयी सरकारने २००२ च्या अखेरीस माहिती अधिकाराचा कायदा मंजूरही केला; परंतु त्यात अनेक उणिवा होत्या. राज्य सरकारे, स्थानिक स्वराज्य संस्था यांना हा कायदा लागू नव्हता; तसंच अनेक महत्त्वाचे विषय त्याच्या कक्षेबाहेर राहिलेले होते. अपिलासाठी स्वतंत्र व्यवस्था नव्हती. खरी माहिती दडविणाऱ्यास शिक्षेची तरतूद नव्हती. 'सरकारच्या कामकाजात पारदर्शकता नसेल तर तो लोकशाहीचा निव्वळ फार्स व दुर्दैवी शोकांतिकेची प्रस्तावना ठरेल,' असं अमेरिकन राज्यघटनेचे शिल्पकार जेम्स मॅडिसन यांनी म्हटलं होतं. प्रत्यक्ष कायदा झाला, तरी त्याची स्थिती या मतापेक्षा वेगळी नव्हती.

या कायद्याची परिपूर्ण आणि परिणामकारक अंमलबजावणी व्हावी यासाठी अण्णांनी दिलेला लढा म्हणूनच खूप महत्त्वाचा ठरतो. मौन स्वीकारणं, उपोषणाचा अवलंब करणं अशा अस्त्रांनी अण्णांनी जनमत संघटित केलं. त्याला मिळालेला चौफेर पाठिंबा पाहून सरकारही हादरलं. राष्ट्रपतींनाही वटहुकुमावर सही करावी लागली. विविध राजकीय पक्षांच्या कार्यक्रमपत्रिकेवर १९८९ पासून हा विषय सातत्याने नमूद केला जात होता; पण कोणीही त्याच्याकडे नीट पाहिलं नव्हतं.

अण्णांच्या आंदोलनाने या साऱ्यांना जाग आली. अखेर १२ ऑक्टोबर २००५ पासून हा कायदा अस्तित्वात आला आणि आमदार-खासदार यांच्यासारख्या लोकप्रतिनिधींना असणारे माहिती मिळविण्याचे अधिकार सर्वसामान्यांनाही मिळाले. स्वतंत्र आयुक्तांच्या देखरेखीखाली हा कक्ष अस्तित्वातही आला आहे. मतदारांचा प्रशासनावर अंकुश असणं, हे निकोप लोकशाहीचं लक्षण आहे. आज आपण त्याचा अनुभव घेत आहोत.

कोणीही सर्वसामान्य नागरिक आता सरकारकडे हवी ती माहिती हक्काने मागू शकतो आणि तीत अन्याय वगैरे काही आढळला, तर त्याविरुद्ध आवाजही उठवू शकतो. राज्यकारभारात पारदर्शीपणा आला पाहिजे, कोणीही आपल्या अधिकारात दडपून हवं ते करवून घेता काम नये, ही साध्या माणसांची अपेक्षा यातून पूर्ण झाली आहे.

अण्णांनी सुरू केलेली ही भ्रष्टाचार निर्मूलनाची चळवळ आता महाराष्ट्रापुरती राहिली नाही. ती देशव्यापी बनली आहे. अनेक राज्यातील काही समाजसुधारक मंडळी एकत्र येऊन अण्णांच्या नेतृत्वाखाली केंद्र सरकारपुढे मोठे आव्हान उभे करीत आहेत. सर्व राज्यात लोकपाल आणावा ही त्यांची मागणी आहे. त्याशिवाय देशातील भ्रष्टाचार कमी होणार नाही, असे जनतेला वाटते. त्यासाठी दिल्लीमध्ये जंतरमंतरवर देशव्यापी आंदोलन अण्णा हजारेंसह हजारो लोक करीत आहेत. अण्णांची चळवळ गावापासून, घरापासून सुरू होऊन ती देशव्यापी बनली आहे. हे त्यांच्या कार्यकर्तृत्वाचे खरे यश आहे.

*** डॉ. नरेंद्र दाभोळकर**

डॉ. दाभोलकर आणि त्यांच्या अंधश्रद्धा निर्मूलन समितीचा इतका 'बोलबाला' होण्याचं कारण, प्रत्येक माणसाच्या विचारांशी आणि भावनांशी संबंधित असा विषय त्यांच्याकडून हाताळला जातोय. जुन्या जाचक रूढी, शोषण करणाऱ्या अंधश्रद्धा यांच्या बरोबरीनेच धर्म, अध्यात्म, विज्ञान आणि ईश्वरविषयक संकल्पना, हे सर्वांच्याच जिव्हाळ्याचे विषय असतात. या विषयांवर प्रत्येकालाच काहीतरी सांगायचं असतं आणि खूप काही जाणून घ्यायचं असतं. डॉ. दाभोलकर आणि त्यांची 'अंधश्रद्धा निर्मूलन समिती' गेली अनेक वर्ष, एक निश्चित भूमिका घेऊन या संवेदनशील विषयावर चर्चा घडवून आणत आहे, काही ठोस कृती-कार्यक्रम राबवत आहे.

१९८४-८५ साली केरळमधील जानेमाने 'रॅशनॅलिस्ट' बी. प्रेमानंद महाराष्ट्रात आले होते. राज्यात अनेक ठिकाणी दौरे करून त्यांनी जादूटोणा, भूत-भानामती,

दैवी चमत्कार यामागील रहस्य उलगडून दाखवणारे प्रयोग केले. त्यावेळी महाराष्ट्रात समाजपरिवर्तनाच्या आघाडीवर काम करत असलेले अनेक कार्यकर्ते बी. प्रेमानंद यांच्या संपर्कात आले. या क्षेत्रात काम करायला खूप वाव आहे आणि हे काम प्राधान्यक्रमाने करण्याची गरज आहे, याची जाणीव अनेक कार्यकर्त्यांना झाली. बी. प्रेमानंद आपला झंझावती दौरा आटोपून निघून गेल्यावर, काही समविचारी कार्यकर्ते एकत्र आले आणि 'अखिल भारतीय अंधश्रद्धा निर्मूलन समिती' या संघटनेची स्थापना झाली. श्याम मानव या संघटनेचे अध्यक्ष झाले. चार-पाच वर्षांनंतर 'भूमिका आणि कार्यशैली' यावरून संघटनेत दोन गट पडले. अंधश्रद्धा निर्मूलनाचं काम अधिक परिणामकारक करण्यासाठी कालसुसंगत 'धर्मचिकित्सा' अत्यावश्यक आहे, असं मानणारा मोठा गट बाजूला झाला. त्यांनी १९८९ साली 'महाराष्ट्र अंधश्रधद्धा निर्मूलन समिती' ची स्थापना केली. या संघटनेचं नेतृत्व नरेंद्र दाभोलकरांकडे आलं.

अंधश्रद्धा निर्मूलन समितीची स्थापना :

'महाराष्ट्र अंधश्रद्धा निर्मूलन समिती' ने कामाला सुरुवात करताना चार उद्दिष्टं ठेवली होती. १) शोषण करणाऱ्या अंधश्रद्धांना विरोध करणं २) वैज्ञानिक दृष्टिकोन रुजविण्यासाठी प्रयत्नशील राहणं ३) कालसुसंगत धर्मचिकित्सेचा आग्रह धरणं ४) व्यापक परिवर्तनाच्या चळवळीला जोडून घेणं. या चार उद्दिष्टांच्या बरोबर 'विवेक, निर्भयता व नीती' हे त्यांनी आपलं ब्रीद ठरवलं.

सोळा वर्षांच्या कालखंडात, या उद्दिष्टांच्या दिशेने 'अंनिस' ने किती मजल मारली, याचा विचार केला तर काय दिसतं? शोषण करणाऱ्या अंधश्रद्धांच्या विरोधातील बऱ्याच मोहिमा यशस्वी झाल्या. बाबा-बुवांकडून केल्या जाणाऱ्या चमत्कारांचं सत्य स्वरूप उघड केलं. यात्रेतील पशुहत्या रोखण्यासाठी आंदोलनं केली. स्त्रियांचं शोषण करणाऱ्या देवदासीसारख्या प्रथा-परंपरा बंद करण्यासाठी प्रयत्न केले. वैज्ञानिक दृष्टिकोन रुजविण्यासाठी व्याख्यानं, चर्चा, परिसंवाद यांचं आयोजन केलं. शाळा-कॉलेजातून विद्यार्थी व शिक्षकांसाठी शिबिरं घेतली. हेच काम अधिक व्यापक स्तरावर करण्यासाठी महाराष्ट्रातील सात विद्यापीठांतील प्राध्यापकांच्या साहाय्याने 'विवेकवाहिनी' सुरू केली आहे. डॉ. लागू व डॉ. दाभोलकर यांच्यातील 'वाद-संवाद : विवेकजागराचा' हा कार्यक्रम शंभराहून अधिक ठिकाणी घेतला.

कालसुसंगत धर्मचिकित्सेच्या बाबतीत फारसं यश आलं नाही, पण 'फल-ज्योतिष' आणि 'भ्रामक वास्तुशास्त्र' याने जनजागृती केली. गणेशोत्सवात पर्यावरणात

होणारे परिणाम, याचा संदर्भ घेऊन सण साजरे करताना आवश्यक बदलांविषयी जनमत तयार करणं, हे काम गेली चार-पाच वर्ष चालू आहे. व्यापक परिवर्तनाच्या चळवळीला जोडून घेणं हे उद्दिष्ट दिवसेंदिवस कठीण होत चाललं आहे. पण परिवर्तनवादी चळवळींशी संपर्क व सहकार्य आहे.

'अंनिस' चं स्वरूप जाणून घेतलं तर लक्षात येतं की संघटनेत २५ ते ४५ वयोगटातील कार्यकर्ते जास्त आहेत. सर्वजण नोकरी-व्यवसाय सांभाळून 'अंनिस' चं काम करतात. पूर्ण वेळ कार्यकर्ते नाहीतच. हे कार्यकर्तेही स्वेच्छेने आलेले आहेत. आपल्या घरात आणि सभोवताली असलेल्या प्रथा, परंपरा, जाचक चालीरिती पाहून विचार करू लागलेल्या, कृतिशील होऊ इच्छिणाऱ्या लोकांना 'अंनिस' ने कार्यक्षेत्र उपलब्ध करून दिलं आहे. कार्यकर्त्यांमध्ये राजकीय-सामाजिक चळवळींशी संबंध न आलेल्या लोकांचं प्रमाण जास्त आहे. ही माणसंही प्रामुख्याने बहुजन वर्गातील आहेत. 'अंनिस' च्या चळवळीत येण्यामुळे राजकीय किंवा आर्थिक लाभ होणाार नाही, हे त्यांना माहीत आहे. आज महाराष्ट्र अंधश्रद्धा निर्मूलन समितीच्या राज्यात १८० शाखा आहेत. (अकोला व अमरावती हे दोनच जिल्हे असे आहेत, जिथे 'अंनिस'ची शाखा नाही.) त्यामुळे बुवाबाजीचं, चमत्काराचं एखादं प्रकरण घडलं तर स्थानिक शाखेचे कार्यकर्ते लगेचच ते प्रकरण हाताळतात. ग.प्र. प्रधान-बाबा आढाव-मेधा पाटकर या नैतिकतेचं पाठबळ असलेल्या नेत्यांचा, श्रीराम लागू-निळू फुले-सदाशिव अमरापूरकर अशा सामाजिक बांधिलकी मानणाऱ्या अभिनेत्यांचा, नारळीकर-गोवारीकर-माशेलकर अशा समाजसन्मुख वैज्ञानिकांचा आणि जनार्दन वाघमारे- आ.ह. साळुंखे- शरद पाटील अशा विचारवंतांचा, 'अंनिस' च्या उपक्रमात त्यांनी चांगले सहकार्य घेतले. एन.डी. पाटील 'अंनिस' चे अध्यक्ष असल्यामुळे त्यांची बरीच कामं सोपी होत आहेत. याच्या बरोबरीनेच प्रशासकीय वा पोलीस अधिकारी, प्राध्यापक-शिक्षणतज्ज्ञ आणि प्रसारमाध्यमातील संपादक-पत्रकार यांची साथ-संगत दाभोलकरांनी मिळविली आहे. स्वच्छ व स्पष्ट भूमिका आणि पारदर्शकता याशिवाय हे शक्य झालं नसतं.

तरीही 'अंनिस' च्या कार्यकर्त्यांना व दाभोलकरांना लोकांच्या रोषाला, टीका-टिप्पणीला सामोरं जावं लागलं. त्यांच्यावर घेतलेले काही आक्षेप हास्यास्पद आहेत, तर काही पुरेशा माहितीच्या अभावातून आलेले आहे. डॉ. दाभोलकरांना 'हिंदू धर्माचे मारेकरी' असं म्हणणारे एका बाजूला आहेत, तर 'संघाचे हस्तक' असा आरोप करणारे दुसऱ्या बाजूला. 'ईश्वरविषयक संकल्पनेची चिकित्सा करून आमच्या भावना दुखावतात,' असं म्हणणारे एका बाजूला, तर 'ईश्वरविषयक अंधश्रद्धांवर

स्वातंत्र्योत्तर काळातील समाजसुधारक आणि समाजसुधारणा । २८७

आघात न करता केवळ मलमपट्ट्या केल्या जात आहेत', असं म्हणणारे दुसऱ्या बाजूला आहेत. 'अंधश्रद्धाविरोधी कायदा आमचा धर्म व उपासना-स्वातंत्र्य संपुष्टात आणेल', अशी ओरड करणारे एका बाजूला तर, 'कायद्याने कुठे अंधश्रद्धा दूर होतात का', असा उपहासात्मक सवाल विचारणारे दुसऱ्या बाजूला. समर्थकांतला एक गट म्हणतो की, 'दाभोलकर पुरेसे आक्रमक नाहीत', तर विरोधकांतला एक गट म्हणतो, 'दाभोलकरांना इतकं आक्रमक व्हायची काय गरज आहे?' संवेदनशील विषयांना स्पर्श करणाऱ्या एखाद्या चळवळीला अशा आक्षेपांना सामोरं जावंच लागतं. हे आणि असे अनेक आक्षेप घेतले जात असले तरी 'अंनिस' आणि दाभोलकरांचं योगदान लपून राहणारं नाही.

सर्वांत महत्त्वाचं योगदान म्हणजे 'अंनिस' च्या चळवळींमुळे अंधश्रद्धांबद्दल समाजात चर्चा होऊ लागली. बुवा-बाबांची चिकित्सा सुरू झाली. या चळवळीचं फलित म्हणून जवळपास शंभर चांगली पुस्तकं लिहिली गेली. पंधरा वर्षांपूर्वी या विषयावर साहित्यच नव्हतं... या सर्वांचा परिणाम म्हणून शासनाला भूमिका घेणं भाग पडलं. प्रशासकीय अधिकाऱ्यांची 'अंधश्रद्धा निर्मूलन समिती' निर्माण करावी लागली. 'अंनिस' ने पाठपुरावा केल्यामुळेच 'अंधश्रद्धा विरोधी कायदा' करण्यासाठी पावलं टाकावी लागली. त्यासाठी अंधश्रद्धा निर्मुलन समितीने महाराष्ट्रभर कार्यक्रम घेऊन कायदा मंजूर करण्यासाठी वातावरण निर्मिती केली. स्वत: डॉ. नरेंद्र दाभोळकरांना महाराष्ट्रभर व्याख्याने देऊन जनजागृती करावी लागली. गेली अनेक वर्षे हा कायदा संमत करण्यासंदर्भात विधान मंडळात चर्चा झाली आहे. परंतु हा जादूटोणा विरोधी कायदा संमत होत नव्हता. कारण हा कायदा लागू करू नये यासाठी अनेक धार्मिक संघटना विरोध करीत होत्या. हा कायदा लागू केल्याने लोकांच्या श्रद्धा दुखावल्या जातील असे त्यांचे म्हणणे होते. त्यामुळे गेली पंधरावर्षे जादूटोणा विरोधी कायदा पास करायचा हा प्रश्न तसाच पडून होता. परंतु हा कायदा लवकरात लवकर व्हावा व तो अमलात यावा यासाठी डॉ. दाभोळकर सतत प्रयत्न करीत होते. परंतु हे कार्य करीत असतानाच अचानक एक दिवशी म्हणजे दि. २० ऑगस्य २०१३ रोजी पुणे येथे शनिवार पेठेतील ओंकारेश्वर मंदिराजवळच्या पुलावर अज्ञान हल्लेखोरांनी सकाळी फिरायला जात असताना गोळ्या घालून त्यांची हत्या केली.

अंधश्रद्धांच्या विरोधात दोन तपे लढणाऱ्या आणि पुरोगामी लोकचळवळीने महाराष्ट्र ढवळून काढणाऱ्या डॉ. नरेंद्र दाभोळकर यांच्या हत्त्येचे पडसाद देशभर उमटले. त्यांच्या हत्तेचा देशभर निषेध झाला. आंदोलने, मुकमोर्चे, जाहिर सभा यांनी वातावरण ढवळून निघाले. सारा देश हळहळला. गेली पंधरा वर्षे प्रलंबित

असणारा कायदा पास करावा अशी आरोळी जनमानसांमधून उठली. जादूटोणा विरोधी कायदा पारित करावा तो अमलात आणावा अशी जोरदार मागणी जनतेनेच सरकारकडे केली. जनतेच्या या मागणीचा विचार करून आणि डॉ. नरेंद्र दाभोळकरांचे अर्धवट राहिलेले समाज परिवर्तनाचे कार्य लक्षात घेऊन शासनाने याची दखल घेतली. डॉ. दाभोळकरांच्या हत्येनंतर २१ ऑगस्ट २०१३ रोजी राज्य मंत्रीमंडळाने प्रलंबित जादूटोणा विरोधी कायद्याचा अध्यादेश काढला होता. महाराष्ट्र राज्याचे राज्यपाल के. शंकर नारायणन् यांनी राज्यसरकारने काढलेल्य७ा मसुद्यावर सही करून या कायद्याचा अध्यादेश जारी केला. त्यामुळे राज्यात २५ ऑगस्ट २०१३ पासून जादूटोणा विरोधी कायदा लागू झाला.

जादूटोणा विरोधी कायद्याची काही ठळक वैशिष्ट्ये –

महाराष्ट्र राज्याचे राज्यपाल के. शंकर नारायणन् यांनी जादूटोणा विरोधी कायद्याच्या अध्यादेशावर स्वाक्षरी केल्याने या अध्यादेशाचे तात्पुरत्या स्वरूपात कायद्यात रुपांतर झाले. त्यामुळे राज्यसरकारला पुढील सहा महिन्यात या अध्यादेशाचे विधेयक विधी मंडळात मंजूर करावे लागेल.

राज्यपालांनी जादूटोणा विरोधी कायद्याचा अध्यादेश जारी केल्याने राज्यात दि. २५ ऑगस्ट २०१३ पासून भूतभूताटकी, चेटूक करणे, चेटूक उतरविण्याच्या नावाखाली व्यक्तीला मारहाण करणे, काठी अथवा चाबकाने मारणे, पादत्राणे भिजवलेले पाणी पिण्यास देणे, मिरचीची धूरी देणे, छताला टांगणे, दोर अथवा केसांनी बांधणे, चटके देणे. अशी एकूण ११ कलमे आहेत. या अमानुष कृत्यांवर आता बंदी आली आहे. असे कृत्य करणाऱ्यांना या अध्यादेशाच्या आधारे तुरुंगात जावे लागणार हे नक्की झाले आहे.

सात वर्षापर्यंत शिक्षा

या कायद्यानुसार दोषी आढळणाऱ्यांना सहा महिने ते सात बर्षाच्या कारावासाची तसेच पाच हजार ते पन्नास हजार रुपये दंडाची शिक्षा होऊ शकते.

या कायद्याची अंमलबजावणी करताना कोणाच्याही श्रद्धांवर घाला येणार नाही पण त्याचवेळी अंधश्रद्धेला खतपाणी मिळणार नाही, याची दक्षता घेतली जाईल, असे नमुद करण्यात आले आहे.

डॉ. नरेंद्र दाभोळकरांच्यानंतर या कायद्याला आमलात आणून समाज प्रबोधनाचे कार्य करणाऱ्या समाज सुधारकांना सरकारने बळ दिले आहे. माणूस पतो

पण त्याचे कार्य, विचार अमर असतात. ते कधीही संपत नसतात. डॉ. दाभोळकर गेले तरी त्यांचे विचार व कार्य अमर आहेत. ते येणाऱ्या नव्या पिढीला सतत प्रेरणा देणारे आहेत. यात कसलाही संदेह नाही. आजच्या २५ ते ४५ वयोगटातील पिढ्यांना 'विवेकी' बनविण्यात 'अंनिस' चे मोठे योगदान आहे. या पिढ्यांसाठी डॉ. नरेंद्र दाभोळकरांची भूमिका अत्यंत प्रामाणिक व प्रेरणादायी आहे, हे मान्यच करावे लागते.

✳ बाबा आढाव

बाबा आढाव प्रसिद्ध समाजवादी कार्यकर्ते आणि कृतिशील समाजसुधारक म्हणून ओळखले जातात. बाबा आढाव यांच्यावर महात्मा फुले यांच्या विचारांचा तसेच समाजवादी विचारसरणीचा प्रभाव आहे. त्यांनी अनेक सामाजिक आणि राजकीय जनआंदोलनांचे नेतृत्व केले आहे. त्याबद्दल त्यांनी अनेकवेळा तुरुंगवास भोगला आहे.

सामाजिक कार्य :

सामाजिक सुधारणांच्या अनेक चळवळीत बाबांचा सहभाग आहे. स्त्रियांच्या समान हक्कांचे ते कट्टर पुरस्कर्ते आहेत. स्त्रियांवर होणाऱ्या अन्यायाविरुद्ध त्यांनी अनेक चळवळी उभारून आवाज उठविला आहे. देवदासी प्रथा निर्मूलन आणि देवदासी पुनर्वसन, रोजगार इत्यादी चळवळींशी त्यांचा निकटचा संबंध आहे. ते विधवा पुनर्विवाहाचे कट्टर समर्थक आहेत.

सामाजिक समता प्रस्थापित करण्यासाठी विविध प्रकारच्या जनआंदोलनांमध्ये त्यांनी वेळोवेळी भाग घेतला आहे. मराठवाडा विद्यापीठाला डॉ. बाबासाहेब आंबेडकर यांचे नाव देण्यात यावे म्हणून झालेली नामांतर चळवळ, महाराष्ट्रातील ठिकठिकाणच्या धरणग्रस्त लोकांच्या पुनर्वसनासाठी झालेली आंदोलने इत्यादी चळवळीत बाबा आढाव नेहमी अग्रभागी राहिले आहेत.

समाजातील जातीभेद आणि वर्णव्यवस्थेस त्यांनी प्रखर विरोध केला आहे. सामाजिक न्यायाच्या दृष्टिकोनातून बाबा आढावांनी 'एक गाव– एक पाणवठा' ही मोहीम राबविली.

पुण्यात हमालांची एकत्र संघटना बांधली. त्यांच्या कौटुंबिक, आर्थिक, सामाजिक प्रश्नांची सोडवणूक करण्याचे कार्य त्यांनी मोठ्या तळमळीने केले आहे. पुण्यात हमालांसाठी 'हमाल भवन' ही प्रचंड इमारत उभी केली आहे. ना नफा ना

तोटा या तत्त्वावर ठिकठिकाणी 'कष्टाची भाकर केंद्र' उभी करण्यासाठी त्यांनी खूप प्रयत्न केले.

महात्मा फुले समता प्रतिष्ठानचे अध्यक्ष म्हणून बाबा आढाव काम करतात. महाराष्ट्रातील परिवर्तनवादी चळवळीस योग्य दिशा दाखवून देणाऱ्या 'पुरोगामी सत्यशोधक' या त्रैमासिकाचे संपादन म्हणून त्यांनी काम केले आहे.

'एक गाव एक पाणवठा', हे तर शेठजी भटजीचे आधुनिक दासच!' 'सत्यशोधनाची वाटचाल', हे त्यांनी लिहिलेले ग्रंथ लोकोपयोगी आहेत. या त्यांच्या कार्यासाठी त्यांना पहिला छत्रपती शाहू पुरस्कार १९८९, तर यशवंतराव चव्हाण राज्य पुरस्कार १९९१ मध्ये प्राप्त झाला आहे. बाबा आढाव गरिबांचे–श्रमिकांचे सच्चे लढवय्या समाजसुधारक आहेत.

* अनुताई वाघ

अनुताई वाघ यांचा जन्म इ.स. १९१० मध्ये पुणे येथे झाला. इ.स. १९३७ साली अनुताई वाघ रात्रशाळेतून मॅट्रिकची परीक्षा उत्तीर्ण झाल्या. पुढे त्या १९६१ ला एस.एन.डी.टी. विद्यापीठाची बी.ए. ची परीक्षा उत्तीर्ण झाल्या. त्या चांगल्या संस्कारात वाढल्यामुळे त्यांचा स्वभाव अत्यंत मनमिळावू आणि प्रेमळ होता.

सामाजिक कार्य :

इ.स. १९४५ मध्ये एका शिबिरामध्ये भाग घेण्यासाठी अनुताई बोरिवलीला गेल्या होत्या. तेथे त्यांची ताराबाई मोडक यांच्याशी भेट झाली. या भेटीने अनुताईंच्या जीवनाला वेगळे वळण लागले. इ.स. १९४५ ते १९५६ या काळात त्यांनी ताराबाई मोडक यांच्यासोबत बोर्डी येथे ग्राम बाल शिक्षा केंद्राचे कार्य केले. या केंद्राद्वारे आदिवासी शिक्षण, ग्रामीण बालशिक्षण, प्रौढ शिक्षण यासारखे उपक्रम त्यांनी हाती घेतले होते.

आदिबासी मुलांसाठी कार्य : इ.स. १९५६ पासून अनुताईंनी ठाणे जिल्ह्यातील कोसबाड या ठिकाणी विकासवाडीचा प्रयोग सुरू केला. विकास वाढीच्या अध्यक्षपदाची जबाबदारी त्यांनी समर्थपणे पेलली. सर्वांगीण विकासाच्या दृष्टीने प्रयोग चालू केले. पाळणागृहे, ग्रामबाल सेविका विद्यालय, विकासवादी अध्यापन मंदिर यासारख्या संस्थांमधून आदिवासी मुलांचा विकास साधण्याचे त्यांनी काम केले.

इतर कार्य :

इ.स. १९७३ मध्ये अनुताई ग्राम बाल शिक्षा केंद्राच्या संचालिका बनल्या. ठाणे जिल्हा स्त्री जागृती समितीच्या अध्यक्षा म्हणूनही त्यांनी काही काळ काम केले.

अनुताई वाघ यांनी शिक्षण पत्रिका व सावित्री मासिकाच्या संपादिका म्हणून काम केले. अनुताई यांनी ४० वर्षांहून अधिक काळ आदिवासींमध्ये समाजकार्य केले. आदिवासी मुलांच्या शिक्षणाबाबत विविध प्रयोग करून त्यांच्यात शिक्षणाची गोडी निर्माण केली. आदिवासी स्त्रियांच्या कल्याणासाठी त्यांनी पुष्कळ प्रयत्न केले.

ग्रंथलेखन :

बालवाडी कशी चालवावी, कुरण शाळा, सहज शिक्षण, विकासाच्या मार्गावर, कोसबाडच्या टेकडीवरून (आत्मवृत्त) इत्यादी ग्रंथांचे त्यांनी लेखन करून लोकांना शिक्षणाचे महत्त्व पटवून दिले आणि आदिवासी समाजामध्ये जनजागृती घडवून त्या समाजाचा विकास करण्याचा त्यांनी प्रयत्न केला आहे.

पुरस्कार– मानसन्मान :

महाराष्ट्र शासनातर्फे आदर्श शिक्षिका, दलितमित्र ही पदवी त्यांना मिळाली. महाराष्ट्र विज्ञान परिषद व इचलकरंजीचे फाय फौंडेशन या संस्थांतर्फे त्यांचा पारितोषिक देऊन सन्मान करण्यात आला आहे. आंतरराष्ट्रीय बालक वर्षाचा बालकल्याणाचा पुरस्कार त्यांना मिळाला. भारत सरकारने त्यांना पद्मश्री ही पदवी देऊन त्यांच्या कार्याचा यथोचित गौरव केला आहे. इ.स. १९८५ च्या श्रीमती जानकीदेवी बजाज पुरस्काराच्याही त्या मानकरी होत. अशा या थोर समाजसेविकेचा मृत्यू इ.स. १९९२ मध्ये झाला.

❋ मेधा पाटकर

नर्मदा बचाओ आंदोलनासारख्या एका नदी खोऱ्यातील मोठ्या धरणाच्या विरोधात चाललेल्या आंदोलनाचे नेतृत्व करणाऱ्या मेधा पाटकरांना आज कोण ओळखत नाही? पाटकर या भारतीय समाजातील तळातल्या रंजल्या गांजल्या माणसाचं आशास्थान आहेत. सरदार सरोवर असो की नर्मदा प्रकल्प किंवा मुंबईतले बेघर झालेले झोपडपट्टीवासी असो, त्यांच्या न्यायासाठी, विकासासाठी प्रयत्नशील

असणाऱ्या मेधा पाटकर या हाडाच्या कार्यकर्त्या आहेत. त्या जेव्हा नर्मदा प्रकल्प आंदोलन सोडून मुंबईतील झोपडवासी लोकांसाठी उभ्या ठाकल्या तेव्हा अनेकांना प्रश्न पडला की या नर्मदा प्रकल्प आंदोलन सोडून इथे का आल्या? त्यांचा मुंबईतील झोपडीवासीयांशी काय संबंध? पण जो खरा कार्यकर्ता असतो, त्याच्या कार्याला कोणत्या सीमारेषा नसतात. गोरगरीब जनतेच्या कारुण्य, वेदनांवर फुंकर घालण्यासाठी त्यांना कोणती मर्यादा, बंधने नसावीत; पण प्रसार माध्यमांची विविध प्रश्नांची सरबत्ती त्यांना रोखू शकत नाही. मेधा पाटकरांनी आजवर जे कार्य हाती घेतले, जी आंदोलने केली ती यशस्वीपणे केली आहेत.

नर्मदा बचाओ आंदोलन :

नर्मदा खोऱ्यात गेल्या वीस वर्षांच्या संघर्षात मेधा पाटकर यांनी आंदोलन केले, परंतु त्यांना म्हणावे तसे यश मिळाले नाही. केवळ लोकांच्या पुनर्वसनाच्याच नव्हे तर सरदार सरोवर प्रकल्पाच्या सामाजिक, आर्थिक, तांत्रिक पर्यावरणीय लाभ-हानीच्या संदर्भात मेधा पाटकरांच्या नेतृत्वाखाली नर्मदा बचाओ आंदोलनाने या प्रकल्पाला आव्हान दिले. मोठ्या धरणामुळे विकासाहून अधिक विनाशच होतो. हे साधार मांडले तेव्हा तो प्रस्थापित विकासनितीलाच एक मोठा धक्का होता. धरणं ही विकासाची तीर्थक्षेत्रं मानली जात होती. विस्थापनाला देशहितासाठी त्याग मानलं जात होतं. पर्यावरणीय हानीचे मोजमाप करण्याची पद्धत नव्हती. तशीच प्रकल्पाच्या पोस्ट फॅक्टो मूल्यमापनाची, त्यामुळे मोठे धरण प्रकल्प होत होते. समृद्धीची बेटं तयार होत होती. त्यातूनच (महाराष्ट्रात) ऊस आणि साखरेचं साम्राज्य उभं राहत होतं. विजांचा झगमगाट होत होता. त्यालाच विकास असं म्हटलं जात होतं. महाराष्ट्रासारख्या नदीखोऱ्यांनी अतिशय समृद्ध अशा प्रदेशात पाणी अडवण्याजोग्या जवळजवळ सर्व ठिकाणी धरणं बांधूनही केवळ १४% सिंचन उपलब्ध झालं आणि तेही मुख्यतः उसाला गेलं. महाराष्ट्रातल्या ३% शेत जमिनीवर लावला जाणारा ऊस, सिंचनातलं ७० % पाणी पितो तो एकच आकडा पुरेसा बोलका आहे.

मेधा पाटकरांच्या नेतृत्वाखाली नर्मदा बचाओ आंदोलनाने धरणे प्रकल्पाबाबत आर्थिक, सामाजिक, तांत्रिक, पर्यावरणीय मुद्दे प्रथमच पुढे आणले. धरणग्रस्तांच्या पुनर्वसनाचा मुद्दा त्यागाचा वा भिकेचा न मानता हक्काचा बनविला. त्याचबरोबर या लढ्याला तांत्रिक, आर्थिक, पर्यावरणीय अभ्यास आकडेवारीचा भक्कम आधार दिला. तसेच धरणातल्या भागात दलदल, क्षारीकरण जमिनीची नासाडी, रोगराई, पीक पद्धती व एकूण पर्यावरणावर होणारे दुष्परिणाम हे सर्व साधार मांडलं. नर्मदा

खोऱ्यातल्या दुर्गम आदिवासी भागात आणि निमाडच्या समृद्ध शेतकरी समाजात प्रकल्पग्रस्तांच संघटन बांधून त्यांना न्याय मिळवून देण्याचा प्रयत्न केला. दुसऱ्या बाजूला धरणासंदर्भातील व्यापक प्रश्न मांडून या भूमिकेला समाजाकडून समर्थन मिळवलं. एका अंधाऱ्या खोलीतील ऑफिसमधून मोडक्या टाईपरायटरवरुन धरण प्रकल्पाचे सावकार असलेल्या जागतिक बँकेपर्यंत आंदोलनाने धडक मारली. विशी-पंचवीशीतील मोजके शिलेदार घेण्याची तयारी, संघटन कौशल्य, लोकांशी नातं जोडणं, अभ्यासूवृत्ती, मांडणीची शिस्त आणि आपण एका ताकदीच्या व्यवस्थेशी टक्कर घेतोय हे ठाऊक असतानाही शांततामय मार्गाने स्वतःलाच स्टेकला लावण्याची मस्ती ही या आंदोलनात ठासून भरली होती.

जगातील सर्व शोषितांच्या संघटित होण्यात, मुक्त अर्थव्यवस्थेच्या नावाखाली नद्यासुद्धा बाजारात आणणाऱ्या व शांघाई करण्याच्या नावाखाली मुंबई महापालिकेतील गरीब, श्रमिकांना उखडून टाकणाऱ्या षड्यंत्रणाविरोधी मेधा पाटकर या ठाम उभ्या राहिल्या. इतकेच नव्हे तर त्यांनी या प्रक्रियेत अरुणा रॉय, थॉमस कोचेरी, संदीप पांडे, गॅबिएला डी, असं नव्या दमाचं नेतृत्व एकत्र आणलं. हे त्यांच फार मोठं योगदान इतिहास विसरू शकत नाही. महाराष्ट्रातील धरणग्रस्तांच्या लढ्याची सेनापती बापटांपासून ते बाबा आढावांपर्यंतची मोठी सशक्त परंपरा आहेच, परंतु पुनर्वसनाच्या मुद्द्यावर उभ्या राहिलेल्या आजवरच्या चळवळींहून प्रकल्पाच्या लाभहानीपर्यंत आणि एकूण विकास संकल्पांपर्यंत आलेले हे भान आणि त्यावर आधारलेला संघर्ष हे फार मोठे योगदान मेधा पाटकरांचे आहे हे विसरता येणार नाही.

*** डॉ. राणी बंग**

आधुनिक मेडिकल व्यवसाय या देशात इंग्रजांच्या काळात सुरू झाला. परंतु आज भारताला स्वातंत्र्य मिळून साठ वर्षे पूर्ण होत आहेत. देशात आज हजारो मेडिकल महाविद्यालये आहेत. परंतु खेड्यांमध्ये वाड्या-वस्तीवर पाड्यांमध्ये डॉक्टर्स व दवाखाना आजही पोहचत नाही. आरोग्य यंत्रणा अशी कोलमडलेली असताना डॉ. राणी बंग यांच्या सारखे 'फॉरेन रिटर्न' डॉक्टर गडचिरोलीसारख्या मागास भागात जाऊन काम सुरू करतात. एवढचं नाही तर सेवाभावी वृत्तीने ते या समाजकार्याला वाहून घेतात. हे महत्त्वाचं आहे. आदिवासी दुर्गम भागात गडचिरोलीला डॉ. राणी बंग यांनी फार मोठं आणि महत्त्वाचं काम केलं आहे. अनेक प्रवाहांनी ते काम पुढं आलं आहे. त्यांच्या या कामाचा प्रभाव महाराष्ट्र सरकारवर आणि पुढे जाऊन केंद्र सरकारच्या आरोग्यविषयक धोरणांवरही पडलेला आहे. दक्षिण आशियात

अनेक विकसनशील राष्ट्रांत त्यांच्या समस्यांच्या सोडवणुकीसाठी डॉ. बंग यांनी सुचवलेल्या उपायांचा उपयोग होतो. प्रतिष्ठित अशा आंतरराष्ट्रीय मेडिकल जर्नल्सना त्यांच्या संशोधनामधून निघालेल्या निष्कर्षांची वारंवार दखल घ्यायला लागली आहे. डॉ. राणी बंग यांचं काम एखाद्या रुग्णालयापुरतं मर्यादित न राहता ते व्यापक ठरते. खेड्यापाड्यात, देशा-परदेशात त्यांच्या कामाची नोंद होताना दिसते.

डॉ. राणी बंग यांनी अमेरिकेच्या जॉन हॉपकिन्स विद्यापीठातून 'मास्टर्स इन पब्लिक हेल्थ' या विषयाची पदवी १९८४ ला सुवर्णपदकासह मिळविली. भारतातील अनेक मोठ्या रुग्णालयात त्यांना मोठ्या मानधनावर नोकरी चालून आली होती किंवा रिसर्च इन्स्टिट्यूटमध्ये त्यांना बस्तान बसवता आलं असतं परंतु ही आरामशीर शहरी श्रीमंती आणि जलद पैसा कमविण्याची संधी त्यांनी नाकारली आणि गडचिरोली आदिवासी मागास भाग हेच आपलं कार्यक्षेत्र निवडलं. या अज्ञानी, अडाणी, अंधश्रद्धाळू, दारिद्र्य, निरक्षरता, व्यसनाधीनता, आजारपण अशा भयानक मागासलेल्या समाजात काम करायचं आव्हान त्यांनी स्वीकारलं व पेललं.

सुरुवातीला त्यांनी आपले पती डॉ. अभय बंग यांना सोबत घेऊन या आदिवासी पाड्यात 'माँ दंतेश्वरी रुग्णालय' उघडलं व आपल्या कामाला सुरुवात केली. 'माँ दंतेश्वरी' ही येथील समाजाची देवता. या देवीच्या नावानेच हे रुग्णालय सुरू केलं. आदिवासींच्या झोपड्यात उभं केलेलं हे सर्वात आधुनिक रुग्णालय आहे. ही तिथल्या आदिवासींना सोयीची व आपलेपण वाटणारी सूत्रबद्ध व्यवस्था आहे. या भागातील स्त्रियांचे रोग, बालमृत्यूचे भयानक प्रमाण, न्यूमोनियासारखा आजार, त्यामुळे बालमृत्यूचे अधिक प्रमाण आहे. हे सर्वेक्षणातून संशोधनामुळे व तपासणीद्वारे लक्षात आले आहे. वसा व अमिर्झा या गावातून त्यांनी फार मोठ्या प्रमाणात उपचार केले व तेथील स्त्री रोग बरे केले. बालमृत्यूची कारणे शोधून त्यावर उपचार केले. आदिवासी लोकांचे मन परावर्तित केले. रोगावरील उपचारांचे महत्त्व पटवून दिले. 'सर्च' सारखी एक मोठी संघटना उभी करून तिच्यामार्फत डॉ. राणी बंग यांनी तेथील स्त्रियांना आरोग्यसेवेचे किमान प्रशिक्षण दिले. दाई आणि आरोग्यदूत यांच्यामार्फत आदिवासी स्त्रियांना उपचार देण्याचा प्रकल्प राबविला. हळूहळू या प्रशिक्षणालाही आदिवासी स्त्रिया प्रतिसाद देऊ लागल्या. आरोग्यदूत प्रशिक्षण कार्यक्रमांची धुरा डॉ. राणी बंगच सांभाळतात. आरोग्यदूतामधून डेटा जमा करणं, त्यांच्या नोंदीवरून निरीक्षण करणं अशी कामं असतातचं. या आरोग्यदूत उपक्रमामुळे आदिवासी स्त्रीच्या जीवनात बराच बदल घडून आला. एक स्त्री आजारावर उपचार करू शकेल, असा आत्मविश्वास तिला आल्यामुळे तिची प्रतिष्ठा उंचावली. आज

अनेक स्त्रिया अशा प्रकारचे काम सर्चसाठी करताहेत.

या यशामुळे हीच प्रणाली व्यापक करायचं आता सरकारने ठरवलंय. महाराष्ट्रातल्या १० गावांमध्ये आणि भारतीय आरोग्यविज्ञान संस्थेच्या माध्यमातून भारतातल्या पाच राज्यांमधल्या काही भागात या प्रणालीचा वापर करायचं ठरवलं आहे. पाच राज्यांमध्ये जसं हे काम सुरू आहे तसं देशातल्या गावागावात व्हायला हवं कारण या पद्धतीमुळे भारतातल्या अगदी कानाकोपऱ्यातल्या जनतेला थेट आरोग्यसेवा मिळू शकते. जगातले अनेक विद्यार्थी इथे अभ्यासासाठी येतात. संशोधनासाठी, तंत्रज्ञान समजून घेण्यासाठी, प्रत्यक्ष कृती कार्यक्रम प्रकल्प राबविण्यासाठी येत असतात. एरवी शहरी माणसं सुईणीकडे किंवा आदिवासी ग्रामीण गरीब स्त्रीकडे एका वेगळ्याच दृष्टिकोनातून बघणारी, पण डॉ. राणी बंग यांनी तिच्या जवळचं पारंपरिक ज्ञान समजून घेतलं आणि तिलाच आरोग्याची दूत बनवलं. त्यामुळे देश-परदेशातून सर्वत्र डॉ. राणी बंग आणि आरोग्यदूत स्त्रियांचं कौतुक होत आहे.

येथील लोकांना शेतीविषयक आधुनिक ज्ञान देऊन शेती करण्यास प्रोत्साहन दिलं जातं. गडचिरोलीतील शोधग्रामात सामाजिक प्रश्न-उत्तरांचाही शोध चाल आहे. १९८५ पासून सुरू असलेल्या 'सर्च' कडे साऱ्या जगाचे लक्ष वेधून राहिले आहे. त्यातून त्यांना अनेक पुरस्कार मिळालेले आहे. 'स्पिरिट ऑफ मस्टॅक' हा अत्यंत प्रतिष्ठित समजला जाणारा पुरस्कार त्यांना मिळाला. राष्ट्रीय आणि आंतरराष्ट्रीय पातळीवरच्या समित्यांवर अनेक संस्थांवर त्या सल्लागार म्हणून कार्यरत आहेत. डॉ. राणी बंग यांची दोन पुस्तके 'गाईण', 'कानोसा' प्रसिद्ध झाली आहेत. सर्चमध्ये आरोग्य विषयक समजल्या जाणाऱ्या कामाबरोबरच शेतीसुधार, जीवनसुधार कार्यक्रमापासून रिसर्च सेंटरपर्यंत आणि दारूबंदीपासून ओ.पी.डी. पर्यंत सर्व काही चालू आहे.

*** नसिमा हुरजूक**

अपंगत्व हा समाजाला लागलेला कलंक समजला जातो. अपंग म्हणजे दुबळा, हीन समजला जातो. परंतु समाजात अशी अनेक उदाहरणे सापडतात, की आपल्या अपंगत्वावर मात करून समाजासमोर अशी माणसे आदर्श ठरतात. यामध्ये आवर्जून नाव घ्यावं लागेल ते नसिमा हुरजूक यांचे. मुळात नसिमा या सोलापूरच्या आहेत. सतत काहीतरी करण्याची ऊर्मी बाळगणाऱ्या नसिमांना पॅराप्लेजियामुळे एका जागी पडून राहावं लागत होतं. परंतु असलं जगणं त्यांना फारच क्लेशदायक

वाटत होतं. दररोज रडायचं, नशिबाला दोष द्यायचा असं जीवनाशी टक्कर देत जीवन जगावं लागायचं, परंतु घरी आई-वडिलांच्या धीरामुळे त्यांना आत्मविश्वास आला. जगण्याचं बळ मिळालं. एके दिवशी त्यांची आणि बाबुकाका दिवाण या त्यांच्यासारख्याच पॅराप्लेजिक झालेल्या व्यक्तीने मोठे पाठबळ दिले. जगण्याची दिशा दाखवली. बाबुकाका दिवाण हे अपंगांसाठी बंगलोरमध्ये काम करीत होते. त्यांचे कार्य ऐकून आणि पाहून नसिमांनाही प्रेरणा मिळाली. आपणही अपंगांसाठी काही करावे हे प्रकर्षाने जाणवले. नसिमांनी चाकाच्या खुर्चीचा आधार घेऊन पुढे शिक्षण सुरू केले. अनेक स्पर्धेत भाग घेतला. त्यांचा आत्मविश्वास त्यामुळे वाढला. त्यांनी अर्थशास्त्रातली पदवी मिळवली व सरकारी नोकरीही मिळवली. त्या डेप्युटी ऑफीस सुपरिटेंडेंट ऑफ कस्टम्स् अ‍ॅण्ड सेंट्रल एक्साईज या पदावर रुजू झाल्या आणि हळूहळू त्यांनी अपंगांसाठी पुनर्वसनाचं काम सुरू केलं. १९८४ साली त्यांनी 'हेल्पर्स ऑफ द हॅंडिकॅप' ही संस्था सुरू केली. त्याद्वारे वैद्यकीय उपचार, शस्त्रक्रिया, कृत्रिम साधने, स्वावलंबनास उत्तेजन, शैक्षणिक संधी, व्यवसायिक प्रशिक्षण, व्यक्तिमत्त्व विकास, पायाभूत सुविधांची निर्मिती, विवाह या प्रश्नांवर भर दिला. त्यामुळे हजारो अपंग-विकलांग व्यक्तींना त्याचा फायदा झाला. गोरगरीब लोक त्यांच्या संस्थेकडे आकर्षित झाले. अनेक समाजसेवी संस्थांकडून मदत घेऊन या गरीब लोकांचे प्रश्न सोडविण्याचे काम नसिमांनी केले. हजारो अपंग-विकलांग लोकांना मोठा आधार दिला. त्यांना स्वावलंबी बनवले. विविध क्षेत्रात त्यांना करियर घडविण्याच्या संधी उपलब्ध करून दिल्या. त्यांना आर्थिक व मानसिक आधार दिला. पुढे स्वतःच अनेक प्रशिक्षण संस्था काढून त्यामधून प्रशिक्षण देऊन गोरगरिबांना स्वतंत्र रोजगार मिळवून दिला. इतकेच नव्हे तर त्यांनी निर्माण केलेल्या वस्तूंना, मालांना बाजारपेठ मिळवून दिली. ही संस्था हजारो गरीब विद्यार्थ्यांना घेऊन त्यांचे जीवन, त्यांचे आयुष्य घडवताना आज दिसून येते. त्यासाठी नसिमा हुरजूक या रात्रंदिवस राबतात. स्वतः सक्षम व डोळस बनून त्या हे कार्य मोठ्या आनंदाने करीत आहेत. चांगल्या धडधाकट माणसालाही लाजवण्याचे त्यांचे हे कार्य पाहून अभिमानाने छाती फुगून येते. समाजसेवा, राष्ट्रसेवा करतच देशातील फार मोठ्या दुर्लक्षित झालेल्या प्रश्नावर त्या मोठ्या धाडसाने कार्य करतात, हे फार मोठे आव्हान त्यांनी पेलले आहे.

नसिमा हुरजूक यांनी शाळा, वसतिगृह, पुनर्वसन केंद्र, कार्यशाळा इ. सुविधांची निर्मिती मोठ्या कष्टाने केली. त्यांचे मुख्य केंद्र कोल्हापूर येथे ताराबाई पार्कमध्ये आहे. कोल्हापुरातच उचगाव येथे या संस्थेचा घरोंदा प्रकल्प आहे. तर कदमवाडी

येथे महापालिकेच्या मदतीने त्या प्रकल्पाचे कार्य चालवितात, तर पुण्याजवळ कान्हे फाटा इथे 'दिलासा' हा मतिमंद मुलांचा निवासी प्रकल्प आहे. याचबरोबर कोकणात कुडाळ येथे 'स्वप्ननगरी' हा प्रकल्प उभारला आहे. हँडिकॅप गॅस सर्व्हीस कोल्हापुरात सुरू आहे. त्यांचं हे सर्व आव्हानात्मक कार्य पाहून महाराष्ट्र शासनाने त्यांची दखल घेतली. पंतप्रधानांच्या हस्ते त्यांना २००६ चा सावित्रीबाई फुले पुरस्कार देऊन सन्मानित करण्यात आले. तसेच दूरदर्शन सह्याद्री वाहिनीतर्फे त्यांना 'शारदारत्न पुरस्कार' देऊन सन्मानित केले आहे. विविध संस्था व इतर असे एकूण त्यांना ३२ पुरस्कार प्राप्त झाले आहेत. 'चाकाची खुर्ची' हे नसिमांनी आपल्या जीवनावर पुस्तक लिहिले आहे. त्यांच्यावरच आधारित 'गगनाला पंख नवे' ही सी.डी. ही बाजारात उपलब्ध आहे. नसिमांनी लावलेल्या रोपाचा इतका मोठा वृक्ष झाला आहे हे पाहून आज कुणाही भारतीयाला अभिमान वाटल्याशिवाय राहणार नाही.

***

संदर्भ ग्रंथ

१)प्रा. भिडे जी. एल., प्रा. पाटील एम.डी., –महाराष्ट्रातील समाजसुधारणेचा इतिहास, फडके प्रकाशन, कोल्हापूर – १९९७.

२) पंडिता नलिनी – महाराष्ट्रातील राष्ट्रवादाचा विकास – ग्रंथाली प्रकाशन, मुंबई प्रकाशन – २०००

३)प्राचार्य गरुड आण्णासाहेब, प्राचार्य सावंत बी.बी. –महाराष्ट्रातील समाजसुधारणेचा इतिहास – कैलास पब्लिकेशन, औरंगाबाद.

४)कीर धनंजय – राजश्री शाहू छत्रपती, एक क्रांतिकारक राजा, पॉप्युलर प्रकाशन, मुंबई. १९७९

५)कीर धनंजय – महात्मा जोतीराव फुले, आजच्या समाजक्रांतीचे जनक, पॉप्युलर प्रकाशन, मुंबई – १९६८.

६)कीर धनंजय – मालशे स.ग., महात्मा जोतिराव फुले समग्र वाङ्मय, म.रा. सा. स. मंडळ, मुंबई – १९६९

७)नरवडे डॉ. एस. एस. – हैदराबादचा क्रांतिसंग्राम, सुगावा प्रकाशन, पुणे – १९८९.

८)गर्गे – स. मा. – गोपाळ गणेश आगरकर – नॅशनल बुक ट्रस्ट, इंडिया नवी दिल्ली– १९७०.

९)पेंडसे डॉ. श. दा. – महाराष्ट्राचा सांस्कृतिक इतिहास, सुविचार प्रकाशन, पुणे. १९६५.

१०)फडकुले डॉ. निर्मलकुमार – लोकहितवादी, काळ आणि कर्तव्य; मुंबई. मराठी साहित्य संघ, मुंबई – १९७१.

११)प्रियोळकर अ. का. – डॉ. भाऊ दाजी काळ व कर्तृत्व; मु. म. सा. सं. मुंबई – १९७१.

१२)भालेराव अनंत – मराठवाड्यातील हैद्राबाद मुक्ती संग्राम, मराठवाडा प्रकाशन, औरंगाबाद – १९८६.

१३)फडके य. दि. – विसाव्या शतकातील महाराष्ट्र–खंड १ ते ५, के. सागर प्रकाशन, पुणे. २००५.

१४)औचरमल डॉ. एल. वाय. – आंबेडकरी चळवळ आणि हैद्राबाद संस्थानातील दलित मुक्तिसंग्राम – सुगावा प्रकाशन. पुणे – १९९६.

१५)फाटक न. र. – न्यायमूर्ती महादेव गोविंद रानडे, मौज प्रकाशन मुंबई. १९६५.

१६)सरदार गं. बा. महाराष्ट्र जीवन खंड –२, मेसर्स जोशी. पुणे – १९६०.

***

प्रा. डॉ. संजय संभाजी लांडगे

प्रकाशित साहित्य

* सोलापूरच्या बंडखोर कविता (प्रातिनिधिक)१९८५
* मायभूमी (कथासंग्रह) १९९५
* वांझ क्रांती आणि तीन एकांकिका (एकांकिकासंग्रह) १९९१
* आईची कविता १९९३, काळा गुलाब (मराठी गझलसंग्रह) १९९७
* गाणे अनाम पक्ष्याचे (एकांकिका) १९९५
* सुगंधी जखमा (कवितासंग्रह) १९९१
* ती माझी (चारोळी) २०००
* रेशमी अनुबंध (कादंबरी) २०००
* प्रतिकार (कादंबरी) २०००
* मन वढाय वढाय (कथासंग्रह) २००१
* वसंत कानेटकरांची समग्र नाट्यसृष्टी २००६
* संत कबीर आणि संत तुकाराम– एक चिंतन २००६
* पोस्टमार्टेम आणि तीन एकांकिका २००६

पुरस्कार, मानसन्मान

* महाराष्ट्र राज्य साहित्य आणि संस्कृती मंडळ, मुंबई यांचा 'यशवंतराव चव्हाण वाङ्मय पुरस्कार (राज्य पुरस्कार) १९९४
* अ. भा. दलित साहित्य अकादमी, दिल्ली यांचा डॉ. बाबासाहेब आंबेडकर पुरस्कार व फेलोशिप १९९४
* फ्रेंड सर्कल, पुणे यांचा 'कविभूषण पुरस्कार' १९९५
* शिल्पकार समूह, सोलापूर यांचा शिल्पकार पुरस्कार १९९६
* सोलापूर महानगरपालिका यांचेकडून पुरस्कार १९९७
* कवितोत्सव– मंगळवेढा, जि. सोलापूर यांचेकडून गौरवपत्र व सन्मान २०००
* जनसाहित्य परिषद, अमरावती यांचा सर्वोत्कृष्ट ग्रंथ पुरस्कार २००५
* शब्दरंजन- भिवंडी, ठाणे यांचा शब्दरंजन पुरस्कार २००० आणि इतर ८ पुरस्कार प्राप्त.